AF747601

ഗ്രീൻ ബുക്സ്

ശ്മശാനങ്ങളുടെ നോട്ടുപുസ്തകം

കമൽസി

കമൽ സി ചവറ എന്ന പേരിൽ ആനുകാലികങ്ങളിൽ
നിരവധി ലേഖനങ്ങൾ എഴുതിയിട്ടുണ്ട്.
വെണ്ണിക്കേഴ്ത്ത് ആർ. ചന്ദ്രൻപിള്ളയുടെയും
ചേലേഴ്ത്ത് ഇന്ദിരാദേവിയമ്മയുടെയും മകനായി
കൊല്ലം ജില്ലയിലെ ചവറയിൽ ജനനം.
ബിന്ദുവാസുദേവിനൊപ്പം ഒരുമിച്ചു ജീവിച്ചിരുന്നു.
ഇപ്പോൾ ജീവിതപങ്കാളി പത്മപ്രിയ വി.
ഒരു മകളുണ്ട്. പേര് 'ഭൂമി'.

നോവൽ

ശ്മശാനങ്ങളുടെ നോട്ടുപുസ്തകം

കമൽസി

ഗ്രീൻ ബുക്സ്

green books private limited
little road, ayyanthole, thrissur- 680 003
ph: 0487-2361038
website: www.greenbooksindia.com
e-mail: info@greenbooksindia.com

(malayalam)
smasanangalute notupusthakam
(novel)
by
kamalsy

first published january 2015
copyright reserved

cover design : rajesh chalode

printed in india
repro knowledgecast limited, thane

branches:
thrissur 0487-2422515
palakkad 0491-2546162
kannur 0497-2763038

isbn : 978-81-8423-384-1

---

no part of this publication may be reproduced, or transmitted in any form or by any means, without prior written permission of the publisher

GBPL/631/2014

മുഖക്കുറി

ഭൂമിയിലെ ജൈവികത കത്തിയമർന്ന് ഒരു ശ്മശാനമായി മാറുമ്പോൾ ശ്മശാനങ്ങളുടെ ചാരത്തിൽ നിന്ന് ഒരു ഫിനിക്സ് പക്ഷിയെ ഉയർത്താമോ എന്നതായിരിക്കും ഈ നോവലിന്റെ അന്വേഷണം എന്നു ഞാൻ കരുതുന്നു. സംഗീതവും സൗന്ദര്യവും ഒരു ലയമായി പ്രകൃതി ചൊരിഞ്ഞുകൊണ്ടിരിക്കുമ്പോൾ മനുഷ്യരുടെ ജീവിതം എന്തുകൊണ്ട് നാശോന്മുഖമായി മാറുന്നു എന്ന ചോദ്യം ഉയർത്തിക്കൊണ്ടാണ് നോവൽ ആരംഭിക്കുന്നത്.

ഇന്നത്തെ ചുംബനസമരങ്ങളുടെ പശ്ചാത്തലത്തിൽ നാം പുലർത്തിവരുന്ന മാമൂലുകളെ തിരസ്ക്കരിക്കാൻ എഴുത്തുകാരൻ വെമ്പൽ കൊള്ളുന്നു എന്നത് ഈ രചനയുടെ ഒരു കാലിക പ്രസക്തിയായി മാറുന്നു. പ്ലാച്ചിമടയും മയിലമ്മയും മാവോയിസവും കടന്നു വരുന്നതോടൊപ്പം ലൈംഗികമായ പദാവലികൾകൊണ്ട് എഴുത്തുകാരൻ ഒരു വിഗ്രഹഭഞ്ജകനാകാനും ശ്രമിക്കുന്നു. ആഖ്യാന തലത്തിൽ അല്പം Errotism ആകാമെന്നും എഴുത്തുകാരൻ ചിന്തിക്കുന്നുണ്ട് എന്നു തോന്നുന്നു. എഴുത്തിൽ സൗന്ദര്യശാസ്ത്രത്തിന്റെ പുതിയ തലമാണ് ഈ നോവൽ. നോവലിന്റെ ഒരു പുതിയ ഭാവുകത്വം ശ്മശാനങ്ങളുടെ നോട്ടുപുസ്തകത്തിൽ കണ്ടെത്താൻ കഴിയുന്നു എന്നതാണ് ഈ രചനയുടെ പ്രസക്തി.

കൃഷ്ണദാസ്
മാനേജിങ് എഡിറ്റർ

അടുത്തിരിക്കുന്ന ഭൂമിക്കും
അകലേക്കു പറന്നു പോയ സംഗീതയ്ക്കും.

ആമുഖം

എഴുത്തിനിടയിൽ വച്ച് ഞാൻ ഇല്ലാതാകും വായനയ്ക്കിടയിൽ വച്ച് താങ്കളും

അജ്ഞാതമായ ഒരു ഉറവിടത്തിൽ നിന്നും മുഖം കഴുകി യാത്ര തിരിക്കുന്ന ഒരു നീർച്ചാൽ, പാറക്കൂട്ടങ്ങളുടെ ഇടയിലൂടെ തെന്നിയൊലിച്ച് മണ്ണിലൊലിച്ച് പോവാതെ, പുല്ലിൽ തളം കെട്ടാതെ, കാലിടറാതെ മറ്റൊരു നീർച്ചാലിനൊരുമ്മ കൊടുത്ത് ഒന്നിച്ച് ഒഴുകി തുടങ്ങുന്നു. വഴക്കമില്ലാത്ത വഴങ്ങലുമായി ഭാഷ ഇവരുടെ പിറകേ പോവുന്നില്ല. ഒന്നും മിണ്ടാതെ അത് എല്ലാം നേടുന്നു. മിണ്ടുന്നതോടുകൂടി സ്വയം മാഞ്ഞ് പോയേക്കുമെന്ന് ഭയപ്പെടുന്നു. പാതകം എന്ന് പറയാവുന്നത് ഒന്നും നമ്മുടെ ഇടയിലില്ല. (അതുകൊണ്ട് തന്നെ ജയിലുകൾ നമുക്കാവശ്യമില്ല.) വഴി തെറ്റിച്ച് കണക്കുകൾ തെറ്റിച്ച് ഒന്ന് സഞ്ചരിക്കുന്നുണ്ടെങ്കിൽ, അത് ഒരു പക്ഷേ വഴിയിലേക്ക് എത്തി ചേരുകയാവും. അല്ലെങ്കിൽ പുതിയ വഴി കണ്ടെത്തുകയാവും.

ആത്മസമർപ്പണം വേർപാടുകളോടൊപ്പം ഉള്ളടക്കം ചെയ്തിരിക്കുന്നു. ബോധപൂർവ്വം ഒരു കാറ്റും ഒരിലയേയും തഴുകുന്നില്ല. ഒരിലയും മറ്റൊരിലയെ പോലെ ആവുന്നില്ല. ഒരു മരവും അതിന്റെതന്നെ വംശത്തിൽപെട്ട മറ്റൊരു മരത്തെപോലെ കാണുന്നില്ല. കിളികൾ ചിലയ്ക്കുന്നത് ആർക്കും കേൾക്കാൻ വേണ്ടിയല്ല. സംസാരിച്ചുകൊണ്ടേയിരിക്കുകയെന്നത് അവയ്ക്ക് ജീവിച്ചിരിക്കുന്നു എന്ന സ്വയംബോധ്യപ്പെടുത്തൽ കൂടിയാണ്. വിധേയത്വത്തിന്റെ വൃത്തികെട്ട സ്ഥലങ്ങളിലേക്ക് പോകാൻ നായക്ക് കഴിയുന്നത് അവന്റെ അഹംബോധത്തെ പൂർണ്ണമായും തകർക്കാൻ കഴിയുന്നതുകൊണ്ട് കൂടിയാണ്. ലയപൂർണമായ സംഗീതവും സൗന്ദര്യവും പ്രകൃതി എപ്പോഴും ചുറ്റും ചൊരിഞ്ഞുകൊണ്ടിരിക്കുന്നത് നിങ്ങൾ എന്തുകൊണ്ട് ജീവിക്കുന്നില്ലായെന്ന ചോദ്യവുമായാണ്. ഹൃദയത്തിനുള്ളിൽ ഒരു ഇലയനങ്ങുന്നത്,

ഒരു മഴത്തുള്ളി കിനിയുന്നത്, ചുറ്റുപാടിനെ ആർദ്രമാക്കാൻ വേണ്ടിയാണ്. ആന്തരികമായതൊക്കെയും ബാഹ്യമായതിലേക്കുള്ള യാത്രകളാണ്. ഉള്ളിലൊരു മഴപെയ്യാതെ പുറത്ത് ഒരു ഇടി മുഴങ്ങുന്നതേയില്ല. ഉള്ളിലൊരു ഇടിമുഴങ്ങാതെ പുറത്തൊരു വെളിച്ചം വീശുന്നതേയില്ല. നെല്ലുകളും തെങ്ങുകളും കൂട്ടുകാരായതുകൊണ്ടാണ് തെങ്ങ് അങ്ങനെ ചാഞ്ഞ് വയലിലേക്കും ഓലയങ്ങനെ ചരിഞ്ഞ് നെല്ലിലേക്കും ഊർന്ന് നിൽക്കുന്നത്. അവർ സംസാരിക്കുന്നത് നമ്മളെപ്പോലെ നിശ്ശബ്ദമായാണ്. യാദൃച്ഛികമായി ഒരു മഴത്തുള്ളി ഒരു നീർച്ചാലിന്റെ നെറുകയിൽ വീണു കൂടായ്കയില്ല. ഒരു മഞ്ഞുതുള്ളിയെ എങ്കിലും പുൽനാമ്പിന്റെ തുമ്പത്തു നിന്നും ഈ നീർച്ചാൽ മോചിപ്പിച്ച് കൂടായ്കയുമില്ല. ലക്ഷ്യം ഒഴുകുകയെന്നത് മാത്രമാണ്. വേർപെടുത്താനാവാത്ത എന്തോ ഒന്ന് ഓരോ മഴയിലുമുണ്ട്. കുഞ്ഞിന് ഒരു താരാട്ടാവുന്നത് പോലെ നിങ്ങളുടെ ആർദ്രതയിലേക്ക് ഞാൻ ഒരു വഴി കണ്ടെടുക്കുന്നു. ഈ മഴനൂലുകളെ ചാരിയിരിക്കുമ്പോൾ നിങ്ങൾക്ക് എന്ത് തോന്നുന്നു? ഒരു കുഞ്ഞു മടിയിൽ കിടന്നുറങ്ങുന്നത് പോലെ നിങ്ങൾ എന്നിൽനിന്നും വീഴുന്ന നിശബ്ദതകളെ ഹൃദയത്തിൽ ഏറ്റ് വാങ്ങുന്നു. ഞാൻ ഉറക്കത്തിലേക്കും നിങ്ങൾ ഈറൻ വയലറ്റ് പുഷ്പങ്ങളിലേക്കും തെന്നിമറയുന്നു. മിണ്ടുന്നതോടു കൂടി സ്വയം മാഞ്ഞ് പോയേക്കുമോയെന്ന് ഭാഷ ഭയപ്പെടുന്നു. ഈ ഭയപ്പാടിനുള്ളിൽ ഞാൻ നിങ്ങളോട് എന്ത് പറയാൻ? ഒന്നും അറിയാതെ പോവുന്നുണ്ടെങ്കിൽ ഒന്നും പറയാതിരിക്കുകയല്ലേ നല്ലത്?

(ആമുഖത്തിന്റെ തലവാചകത്തിന് എസ്. ജോസഫിന്റെ കവിതയോട് കടപ്പാട്)

ശ്മശാനങ്ങളുടെ
നോട്ടുപുസ്തകം

ഒന്ന്

കുറുക്കന്മാർ ഇപ്പോഴും ജീവിച്ചിരിപ്പുണ്ട്

നേരം സന്ധ്യയായപ്പോൾ കോഴികളൊക്കെയും കൂട്ടിൽ കയറുകയും ദൂരെയെവിടെയോ ഒരു കുറ്റിക്കാട്ടിലിരുന്ന് കുറുക്കന്മാർ കോഴികളെപ്പോലെ കൂവുകയും ചെയ്തു. കൂട്ടുകാരിയുടെ കടുത്ത ഉന്മാദാവസ്ഥ വെറും അഭിനയമാണെന്ന് തെറ്റിദ്ധരിച്ച ഒരു ആൺകുട്ടി, ശൂന്യതയിൽ നിന്നും മഴവില്ല് കണ്ടെടുക്കുന്ന മാന്ത്രികചെപ്പ് അവളുടെ തലയ്ക്കുള്ളിൽ കണ്ട് ഞെട്ടി നിലവിളിക്കുന്നു. ജല്പനങ്ങൾ തുടർക്കഥകളായ തൊഴുത്തിൽ ആടുമാടുകൾ ഉറങ്ങാൻ തുടങ്ങി. കുന്നിൻ ചെരുവിൽ നിന്നും ഓടിയിറങ്ങിവന്ന കർഷകന്റെ കാലിൽ ഒരു പാമ്പ് ചുറ്റി വരിഞ്ഞു. മദ്യത്തിന് മാത്രം ഉറക്കാൻ കഴിയുന്ന രാത്രികളിൽ ഒന്നിൽ അയാൾ ആ പാമ്പിനെയും വലിച്ചു കൊണ്ടുവന്ന് കനലെരിയും പാടത്ത് കത്തിതീർന്നു.

ഒരു പട്ടിയെ അഴിച്ചുവിട്ടാൽ എന്താണ് സംഭവിക്കുക? അത് അതിന് തോന്നുന്ന വഴിക്ക് യാത്ര പോവും. കുറേ സമയത്തേക്ക് ഒന്നിനെപ്പറ്റിയും ചിന്തിക്കാൻ അവന്റെ ബന്ധനസ്ഥമായ പൂർവ്വകാലം അവനെ അനുവദിക്കില്ല. നിശ്ചലമായ ജീവിതത്തിന്റെ ഇന്നലെകളെ ഒരു നിമിഷം കൊണ്ട് മറികടക്കാൻ അവന്റെ കാലുകൾ കുതിയ്ക്കും. കുറേ ദൂരം ഓടിക്കഴിയുമ്പോൾ, മുള്ളുകയോ കാഷ്ഠിക്കുകയോ ഇണചേരുകയോ അല്ലാതെ തനിക്കൊന്നും ചെയ്യാനില്ലെന്ന് അവന് മനസ്സിലാവും. കണ്ണുകൾ മടുക്കുന്ന കാഴ്ചകളെ മാത്രം തേടി പോകാൻ തുടങ്ങും. ആ നിലയിൽ അധികം തുടരാനാവാതെ ഒടുവിൽ അവൻ തന്റെ കഴുത്തിൽ നിന്നും അഴിച്ച് വിട്ട അനാഥമായി കിടക്കുന്ന ചങ്ങലയ്ക്ക് അരികിലെത്തും. യജമാനൻ വരുമ്പോൾ വാലാട്ടാൻ തയ്യാറായി വീടിന്റെ മുന്നിലെ വഴിയിലേക്ക് നോക്കിയങ്ങനെ കിടക്കും. (ഒരു പക്ഷേ, യജമാനൻ വന്ന് പട്ടിയുടെ വാലിൽ പിടിക്കുകയും പട്ടി നിലവിളിച്ചുകൊണ്ട് ഓടുകയും പിറകെ ഓടിയ അയാൾ റോഡിൽ വീണ് ഉരഞ്ഞ ശരീരം മുഴുവൻ മുറിവുകളുമായി മടങ്ങിയെത്തുകയും ചെയ്തിരിക്കാം) ഇണചേരൽ തന്റെ വംശത്തിൽ നിന്നും ലഭിക്കുമെങ്കിലും ഭക്ഷണം അവിടെ നിന്ന് ലഭിക്കില്ലെന്ന് അവൻ

പിന്നീട് തിരിച്ചറിയും. കാവലില്ലാത്ത സദാചാരം പോലെ വീടില്ലാത്ത കുറേ മനുഷ്യർ വിദൂരതയിലൂടെ മുദ്രാവാക്യം വിളിച്ച് കടന്ന് പോയി... നിഴലുകൾ കണ്ട് നായ ഉറക്കെ കുരയ്ക്കാനും തുടങ്ങി... കാവൽ തന്നെ ഉറക്കം നഷ്ടപ്പെടുത്തുന്ന ദുരവസ്ഥയിൽ ചിലർ മറിഞ്ഞും തിരിഞ്ഞും കിടക്കും...

ഇതിനിടയിൽ റോഷ്നേര വളരെ യാദൃച്ഛികം എന്ന് പറയാവുന്ന തരത്തിൽ പൂച്ചയുമായി കൂടുതൽ അടുത്തു. വേറെയൊന്നുകൊണ്ടുമല്ല മറിച്ച് ഒന്നും ചെയ്യാനില്ലാതെ അങ്ങനെ വെറുതെ ഇരിക്കുമ്പോൾ അവൾ അറിയാതെ തന്നെ പൂച്ചയെ ശ്രദ്ധിക്കാൻ തുടങ്ങി. പിന്നീടവൾ ബോധ പൂർവ്വം തന്നെ അത് തുടർന്നു. യാതൊന്നും ചെയ്യാനില്ല... എഴുതാനോ വായിക്കാനോ സൗഹൃദം കൂടാനോ ഒന്നും ഇല്ല. യാതൊന്നിനും ഒരു താൽപ്പര്യവും തോന്നാത്ത നിമിഷങ്ങളിൽ പൂച്ചയോടും തിരിച്ചും ഉള്ള വിധേയത്വത്തിലേക്ക് പോകാൻ അവൾ ആഗ്രഹിച്ചു. പതിയെ പതിയെ പിൻമടക്കം സാധ്യമാവാത്ത ഒരു ശീലമായി അത് മാറി. ആ പൂച്ചയ്ക്ക്, തന്റെ മുത്തച്ഛൻ കേശുവിന്റെ (അവൾ അങ്ങനെ ആയിരുന്നു അയാളെ വിളിച്ചിരുന്നത്) മുഖമാണ് ഉള്ളതെന്ന് അവൾക്ക് ചിലപ്പോൾ തോന്നും. ഒരുപക്ഷേ, നടന്ന് നീങ്ങിക്കൊണ്ടിരിക്കുന്ന ഒരു പകൽ പെട്ടെന്ന് ഇരുട്ടായെന്ന് പറയുന്നത് പോലെ ഒരു തോന്നൽ മാത്രമാവാം അത്. കേശുവിന് തന്നെ വിട്ട് പോകാനുള്ള മടി കൊണ്ട് ചിലപ്പോൾ മടങ്ങി വന്നതുമാകാം. അതിർവരമ്പുകളെ ഭേദിച്ചു കൊണ്ടെത്തുന്ന ഇത്തരം തോന്നലുകളുടെ മൗനത്തിലേറിയാണല്ലോ താൻ ഇവിടം വരെ എത്തി യത്. നരച്ച മൗനങ്ങളിൽ നിന്ന് പറന്ന് പോയ അക്ഷരങ്ങളുടെ ചുവപ്പിൽ നിന്നാണല്ലോ നിമിഷനേരം കൊണ്ടില്ലാതാവുന്ന ഈയ്യലുകളെ കൂട്ടുകാരായി കിട്ടിയത്. ആ മുറിയിൽ പൂച്ച വരുന്നതിന് മുമ്പ് ഒരു എലി അന്തേവാസിയായിരുന്നു. തികച്ചും സാധാരണമെന്ന് പറയാവുന്ന ചില്ലറ കേടുപാടുകളൊക്കെ ഉണ്ടാക്കിയിട്ടുണ്ടെങ്കിലും റോഷ്നേര അതിനെ ഉപദ്രവിച്ചിരുന്നില്ല. ജീവിക്കാനും ജീവിച്ചിരിക്കാനും ഉള്ള ആഗ്രഹത്തി ന്റെയും ശ്രമത്തിന്റെയും ഭാഗമായാണല്ലോ ലോകത്ത് എല്ലാം സംഭവിച്ചു കൊണ്ടിരിക്കുന്നത്. എങ്കിലും ശത്രുക്കളുടെ ഇടയിലെ തനിച്ചുള്ള തന്റെ ജീവിതം കൂടുതൽ ദുസ്സഹമാവുമോയെന്ന് അവൾ ആദ്യമൊക്കെ ഭയന്നിരുന്നു. എന്നാൽ അവളെ അത്ഭുതപ്പെടുത്തിക്കൊണ്ട് അവർ തമ്മിൽ സൗഹൃദത്തിലായി. തകർന്ന് തുടങ്ങിയ ഒരു ജീവന്റെ പകർന്നാട്ടം പോലെ പൂച്ചയും എലിയും പരസ്പരം സ്നേഹിച്ച് വളർന്നു. സത്യത്തിൽ ഇങ്ങനെ സ്നേഹിക്കുന്ന ചിലരെ അവൾക്ക് ആവശ്യമുണ്ടായിരുന്നു. തന്റെ തിരക്കുകൾ... യാത്രകൾ...ഒടുവിൽ ശരീരവും മനസ്സും, റോഡരികിൽ വാഹനം പാർക്ക് ചെയ്യുന്നത് പോലെ, കൊണ്ടുവയ്ക്കാൻ ഒരിടം എന്നും അവളിൽ ശൂന്യമായി കിടന്നിരുന്നു. വീട്ടിലെത്തിക്കഴിഞ്ഞാൽ വായന,

എഴുത്ത് (അത് അത്രത്തോളം ലഹരി ആയിരുന്നില്ല അവൾക്ക്) ചൂണ്ട യിടൽ, രാത്രിസഞ്ചാരം, പിന്നെ വല്ലപ്പോഴും ഉണ്ടാവാറുള്ള സ്വയംഭോഗ ത്തിനും ശേഷം സമയം പിന്നെയും വ്യത്യസ്തമായ എന്തിനോ വേണ്ടി ഇടയ്ക്കൊക്കെ കാത്ത് കിടക്കാറുണ്ടായിരുന്നു.

പിന്നീട് പതിയെ തന്റെ സ്വകാര്യതയെ ഇവർ അലോസരപ്പെടു ത്തുന്നതും അവൾ തിരിച്ചറിഞ്ഞു. ചിലപ്പോഴൊക്കെ സ്വയംഭോഗം തന്നെ അസാധ്യമായി. താൻ ഒറ്റയ്ക്കല്ലായെന്ന ചിന്ത തന്റെ ശരീരത്തെ ഒന്ന് സ്പർശിക്കുന്നതിൽ നിന്നുപോലും അവളെ വല്ലാതെ വിലക്കി. ചിലപ്പോ ഴൊക്കെ അവൾ അവരെ അവഗണിച്ചുകൊണ്ട് വികാരാവേശയായി ആനന്ദത്തിൽ മുഴുകുമ്പോൾ ആ വൃത്തികെട്ട പൂച്ച തന്നെത്തന്നെ നോക്കിയിരിക്കുന്നത് പോലെ അവൾക്ക് തോന്നും. അവളുടെ നിലവിളിയും ഞരക്കവും കേട്ട് ചിലപ്പോൾ അത് തല ഉയർത്തി നോക്കും. മറ്റുചില രാത്രികളിൽ ആൺപൂച്ച നിലവിളിച്ചുകൊണ്ട് പുറത്ത് കൂടി പോവുന്ന ശബ്ദം കേൾക്കുമ്പോൾ തന്റെ കിടപ്പിറയിൽ നിന്നും പെൺപൂച്ച ജനലി ലൂടെ പുറത്തേക്ക് പോവുമ്പോൾ അവൾ അറിയാതെ തന്നെ സ്വയംഭോഗ ത്തിലേക്ക് വഴുതി വീണിട്ടുണ്ടാവും.

തീർത്തും അരക്ഷിതമായ ഒരു സ്ഥലത്ത് രൂപപ്പെടുന്ന സംവേദനങ്ങൾ സ്വയം തകർന്നുകൊണ്ട് ആകാശത്ത് വെട്ടിത്തിളങ്ങുന്ന നക്ഷത്രങ്ങളെ പ്പോലെ പരസ്പരം പുഞ്ചിരിച്ചു. മണൽത്തിട്ടകൾ കൊണ്ടുണ്ടാക്കിയ പ്രതിരോധങ്ങൾ കാറ്റത്ത് പറന്ന് പോയി. അന്നത്തെ അവളുടെ രാത്രി സഞ്ചാരങ്ങളിൽ എലിയും പൂച്ചയും കൈകോർത്ത് നടന്നു.

രണ്ട്

നിങ്ങളുടെ ഉത്തരങ്ങൾ അയയിൽ ഉണങ്ങാനിട്ട തുണികൾ പോലെ

ചിലന്തിവലയിൽ നിന്നും നിങ്ങളുടെ നോട്ടം താഴേക്ക് പോവുന്നതു വരെ തീർച്ചയായും ഞാൻ നിങ്ങളെ പിന്തുടരും. സ്വാതന്ത്ര്യത്തെ കേന്ദ്രത്തിലേക്ക് കൊണ്ടുവരാൻ കഴിയുന്ന യാതൊരു സർഗാത്മകതയും നിങ്ങളിൽ ഇല്ലാത്തത് കൊണ്ടാണ് എനിക്ക് നിങ്ങളോട് പൊരുത്തപ്പെടാൻ കഴിയാത്തത്. ചിരിച്ചുകൊണ്ട് കടന്നു വന്നതു പോലെ തന്നെ പ്രധാനമാണ് ചിരിച്ചുകൊണ്ട് മടങ്ങിപ്പോവുന്നതും.

ഒറ്റയ്ക്കിരിക്കുകയെന്നത് സ്വാതന്ത്ര്യത്തിന്റെ നിമിഷത്തിലെ ഒരു തിരിച്ചറിവാണ്. തൊട്ടടുത്തുള്ള ചില പൊട്ടിത്തെറികളിൽ നിന്നും ആരുടെയോ കൈകൾ വിട്ട് ആഴങ്ങളിലേക്ക് ഇറങ്ങുന്നതുപോലെ ഒന്ന്. ആർക്കും പിടികൊടുക്കാതെ നമ്മളിൽ തുടങ്ങി നമ്മളിൽ തന്നെ അവസാനിച്ച് അടച്ചുവച്ച ഒരു പുസ്തകം പോലെ.... ഒരു നിലാവുള്ള നേരം. ജനലിലൂടെ റോഷ്നേരയുടെ കൈകൾ പുറത്തേക്കെത്തി വാഴയുടെ നിഴലുകളെയും കളിമണ്ണിന്റെ പുളിപ്പ് കലർന്ന ചവർപ്പിനെയും, രണ്ട് ഇലകളുടെ കറുപ്പിനെയും കണ്ടെടുത്ത് ആ ഹാളിനുള്ളിലേക്ക് തന്നെ മടങ്ങിപ്പോയി. അങ്ങ് ദൂരെ മലയിൽ നിന്നും മനുഷ്യരെയും അവരുടെ വീടുകളെയും വളർത്തുമൃഗങ്ങളെയും ഒലിപ്പിച്ചുകൊണ്ട് കലങ്ങി മറിഞ്ഞ് ഉരുൾപൊട്ടിയെത്തിയ വെള്ളത്തിന്റെ ബഹളത്തിനിടയിൽ കിളികൾ ചിലച്ചുകൊണ്ട് പറന്ന് പോയി. കുടകൾ പിടിച്ച കുറേ മനുഷ്യർ നടന്നുപോകുന്നതിന്റെ ചിത്രങ്ങൾ ആകാശത്തിന്റെ നീലിമയിൽ തെളിഞ്ഞു വന്നു. നിനക്കൊന്ന് മിണ്ടാതിരുന്നുകൂടെയെന്ന ഇലയുടെ ശബ്ദം കേട്ട് അവൾ പുറത്തേക്ക് നോക്കിയതിന് തൊട്ട് പിന്നാലെ മുള്ളുകളുള്ള ഒരില പൂക്കളെ ഉപേക്ഷിച്ച് ഭൂമിയിലേക്ക് വീണു. തവളകളുടെ പോക്രോം...പോക്രോം..ശബ്ദവും, ചീവീടുകളുടെ ക്രീ...ക്രീ...ശബ്ദവും ഉരുൾപൊട്ടലിനൊപ്പം ഒലിക്കാൻ തുടങ്ങി. മാളത്തിൽ നിന്നും പിൻവലിയുന്ന പാമ്പിനെ പോലെയോ ഓടി

ത്തളർന്നുപോയ കായികതാരങ്ങളുടെ കാലുകൾ പോലെയോ നാടിനെ പറ്റിയുള്ള വാർത്തകൾ കേട്ട് മടുത്ത ആരോ റേഡിയോയെ തട്ടിത്തെറിപ്പിച്ചത് പോലെയോ അവളുടെ കണ്ണുകൾ മടങ്ങിയെത്തി. പൊടിമണം വിട്ട് മാറിയിട്ടില്ലാത്ത ആ വായനശാലയുടെ ഹാളിൽ ചുറ്റിത്തിരിഞ്ഞു. ലൈബ്രേറിയനായ അവൻ അവളെ നോക്കിയിരിക്കുന്നത് തിരിച്ചറിയുക പോലും ചെയ്യാതെ ഇടയ്ക്ക് ഗട്ടറുകളിൽ വീഴുന്ന ഇടവഴികളിലൂടെ അവൾ സഞ്ചരിച്ചുകൊണ്ടിരുന്നു. അത് അവളുടെ ആഗ്രഹമായിരുന്നു.... കുറേക്കാലമായി അവന്റെ ആഗ്രഹമായിരുന്നു ഒരു പെണ്ണിനെ ബലാത്സംഗം ചെയ്യുക എന്നത്. ഏത് പ്രായത്തിലുള്ള പെൺകുട്ടികളും തന്റെ അടുത്ത് എത്തുമ്പോൾ ഇവളെ എങ്ങനെ മനോഹരമായി ബലാത്സംഗം ചെയ്യാം എന്ന ചിന്തയിലേക്ക് അവൻ വലിച്ചെറിയപ്പെടും. ഓടിക്കൊണ്ടിരിക്കുന്ന ഒരു ട്രെയിനിൽ നിന്നും ഉയർന്ന് കേൾക്കുന്ന കൂട്ടബലാത്സംഗത്തിന്റെ നിലവിളികൾ ഓരോ സ്ത്രീയിൽ നിന്നും അവൻ പ്രതീക്ഷിച്ചു. അത് ഒരു പുരുഷനെ സംബന്ധിച്ചിടത്തോളം സാധാരണ ജീവിതത്തിന്റെ മിനിമം മര്യാദയാണെന്ന് അവൻ വിശ്വസിച്ചു. ഒരു ചെല്ലി കരിക്കിൻമുകളിലേക്ക് പതിയെ ഇഴഞ്ഞ് കയറുന്നത് പോലെയൊ മലമുകളിൽനിന്നും തുടരെ തുടരെ പാറക്കഷ്ണങ്ങൾ അടർന്നു വീഴുന്നത് പോലെയോ അവന്റെ മനസ്സിൽ ശബ്ദമുണ്ടാക്കുകയും ശരീരമാകെ അസഹ്യമായ ചൂട് അനുഭവപ്പെടുകയും ചെയ്യും. വസ്ത്രങ്ങളാകെ ഉരിഞ്ഞ് കളഞ്ഞാലും തീരാത്തത്ര കഠിനമായ ഉഷ്ണം. യോഗം കഴിഞ്ഞത് കൊണ്ട് തന്നെ ഓരോരുത്തരായി ആ വായനാശാലാഹാളിൽ നിന്നും പിരിഞ്ഞ് പൊയ്ക്കൊണ്ടിരുന്നു. അച്ഛൻ വിളിക്കാൻ വരുന്നത് വരെ അവിടെ ഇരിക്കുകയല്ലാതെ അവൾക്ക് വേറെ മാർഗ്ഗമൊന്നും ഉണ്ടായിരുന്നില്ല. സാധാരണ നിലയിലാണെങ്കിൽ ഹാൾ വൃത്തിയാക്കി അവളെ തൊട്ടടുത്ത ഭാസ്കരൻ മാഷിന്റെ വീട്ടിൽ ഇരുത്തി ഹാളിന്റെ താക്കോലുമായി അവന് വീട്ടിലേക്ക് പോവാം. പക്ഷെ ഇപ്പോൾ തനിക്കതിന് ആവില്ലല്ലോ. ഒരു മരം മുറിക്കുന്നത് പോലെയോ ഒരു കുന്ന് ഇടിക്കുന്നത് പോലെയോ അനിവാര്യതയാണ് അവനെ സംബന്ധിച്ചിടത്തോളം ഇത്. ഇടയ്ക്ക് അവിടെ കിടന്ന പ്ലാസ്റ്റിക്ക് പാത്രത്തിൽ ചവിട്ടി അവനൊന്ന് വീഴാൻ ആഞ്ഞപ്പോൾ അവൾ പൊട്ടിച്ചിരിച്ചു. ആ ചിരി അവനെ ഭയപ്പെടുത്തി. പ്രണയത്തിന്റെയും സൗഹൃദത്തിന്റെയും ലാഞ്ഛന ബലാത്സംഗത്തിന് ഒരു ബാധ്യതയാണ്.

ഹാളിന്റെ പുറത്ത് വരാന്തയിൽ സ്ഥിരം വന്ന് കിടന്നുറങ്ങാറുള്ള ആ തെണ്ടി തള്ളയുടെ ശബ്ദം കേട്ട് അവൻ ജനാലിലൂടെ പുറത്തേക്ക് നോക്കി. വന്ന ഉടൻതന്നെ അവർ ഉറക്കം തുടങ്ങിയിരുന്നു. അവരുടെ ഉറക്കത്തെ തടസ്സപ്പെടുത്താതെ എങ്ങനെ തൊട്ടടുത്തിവിടെ ഒരു ബലാത്സംഗം സാധ്യമാക്കാമെന്ന ചിന്തയിലേക്ക് അവൻ വലിച്ചെറിയപ്പെട്ടു. ബലാത്സംഗം

ചെയ്യുമ്പോൾ ഏത് രീതിയാണ് അവലംബിക്കേണ്ടത് ചാഞ്ഞോ ചരിഞ്ഞോ നേരെയോ എങ്ങനെ വേണം ഇവളെ ആക്രമിക്കേണ്ടത്? പൊടിപിടിച്ചും കീറിപ്പറിഞ്ഞും പഴകിപ്പോയ ഒരു സർക്കാർ ഫയലിൽ നിന്നും ചിത ലെടുത്ത പേപ്പറുകൾ വലിച്ചെടുക്കുമ്പോൾ മനസ്സിൽ മുറിഞ്ഞ് വീണിരുന്ന മുളങ്കാടുകൾ വീണ്ടും തെളിഞ്ഞു വരുന്നതുപോലെ കുറേ ചിത്രങ്ങൾ അവന്റെ മനസ്സിലേക്ക് കടന്ന് വന്നു. ഹാളിന്റെ വാതിൽ കുറ്റിയിടണം... വസ്ത്രങ്ങൾ ഓരോന്നായി ഉരിഞ്ഞ് കളയണം... മുലക്കണ്ണും കീഴ്ചുണ്ടും കടിച്ച് പൊട്ടിച്ച് ചോര ഒലിപ്പിക്കണം... അവളുടെ കൈകൾ രണ്ടും ഇനിയും ഇലകൾ കൊഴിഞ്ഞിട്ടില്ലാത്ത ഒരു ആലിന്റെ വള്ളികൾ എന്ന പോലെ പിറകിലേക്ക് വലിച്ച് മാറ്റി കെട്ടണം. അവളുടെ മൂക്കും വായും പൊത്തി പിടിച്ച് ഒരു തുള്ളി ശ്വാസത്തിനുവേണ്ടി അവൾ പിടയുമ്പോൾ തീക്ഷ്ണ മായ ഊർജവുമായി അവളുടെ മാറിടത്തിൽ നഖങ്ങൾ തുളച്ച് കയറ്റണം. തൊണ്ടയിൽ നീറ്റലോടെയുള്ള തേങ്ങലും കൃഷ്ണമണിയിൽ ചോര നിറമുള്ള സ്നേഹവുമായി തന്റെ കാമാധികാരത്തിന് പുതിയ ചായ ക്കൂട്ടുകൾ നിർമ്മിച്ചെടുക്കണം. മുറിവുകളിലൊക്കെ തന്റെ പുരുഷത്വ ത്തിന്റെ ഉപ്പുതരികൾ വച്ചുകൊടുക്കണം. ചന്തിയിൽ മൂർച്ചയുള്ള നഖങ്ങൾ കൊണ്ട്... അവളുടെ ഗുഹ്യഭാഗത്ത് മൃദുലമായി വിരലോടിച്ചശേഷം നഖ മുള്ള അഞ്ച് വിരലുകളും അങ്ങനെ... അങ്ങനെ...അങ്ങനെ അടികൊണ്ട് നായ്ക്കുട്ടി നിലവിളിക്കുന്നത് പോലെ. അവൾ തേങ്ങുമ്പോൾ വായ പൊത്തിപ്പിടിച്ച് ആ ഞെരക്കങ്ങളിൽ കാതുകൾ അടുപ്പിച്ച് അവളെ രമി ക്കണം. കഴിയുമെങ്കിൽ അവളുടെ ജീവിതം തന്നെ ആ കാമത്തോടെ അവസാനിപ്പിക്കണം.

പുറത്ത് ഒരു കാറിന്റെ ദീർഘമായ ഹോൺ ശബ്ദം കേട്ട് ആ പെൺകുട്ടി ചാടിയെഴുന്നേറ്റ് അവനോട് താങ്ക്സ് പറഞ്ഞ് പുറത്തേക്ക് ഓടിപ്പോയി. ചിന്തകൾക്കിടയിൽ തന്റെ ലിംഗത്തെ ഞെരിച്ചമർത്തി ക്കൊണ്ടിരുന്ന വലതു കൈ അവിടെ നിന്ന് എടുത്ത് അവൻ അവൾക്ക് ഒരു റ്റാ...റ്റാ... കൊടുത്തു.

ഭ്രാന്തുപിടിച്ച ഭാഷ മൂത്രപ്പുരയുടെ പായൽ പിടിച്ചു പഴകിയ ഭിത്തിയുടെ മൂലയിലെന്നവണ്ണം കാലുറക്കാതെ അടിതെറ്റി വീഴുന്നു. വിഷാദം എല്ലാ വരെയും തോൽപ്പിച്ച് പൂച്ചയും എലിയും ഉൾപ്പെടുന്ന ജീവിവർഗ്ഗത്തെ കീഴടക്കുന്നു. ഉപ്പും പുളിയും എരിവും ചേർത്ത് അക്ഷരങ്ങൾ അളവ് യന്ത്ര ത്തിലേക്ക് മാറ്റപ്പെടുന്നു. പനിപിടിച്ച് വിറച്ച വാക്കുകൾ വേശ്യാപ്പെണ്ണിന്റെ തോളിൽ കൈയിട്ട് വറവുചട്ടിയിലെന്നവണ്ണം ചൂടുപിടിച്ച മണലിലൂടെ കടൽക്കാറ്റത്ത് നടന്ന് നീങ്ങുന്നു. ഭാവനയുടെ മുച്ചീട്ടുകളി കാണാൻ ഒരേ സമയം ഒരുപാടു കാര്യങ്ങളെ ഓർമ്മപ്പെടുത്തി പൂച്ചയും എലിയും

പോകുന്നു. കുരുത്തംകെട്ട തറയിൽ കുത്തി വരക്കുന്ന ഗുരുത്വദോഷം വന്ന കുട്ടിയുടെ വാക്കുകൾക്ക് തണലായി സർഗ്ഗാത്മകത ഒരു ശവപ്പറമ്പി ലേക്ക് വിനോദയാത്ര പോകുന്നു. നിരോധ് പൊതിഞ്ഞ് വാങ്ങിച്ച വലിയ വാർത്താപത്രത്തിന്റെ കോണിൽ പൂച്ച എലിക്ക് കാണിച്ചുകൊടുത്ത അമാവാസിയെന്ന ഒരു കൈയും ഒരു കണ്ണും പൊട്ടിത്തെറിച്ച തെരുവു ബാലന്റെ ചിത്രം പൂർണ്ണമായും പകർത്താനാവാതെ എലിയുടെ സുഹൃത്ത് ബിജു ഇബ്രാഹിമിന്റെ ക്യാമറ വിറങ്ങലിച്ച് നിൽക്കുന്നു. ഇത് നല്ല കാലമല്ല മോശപ്പെട്ട കാലവുമല്ലായെന്ന അസന്ദിഗ്ദ്ധതയിൽ ഒരു നാടകഗാനം പാടി വിജേഷ് എന്ന പൂച്ചയുടെ സുഹൃത്ത് നടന്ന് പോവുന്നു. നല്ലതും മോശവു മല്ലാത്ത ഒരു കാലത്തിന്റെ ചട്ടിയിൽ കിടന്ന് ഭ്രാന്ത് പിടിച്ച ഭാഷ പൊട്ടി ത്തെറിക്കുന്നു.

മൂന്ന്

നിങ്ങൾ കടൽക്കാട് കണ്ടിട്ടുണ്ടോ?

ഒരു സ്ഥലംതന്നെ ഒരുപാടു സ്ഥലങ്ങളെ ഓർമ്മപ്പെടുത്തി ക്കൊണ്ട് സ്വപ്നങ്ങളുമായി മദിച്ചുനടക്കുന്നു. മഞ്ഞുകൾ മൂടി, പഞ്ഞിക്കെട്ടുകൾ പോലെ പറന്ന് നടക്കുന്ന സ്വപ്നങ്ങൾ മാത്ര മാണ് എന്റെ ആയുധം

ഹൃദയത്തിന്റെ അസ്ഥികൾ ഉരുകുന്നതും കരളിന്റെ കിനാവുകൾ കരിയു ന്നതും ഓരോ രാത്രിയുടെ യാമങ്ങളിലും റോഷ്നേര തിരിച്ചറിഞ്ഞു. ചരിത്രം ഒരു മടക്കയാത്ര നടത്തുന്നത് പോലെ. അനുഭവങ്ങൾ പിൻ നടത്തം പഠിച്ചതുപോലെ. സ്നേഹവും പ്രണയവും എല്ലാം അവൾക്ക് കൈയെത്തിപിടിക്കാൻ കഴിയുന്നതിനും അപ്പുറത്തേക്ക് ഒഴുകിപ്പോവുന്നു. അനുഭവങ്ങൾക്ക് ഭാരമേറുമ്പോൾ ശരീരവും മനസ്സും ശൂന്യമാകുന്നത് പോലെ.

അധികം ദൂരെയല്ലാത്ത വനത്തിൽനിന്നും ഒരു പുള്ളിപ്പുലി നാട്ടിലേക്ക് പുഴ കടന്നെത്തി. തന്റെ മനസ്സിനുള്ളിൽനിന്നും ഒരു പൂച്ച പതിയെ പുറത്തുചാടി. ഹൃദയത്തിന്റെ മറ്റൊരു കോണിൽ ഉറക്കം തൂങ്ങിയിരുന്ന ഒരു എലി രാത്രിസഞ്ചാരത്തിനും ഇറങ്ങി. ആരും എവിടെവച്ചും കണ്ടു മുട്ടാം... ആക്രമണവും പ്രതിരോധവും ഓരോ ബന്ധങ്ങൾക്കുള്ളിലും പതിയിരിക്കുന്നു. തക്കം പാർത്ത് തല പൊന്തിക്കുകയും തല പിൻവലി ക്കുകയും ചെയ്യുന്ന, ഒരേ സമയം ഇരുളാനും വെളുക്കാനും അറിയാവുന്ന, സമ്മതപത്രങ്ങൾ കൊണ്ട് ബന്ധങ്ങളുടെ നൂലുകൾ കൂട്ടിക്കെട്ടപ്പെട്ടിരി ക്കുന്നു.

ഇനി ഈ പരുപരുത്ത പ്രതലത്തിന് താഴെ ഒരു കിളി ചിലക്കുന്ന ആരവം ഉയരുകയും തന്റെ അശാന്തത തകർക്കപ്പെടുകയും ചെയ്യുന്ന കാലം വിദൂരമാണ്. ഹൃദയത്തിന്റെ അസ്ഥികൾ പൂക്കുകയും ഓർമ്മകളുടെ ഞരമ്പുകളിൽ ഈറൻവയലറ്റ് രക്തം ഓടിനടക്കുകയും ചെയ്യുന്ന കാലവും വിദൂരമാണ്. സഹയാത്രികരുടെ കൂർക്കംവലികൾ ജീവിതത്തെ മരണ ത്തിന്റെ മണമെന്തെന്ന് ഓർമ്മപ്പെടുത്തുന്നു. സ്വയം നഷ്ടപ്പെട്ട് ഇഷ്ട ത്തോടെ തിരഞ്ഞെടുക്കുന്ന സ്ഥലങ്ങൾ അപ്രതീക്ഷിതമായി ദൂരേക്ക്

വലിച്ചെറിഞ്ഞെന്ന് വരാം. അഗാധവും തീക്ഷ്ണവുമായ ആഴങ്ങളിലേക്ക്... ഒരനുഭവങ്ങൾക്കും ഒരു ചുറ്റുപാടിനും കൈപിടിച്ച് ഉയർത്താനാവാത്ത ആഴങ്ങളിലേക്ക്. സാന്ത്വനങ്ങൾ തീക്കടലാവുകയും ആശ്വാസത്തിന്റെ തെളിനീർ ഇറക്കാനാവതെ തൊണ്ടയിൽ കിടന്ന് ഉഴലുകയും ചെയ്യാം.

ബോധം വീഴുമ്പോൾ റോഷ്നേര അവൾ ഇന്നുവരെ കണ്ടിട്ടില്ലാത്ത ഒരു യന്ത്രത്തിലായിരുന്നു. ഒരു റെയിൽപാളത്തിലൂടെ അതങ്ങനെ മുന്നോട്ട് പോവുകയാണ്. താൻ പോകുന്നതിന്റെ ഇരുവശവും വഴികളിൽ ഇരുമ്പ് കമ്പികളും പാറക്കഷ്ണങ്ങളും തള്ളിനിൽക്കുന്നുണ്ടായിരുന്നു. ഓരോ കമ്പിയിലും ഓരോ കല്ലിലും തന്റെ കൈയും കാലും ആഞ്ഞടിക്കുന്നതും ഒന്നു നിലവിളിക്കാൻ പോലും ആവാതെ അവൾ അനുഭവിച്ച് തീർത്തു. പ്രതികരണ ശേഷി നഷ്ടപ്പെട്ട തന്റെ ശരീരത്തെ ഏറ്റവും ആധുനികമായ ഒരു പരീക്ഷണത്തിലൂടെ അവർ കടത്തി വിടുകയാണെന്ന് അവൾ തിരിച്ചറിഞ്ഞപ്പോഴേക്കും രോമങ്ങളിൽ നിന്ന് പോലും ചോര പൊടിഞ്ഞ് തുടങ്ങിയിരുന്നു. ഒടുവിൽ ഒരു ഞെട്ടലോടെ അവൾ ആ കാഴ്ച കണ്ടു. അധികം ദൂരെയല്ലാതെ ഒരു വലിയ പാറക്കഷ്ണം അവളുടെ തല ലക്ഷ്യമാക്കി വഴിയിൽ തൂങ്ങി കിടക്കുന്നു. തല അൽപമെങ്കിലും ഒന്ന് ചെരിക്കാൻ ശ്രമിച്ചുനോക്കി. ചുറ്റും മഴത്തുള്ളികൾ ഗ്ലാസ്സുമതിലിനു മുകളിലേക്ക് വീണുകൊണ്ടിരുന്നു. ഒലിച്ചിറങ്ങുന്ന മഴവെള്ളത്തിന് ചുവപ്പ് നിറമായിരുന്നു.

അതിങ്ങ് അടുത്തെത്തി...... കൈകൾ അനങ്ങുന്നില്ല.... തല നിശ്ചലം.... ഒരു കാലൻ കോഴിയുടെ മരണപ്പെടുന്നതിന് മുമ്പുള്ള നിലവിളി, കഴുകന്റെ ചിറകിലേറി അവളുടെ ചുറ്റും നടന്നു.

റോഷ്നേര ഹോസ്പിറ്റലിലാണ്... ഒരു വീൽച്ചെയറിൽ രണ്ടുപേർ അവളെ തള്ളിക്കൊണ്ടുപോവുന്നു... അവൾ ശരീരമൊന്ന് ചലിപ്പിക്കാൻ നോക്കി എത്ര ശ്രമിച്ചിട്ടും ഒരു വിരൽ തുമ്പ് പോലും ചലിക്കുന്നില്ല. ദാഹിക്കുന്നു... ദാഹിക്കുന്നു.... ദാഹിക്കുന്നു.... ഒന്ന് പൊട്ടിക്കരയണമെന്നുണ്ട്. ഒന്നിനും സാധിക്കുന്നില്ല. ചുറ്റും ദയനീയമായ കുറെ നോട്ടങ്ങളെയും കടന്ന് അവൾ മരിക്കാൻ പോവുന്ന ഒരു രോഗിയെ പോലെ ഉരുണ്ട് പൊയ്ക്കൊണ്ടിരുന്നു. ഒന്ന് എഴുന്നേറ്റ് ഓടണമെന്നുണ്ട്... ഓടണമെന്നുണ്ട്.... ഓടണമെന്നുണ്ട്. സർവ്വശക്തിയുമെടുത്ത് അതിന് ശ്രമിക്കുമ്പോൾ ഓരോ അണുവും പൊടിഞ്ഞ് പോകുന്നത് പോലെ...

കുറെ ഡോക്ടർമാർ അവളുടെ ചുറ്റും ചിറകു വിടർത്തി നിന്നു. ഒരു നരച്ച ഡോക്ടർ അവളുടെ വലത്തുകൈ പിടിച്ച് ഉയർത്തിയിട്ട് പതിയെ വിട്ടു. കൈ വന്ന് വീൽച്ചെയറിന്റെ കമ്പിയിൽ ശക്തിയായി വീണു. അവർ എന്തൊക്കെയോ ഇംഗ്ലീഷിൽ സംസാരിച്ചു തുടങ്ങി. പക്ഷേ, അവൾക്ക് അതൊന്നും മനസ്സിലായില്ല. ഡോക്ടർമാർ ഓരോരുത്തരായി പുറത്തേക്ക്

പൊയ്ക്കൊണ്ടിരുന്നു. ഏതാണ്ട് അരമണിക്കൂർ കഴിഞ്ഞപ്പോൾ ഒരു അറ്റൻണ്ടർ കടന്ന് വന്നു. കൈയിൽ, വീൽച്ചെയറിൽ തട്ടിയ ഭാഗത്തുനിന്ന് ചോര അപ്പോഴും ഒലിക്കുന്നുണ്ടായിരുന്നു. അയാൾ കുറച്ച് പഞ്ഞിയെടുത്ത് സശ്രദ്ധം ആ ചോര ഒപ്പിയെടുത്തു. ഇതിനിടയിൽ അയാൾ അവളെ സൂക്ഷിച്ചു നോക്കി. ഒരു വൃത്തികെട്ട നോട്ടം. പഴുത്ത ചക്ക കണ്ടതു പോലെ അയാളുടെ മുറുക്കി ചുവന്ന വായിൽ നിന്നും വെള്ളമൂറി പുറത്തേക്ക് ഒലിച്ചു. അണപൊട്ടിയൊഴുകുന്ന വികാരങ്ങൾക്ക് കുറെ കാലമായി അയാൾ അവധി കൊടുത്തിരുന്നത് പോലെ. ഒരു വഷളൻ ചിരിയോടെ അയാൾ അവളുടെ മുഖത്തേക്ക് അടുക്കാൻ തുടങ്ങി. ആണുങ്ങളുടെ ചുംബനം എനിക്കിഷ്ടമാണ്... പക്ഷേ, ഈ വൃത്തികെട്ടവൻ... മനസ്സിലിരുന്നു ആരോ നിലവിളിക്കുന്നത് പോലെ അവൾക്ക് തോന്നി. അവന്റെ മുഖം അടുത്തേക്ക് വരുന്നതും അവൾ ഒന്ന് പിൻവലിയാൻ... പിൻവലിയാൻ... പിൻവലിയാൻ ശ്രമിച്ചുകൊണ്ട് അറിയാതെ കണ്ണുകളടച്ചു. ബോധം നഷ്ടപ്പെടുന്നതിന് മുമ്പ് അവളുടെ ചുറ്റുംകൂടി നിന്ന് ഡോക്ടർമാർ ചിരിച്ചുകൊണ്ട് അവളെ തന്നെ നോക്കി നിൽക്കുകയായിരുന്നു. അതിഭീകരമായ ശബ്ദത്തോടെ അവളുടെ തല പൊട്ടിത്തെറിക്കുന്നതിന് മുമ്പേ ദീപക്നാരായണൻ എന്ന റോഷ്നേരയുടെ സുഹൃത്ത് കഞ്ചാവിന്റെ പുകയിൽ നിന്നും ഉണരുകയും അവളെ വിളിച്ചുണർത്തി അവനും അവളും ഇപ്പോഴും ജീവിച്ചിരിക്കുന്നുണ്ടെന്ന് ഉറപ്പ് വരുത്തുകയും ചെയ്തു. കട്ടിലിൽ കിടന്ന്, കഞ്ചാവിന്റെ ലഹരിയിൽതന്നെ അവൾ സമയം നോക്കി. യാതൊരു സൈദ്ധാന്തികപ്രശ്നവും ഇല്ലാതെ തന്നെ ദീപക് കുറച്ചുകൂടി അവളോട് ചേർന്ന് കിടന്നു. ഭിത്തിയിൽ തൂങ്ങിക്കിടന്ന ചത്ത ക്ലോക്ക് പതിയെ കറങ്ങി തുടങ്ങി. അർദ്ധരാത്രി പന്ത്രണ്ട് മണി കഴിഞ്ഞ് ഒരു വീൽച്ചെയറിന്റെ ദൂരം അത് സമയപുസ്തകത്തിൽ രേഖപ്പെടുത്തി.

വായനശാലയുടെ വരാന്തയിലന്തിയുറങ്ങാൻ കിടന്ന മധ്യവയസ്ക്കയായ ഒരു സ്ത്രീയെ ആ വായനശാലയിലെതന്നെ അത്യാവശ്യം വിദ്യാഭ്യാസമുള്ള ലൈബ്രേറിയൻ ബലാത്സംഗത്തിനിരയാക്കിയ വാർത്ത കേട്ടുകൊണ്ടാണ് പൂച്ച ഉറക്കത്തിൽ നിന്നും ഉണർന്നത്. നിലവിളിച്ചുകൊണ്ടിരുന്ന പൂച്ചയെ എലി എത്രയും വേഗം ലൈബ്രേറിയന്റെ സുഹൃത്തായ ഒരു എഴുത്തുകാരന്റെ അടുത്തേക്ക് കൊണ്ട് പോയി. സത്യത്തിൽ വേഗം എഴുതി തീർത്തേക്കാമെന്ന് ആർക്കൊക്കെയോ വാക്കുകൊടുത്ത തന്റെ പുതിയ നോവലിലെ മുഴുനീള നായകനായി എഴുത്തുകാരൻ കണ്ട് വച്ചത് ആ ലൈബ്രേറിയനെ ആയിരുന്നു. ഇനിയിപ്പോൾ വൃദ്ധവേശ്യാവൃത്തിയെന്ന പേരിൽ എഴുത്തുകാരന്റെ മറ്റൊരു സുഹൃത്തായ ജസ്റ്റിസ് വസന്തകുമാർ പ്രതിയെ വെറുതെ വിടുകയും വൃദ്ധയെ തൂക്കി കൊല്ലുകയും ചെയ്താൽതന്നെ സ്ഥലത്തെ പ്രധാന എഴുത്തുകാരനും ബുദ്ധിജീവിയുമായ താൻ ഒരു സ്ത്രീവിരുദ്ധനെ നായകനാക്കുന്നത് ഒട്ടും ആരോഗ്യകരമല്ല, പ്രത്യേകിച്ച് സ്ത്രീകളോടൊപ്പം നിൽക്കുന്നു എന്ന

തോന്നലുണ്ടാക്കാതെ പിടിച്ചുനിൽക്കാൻ കഴിയാത്ത ഈ സാഹചര്യത്തിൽ.

എഴുതുകയോ ഉറങ്ങുകയോ അല്ലാതെ ഒന്നും ചെയ്യാനാവാത്ത ഒരു നിമിഷത്തിലാണ് ആ എഴുത്തുകാരൻ, ഏതൊരു സാധാരണ ജീവിതവും ഓരോ നിമിഷവും പിന്നീട് ഒരിക്കലും തിരുത്താനാവാത്ത ഒരു എഴുത്താണെന്ന് വിളിച്ച് പറഞ്ഞത്. രതിപോലെ പ്രിയപ്പെട്ടതാണ് എഴുത്ത്. തീർച്ചയായും കുറച്ച് നേരം നിർത്താതെ കരയുന്ന കാക്കയുടെ ശബ്ദം പോലെയോ കുറെ നാൾ കാത്തിരുന്നിട്ട് ചാടിവീഴുന്ന ഒരു പൂച്ചയെ പോലെയോ ചിലച്ച് കൊണ്ട് തുള്ളിച്ചാടുന്ന കരിയിലക്കുരുവികളെ പോലെയോ അധികം ദൂരേക്ക് വലിച്ചെറിയപ്പെടാനാവാത്ത ഒന്ന്. കണ്ണടയുമ്പോൾ തെളിഞ്ഞുവരുന്ന ചിത്രങ്ങൾ പേപ്പറിലേക്ക് യാത്ര ചെയ്യാൻ മിനക്കെടാതെ ചാടിക്കളിച്ച് അവനിൽനിന്നും പോവുമ്പോൾ എലിയുടെ പിറകെ എന്നപോലെ പൂച്ച അതിനെ പിന്തുടരുന്നു. ഒരു പക്ഷെ അന്ന് രാത്രി... അന്നു രാത്രി മാത്രം എലി പൂച്ചയ്ക്ക് കാണിച്ചുകൊടുത്ത ചിത്രത്തിൽ ഒരു നോവൽ പൂർത്തിയാക്കുന്നതിന് മുമ്പ് പട്ടിണികിടന്ന് മരിച്ച ഒരു എഴുത്തുകാരന്റെ നിഴലും നിലവിളിയും ഉണ്ടായിരുന്നു. ദാരിദ്ര്യവും രതിയും മരണംപോലെ സുന്ദരമാണെന്ന് വിശ്വസിച്ച അവന്റെ എഴുത്തുപുരയുടെ അടിയിൽ ഒരു കടലുണ്ടായിരുന്നു. ആ കടലിനടിയിൽ ഒരു കാടും. മുകളിൽ ഉപരിതലത്തിൽ മരങ്ങളുടെ ഹരിതാഭമായ ഇലകൾ നിരന്ന് കിടക്കുമ്പോൾ അടിയിൽ ഉണങ്ങി കുതിർന്ന കരിയിലകൾ ചിതറി കിടക്കുന്ന ഒരു കടൽക്കാട്.

നാല്

ഒരു അഞ്ചാം ക്ലാസ്സുകാരന്റെ നോട്ടുപുസ്തകമാണിത്

നക്ഷത്രങ്ങൾ നിറഞ്ഞ ആകാശം പോലെ കറുത്ത അക്ഷരങ്ങൾ വിതറിയ പേപ്പറുകൾ, മഴവില്ലിന്റെ ചൂടേറ്റ് കത്തിതുടങ്ങുന്നു. തേങ്ങലുകൾ ഒളിപ്പിച്ച് വയ്ക്കാനാവാതെ മഴത്തുള്ളികൾ ആടി യുലഞ്ഞ് പെയ്തു തുടങ്ങുന്നു. ഒരിടത്ത് വക്കുകളൊക്കെ വേർപെട്ട് പോയ, ഗുരുത്വദോഷം വന്ന പേജുകൾ തുടർച്ചയും ഇടർച്ചയും ഇല്ലാതെ സ്വയം നൂലും സൂചിയും തേടുന്നു.

നമ്മുടെ നാട്ടിലെ സ്ത്രീകളെയൊക്കെ സമ്മതിച്ച് കൊടുക്കണം എന്റെ ഭാര്യയ്ക്ക് വൈറൽ ഫീവർ ആയതിനാൽ ഇന്നലെ ഞാൻ അടുക്കളയിൽ കയറി. ചോറും കറിയുമൊക്കെ പാചകം ചെയ്തു കഴിഞ്ഞപ്പോഴേക്കും ക്ഷീണിച്ചു. ഇപ്പോൾ അവരോട് ഒരു ബഹുമാനമൊക്കെ തോന്നുന്നു. പാവങ്ങൾ എത്ര കഷ്ടപ്പാടാണ് സഹിക്കുന്നത്. അവരുടെ കാലിൽ വീണ് മാപ്പ് പറയണ്ട കാലം കഴിഞ്ഞു.

'അത്രയൊക്കെ ചെയ്തിട്ടാണ് എന്നും അവൾ രാത്രിയിൽ വന്ന് നിന്റെ മുന്നിൽ മലർന്ന് കിടന്ന് തരുന്നത്.'

'ഫാ... തെണ്ടി... നിന്നെ ഞാൻ അൻഫ്രെണ്ട് ചെയ്യും.'

ഫെയ്സുബുക്കിന്റെ ആ പേജിൽനിന്നും വളരെവേഗം റോഷ്നേര തന്റെ ഇരുണ്ട മുറിയിലേക്ക് പോന്നു. പെയ്തൊഴിഞ്ഞ ഒരു മഴയുടെ ആരവം അന്തരീക്ഷത്തിൽ അപ്പോഴും ഒടുങ്ങിയിരുന്നില്ല. കഴിഞ്ഞ രാത്രി യിൽ സ്വപ്നങ്ങളുടെയും ലഹരിയുടെയും കൂടെ ആയിരുന്നതുകൊണ്ട് അവൾ ഉറങ്ങിയിരുന്നില്ല. അല്ലെങ്കിൽതന്നെ കഴിഞ്ഞ കുറെക്കാലമായി ഉറക്കം വളരെ കുറവാണ്. മുകുന്ദൻ അഭിനയിച്ച ഒരു ഷേക്സ്പീരിയൻ നാടകത്തിന്റെ ഒരു പഴയ സി.ഡി കഴിഞ്ഞ ആഴ്ച അവളുടെ കൈയിൽ കിട്ടിയിരുന്നു. അത് അവളെ തുടരെ തുടരെ ഓർമകളുടെ വിഷാദത്തിലേക്ക് കൊണ്ട് പോയി. രക്ഷപ്പെടാൻ ശ്രമിക്കുമ്പോഴേക്കും മാഞ്ഞു പൊയ് ക്കൊണ്ടിരുന്ന ഒരു രാഷ്ട്രീയം അവളെ വീണ്ടും വീണ്ടും പിടിച്ച്

വലിച്ചുകൊണ്ടിരുന്നു. കലണ്ടറിനുള്ളിലിട്ട് ജീവിതത്തെ ചുട്ടുപൊള്ളിക്കാത്ത, വർത്തമാനകാലത്തിന് മാത്രം മനസ്സിൽ അഭയം നൽകിയ ചുറ്റും പുല്ലുകൾ നിറഞ്ഞുനിന്ന ഒരു കാലം... ചിന്തയുടെ നിഗൂഢത ജാഡയായി ശരീരത്തിലും മനസ്സിലും നൃത്തം ചെയ്ത ഒരു ശൂന്യകാലം... ഉത്തരങ്ങൾ എപ്പോഴും തൊട്ട് മുന്നിൽ തന്നെ ഉണ്ടായിരുന്ന ഒരു അതിവേഗ കാലം... അരങ്ങ് ഒരു സവിശേഷമായ ബന്ധമാണ് മുന്നോട്ട് വയ്ക്കുന്നത്. ഒരിക്കലും അകലാനാവാത്ത വിധം അതിന്റെ പരിസരത്തെത്തുന്ന ആരെയും ബന്ധങ്ങൾ കൊണ്ട് അടുത്ത് പിടിക്കും. ഒരിക്കൽ അകപ്പെട്ടാൽ പിന്നീട് ഒരിക്കലും രക്ഷപ്പെടാനുമാവില്ല. അസ്വസ്ഥതകളുടെ വിറങ്ങലിച്ച ഓർമ്മകളാണ് അതിനെ സ്നേഹിച്ച് അതിലൂടെ യാത്ര ചെയ്യുന്ന ഓരോരുത്തർക്കും സ്വന്തം. എന്നിട്ടും മറ്റ് എന്തിനെക്കാളും അവർ അരങ്ങിനെ തന്നെ സ്നേഹിക്കുന്നു.

അവൾ ഇത്തിരി തീറ്റയെടുത്ത് ഒറ്റ മീൻ മാത്രമുള്ള തന്റെ ഫിഷ് ടാങ്കിലേക്ക് ഇട്ടുകൊടുത്തു. സ്വർണ്ണ വാലുകളുള്ള ചുവന്ന നിറമുള്ള ആ ഫൈറ്റർ മീനിനെ തന്റെ ഒരു സുഹൃത്ത് വലിച്ചെറിഞ്ഞപ്പോൾ അവൾ ഒരു പ്ലാസ്റ്റിക്ക് കവറിലാക്കി എടുത്തുകൊണ്ട് പോന്നതാണ്. മറ്റ് മീനുകൾക്കൊപ്പം ഒരുമിച്ച് ഒരു ടാങ്കിൽ ഇതിനെ ഇടാൻ കഴിയില്ലത്രെ. സ്വന്തം ഇണയെ പോലും പുരുഷഫൈറ്റർ മീൻ ക്രൂരമായി ആക്രമിക്കും. കൂടെ കിടക്കുന്ന മീനിന്റെ വാലും തലയും ചെകിളയും എല്ലാം ഇത് കടിച്ച് പറിച്ച് തിന്നും. ഇഷ്ടന് ഇഷ്ടഭക്ഷണം മണ്ണിരയാണ്. പക്ഷേ അധികം വലിയ മണ്ണിരയെ ഇട്ടുകൊടുത്താൽ മണ്ണിര വയർ കീറി പുറത്ത് ചാടാനും രണ്ടുപേരും മരിച്ച് പോകാനും സാധ്യതയുണ്ട്. ഒരു തവണ കൂട്ടുകാരിയുടെ ടാങ്കിൽ അങ്ങനെ സംഭവിച്ചിട്ടുണ്ടെന്നും, ഫൈറ്റർ മീനിന്റെ മരണവെപ്രാളം മറ്റ് മീനുകൾ നോക്കി നിന്നുവെന്നും അവൾ റോഷ്നേരയോട് പറഞ്ഞിരുന്നു. അങ്ങനെ അവൾ ഒറ്റമീൻ ഫിഷ്ടാങ്കിന്റെ ഉടമയായി. ചിന്തയും വികാരവും ഓർമകളായി ശരീരമാകെ പടരാൻ തുടങ്ങിയപ്പോൾ റോഷ്നേര തന്റെ ഒരു വിരൽ വെള്ളത്തിലേക്കിറക്കി ഫൈറ്റർ മീനിനു നേരെ പിടിച്ചു. അത് കൈയിൽ കൊത്തുന്നതിന് വേണ്ടി വിരലിനെ പിന്തുടർന്നു. ചെകിളകൾ വീർപ്പിച്ച് ദേഷ്യം പ്രകടിപ്പിച്ചുകൊണ്ട് അത് രണ്ടു തവണ അവളുടെ കൈയിൽ കൊത്തി. തനിക്ക് ഇനിയും ഒന്നും സംഭവിച്ചിട്ടില്ലെന്ന് സ്വയം ബോധ്യപ്പെടുന്നതുവരെ അവൾ ആ കളി തുടർന്നു. ഒടുവിൽ ഒരു വലിയ ചിരിയോടെ അവൾ ആ കളി അവസാനിപ്പിച്ചതും സ്വപ്നജീവിതത്തിന്റെ ഭൂതകാലത്തിൽനിന്നും പെട്ടെന്ന് ഇറങ്ങിവന്ന സഹോദരന്റെ അഹങ്കാരവും പുച്ഛവും കലർന്ന വാക്കുകൾ അവളെ അട്ടഹാസത്തിൽ നിന്നും വിലക്കി. ഇന്നത്തേതുപോലെ അത് മുഴങ്ങി കേട്ടു. "പെണ്ണാണെങ്കിൽ വീടടക്കി ചിരിക്കണം. സർക്കീട്ട് കഴിഞ്ഞ് തോന്നുമ്പോഴാണ് വന്ന് കയറുന്നത്. ഇനി സ്വപ്നം കൂടി കാണണമെങ്കിൽ ലൈറ്റണച്ചിട്ടാവാം."

ലൈറ്റുകൾ അണച്ച്, ഭയപ്പെടുത്തുന്ന മുൾച്ചെടികളുടെ മുകളിലേക്ക് അവൾ പതിയെ കിടന്നു. നേരിയ ശബ്ദത്തിൽ ഫത്തേഖ് അലീഖാന്റെ സൂഫി സംഗീതം ആ മുറിയിൽ കയറ്റിറക്കങ്ങളോടെ ഒഴുകിനടന്നു. അതിനെ പിൻപറ്റി അവൾ....

പൊളിഞ്ഞുവീണ പാമ്പിൻപടത്തിൽ ചവിട്ടി നിന്നുകൊണ്ട് എലി മുകളിലേക്ക് നോക്കി. ശത്രുവിന്റെ കുന്തം മുനയിലേറി പൂച്ച പിടയുകയാണ്. നിലവിളിച്ചുകൊണ്ട് ഒരു തവള പൊട്ടക്കിണറ്റിലേക്ക് എടുത്ത് ചാടി. നിവർന്ന് നിൽക്കാനാവാതെ വട്ടയിലകൾ തണ്ടൊടിഞ്ഞ് താഴ്ന്നുകിടന്നു. എലിയുടെ കണ്ണിൽ നിന്നും കണ്ണുനീർ പൊടിഞ്ഞു. ശത്രുതയില്ലാത്ത ഒരു സൗഹൃദത്തിന്റെ തുടക്കമായിരുന്നു അത്.

നിലത്ത് കിടന്ന പഴയ പേപ്പറുകളും പൊട്ടിയ വളകളും മുടിയിഴകളും; ഇളകി നിലത്തുവീണുകിടന്ന പുസ്തകങ്ങളും അവൾ ഒതുക്കി വയ്ക്കാൻ തുടങ്ങി. വരിവരിയായി നീങ്ങിയ ചോണനുറുമ്പുകൾ ഒരു വണ്ടിന്റെ ചുറ്റും കൂടി. നരച്ചുപോയ ആകാശം ദ്രവിച്ചു തീരാറായ ആ വീടിന്റെ മുകളിലൂടെ കടന്നു പോയി. അവൾ അവളുടെ മനസ്സിനുള്ളിലേക്ക് നോക്കി. അവ്യക്തമായ കുറെ പോറലുകളും നീറ്റലും കൊണ്ട് രൂപംവച്ച നിഴലുകൾ ഒരു ചെറിയ കാടിനുള്ളിലെന്നപോലെ ഒട്ടിച്ചേർന്ന് നിൽക്കുന്നു. ചുറ്റും വേർതിരിച്ചെടുക്കാനാവാത്തവിധം നിലവിളികൾ അടക്കം ചെയ്തിരിക്കുന്ന നേർത്ത മൗനങ്ങളുടെ കൂട്. ചിറകരിഞ്ഞ് വീഴുന്ന പക്ഷിയുടെ തുവലുകൾ മാലാഖമാർ പെറുക്കിയെടുക്കുന്നു. രക്തം പുരണ്ട ഒരു കത്തിക്ക് മുന്നിൽ പ്രതിരോധങ്ങൾ വിറങ്ങലിച്ച് നിൽക്കുന്നു. വയ്യ... ഒക്കെയും മതിയാക്കുന്നതാണ് നല്ലത്. എലി പൂച്ചയുടെ അരികുചേർന്ന് ഇരുന്നു.

എങ്കിലും വലിയ കാര്യങ്ങളൊന്നും ചെയ്തിട്ടില്ലാത്ത താനെന്തിനാണ് പിൻവാങ്ങുന്നത്? പിൻവാങ്ങലുകൾക്ക് എന്ത് പ്രസക്തിയാണ് ഉള്ളത്? അതും നിവർന്ന് നിൽക്കാനാവാത്ത ഒരു ജനതയുടെ മുന്നിൽ.

അഞ്ച്

സങ്കീർണ്ണങ്ങളായ പരീക്ഷണങ്ങൾ നേടി തരുന്ന ആനന്ദം

യാത്രകളെ അടയാളപ്പെടുത്താൻപോലും നേരമില്ലാതെ ഒരു ചെറിയ വള്ളം കുത്തനെ മുങ്ങുന്നു. ചോറ്റുപാത്രവും... വെള്ളക്കുതിരയും... ഈർക്കിലും നനഞ്ഞ മണ്ണും... പഴകിപ്പോയ അവിലും... കറുത്ത എള്ളും... പറന്നിട്ടും പറന്നിട്ടും പറന്നിട്ടും തീരാത്ത ആകാശവും...

ഇന്നലെ മുകുന്ദൻ റോഷ്നേരയയും റോഷ്നേര മുകുന്ദനെയും കണ്ടു. ഒരു കൊടും വനത്തിലെത്തി ആനയെ കാണുന്നത് പോലെ. ജാതിയും മതവും ലിംഗവും തിരിച്ചറിയാനാവാത്തവിധം അവൾ പുഴകളുമായി ഇഴുകി ചേർന്നിരുന്നു. അവർ മരങ്ങളിലൂടെയും കാറ്റിലൂടെയും യാത്രചെയ്യുന്നതിനിടയിൽ ദീർഘമായ നിശ്ശബ്ദതകളെ തകർക്കാനെന്നവണ്ണം അവൾ ഓരോന്ന് പറഞ്ഞുകൊണ്ടിരുന്നു. ഒന്ന് സജ്ജമായതിനു ശേഷമോ പുസ്തകങ്ങൾ ഒരിക്കൽ കൂടി വായിച്ചതിന് ശേഷമോ മാത്രം മറുപടി പറയാൻ കഴിയുന്ന കാര്യങ്ങൾ. "ഏത് വേഷം ധരിച്ച് വരണമെന്ന കാര്യത്തിൽ എനിക്ക് സംശയമായിരുന്നു. ഒത്തിരി വേഷങ്ങൾ മാറി മാറി ധരിച്ചു നോക്കി. ഒടുവിൽ ഇത് തീരുമാനിച്ചു. ഇതാവുമ്പോൾ നഗ്നമാണെന്ന് തോന്നും."

"എവിടെയെങ്കിലും എനിക്കൊന്ന് നഗ്നമായി പോകാൻ കഴിഞ്ഞിരുന്നെങ്കിൽ... നിന്റെടുത്തേക്ക് വരുമ്പോൾ വേഷം എങ്ങനെ തിരഞ്ഞെടുക്കാം എന്നല്ല എങ്ങനെ ഒഴിവാക്കാം എന്നാണ് ഞാൻ ചിന്തിച്ചത്."

ജീവിതത്തെ നടുക്കുന്ന ഇടിമുഴക്കം പോലെ റോഷ്നേര മുകുന്ദന്റെ മുന്നിൽ നിന്നു. കേവലമായ ഒരു പ്രണയത്തിന്റെ ഇടത്തേക്ക് ബന്ധത്തെ വലിച്ചെറിയാൻ അവൾക്ക് താൽപ്പര്യമുണ്ടായിരുന്നില്ല. "കാമുകനാക്കുകയോ രമിക്കുകയോ ചെയ്യാം. അത് എളുപ്പമുള്ള സംഗതിയാണ്. പക്ഷെ ഇനിയും ഉണങ്ങിതീരാത്ത ഈ കാട് തീ വച്ചിട്ട് എങ്ങനെ ആ ചാരത്തിനുള്ളിലിരുന്ന് നമ്മൾ രമിക്കും. അപ്പോഴും ബാക്കിയാവുന്ന ബന്ധത്തിന്റെ സ്ഥലങ്ങളെ എന്ത് ചെയ്യും?"

അതുകൊണ്ട് അവളോടൊപ്പം അവൾക്ക് മാത്രമറിയുന്ന ആ കാട്ടിലേക്ക് പോവാനും അവളുടെ വംശത്തിൽപെട്ട ഒരു ജന്തുവർഗമാവാനും മുകുന്ദൻ കൊതിച്ചു. ആദ്യസംഗമം എന്നത് ഏതൊരു ബന്ധത്തെ സംബന്ധിച്ചും അതീവപ്രധാനമായിതീരുന്നത് പോലെ ഭക്ഷണം കഴിക്കാതെ അവൻ അവളിലേക്കും അവൾ അവനിലേക്കും നടത്തിയ യാത്രകൾ രണ്ടുപേർക്കും ഹൃദയത്തിനുള്ളിൽ പുതിയ ആകാശങ്ങൾ നിർമ്മിച്ച് നൽകി. ചിറകറ്റ് വീണ ഒരു പക്ഷിയുടെ തേങ്ങലുമായി അവളുടെ ശബ്ദത്തിന് അന്ന് സാമ്യമുണ്ടായിരുന്നു. ഒരു ദിവസം മുഴുവനും ചുറ്റും ആളുകളുള്ളത് ശ്രദ്ധിക്കാതെ നിന്നും കിടന്നും ഇരുന്നും അവർ കണ്ടു. ചാറിത്തുടങ്ങിയ മഴ കൊഴുക്കുകയോ പിൻവാങ്ങുകയോ ചെയ്യാതെ കായലിന്റെ ആത്മാവിനോട് എന്തോ പറയുന്നുണ്ടായിരുന്നു. കാക്കകൾ കൂടുതൽ മനോഹരികളായി കാണപ്പെട്ടു. നേർത്ത ശബ്ദത്തിൽ കുയിൽ വിദൂരതയിലെവിടെയോ ഇരുന്നു പാടുകയും ചെയ്തു.

പരസ്പരം തിരിച്ചറിയാനുള്ള വഴികൾ പലതായിരുന്നു ഇവർക്ക്. കാടിന്റെ ആത്മാവിലേക്ക് വലിച്ചെറിയപ്പെട്ട ഇവർ കൂടുതൽ ആഹ്ലാദഭരിതരായി തീരുകയും കരിയിലക്കൂട്ടങ്ങളെ ചവിട്ടിമെതിച്ചുകൊണ്ട് ഇടവഴികളും നടവഴികളും കണ്ടെടുക്കുകയും ചെയ്തു. പ്ലാവിലത്തൊപ്പി വച്ചു കളിക്കുന്ന രണ്ട് കുട്ടികളെ പോലെ അവർ അവിടെയും ഇവിടെയും ഓടിനടന്നു. കാട്ടിടങ്ങളുടെ ആർജ്ജവം കൂടുതൽ അവരെ ഉന്മേഷഭരിതരാക്കി. ഒന്നും പറയാതെ എല്ലാം പറയുന്ന സംവേദനപരത, നിലനിന്ന നിശ്ശബ്ദതയെ പ്രയോജനപ്പെടുത്തി. മൗനം മുനയൊടിഞ്ഞ വാക്കുകളെക്കാൾ ബലമുള്ളതായി കാണപ്പെട്ടു. മുഷ്ടി ചുരുട്ടി നോക്കിയപ്പോൾ അവന്റെ ഹൃദയം അവളുടെതിനെക്കാൾ ചെറുതായിരുന്നു. ബന്ധങ്ങളെപ്പറ്റിയും കവിതകളെപ്പറ്റിയും സിനിമാഗാനങ്ങളെപ്പറ്റിയും ഒക്കെ അവർ ഇടയ്ക്ക് സംസാരിച്ചു.

ഉണങ്ങിവരണ്ട പുൽനാമ്പുകളിൽ പുതിയ മുകുളങ്ങൾ വരികയും മഞ്ഞുകണങ്ങൾ വന്ന് അവയെ മൂടുകയും ചെയ്തു. നിലത്ത് വീണുടഞ്ഞ കണ്ണാടിച്ചില്ലുകൾ സ്വയം ഓളമായി മാറുകയും കടലായി തിരതല്ലുകയും ചെയ്തു. അവൻ പറഞ്ഞ കാര്യങ്ങൾക്ക് അവളിൽനിന്നും ഒരു മൂളലോ ഒരു ദീർഘനിശ്വാസമോ മാത്രം പലപ്പോഴും ഉണ്ടായി. പറയുന്ന കാര്യങ്ങളോട് യോജിപ്പില്ലെങ്കിൽ ഒരു വരികൊണ്ടോ ഒരു നോട്ടംകൊണ്ടോ അതിനെ തട്ടിത്തെറിപ്പിക്കാൻ അവൾക്ക് പെട്ടെന്ന് കഴിയുമായിരുന്നു. എങ്കിലും മൂളലോ ദീർഘനിശ്വാസമോ ചിരിയോ ആയിരുന്നു അവളുടെ ഭാഷ. ബന്ധത്തെ എന്തു ചെയ്യണമെന്ന ആലോചനയ്ക്കിടയിൽ അവൾ പറഞ്ഞു, (ഒടുവിൽ അത് നിർവചിക്കേണ്ടതില്ലെന്ന തീരുമാനത്തിലാണ് അവർ എത്തിയത്) "കാടിനോടാരും വിട പറയാറില്ല."

"വേണ്ടതെല്ലാം ഉള്ള ഈ കാട്ടിൽ നിന്നും എവിടെ പോവാൻ?"

"ആരാണ് നീ...."

“തേനീച്ച കൂട്ടത്തിലെ റാണി ...എന്നോട് രമിച്ചാൽ മരണം ഉറപ്പ്!

“മരിക്കുന്നതിന് മുമ്പ് നിന്റെ യോനിയിലൂടെ ഉള്ളിലേക്ക് കയറി ഞാൻ ആ ഹൃദയം ചാരി ഇരിക്കും. എന്റെ ലിംഗം ഞാൻ അറുത്ത് മാറ്റി അവിടെ ഒരു പൂവിതൾ വയ്ക്കും.”

അവൾ പൊട്ടിച്ചിരിച്ചു..... “പൈങ്കിളിയാണെങ്കിലും.... അങ്ങനെ കളയാനും തോന്നുന്നില്ല.”

ശരിയാണ്.... കാടിനോടാർക്കും വിട പറയാനാവില്ല....

അന്ന് രാത്രി കരിക്കട്ട കൊണ്ട്, കുമ്മായം പൊളിഞ്ഞ് പഴകിയ വെളുത്ത ചുമരിൽ റോഷ്നേര ഒരു പ്രണയലേഖനം എഴുതി. പിറ്റേന്ന് എഴുന്നേറ്റ് വരുന്ന നാട്ടുകാർക്ക് വായിക്കാനെന്നവണ്ണം വലിപ്പത്തിൽ. വിവരമറിഞ്ഞ കുട്ടികൾ വീട്ടിൽനിന്നും കരിക്കട്ടകളുമായി തെരുവുവിളക്കിന്റെ കീഴിലെ വെളിച്ചത്തിലേക്ക് ഓടി. ഗുരുത്വദോഷം വന്ന ഭാവനയ്ക്കനുസരിച്ച് അവ്യക്തമായ എന്നാൽ ജീവിതത്തിന്റെ സൂചനകളിലൂടെ കടന്ന് പോവുന്ന വരകളും കുറികളുംകൊണ്ട് മതിലിൽ അവർ ഓടിക്കളിച്ചു. ആകാശവും ഭൂമിയും കൈകോർക്കുമ്പോഴാണ് കുരുത്തംകെട്ട കുട്ടികൾ ഉണ്ടാവുന്നത്. അവർക്ക് സ്വാതന്ത്ര്യത്തിലൂടെയല്ലാതെ യാത്ര ചെയ്യാനാവില്ല. ഉത്തരം കിട്ടാത്ത ചോദ്യങ്ങളുമായി അവർ ആകാശത്തിൽനിന്നും ഭൂമിയിലേക്ക് നിരന്തരം പെയ്തുകൊണ്ടിരിക്കുന്നു. അച്ഛനും അമ്മയ്ക്കും അദ്ധ്യാപകനും തലവേദനകൾ ഉണ്ടാക്കികൊണ്ടിരിക്കുന്നു. അവരുടെ പ്രതിഷേധങ്ങൾ ലോകത്തിന്റെ കാലുകളാവും. അവർ ചരിത്രം ഉണ്ടാക്കുകയും തകർക്കുകയും ചെയ്യും. അവർ ഇരുട്ടത്തിരുന്ന് ഭക്ഷണം കഴിക്കും. വെളിച്ചത്ത് കിടന്നുറങ്ങും. പൂക്കാലത്തിൽ വരണ്ട് തുടങ്ങിയ മൊട്ടുകൾക്ക് ഒരു തുള്ളി ജലം നൽകും. ഒരു നാട്ടിലെ കുട്ടികൾ മുഴുവൻ ഒരു മതിലിനു ചുറ്റും കൂടി. വരകൾ കൈമോശം വന്ന കുട്ടികൾ കുത്തിവരകൾ കൊണ്ട് ബഹളം കൂട്ടി. ആളുകൾ ഓരോരുത്തരായി അടുത്ത് കൂടാൻ തുടങ്ങി. ചുമരിന്റെ ഉടമസ്ഥൻ പൂട്ടിയ ഗേറ്റിനുള്ളിലെ പട്ടിക്കൂടിന് അടുത്ത്നിന്ന് അലറി “ആരാടാ... മതിലുകൾ കേടാക്കുന്നത്... ബ്ലൈഡി...ഫൂൾസ്...ഫൂൾസ്.. ഫൂൾസ്.” പകരമായി കുട്ടികളെല്ലാരും ഒരുമിച്ച് കൂവി. ‘‘കൂ...കൂ.......കൂ......... ഹോയ്...ഹോയ്... കൂയീ....കൂയീ....” പട്ടിക്കൂട്ടിൽ കിടന്ന നായ അങ്ങോട്ടും ഇങ്ങോട്ടും നടന്നുകൊണ്ട് കുരയ്ക്കാൻ തുടങ്ങി. ബഹളങ്ങൾക്കിടയിൽ, നക്ഷത്രങ്ങളും വീടുകളും ജനാലകളും പൂക്കളും വരകളും കുറികളും കൊണ്ട് താന്തോന്നിയായി മാറിയ ആ മതിൽ കുട്ടികളോടൊപ്പം ആടാനും പാടാനും തുടങ്ങി. ആരവങ്ങൾക്കിടയിൽ അതിലെഴുതപ്പെട്ട അക്ഷരങ്ങൾ ഇങ്ങനെ തെളിഞ്ഞു നിന്നു. വിടപറയാൻ മടിച്ചു നിന്ന ഒരു പകലിലേക്ക് രാത്രിയോട് രമിക്കാൻ വെമ്പി നിന്ന ഒരു സന്ധ്യയോടൊപ്പമാണ് നീ കടന്ന് വന്നത്. അന്നാണ് നിന്നെ ഞാനാദ്യമായി കാണുന്നത്. അസാധാരണമായ ഒരു പരിചിതത്വമോ സാധാരണയിൽ കവിഞ്ഞ ഒരു അപരിചിതത്വമോ

നിന്നോട് തോന്നിയിരുന്നില്ല. അങ്ങകലെനിന്ന് കേൾക്കുന്ന ഒരു നേർത്ത പാട്ട് ഞാനറിയാതെ എന്നെ ചുറ്റി നിന്നു. കറുത്ത മുഖത്ത്, നിലാവു പരന്ന് തിളക്കമുള്ള നിന്റെ കണ്ണുകൾ എന്നോട് വാചാലമായപ്പോൾ ഞാൻ സംസാരിച്ചു തുടങ്ങിയത് നിശ്ശബ്ദതയിലൂടെയാണ്. എന്നിൽ നീയും നിന്നിൽ ഞാനും ഒരു യാദൃച്ഛികത ആയിരുന്നു. അനിവാര്യമായ യാദൃച്ഛികത. ഒരു മരം വെയിലിനെയും മഴയെയും കാറ്റിനെയും താലോലിക്കുന്നത് പോലെ നീ എന്റെ എല്ലാ ഭാവനകളെയും പൂർത്തീകരിക്കുന്നു. എനിക്ക് നീ ആര് എന്ന ചോദ്യത്തിന് ഉത്തരം നൽകികൊണ്ടല്ല നീ എന്നിലേക്കെത്തിയത്. ഒരു നനവായി മഴനൂലായി നമ്മൾ തണുപ്പുള്ള പാതിരാനേരത്ത് ആകാശം നോക്കി കിടന്നു. ഒഴുകിപ്പോവുന്ന നിന്നെ തേടി, ഞാനെത്തിയ വഴികളെല്ലാം എന്നിലേക്ക് തന്നെയായിരുന്നു വിരൽ ചൂണ്ടിയത്. മണ്ണിലേക്ക് തുളഞ്ഞുകയറിയ വേരുകൾക്ക് മുകളിൽ കുന്നിക്കുരുമണികൾ ഒരുപാട് കണ്ണുകളുമായി ചിതറിക്കിടന്നു. നിന്നിലൂടെ എത് കടലിലേക്കും ഏത് മണൽത്തരിയിലേക്കും എനിക്ക് വേഗം പറന്ന് ഉയരാൻ കഴിയുന്നു. സ്വന്തമാക്കുന്ന ഒന്നിനെ മാത്രമേ നമുക്കു നഷ്ടപ്പെട്ട പോവുകയുള്ളൂ. നിന്നെ ഞാൻ ഒരിക്കലും നഷ്ടപ്പെടുത്താൻ ആഗ്രഹിക്കുന്നില്ല. നക്ഷത്രപൊടി വിതറിയ എന്റെ അകപ്പൊരുളുകളിൽനിന്നും നിന്റെ ആഴങ്ങളുടെ അതിരുകളിലേക്ക് നടക്കുമ്പോൾ ഞാൻ തിരിച്ചറിയുന്നു നിനക്ക് വർണ്ണങ്ങൾ ചാലിക്കുവാൻ എനിക്ക് സാധിക്കുകയില്ലെന്ന്. എന്നിൽ നിന്റെ നിറം കറുപ്പാണ്...എല്ലാ നിറങ്ങളെയും ഉൾക്കൊള്ളുന്ന പെയ്തൊഴിയാൻ മടിച്ച് നിൽക്കുന്ന കാർമേഘത്തിന്റെ നിറം....'

പെണ്ണിന്റെ സർഗ്ഗസഞ്ചാരങ്ങളെ എന്തിന് ഭരണകൂടവും കുടുംബവും അനുബന്ധസ്ഥലങ്ങളും എതിർക്കുന്നുവെന്ന എന്റെ ചോദ്യത്തിന് ഉത്തരം പറയാൻ മാത്രം നിന്റെ ഹൃദയം കുറ്റരഹിതമായിരിക്കാം. അതിൽ കൂടുതൽ നീ അഭിനയിച്ചിട്ടും കാര്യമില്ല. ഒന്ന് മാത്രം എനിക്ക് കൃത്യമായും അറിയാം. നമ്മൾ ഉണ്ടാക്കിയ മുറിവുകൾ നമ്മളിൽനിന്ന് പെട്ടെന്ന് ഇല്ലാതാകില്ല. ആ ആകുലതകൾ തീക്കട്ടകൾപോലെ എനിക്ക് ഭക്ഷണമായിക്കൊണ്ടിരിക്കുന്നു. പോരാട്ടത്തിന്റെ സൗന്ദര്യവും ചുവപ്പുനിറമുള്ള പ്രതിഷേധത്തിന്റെ മലർമൊട്ടുകൾക്ക് പിന്നിൽ കറുത്ത വലയവും ഉള്ള ഒരു പെൺകുട്ടിയാണ് ഞാൻ. എവിടെ നിന്നാണ് വന്നതെന്ന് അറിയില്ലെങ്കിലും എന്റെ ചിന്തകളിൽ തീപ്പൊരികളുള്ള തിളച്ച സ്നേഹം വിതറിയിട്ട് നിലാവിന്റെ തോളിൽ കൈയിട്ട് ആകാശത്തിലേക്കാണ് നീ പോയത്. ഒരുപക്ഷേ, തീ പാറുന്ന നക്ഷത്രവുമായി വീണ്ടും വരുമായിരിക്കും. അന്ന് ഭ്രാന്താശുപത്രിയിൽ അല്ലെങ്കിൽ നിനക്കെന്നെ കാണാം.

തൊണ്ട വരണ്ടതുപോലെയുള്ള ചിറകൊടിഞ്ഞ രാത്രിയിൽ ഇരുട്ടിനെ കെട്ടിപ്പിടിച്ച് കിടന്നുറങ്ങുമ്പോഴാണ് വിദൂരതയിലെവിടെയോ നിന്റെ ശബ്ദം കേട്ടുതുടങ്ങിയത്. ഭയപ്പെടുത്തുന്ന സ്ഥിരം ഞെട്ടലുകളെ ഒരു മരുന്നിനും ഭേദമാക്കാൻ കഴിയാതെ പോവുമ്പോൾ ഭയപ്പെടുന്നതിന്റെ കാരണം ഞാൻ

ചുറ്റും തിരയുന്നു. ഉപമകളില്ലാത്ത ഒരു കൂട്ടം തെളിനീർ തൊണ്ടയെ നനച്ചുകൊണ്ട് മലയുടെ മുകളിൽനിന്നും താഴേക്ക് വീഴുമ്പോൾ ഒരു കിളിയുടെ ചിറകുകൾ പോലെ നീയെന്നെ ചുറ്റിവരിഞ്ഞ് പിടിക്കുന്നു. ഒരു അമ്മ മകനെയെന്ന പോലെ മാറോട് ചേർത്തുപിടിക്കുന്നു. നിന്റെ കണ്ണിലെ അഗ്നി, എന്നെ മറികടന്ന് നീ നേടുന്ന പ്രായാധിക്യത്തിൽ നഷ്ടപ്പെട്ടു പോകുമോയെന്ന് എന്റെ വിവരദോഷം വന്ന മനസ്സ് ഭയക്കുന്നു. മുളങ്കാടുകളിൽ നിന്നും പറന്നുയർന്ന ഒരു കഴുകന്റെ വരവിന് വേണ്ടി നീ ആ പാറക്കല്ലിന് മുകളിൽ കാത്തിരിക്കുന്നു. തലപൊട്ടിത്തെറിച്ചാൽ മാത്രം ലഭിക്കുന്ന സംതൃപ്തി, ആത്മസംഘർഷം പോലെ ഒന്ന് ഒന്നിനും പിടികൊടുക്കാതെയുള്ള ആ ഇരുത്തത്തിൽ കാണാമായിരുന്നു. മഴപോലെ വന്ന് ഇടിവെട്ടുന്ന ശബ്ദവുമായി നീയെന്തിനാണ് എന്റെ അടുത്തുതന്നെ നിൽക്കുന്നത്? കരിഞ്ഞ്പോയതിനുശേഷം ബാക്കിയായ ഈ കരിയിലക്കാട്ടിൽ നിന്നും എന്ത് കിട്ടാനാണ് നിനക്ക്?

നീയെനിക്കാരെന്ന ചോദ്യത്തിന് ഉത്തരം നൽകാൻ തന്റെ നിഗൂഢമായ വഴികളെ ഉപേക്ഷിച്ച് ദൈവം ചെകുത്താന്റെ തോളിലേറി അവസാന വണ്ടിക്ക് യാത്ര തിരിച്ചിട്ടുണ്ട്. ആ വൃത്തികെട്ട ദൈവത്തിന് ചെയ്യാവുന്ന ഏറ്റവും വലിയ കാര്യമാണ് നമ്മളെ തകർക്കുകയെന്നത്. നിന്റെ സർഗ്ഗ സഞ്ചാരങ്ങൾക്ക് മുന്നിൽ മതിൽ കെട്ടുക എന്നത്. ദൈവത്തിനൊപ്പം കൂടിയ ശേഷം ചെകുത്താനും നശിച്ച് പോയിപോലും. അവന് അങ്ങനെ തന്നെ വേണം. ഇളം ചുവപ്പ് നിറമുള്ള വസ്ത്രത്തിൽ അവൻ വേഷം മാറി നിന്റെയടുത്ത് എത്തുമ്പോൾ നീയെന്നെ തള്ളിപ്പറയുമോ? എല്ലാം അറിയാമെന്ന് നടിക്കുന്ന അവന്റെ നോട്ടങ്ങളെ തകർത്ത് നിനക്ക് എന്നിൽ തന്നെ നിൽക്കാനാവുമോ? ഭ്രാന്ത് എന്ന ആത്മഹത്യാമുനമ്പിൽ ഒട്ടൊന്ന് ചെരിഞ്ഞ് താഴേക്ക് വീഴുന്നതിന് മുമ്പ് കെട്ടിപ്പിടിച്ചു നിൽക്കുന്ന നമ്മളെ ആ വൃത്തികെട്ട ദൈവത്തിന് എന്താണ് ചെയ്യാനാവുക?

കടം വാങ്ങിയ ഒരു നോട്ടുപുസ്തകത്തിലായിരുന്നു അവൾ എഴുതി തുടങ്ങിയത്. അത് പൂച്ചയും എലിയും എത്തുന്നതിനുമുമ്പുള്ള കഥയാണ്. ദ്രവിച്ചുപോയ അക്ഷരങ്ങൾ ഇന്നും അവളോട് സംസാരിക്കാറുണ്ട്. അവ നോട്ടുബുക്കിൽനിന്നും ഇറങ്ങി എലിയോടും പൂച്ചയോടും ഒപ്പം കളിക്കാറുണ്ട്. എഴുന്നേറ്റ് നിൽക്കാൻ ത്രാണിയില്ലാത്ത കുറെ അക്ഷരങ്ങൾ. വഴിയിൽ ചിലപ്പോൾ ഓടിയൊളിച്ചു കളഞ്ഞ അക്ഷരങ്ങളുടെ സ്ഥാനത്ത് ശൂന്യമായ കുത്തുകൾ ബാക്കിനിൽക്കുന്നു. പൂരിപ്പിക്കാൻ കഴിയാത്ത ആ ഇടവഴികളിലൂടെ ഇടയ്ക്കിടയ്ക്ക് എലിയും പൂച്ചയും യാത്ര ചെയ്യാറുണ്ടായിരുന്നു. മനം മടുപ്പിക്കുന്ന കരച്ചിലുകളിൽ നിന്നുള്ള രക്ഷപ്പെടൽ നൂറ്റാണ്ടുകളായി പരാജയപ്പെട്ടുകൊണ്ടിരിക്കുന്നു. കഴുകന്റെ മാംസത്തിൽ ചവിട്ടിനിന്നു കൊണ്ട് ഒരു കുറുക്കൻ മുകളിൽ ചന്ദ്രനെ നോക്കി നിലവിളിക്കുന്നു. അക്രമങ്ങളുടെ അതിജീവനം പഴയതുപോലെ എളുപ്പമല്ലാതായി

ത്തീരുന്നതിനിടയിൽ എല്ലാവരും നോക്കി നിൽക്കെ ഒരു മനുഷ്യൻ പാലത്തിന്റെ മുകളിൽ നിന്നും താഴേക്ക് ചാടുന്നു. പാലത്തിന്റെ അങ്ങേ അറ്റത്ത് നിന്ന് ഇങ്ങേ അറ്റം വരെ എതിരെ വന്നവരുടെ മുഖത്ത് നോക്കി നടന്ന അയാൾ, ഒരാളെങ്കിലും തന്നോട് ചിരിച്ചിരുന്നെങ്കിൽ മരിക്കില്ലെന്ന് നേരത്തേ പ്രഖ്യാപിച്ചിട്ടുണ്ടായിരുന്നു പോലും. ഒരു ചിരി പോലും കൈവിട്ട് കളയാത്തവരുടെ നടുവിൽ അയാൾ ചിരിച്ചുകൊണ്ട് വെള്ളത്തിലേക്ക് എടുത്ത് ചാടി. നൈമിഷികമായ ആഹ്ലാദപ്രകടനങ്ങൾക്കിടയിൽ ദുരൂഹവും വേദനാജനകവുമായ പിൻവാങ്ങലുകൾ തുടർന്ന് കൊണ്ടേയിരിക്കുന്നു.

അവിടെ... അവിടെ... അവിടെവച്ചാണ് എലിയും പൂച്ചയും മാവോയിസ്റ്റ് ആയതിന്റെ പേരിലും ആണെന്ന ആരോപണത്തിന്റെ പേരിലും ഒരുപോലെ നിരന്തരം വേട്ടയാടപ്പെടുന്നവരെ പരിചയപ്പെട്ടത്. അവിടെ വച്ചാണ് കള്ളന്മാരെയും തീവ്രവാദികളെയും വേശ്യകളെയും പരിചയപ്പെട്ടത്. അവിടെ വച്ചാണ് ദൈവത്തെ കണ്ടുമുട്ടിയത്. അവിടെവച്ചാണ് ഗുണ്ടകളെയും ഘാതകരെയും രാഷ്ട്രീയക്കാരെയും പരിചയപ്പെട്ടത്. അവിടെ വച്ചാണ് ഭിക്ഷക്കാരെയും ഭ്രാന്തരെയും സ്ത്രീകളെയും കുട്ടികളെയും പരിചയപ്പെട്ടത്. അവിടെവച്ചാണ് മുതലാളിമാരെയും തൊഴിലാളികളെയും ശത്രുക്കളെയും പരിചയപ്പെട്ടത്.

അവിടെ വച്ചാണ് എലിയും പൂച്ചയും തീരുമാനിച്ചത് നമുക്ക് വ്യത്യസ്തരായ രണ്ട് ശത്രുക്കളാവണമെന്ന്. എല്ലാ അഭിപ്രായ വ്യത്യാസങ്ങളോടും കൂടി ഭയമേതുമില്ലാതെ ഒന്നിച്ചുറങ്ങണം. ചരിത്രത്തിൽ അന്തസ്സുള്ള ശത്രുക്കളെന്ന ഖ്യാതി നമുക്ക് നേടണം. അഹങ്കാരികൾക്ക് ഒരു മാതൃകയാവണം. ഉറക്കം നഷ്ടപ്പെടുന്നവരുടെ അരികിൽ ഇരിക്കണം. ഉണർന്നെണീക്കുന്നവരുടെ പിന്നിലെ നിരയിലെങ്കിലും പങ്കുചേരണം.

എലി അവളുടെ മുകളിൽ തട്ടിൻപുറത്തും പൂച്ച അവളുടെ കട്ടിലിനടിയിലെ വാതിൽ പോയി തുരുമ്പിച്ച, അവളുടെ പഴയ എഴുത്തുപുസ്തകങ്ങൾ ഇരിക്കുന്ന, തകരപ്പാട്ടയ്ക്കുള്ളിലും ഉറക്കം തുടങ്ങി.

ആറ്

മാർക്സിസ്റ്റുകളെ പോലെ, അത്ഭുതങ്ങളിൽ അവർക്ക് വിശ്വാസമില്ല

ഇടിഞ്ഞ് വീണ ഒരു വീടിന്റെ മുന്നിലൂടെയാണ് ആ ജാഥ നടന്നു നീങ്ങിയത്. വറ്റിവരണ്ട കിണറ്റിൽനിന്നും എടുത്ത ഒരു പിടി മണൽ, ദ്വാരം വീണ മൺകുടങ്ങളിൽ ചുമന്നാണ് ഓരോരുത്തരും ജാഥയിൽ പങ്കെടുത്തത്. കരിങ്കൽക്വാറികൾക്കും ഇടിഞ്ഞ് വീണ കുന്നുകൾക്കും ഉണങ്ങിവരണ്ട വയലുകൾക്കും നടുവിലൂടെ കൊടിനിറം ബാധിക്കാത്ത ആ ജാഥ സൂക്ഷ്മസ്വരത്തിൽ സഞ്ചരിച്ചു. മലമുകളിലെ പൂക്കളെ മഞ്ഞുപൊതിഞ്ഞപ്പോൾ ഈ കുന്നിൻ താഴ്വരയിലേക്ക് ചിത്രശലഭങ്ങൾ എത്തി. അതിജീവനത്തിന്റെ ദേശാടനവും ദേശാടനത്തിന്റെ അതിജീവനവും ഒപ്പം ജലം തേടിയുള്ള യാത്രകളും ഇന്നും തുടരുന്നു. അത്യുഷ്ണത്തിൽ അനുഭവങ്ങളുടെ ചിറകൊടിഞ്ഞ് മരണത്തിലേക്കും ചിലർ യാത്ര ചെയ്യുന്നു. പോകാനൊരിടം, നിൽക്കാനൊരു തറ എന്നതിൽ കവിഞ്ഞ് ഒന്നും അവർക്കാവശ്യമില്ല.

പ്ലാച്ചിമടസമരം ആയിരം ദിവസം തികയുന്ന അന്ന് മുകുന്ദനും റോഷ്നേരയും മയിലമ്മയെ കാണാൻ പോയിരുന്നു. നവസാമൂഹ്യസമരങ്ങൾ ഒട്ടും ചെറുതല്ലാത്ത ആവേശമായി അത്തരം യാത്രകളിൽ അവരുടെ മനസ്സിൽ നിറഞ്ഞു നിൽക്കാറുണ്ടായിരുന്നു. ജീവിച്ചിരിക്കുന്നു എന്ന തോന്നൽ നഷ്ടപ്പെടാതെ ജീവിക്കാൻ, ഇത്തരം ശബ്ദങ്ങൾ അനിവാര്യമാണ്. നിലനിൽപ്പിന്റെ സൂക്ഷ്മരാഷ്ട്രീയമാണ് ഇത്തരം ഐക്യപ്പെടലുകൾ സാധ്യമാക്കുന്നത്.

ആ യാത്രയിൽ, (ബസ്സിൽ യാത്ര ചെയ്യുന്നതായിരുന്നു അവർക്ക് കൂടുതൽ ഇഷ്ടം) സ്വന്തം നാടിനെ പറ്റിയായിരുന്നു മുകുന്ദൻ ഏറെ സംസാരിച്ചത്. വെള്ളത്തിന്റെ സമരത്തിലേക്ക് യാത്ര ചെയ്യുന്നത് കൊണ്ടാവാം ഒരു യൂനുസ്സുമുതലാളിയെ പറ്റിയാണ് അവൻ ഏറെ സംസാരിച്ചത്. എന്റെ നാട്ടിൽ കിണർവെള്ളം വിറ്റ് ജീവിക്കുന്ന ഒരു യൂനുസ് മുതലാളിയുണ്ട്. ഇന്നത്തെ ജീവിതത്തിന് വൈവിധ്യം നഷ്ടമാകുന്നു. എല്ലാവരും മോണോടൈപ്പാണ്

ഒരിക്കലും വറ്റാത്ത കിണറിന്റെ തമ്പുരാനാണ് യൂനുസ്സ് മുതലാളി. യൂനുസിന് പണ്ട് ചമ്പൻ കച്ചവടവും കന്നുകാലി കച്ചവടവുമായിരുന്നു ജോലി. മക്കളെയെല്ലാം ഒരു വഴിക്കാക്കി, പെൺമക്കളെയെല്ലാം വിവാഹം കഴിച്ചു വിട്ട് കഴിഞ്ഞപ്പോൾ യൂനുസ് ശരിക്കും ഒറ്റപ്പെട്ടു. ജീവിതത്തിന്റെ അർത്ഥമെല്ലാം പൂർണ്ണമായതുപോലെ. അല്ലെങ്കിൽ അതെല്ലാം ഒരുമിച്ച് നഷ്ടപ്പെട്ടതുപോലെ... കുളത്തൂർ ഗ്രാമത്തിലെ ആദ്യ മുതലാളി അങ്ങനെ നിശ്ശബ്ദനായി. അല്ലെങ്കിൽ തന്നെ അയാൾക്ക് വലിയ സൗഹൃദങ്ങളൊന്നും ഉണ്ടായിരുന്നില്ല. കട്ടൻബീഡിയും വലിച്ച് വയൽവരമ്പത്ത് ദൂരേക്ക് നോക്കിയങ്ങനെ ഇരിക്കും. ബീഡി പകുതി വലിച്ച് മടിയിൽ പൊതിഞ്ഞു വയ്ക്കും.

യൂനുസുമുതലാളിയുടെ വീട് എപ്പോഴും തുറന്ന് കിടക്കും. പക്ഷേ, ആ വീട്ടിൽ ആരും കയറാറില്ല. മുതലാളി ആരോടും വെറുപ്പോടെ ഇടപെട്ടതായി കേട്ടറിവുമില്ല. ആരും അയാളെ കൂടുതൽ അടുപ്പിക്കാറില്ല. അയാൾ ചിരിക്കുന്നത് അധികം ആരും കണ്ടിട്ടുമില്ല. പണ്ടൊക്കെ വീടിന് മുന്നിൽ ചമ്പൻ കൂട്ടിയിട്ടുണ്ടാവണം. അതിന്റെ മറവിലെവിടെയെങ്കിലും അയാളും ഉണ്ടാവും. ഒരുപക്ഷേ ബീഡിപ്പുകയാവും ആദ്യം നമ്മൾ കാണുക. എന്തെങ്കിലും ശബ്ദം ഉണ്ടാക്കിയാൽ പുകയുടെ പിറകെ മുതലാളിയും പതിയെ പൊങ്ങി വരും. കൊച്ചു കുട്ടികൾ ഭയത്തോടെയാണ് അയാളെ നോക്കുക. ഹിന്ദുക്കൾ കൂടുതലുള്ള ഒരു പ്രദേശത്ത് ഒറ്റപ്പെട്ട മുസ്ലീം കുടുംബമാണ് യൂനുസ്സിന്റേത്. എന്നാൽ തൊട്ടടുത്തുള്ള അർദ്ധ നാരീശ്വരനെ തൊഴുതാണ് യൂനുസ് പണ്ടു മുതലേ കച്ചവടത്തിന് പോയി രുന്നത്. വർഷങ്ങളോളം അയാൾ അമ്പലക്കമ്മിറ്റിയിൽ അംഗമായിരുന്നു. കമ്മിറ്റിയിലും പൊതുയോഗത്തിലും യൂനുസ്സ് വന്ന് നിശ്ശബ്ദനായി ഇരിക്കും. കമ്മിറ്റി കഴിഞ്ഞാൽ ആരോടും ഒന്നും പറയാതെ പിരിഞ്ഞ് പോകും. കമ്മിറ്റിയിൽ ഉണ്ടാവുന്ന എന്ത് തീരുമാനവും നിർവികാരനായി കേട്ടി രിക്കും.

ഹിന്ദുക്കൾക്ക് രാഷ്ട്രീയബോധമുണ്ടായപ്പോൾ യൂനുസ്സിനെ അവർ കമ്മിറ്റിയിൽനിന്നും പുറത്താക്കി. അമ്പലത്തിന് മുന്നിൽ കാവിക്കൊടി പാറി തുടങ്ങി. അർദ്ധനാരീശ്വരന്റെ അയൽക്കാരൻ പെട്ടെന്ന് ദൈവത്തിന് അന്യനായി. അമ്പലത്തിനോട് ചേർന്നു മുന്നിലെ വയലിൽനിന്ന് എന്നും രാവിലെ ബോലോ ഭാരത് മാതാ കി ജയ് കേട്ട് തുടങ്ങിയ ദിവസങ്ങളിൽ യൂനുസ്സിന്റെ ഉറക്കം കെടാൻ തുടങ്ങി. താൻ ഒരു മുസ്ലീം മാത്രമാണെന്ന യാഥാർത്ഥ്യം ഞെട്ടലോടെ അയാൾ തിരിച്ചറിഞ്ഞു. പള്ളിയിൽ പോകാറില്ലായിരുന്നെങ്കിലും മുസ്ലീമായി തന്നെയാണ് അയാൾ ഇത്രയും കാലം ജീവിച്ചത്. പക്ഷേ ഒരു മുസ്ലീം മാത്രമായി തീരുന്നത് അയാളിൽ കടുത്ത വേദനയുണ്ടാക്കി. ഒന്നും മിണ്ടാത്ത യൂനുസ്സ് ചിലരോടൊക്കെ സംസാരിക്കാൻ തുടങ്ങി. ഒരു ഭയമാണയാൾ പങ്കുവച്ചത്.

“എനിക്ക് എല്ലാം വിറ്റ് പെറുക്കി കൊട്ടുകാടിന് പോവണം”

കൊട്ടുകാട് ഒരു മുസ്ലീം ഭൂരിപക്ഷപ്രദേശമാണ്.

പക്ഷേ, യൂനുസ്സ് ആ ഗ്രാമം വിട്ട് എങ്ങും പോയില്ല. ചമ്പൻ കച്ചവടം നിർത്തി അയാൾ നാൽക്കാലിക്കച്ചവടം തുടങ്ങി.

ഒരു പശുവിന്റെ മുന്നിൽ യൂനുസ്സ് ഇരിക്കും. പശുവിനെ വാങ്ങിക്കാൻ വന്നയാൾ തൊട്ട് ഇടത് മാറി ഇരിക്കും. വാങ്ങാൻ വന്നയാൾ പശുവിന്റെ കുറ്റങ്ങൾ ഓരോന്നായി കണ്ടുപിടിക്കും.

"അകിട് പോരാ....കറവ എപ്പഴാ വറ്റുന്നതെന്നും പറയാൻ ഒക്കില്ല.... കുളമ്പ്രോഗത്തിനുള്ള ലക്ഷണം കാണിക്കുന്നുണ്ട്."

"വാലിന് നീളം തീരെ പോരാ ഒരു ഐശ്വര്യേം ഇല്ല..." വന്നയാൾ എത്രയൊക്കെ പ്രകോപിപ്പിച്ചാലും യൂനുസ്സ് ഒരക്ഷരം മിണ്ടില്ല. പശു തന്റെ ഭാര്യയൊന്നും അല്ലല്ലോ! ഒടുവിൽ അയാൾ ചോദിക്കും ഉം... എത്രയ്ക്കാണെങ്കിൽ കൊടുക്കും? ഒന്നും മിണ്ടാതെ യൂനുസ്സ് കൈയിലിരുന്ന ഈർക്കിൽ കൊണ്ട് മണ്ണിൽ എഴുതും. 20,000. അതിത്തിരി കൂടുതലായിപ്പോയി. ഇത് പശുവല്ലേ.. ആനയാണോ. എനിക്ക് ഒരു പശുവിനെ മതി. ഇതിലേതെങ്കിലും ഒന്ന് യൂനുസ്സിന്റെ ചെവിയിലെത്തും. കൂടെ ഒരു വിലയും. പതിനയ്യായിരം. യൂനുസ്സ് അയാളെ ഒന്ന് സൂക്ഷിച്ച് നോക്കിയിട്ട് വീണ്ടും മണ്ണിൽ എഴുതും. 19,900. പിന്നീട് എന്തെങ്കിലും അഭിപ്രായ വ്യത്യാസം വന്നാൽ യൂനുസ്സ് ഒറ്റ നടത്തമായിരിക്കും. കൂടെ ഇരിക്കുന്ന ആൾ വിളിച്ചാലും എന്തെങ്കിലും പറഞ്ഞാലും ഒന്നും ശ്രദ്ധിക്കാതെ മിണ്ടാതെ യൂനുസ്സ് നടന്ന് നീങ്ങും. നേരെ വയൽ വരമ്പിലിരുന്ന് ബീഡി വലിച്ച് തുടങ്ങും. ഇയ്യാടെ കയ്യീന്ന് കച്ചോടം നടത്താൻ പറ്റില്ല.

യൂനുസ്സിന്റെ കൈയിൽ നിന്ന് പശുവിനെ വാങ്ങിക്കാം. യുനുസ്സ് ഉദ്ദേശിക്കുന്ന പണം നൽകിയാൽ. ഒരക്ഷരം മിണ്ടാതെയും മിണ്ടിയും ഒടുവിൽ വയൽ വരമ്പിൽ ബീഡി വലിച്ചിരിക്കുന്ന അയാളുടെ കൈയിൽ നൂറുരൂപ കുറച്ച് കൊടുത്ത് പശുവിനെ വാങ്ങി പോകുന്നവരുമുണ്ട്. നേരും നെറിയും ഉള്ളതുകൊണ്ട് തന്നെ തൊണ്ടയിലെ വെള്ളം വറ്റിക്കാൻ അയാളെ കിട്ടില്ല.

പൂച്ചയ്ക്ക് എലി ഒരു കഥ പറഞ്ഞുകൊടുത്തു. അങ്ങ് തെക്ക് തെക്കുംഭാഗം എന്ന ഒരു സ്ഥലമുണ്ട്. അവിടുത്തെ ജനങ്ങൾ പൊതുവെ മണ്ടന്മാരാണെന്ന പ്രചരണം വർഷങ്ങളായി ചുറ്റുമുള്ള പ്രദേശങ്ങളിൽ ഉണ്ടായിരുന്നു. വടക്കുംഭാഗത്തുള്ളവർ, അവരുടെ ഇടയിൽ ആരെങ്കിലും എന്തെങ്കിലും മണ്ടത്തരം കാട്ടിയാൽ തെക്കുംഭാഗത്തുകാരുടെ ബുദ്ധിതന്നെയെന്ന് പറഞ്ഞ് കളിയാക്കാറുണ്ടത്രേ. ഒരു ദിവസം തെക്കും ഭാഗത്തുകാർക്ക് ഉപ്പുമാങ്ങ തിന്നാൻ കൊതിയായി. എല്ലാവരും കൂടി ഒരു ക്ഷേത്രമൈതാനിയിൽ ഒന്നിച്ചുകൂടി. (അവിടെ മുസ്ലീങ്ങൾ ഉണ്ടായിരുന്നില്ല. മുസ്ലീങ്ങൾക്ക് തെക്കുംഭാഗത്തുകാർ ഇപ്പോഴും ഭൂമി വിൽക്കാറില്ല. ദേവിക്ക്

അത് ഇഷ്ടമല്ലത്രേ!) എല്ലാവരും അവരവരുടെ വീട്ടിൽ ചെറിയ ഭരണികളിൽ മാങ്ങ പറിച്ചിടുന്നത് വലിയ പണിയാണല്ലോ! അതുകൊണ്ട് അവരൊന്നിച്ച് ഒരു തീരുമാനത്തിലെത്തി അത് പ്രയോഗത്തിൽ കൊണ്ടു വരുകയും ചെയ്തു. നിറയെ മാങ്ങ പിടിച്ച് നിന്ന ഒരു മാവ് വെട്ടി കടലിലിട്ടു. ഒരു തവണ കടലിൽ നിന്നും മാങ്ങ കരയിലേക്ക് അടിച്ച് കയറിയപ്പോൾ എടുത്ത് രുചിച്ച് നോക്കി മാങ്ങ പാകമായോന്ന് ഉറപ്പുവരുത്തി. തുടർന്നുള്ള ദിവസം തെക്കുംഭാഗത്ത് നിന്ന് ഓരോരുത്തരായി ഉപ്പുമാങ്ങ പെറുക്കാൻ കടലിലേക്ക് പോയി. പോയവരാരും മടങ്ങി വന്നില്ല. ഓരോരുത്തരും കൂടുതൽ സമയമെടുക്കുമ്പോൾ കരയിലുള്ളവർക്ക് പോകാൻ തിടുക്ക മായി. ഒരുപക്ഷേ താമസിച്ച് ചെന്നാൽ മാങ്ങ കിട്ടാതെ വന്നാലോ. പോയ വർ കൂടുതൽ സമയമെടുത്ത് കൂടുതൽ മാങ്ങ സ്വന്തമാക്കുകയാണെന്ന ധാരണയിൽ പിറകേ പോവുന്നവരുടെ എണ്ണം കൂടിക്കൂടി വന്നു. ചീഞ്ഞ മാങ്ങണ്ടിയോടൊപ്പം കുറേ ദ്രവിച്ചുനാറിയ, മീൻ കൊത്തിയ ശേഷം ബാക്കി വന്ന തിരിച്ചറിയാനാവാത്ത മനുഷ്യശരീരങ്ങൾ തീരത്തണയാൻ തുടങ്ങി. ഒരുപക്ഷേ, കടലിൽ വച്ച് ഉപ്പുമാങ്ങയ്ക്ക് വേണ്ടി യുദ്ധം നടക്കുകയും അതിൽ മരിക്കുന്നവർ കരയിൽ അടിയുകയും ചെയ്യുന്ന താവാം എന്ന് ആരോ പറഞ്ഞു. ഒരുപക്ഷേ, ശത്രുക്കളുടെ ശരീരങ്ങളാ യിരിക്കാം കരയിൽ വന്നടിയുന്നത്. ശവങ്ങൾ അവിടെ കിടന്ന് ചീഞ്ഞ തല്ലാതെ ആരും മറവുചെയ്തില്ല. ആ തിരക്കിനിടയിൽ ശത്രുക്കൾക്ക് അവരവരുടെ അച്ഛന്റെയും സഹോദരങ്ങളുടെയും മിത്രങ്ങളുടെയും മുഖമായിരുന്നെന്ന് ആരും ശ്രദ്ധിച്ചില്ല. അപ്പോഴും തെക്കുഭാഗത്തുകാരുടെ കടൽയാത്ര തുടർന്നുകൊണ്ടിരുന്നു.

ഏഴ്

വിശ്വാസങ്ങളെപ്പോഴും ദൈവത്തിന്റെ പക്ഷത്താണ്

എരിപ്പൂവുകൾ വിടർന്ന് നിൽക്കുന്ന വേനലിൽ നരച്ച നിറമുള്ള പ്രതീക്ഷകൾ ചുറ്റിക്കറങ്ങുന്നതിനാൽ ഞാൻ എപ്പോഴും അവിശ്വാസത്തിന്റെ വേദനയറിയുന്ന, ഉള്ളിൽ പകയുള്ള മണൽക്കാറ്റിന്റെ പക്ഷത്താണ്.

യൂനുസ്സുമുതലാളി ജീവിക്കുന്നത് ആർക്ക് വേണ്ടിയാണെന്ന് ഒരു ദിവസം മുഴുവനും ആ ഗ്രാമം കണ്ടതാണ്. ഒരു പ്രായം വരെ അയാൾ ജീവിച്ചത് അയാളുടെ മക്കൾക്ക് വേണ്ടിയായിരുന്നു. യൂനുസ് നെഞ്ച് പൊട്ടിക്കരയുന്നത് ഒരിക്കലും മാഞ്ഞുപോകാത്ത അത്ഭുതംപോലെ ആ നാടിന്റെ ഹൃദയത്തിലുണ്ട്. ഒന്നും മിണ്ടാതെ ഒരു വികാരത്തിലും പങ്കാളിയാവാതെ നടന്ന ആ മനുഷ്യന്റെ ഉള്ളിൽ ഇത്രയധികം കണ്ണീരുണ്ടാവുമെന്ന് ആരും ഒരുപക്ഷേ, പ്രതീക്ഷിച്ചിരുന്നില്ല. ആ നീറുന്ന വേദനയുടെ നടുവിലും എല്ലാവരും ശ്രദ്ധിച്ചത് യൂനുസ്സിന്റെ കരച്ചിലായിരുന്നു. അയാൾ അളക്കാൻ കഴിയുന്നതിനും അപ്പുറത്താണെന്ന് മുൻവിധികളുണ്ടായിരുന്ന ഓരോരുത്തരും ഞെട്ടലോടെ തിരിച്ചറിഞ്ഞു. മനസ്സിലാകാതെ പോവുന്ന ഒരു ചോദ്യത്തിന്റെ ഒരിക്കലും പൂർണ്ണമാവാത്ത ഒരു ഉത്തരംപോലെ യൂനുസ്സ് അന്ന് എല്ലാവരുടെയും മുന്നിൽ കൂനിക്കൂടിയിരുന്നു.

മകന്റെ മൂന്നുവയസ്സ് പ്രായമുള്ള മകൾ വെള്ളത്തിൽ വീണ ആ ദിവസമായിരിക്കണം അയാളുടെ ജീവിതത്തിലെ ഏറ്റവും ശപിക്കപ്പെട്ട ദിവസം. മകൻ രാവിലെ പണിക്ക് പോയി. പിറ്റേന്ന് അവരുടെ മകളുടെ പിറന്നാളാണ്. മൂന്നാം പിറന്നാൾ... ഉച്ചയ്ക്ക് ഉണ്ണാൻ പുറത്തുപോയപ്പോൾ മകൾക്ക് അവൻ പുത്തൻ വെള്ള ഉടുപ്പും ഒരു നീല ജീൻസ് മിഡിയും വാങ്ങിവച്ചിരുന്നു. പിറന്നാൾ ദിവസം പണിക്ക് പോകേണ്ടെന്നും പിറന്നാൾ വലിയ ആഘോഷമാക്കണമെന്നും നേരത്തെ തന്നെ തീരുമാനിച്ചുറപ്പിച്ചിരുന്നതാണ്. കൂട്ടുകാർക്ക് മദ്യം. പാട്ടും ബഹളവും. ഇതൊക്കെ ആ ഗ്രാമത്തിലെ സാധാരണക്കാരായ ചെറുപ്പക്കാരുടെ മോഹമാണ്.

യൂനുസ്സ് കഴിഞ്ഞ പ്രാവശ്യം പിറന്നാളിന് സൈക്കിളാണ് വാങ്ങി ക്കൊടുത്തത്. ഈ പ്രാവശ്യം എന്ത് വാങ്ങിക്കൊടുക്കണമെന്ന് ആലോചി ച്ചിരുന്നില്ല.

പക്ഷേ... അവൾ ആരുടെയും ആഗ്രഹങ്ങൾക്ക് വേണ്ടി കാത്തിരുന്നില്ല. വീടിന്റെ തൊട്ടടുത്ത വയലിൽ ഒരു താമരപ്പൂവ് കൈയിൽ മുറുകെപിടിച്ച് ചിരിച്ചുകൊണ്ട് അങ്ങനെ മലർന്നു കിടന്നു. താമര പറിക്കാൻ പോയതാണ്. പകരം ആമ്പൽ പറിച്ചെടുത്ത് പായലിന്റെ മുകളിലേക്ക് അവൾ തല ചായ്ച്ചു. വീർത്ത വയർ... വീർത്ത വയർ... ഇടത്തേക്കവിളിൽ ചുരുണ്ടു കൂടി ഒട്ടിപ്പിടിച്ച പായലിന്റെ ഒരു ഉണ്ട... മുഖത്ത് പറ്റിപ്പിടിച്ചിരിക്കുന്ന ഈച്ചകൾ... ഇങ്ങനെ ആർക്കും മറക്കാൻ കഴിയാത്ത ഒരു ചിത്രം സമ്മാനിച്ച് അവൾ വെള്ളത്തിനു മുകളിൽ ഇളം കാറ്റിൽ ആടിക്കിടന്നു. ഒട്ടും ഭാരമില്ലാത്ത ഒരു പൊങ്ങുതടി പോലെ.

ഒരു ദിവസം മുഴുവൻ യൂനുസ്സ് നിലവിളിച്ചു. ആരെയൊക്കെയൊ തെറിവിളിച്ചു കൊണ്ടു അങ്ങോട്ടും ഇങ്ങോട്ടും നടന്നു. ഇടയ്ക്കിടയ്ക്ക് മരുമകളുടെ നേരെ കൈയിൽ കിട്ടിയ കല്ലും കമ്പും എടുത്തുകൊണ്ട് ചീറിയടുത്തു. നീ ഏത് കോണോത്തി... പോയിരിക്കുവാര്ന്ന്? കൊല്ലും നിന്നെ ഞാൻ... നിനക്ക് എന്റെ കുഞ്ഞിനെ നോക്കാൻ സമയമില്ലായിരുന്നോ? നിന്നെ ഞാൻ കൊല്ലും നീയും ജീവിക്കണ്ട... ജീവിക്കണ്ടാ... ജീവിക്കണ്ടാ...

അവളുടെ നേരെ യൂനുസ്സ് ഓടി അടുക്കുമ്പോഴൊക്കെ ആളുകൾ അയാളെ നിയന്ത്രിക്കാൻ നന്നേ പണിപ്പെട്ടു. (പക്ഷേ ആ അമ്മയുടെ നിലവിളി നിശബ്ദമായിരുന്നതുകൊണ്ട് തന്നെ നാടകം പോലെ കണ്ട് നിൽക്കാൻ ആരും ഉണ്ടായിരുന്നില്ല.) ആ അമ്മ ഒരു മൂലയിൽ വയർ അടക്കിപ്പിടിച്ച്..... നിശ്ശബ്ദയായി ഇരുന്നു. കരഞ്ഞ് കരഞ്ഞ് തളർന്ന യൂനുസ്സ് ഒരു മൂലയിൽ വീണു. ആരും അടുത്തേക്ക് ചെല്ലാൻ അയാൾ അനുവദി ച്ചില്ല. ആരുടെയും ആശ്വാസം അയാൾക്ക് ആവശ്യമില്ല. ജീവിച്ചിരുന്ന മക്കളിൽ അയാൾക്ക് വിശ്വാസം നഷ്ടപ്പെട്ടിരുന്നു. ജനിച്ച പ്രതീക്ഷ... ജീവിച്ചിരിക്കാനുള്ള അയാളുടെ ആഗ്രഹം... അതായിരുന്നു ആ വെള്ള ത്തിൽ പൊങ്ങിക്കിടന്നത്.

ആ സംഭവത്തിന് ശേഷം യൂനുസ്സിന് അൽപ്പം വട്ട് പിടിച്ചിട്ടുണ്ടെന്ന് പറഞ്ഞുകേൾക്കുന്നു. പിന്നിടാണത്രെ അയാൾ ആർക്കും ഒന്നും സൗജന്യമായി കൊടുക്കാതായത്. ഏത് ചൂടുകാലത്തും വറ്റാത്ത കിണ റിന്റെ ഉടമയാണ് യൂനുസ്സ്. നാട്ടിലാകെ വെള്ളമില്ലാതെ വലയുമ്പോൾ യൂനുസ്സ് തന്റെ കിണറിന്റെ അരികിലങ്ങനെ ഇരിക്കും. ഒരു ബക്കറ്റ് വെള്ളത്തിന് പത്തുരൂപ കണക്കാക്കി അയാൾ വെള്ളം വിൽക്കും. ബക്കറ്റു മായി വന്നാൽ നല്ല ശുദ്ധമായ വെള്ളം കൊണ്ടുപോകാം. ഹോട്ടലുകളിൽ നിന്നൊക്കെ ലോറികളിൽ വന്ന് വെള്ളം കൊണ്ടുപോകും. ഒരിക്കലും വറ്റാത്ത കിണർ യൂനുസ്സിന് നൽകിയതിൽ ദൈവത്തോട് ചിലർക്ക് കടുത്ത

അമർഷം ഉണ്ടായിരുന്നു. കണ്ണിൽ ചോരയില്ലാത്തവൻ... കിണർ വെള്ളം പോലും വിറ്റ് കാശാക്കുന്ന നാറി... ഒക്കതിനും യൂനുസ്സിന് ഒറ്റ ഉത്തരമേ ഉള്ളൂ. കുപ്പിവെള്ളം വിൽക്കാമെങ്കിൽ കിണർ വെള്ളവും വിൽക്കാം

നീല ഷർട്ടും ബ്രൗൺ നിക്കറും ചുവന്ന സോക്സും ധരിച്ച് എലി മുന്നേ നടന്നു. പൂച്ചയുടെ വേഷം പച്ചയും മഞ്ഞയും ആയിരുന്നു. ഇടയ്ക്ക് എലി നേരിയ ചിരിയോടെ പൂച്ചയെ തിരിഞ്ഞ് നോക്കി. അങ്ങകലെ നീലിമയാർന്ന ആകാശം എലി പൂച്ചയ്ക്ക് കാണിച്ചു കൊടുത്തു. പോകുന്ന പോക്കിൽ ഏതോ മീൻ കച്ചവടക്കാരൻ വലിച്ചെറിഞ്ഞ ഐസിലിട്ട ഒരു മീനും കടിച്ച് പിടിച്ചുകൊണ്ട് പൂച്ച എലിയോട് പറഞ്ഞു. വളരെ ചെറിയ പ്രായത്തിൽ വയറ്റിൽ വിര കയറി ആഴ്ചകളോളം ഞാൻ പട്ടിണി കിടന്നിട്ടുണ്ട്. അന്നാണ് ഭക്ഷണം വലിയൊരു ചതിയാണെന്ന് ഞാൻ മനസ്സിലാക്കിയത്. ഭക്ഷണമില്ലെങ്കിലും ജീവിതത്തിന് ശാന്തത ഉണ്ടാവുമെന്ന് മനസ്സിലാക്കിയത്. എലി പൂച്ചയെ കൊണ്ടു പോയത് ഇടിഞ്ഞു പൊളിഞ്ഞുവീഴാറായ ഒരു പഴയ ഓലപ്പുരയിലേക്കാണ്. അതിന് അവളുടെ വായനാമുറിയുമായി ഇരുണ്ട സാദൃശ്യം ഉണ്ടായിരുന്നു. എലി ഒരു ചെറിയ നോട്ടുബുക്ക് തുറന്ന് ഉണങ്ങിപ്പോയ ചെമ്പകപ്പൂക്കളുടെ ഇതളുകൾ കാണിച്ചുകൊടുത്തു. മങ്ങിയ വെളിച്ചത്തിൽ ഡയറിയിലെ വരികൾ പൂച്ച വായിച്ചു. ഒരാഴ്ച മുന്നേയാണ് ഞാൻ പ്രായപൂർത്തിയായത്. തുടയിലൂടെ ഒലിച്ചിറങ്ങുന്ന രക്തത്തിന്റെ അർത്ഥം സന്തോഷമാണെന്ന് അമ്മയാണ് എനിക്ക് പറഞ്ഞുതന്നത്. ഇപ്പോഴാണത്രേ താൻ പെണ്ണായത്. പഴയതു പോലെ കളിക്കാൻ കഴിയാതെ ആയി. വീട്ടിൽ നിന്നും പുറത്തേക്ക് ഇറങ്ങാനാവാതായി. മരം കയറാനും കുളത്തിൽ ചാടാനും കഴിയാതെയായി. കുട്ടികൾ കളിക്കുമ്പോൾ ജനലിലൂടെ നോക്കിനിൽക്കാനേ കഴിയുന്നുള്ളൂ. പെണ്ണായി തുടങ്ങുന്നത് ഇരുട്ടിന്റെ ലോകത്ത് അകപ്പെട്ടുകൊണ്ടാണെന്ന് ഞാൻ തിരിച്ചറിഞ്ഞു. മരത്തിൽ കയറാനും മതിൽ ചാടാനും കഴിയാത്ത വലിയ ഇരുട്ട്. അടിവയറ്റിലെ കുത്തിവലിയുന്ന വേദനയോടൊപ്പം അടിമത്ത്വത്തിന്റെ മനം പുരട്ടുന്ന ഓക്കാനം. ചിറകുകൾ ഒടിഞ്ഞുപോവുന്ന തലവേദന. ഇരുണ്ട കാലത്തിന്റെ വെളുത്തു വിളറിയ വിലക്കുകൾ എന്നും പിറകെ കൂടുന്നു. ഒറ്റ ദിവസംകൊണ്ട് കഴിഞ്ഞുപോയ കാലവും വരാനിരിക്കുന്ന കാലവും കാൽക്കീഴിൽനിന്നും ഒലിച്ചുപോയത് ഞാനറിയുന്നു. കുറെ അശരീരികളുടെ ഇടയിൽ ഏകാന്തമായി യാത്ര പുറപ്പെടുന്നു. ഒക്കെയും ഞാൻ അനുഭവിക്കുന്ന സ്വാതന്ത്ര്യത്തോടുള്ള അസഹിഷ്ണുതകൾ മാത്രമാണ്

ഇനിയുള്ള വരികളിൽ നിന്നും ഒരു തരം ചാരനിറമുള്ള ഈയ്യലുകളുടെ ശവശരീരങ്ങൾ നിലത്തേക്ക് വീഴുന്നത് പൂച്ചയും എലിയും കണ്ടു. ഇളം ചുവപ്പുനിറമുള്ള ചിതലുകൾ പോലെ സ്വപ്നങ്ങൾ വാക്കുകളിൽ നിന്നും അക്ഷരങ്ങളെ വേർപെടുത്തി തിളച്ചു മറിയുന്ന വെള്ളത്തിലേക്ക് വീണു.

നടക്കാൻ പോലും പഠിച്ചിട്ടില്ലാത്ത എന്റെ ചെറിയ പ്രായത്തിൽ ഒരു ചെക്കൻ എന്നെ അടുക്കളയിലെ തീ പുകയുന്ന അടുപ്പിന്റെ മുകളിലെ ചെറിയ പട്ടികയിൽ അഞ്ചു ദിവസം കൊരുത്തിട്ടു. എന്റെ നിർത്താതെയുള്ള കരച്ചിൽ ആ വീട്ടിൽ ആരും കേട്ടില്ല. പൂച്ച നിറഞ്ഞ കണ്ണുകൾ തുടച്ചുകൊണ്ട് എലിയുടെ അരികിലിരുന്ന് ഓർത്തു.

ഓർമ്മച്ചിത്രങ്ങളുടെ നിർമ്മലമായ ചലനങ്ങൾക്കൊടുവിൽ എലിയും പൂച്ചയും റോഷ്നേരയുടെ അരികിൽ ഇരുന്നു. അവർ അവളുടെ തലയിൽ തലോടി. മഴപെയ്തുകൊണ്ടിരുന്ന ഒരു രാത്രി ആയിരുന്നു അത്. അവൾക്ക് ഉറക്കമില്ലാത്ത ഒരു ദൂരവും. പൂച്ച അവളുടെ കൈവെള്ളയിൽ നക്കി. എലി അവളുടെ ഇടതുകാലിന്റെ ചെറുവിരലിൽ കടിച്ചു. അവൾക്ക് ഒരേ മനസ്സിന്റെ ഇരു കോണുകളിൽ ഒരേ തണൽത്തറയിൽ ഒരുപോലെ സ്നേഹിക്കാൻ രണ്ടു കൂട്ടുകാർ. രണ്ടുപേരും മനസ്സിന്റെ കോണിൽ, ഇടയ്ക്ക് ഒരുപോലെ കൂനിക്കൂടിയിരുന്നു. ഒരുമിച്ചു കളിക്കുകയും പിണങ്ങുകയും ചെയ്തു. അവൾക്ക് മാത്രം കാണാൻ കഴിയുന്ന ചെരിഞ്ഞ ചുമരിൽ ചെമ്പരത്തിപ്പൂവുകളുടെ നിറമുള്ള ചായം കൊണ്ടവർ അവളുടെ നഗ്നമായ ചിത്രം വരച്ചു. മൂന്നുപേരും കൂട്ടുചേർന്ന് ഊഞ്ഞാലാടി. നിര നിരയായി നീങ്ങിയ ഉറുമ്പുകളുടെ പിറകെ പോയി. ഊറിച്ചിരിച്ചു കൊണ്ടവൾ ഓർമ്മയുടെ നനഞ്ഞ പുസ്തകം എലിയെയും പൂച്ചയെയും ഏൽപ്പിച്ചു. ചുട്ടുപൊള്ളുന്ന നെരിപ്പോടിനടുത്തേക്ക് പേജുകളെ അവർ കൊണ്ടുപോയി. പേജുകൾ ഓരോന്നായി മറിയുകയും പുതിയതൊന്ന് തുറക്കുകയും ചെയ്തു. ചിലപ്പോഴൊക്കെ എലിയും ഊറിയൂറി ചിരിച്ചു. മുളങ്കാറ്റിന്റെ ഓരം ചേർന്ന് പൂച്ച ഇരുന്നു. ഗന്ധമുള്ള കാറ്റിൽ ഗഹന മായവയൊക്കെ ലളിതമായി കാണപ്പെട്ടു. കണ്ണാടിയിൽ നോക്കിയപ്പോൾ റോഷ്നേരയ്ക്ക് എലി വലുതും പൂച്ച ചെറുതുമായി തോന്നി. ആ കാഴ്ച കണ്ട് അവൾ പൊട്ടിച്ചിരിച്ചു. ഇരപിടിക്കാൻ പറന്നുപോകുന്ന ഒരു വലിയ പക്ഷിയാണ് തന്റെ പൂച്ചയെന്ന് അവൾ കണ്ണാടിയിൽ കൺമഷി കൊണ്ടെഴുതി. നീട്ടി കണ്ണെഴുതിയ എലി അവളുടെ തരിക്കുന്ന കൈ പിടിച്ച് അവളെ കടൽ തീരത്തേക്ക് കൊണ്ടുപോയി. കക്കയും ചിപ്പിയും തിരഞ്ഞ് എലി തീരത്ത് അലഞ്ഞു. അവൾ മുടിയഴിച്ചിട്ടു. ഒരു പനപോലെ അത് പടർന്ന് പന്തലിച്ചു നിന്നു.

എട്ട്

വെളുത്ത കണ്ണിൽ കറുത്ത പൂക്കൾ ചുറ്റിവരിഞ്ഞ് നടക്കുന്നത് എന്തുകൊണ്ടാണ്?

നെറ്റിപ്പട്ടം ചാർത്തിയിരുന്ന ആനയുടെ കാലിൽ തോട്ടി വീണപ്പോൾ മുളങ്കാടുകളിലൂടെയുള്ള യാത്ര ഓർത്തു. മരത്തിലൂടെ കയറി ചക്കപ്പഴത്തിനുള്ളിൽ ഒളിച്ചിരിക്കുന്ന പുഴുവിനെ ഓർത്തു. ഒരിക്കലും മരിക്കാത്ത അസ്ഥികളായി ഓരോരുത്തരും മണ്ണിനടിയിൽ ജീവിച്ചിരിക്കുന്നത് ഓർത്തു. ഓരോ മനുഷ്യനും ഓരോ ശവപ്പെട്ടികളുമായി ജനിക്കുന്നതുപോലെ.

റോഷ്നേരയുടെ ജനനവുമായി യുക്തിപരമായി യതൊരു ബന്ധവും ഇല്ലായിരുന്നെങ്കിലും, അവളുടെ ജനനത്തിന്റെ അന്ന് പൊട്ടിപ്പുറപ്പെട്ട ഒരു സംഭവത്തിലൂടെയാണ് അച്ഛന്റെ പ്രശ്നം കൂടുതൽ വഷളായതെന്ന് അമ്മ അവളോട് ഇടയ്ക്ക് പറയാറുണ്ടായിരുന്നു. അന്നുമുതലാണ് അമ്മയ്ക്ക് കൂടുതൽ ആത്മവിശ്വാസം ലഭിച്ചതും പ്രതികരിക്കാൻ പഠിച്ചതും. അച്ഛന്റെ അരാജകത്വത്തിലും പുരുഷാധിപത്യത്തിലും ഊന്നിയ ജീവിതം പങ്കുപറ്റുന്നത് ഒടുവിൽ അമ്മയ്ക്ക് വേണ്ടെന്ന് വയ്ക്കാൻ വീണ്ടും പതിനഞ്ച് വർഷം എടുത്തു. അവൾക്ക് അന്ന് പതിനഞ്ച് വയസ്സായിരുന്നു. ഒരുപക്ഷേ അച്ഛന് കുറച്ചു കൂടുതൽ സമയം തന്നെ അമ്മ കൊടുത്തു. അവർ തമ്മിലുള്ള പ്രശ്നങ്ങൾ എന്ത് തന്നെ ആയിരുന്നെങ്കിലും, അവളുടെ മനസ്സിൽ അച്ഛൻ ഒരു നിറസാന്നിധ്യമായി (പിന്നീട് ആർക്കും നികത്താനാവാത്ത ഒരു ഇടമായി) എന്നും കൂടെ ഉണ്ടായിരുന്നു. അമ്മയും അച്ഛനും പിരിഞ്ഞതിനു ശേഷവും അച്ഛൻ സ്ഥിരം വിളിക്കാറുണ്ടായിരുന്നു. അവൾ മറുപടിയൊന്നും പറയാതെ എല്ലാം കേട്ടുകൊണ്ടു നിൽക്കും. എന്തു പറയണമെന്ന് അവൾക്ക് അറിയില്ലായിരുന്നു. 'ഞാൻ അവിടെ പോവുകയാണ്' 'ഇവിടെ പോവുകയാണ്' എന്നൊക്കെ ചിലപ്പോൾ പറയും. എവിടെ പോയാലും അച്ഛന് നല്ലതു മാത്രം വരണേന്ന് അവളുടെ കുഞ്ഞുമനസ്സ് അഗ്രഹിക്കും. ചിലപ്പോഴൊക്കെ തെറി പറയാനും പരുഷമായി സംസാരിക്കാനും മാത്രമായി വിളിക്കും. ആരോടൊപ്പമാണ് നിൽക്കണ്ടത്? ആരെയാണ് ഉപേക്ഷിക്കണ്ടത്...? അച്ഛന്റെ ദേഷ്യപ്പെടലുകൾക്കൊടുവിൽ ആകസ്മികമായി ഫോൺ കട്ട് ചെയ്യുമ്പോൾ

അവളുടെ കണ്ണുകൾ നിറഞ്ഞ് തുളുമ്പും. അച്ഛൻ പറഞ്ഞതൊന്നും അമ്മയോട് ആദ്യം മുതൽ തന്നെ പറയാറില്ല. അമ്മയേയും അത് വേദനിപ്പിക്കുമോയെന്ന് അവൾ ഭയന്നിരുന്നു. ഒരുപക്ഷേ, കൂടെ താമസിച്ചിരുന്നെങ്കിൽ തനിക്ക് അച്ഛൻ ഇത്ര പ്രിയപ്പെട്ടതാവുമായിരുന്നില്ല.

കണ്ണാടിയായിരുന്നു കുട്ടിക്കാലത്തെ റോഷ്നേരയുടെ സുഹൃത്ത്. അവളങ്ങനെ കണ്ണാടി കൂടെക്കൊണ്ട് നടന്ന് ചിലപ്പോഴൊക്കെ അലമാരയ്ക്കുള്ളിലെ തുണികൾക്കിടയിൽ ഒളിപ്പിച്ചുവച്ച് പിന്നീടതിനെ തിരഞ്ഞു നടന്നു സമയം ചിലവഴിച്ചുകൊണ്ടേയിരുന്നു. ആൾക്കാരെല്ലാം, 'വയറു കണ്ടാലറിയാം ആൺകുട്ടി'യാണെന്ന് അമ്മയോട് ഗർഭിണി ആയിരുന്ന സമയത്ത് പറഞ്ഞിരുന്നെങ്കിലും അത് ഫലിച്ചില്ല. ഞാൻ മനമുരുകി പ്രാർത്ഥിച്ചാണ് നിന്നെ പെണ്ണാക്കിയത് (അമ്മയ്ക്ക് പെൺകുട്ടിയെ ആയിരുന്നു ഇഷ്ടം). പക്ഷേ, എന്റെ പ്രാർത്ഥന അൽപ്പം വൈകിയതുകൊണ്ടാവാം, രൂപത്തിൽ മാത്രമെ നീ പെണ്ണായുള്ളൂ. ഒരു ഉത്സവത്തിന് പോയപ്പോൾ നിനക്ക് എന്തുവേണമെന്ന് അമ്മ ചോദിച്ചപ്പോൾ സാമാന്യം വലിപ്പമുള്ള ഒരു കണ്ണാടി ചൂണ്ടി അവൾ പറഞ്ഞു എനിക്ക് അത് മതി. മിക്ക രാത്രികളിലും കണ്ണാടി കെട്ടിപ്പിടിച്ച് അവൾ കിടന്നു. അർദ്ധരാത്രികളിൽ, ഉറക്കത്തിനിടയിൽ കാണാതായ കണ്ണാടിക്ക് വേണ്ടി അവൾ കരഞ്ഞു. അമ്മ ജോലിക്ക് പോയാലുള്ള ഒറ്റപ്പെടലുകൾക്കിടയിൽ കണ്ണാടി അവൾക്ക് അവളെത്തന്നെ കൂട്ടുകാരിയാക്കി കാണിച്ചുകൊടുത്തു. സന്ധ്യാനേരങ്ങളിലെ തേങ്ങലുകളിൽ നിന്നും അവളെ മോചിപ്പിച്ചു. ഒരു ദിവസം ആ കണ്ണാടിക്ക് ജീവൻ വച്ചുവരുന്നതും അതിന്റെ തോളിൽ കൈയിട്ട് ഇതുവരെ കണ്ടിട്ടില്ലാത്ത മഞ്ചാടിക്കുന്നിന്റെ മുകളിലേക്ക് പോവുന്നതും അവൾ സ്വപ്നം കണ്ടു.

അച്ഛൻ കരയിച്ചപ്പോഴൊക്കെ അവൾ കണ്ണാടിയിൽ കമിഴ്ന്നു കിടന്നു. പൂവു പറിക്കുന്നതും മാവിൽ കയറി മാങ്ങ അടർത്തുന്നതും കിളികളോട് കൂട്ടുകൂടി ചുറ്റിതിരിയുന്നതും കണ്ണാടി അവളോടൊപ്പം നടന്നു കണ്ടു തീർത്തു. മനസ്സിനോട് ചേർത്തുപിടിച്ച വിഷാദരാഗങ്ങൾക്ക് ഒടുവിൽ ഒരു പിടി ആകുലതകളും ചോദ്യങ്ങളും അവൾ കണ്ണാടിയിലേക്ക് വലിച്ചെറിഞ്ഞു. ഒരിക്കൽ ഒരു കോമാളിവേഷം കെട്ടി പ്രച്ഛന്നയായി കണ്ണാടിയെ കബളിപ്പിച്ചു. അതിനെ നോക്കി ഗോഷ്ടി കാട്ടി പൊട്ടിച്ചിരിച്ചു. സ്കൂളിൽ അദ്ധ്യാപകർ തല്ലിയപ്പോഴൊക്കെ വടിയെടുക്കാത്ത സുഹൃത്തുക്കളായ അദ്ധ്യാപകരുടെ ഒരു ലോകം അവൾക്ക് കണ്ണാടി കാണിച്ചുകൊടുത്തു. പിന്നീട് കൂടെ കൊണ്ടുപോകാതെ തന്നെ കണ്ണാടി അവളെ പിന്തുടരാൻ പഠിച്ചു. അവൾ വളർന്നതിനൊപ്പം കണ്ണാടിയും വളർന്നു. തനിക്ക് നഷ്ടപ്പെട്ട താരാട്ടുപാട്ടുകൾ കണ്ണാടിയിൽ അന്വേഷിച്ചു.

അനന്തമായ ആകാശത്തിനു കീഴെ ഒരു മഴഗോപുരമുണ്ടായിരുന്നു. എലിയും പൂച്ചയും അവൾക്ക് വേണ്ടി നിർമ്മിച്ചത്. വസന്തത്തിന്റെ മണമുള്ള പൂക്കൾ വള്ളിപ്പടർപ്പുകളിലൂടെ ആ ഗോപുരത്തണലിൽ

വിരിഞ്ഞുനിന്നു. മഴക്കുഞ്ഞുങ്ങൾക്ക് കിനാവു കാണാനും കഥ പറയാനും ഒരു ചെറിയ മുറ്റം. പൂച്ച അവളെ ഇടത്തേ നെഞ്ചിലേറ്റി ഇടയ്ക്കൊക്കെ അവിടേക്ക് കൊണ്ടുപോയി. പിണക്കങ്ങളെ കാറ്റിൽ പറത്തി എലി അവരെ പിന്തുടർന്നു. അവരവരുടെ ഓർമ്മച്ചെപ്പിനുള്ളിൽ ഈർക്കിലുകൾ ഒളിപ്പിച്ച് കീ കീ കീ പമ്പരം കളിച്ചു. മഴക്കുഞ്ഞുങ്ങളെ തോളിലേറ്റി അവർ നൃത്തം ചവിട്ടി. ആഘോഷങ്ങളുടെ ഒഴുക്ക് അവസാനിക്കുംവരെയും ആവേശ ത്തിരയിൽ റോഷ്നേര മതി മറന്നിരുന്നു. അമ്മയുടെ മാറിലും കൈയിലും അമർന്നു. അവരിൽ തുടങ്ങി അവരിൽ അവസാനിക്കുന്ന ചില ദിവസങ്ങൾ റോഷ്നേരയ്ക്കുണ്ടായിരുന്നു.

ഒമ്പത്

മാവോയിസ്റ്റുകൾ... മാവോയിസ്റ്റുകൾ... മാവോയിസ്റ്റുകൾ

ഭക്ഷണം ചോദിച്ച് വന്ന മൂന്നു കുട്ടികളെ ബലാത്സംഗം ചെയ്തു കൊന്ന നാലുപേരെ മാവോയിസ്റ്റുകൾ കാട്ടിലേക്ക് പിടിച്ചു കൊണ്ടുവന്നു വെടിവച്ചു കൊന്ന് മരത്തിൽ കെട്ടിതൂക്കി. നാട്ടിൽ മാവോയിസ്റ്റുകളായി കാണപ്പെട്ടവരുടെ വീടുകളിൽ പോലീസുകാർ കയറിയിറങ്ങി. കരയിലേക്ക് വലിച്ചെറിയപ്പെട്ട ബിരാലുകൾ പോലത്തെ മനസ്സുകൾ ശ്വാസം കിട്ടാതെ, എന്നാൽ ശത്രുവിന്റെ കൈപിടിയിലൊതുങ്ങാതെ, വഴുതിവീണു. ഓർമ്മകൾ പോലും നഷ്ടപ്പെട്ടുപോവുന്നവരുടെ തുടർച്ചകൾ കാലുനിവർത്തി നടക്കാനാവാത്ത തുടരെത്തുടരെയുള്ള ഇടർച്ചകളായി.

ഒട്ടും സുരക്ഷിതമല്ലാത്ത വഴികളിലൂടെയാണല്ലോ ഈ മനുഷ്യർ യാത്ര ചെയ്തുകൊണ്ടിരിക്കുന്നത്. രാഷ്ട്രീയം തീർത്തും സുരക്ഷിതമായിതീർന്ന ഒരു നടവഴിയിൽ ഈ ഭീതിക്ക് പ്രസക്തിയുണ്ട്. കക്ഷിരാഷ്ട്രീയത്തിന്റെ ഔദാര്യത്തിന് കാത്തുനിൽക്കാത്ത സമരങ്ങൾ തീർത്തും അരക്ഷിതമായ ഒരു സ്ഥലത്താണ് ഇന്ന് സാധ്യമാവുന്നത്. മുകുന്ദന് അതിന്റെ തീവ്രത നേരിട്ട് ബോധ്യപ്പെട്ടത് തിരുവനന്തപുരത്തിനടുത്ത് നടന്ന ഒരു ഭൂസമരത്തിന്റെ ഭാഗമായാണ്. വർഷങ്ങളായി തങ്ങൾ ജീവിച്ചു വരുന്ന ഭൂമിയിൽ നിന്നും ഏതാണ്ട് പന്ത്രണ്ടോളം ദളിത് കുടുംബങ്ങളെ പൊലീസ് കടത്തിണ്ണയിലേക്ക് വലിച്ചെറിഞ്ഞു. കുട്ടികളെയും സ്ത്രീകളെയും നെഞ്ചോടടക്കിപിടിച്ചുകൊണ്ട് എന്തുചെയ്യണമെന്നറിയാതെ ഒരു ജനത നിലവിളിച്ചു. ജീവിച്ചിരിക്കുമ്പോൾ ആ ഭൂമിയുടെ ഉടമസ്ഥയായിരുന്ന സ്ത്രീ തന്റെ മുത്തച്ഛനെ ഭൂമി നോക്കി നടത്താൻ അവകാശം നൽകിയതിന്റെ പഴയ രേഖയുമായി ഒരു കമ്യൂണിസ്റ്റുകാരൻ രംഗത്തു വരികയും ഏതോ സബ്ബ് കോടതിയുടെ അനുകൂലവിധിയും രാഷ്ട്രീയസ്വാധീനവും ഉപയോഗിച്ച് പൊലീസുകാരുടെ ഒത്താശയോടെ ദളിത് കുടുംബങ്ങളെ മുഴുവൻ കടത്തിണ്ണയിലേക്ക് വലിച്ചെറിയുകയും ചെയ്തു. ഒന്നുറങ്ങി എഴുന്നേറ്റപ്പോഴേക്കും കിടന്ന ഭൂമി ഇല്ലാതായി അരക്ഷിതരായി തീർന്ന ജനങ്ങൾക്ക്

ആരുടെയും ഔദാര്യത്തിന് വേണ്ടി കാത്തു നിൽക്കാൻ സമയമുണ്ടായിരുന്നില്ല. ഒരു രാഷ്ട്രീയപാർട്ടിയുടെയും പിന്തുണയില്ലാതെ അവിടെ വിപുലമായ രീതിയിൽ തന്നെ സമരപ്രവർത്തനങ്ങൾ ആരംഭിച്ചു. 'പോരാട്ടം' പോലെയുള്ള സംഘടനകൾ അവരുടെ സഹായത്തിനെത്തുകയും അവരുടെ അവസ്ഥ പങ്കുവയ്ക്കുകയും ചെയ്തു. എന്നാൽ കമ്യൂണിസ്റ്റുകളുടെ സഹായത്തോടെ സമരം അടിച്ചമർത്താനുള്ള ശ്രമം നടന്നു. ഭരണകൂടവും അവരുടെ ഏജൻസികളും ജനകീയ സമരത്തെ ആയുധം കൊണ്ട് നേരിട്ടു. വലിയ രീതിയിലുള്ള അടിച്ചമർത്തൽതന്നെ അവിടെ നടന്നു. മുത്തങ്ങയ്ക്കും ചെങ്ങറയ്ക്കും സമാനമായ രീതിയിൽ ജനങ്ങൾ ഒറ്റപ്പെട്ടു. ജനങ്ങൾ കൂടുതൽ ശക്തി പ്രാപിക്കുകയും കോളനിയിലേക്ക് തിരിച്ചെത്തി കുടിൽ കെട്ടി താമസിക്കുകയും ചെയ്തു. 'മാനുവൽ', 'ജെന്നി' തുടങ്ങിയവർ ആ സമരത്തിന്റെ മുൻനിരയിൽ ഉണ്ടായിരുന്നു. പൊലീസും സമരപ്രവർത്തകരും തമ്മിൽ സംഘർഷം ഉണ്ടായി. വ്യവസ്ഥാപിത കമ്യൂണിസ്റ്റുകൾ എന്തുകൊണ്ട് സമീപകാലത്തായി ജനകീയസമരങ്ങൾക്ക് എതിരാവുന്നു എന്ന ആശയത്തെ ഉൾക്കൊള്ളിച്ചു തയ്യാറാക്കിയ നാടകം അവതരിപ്പിക്കാനായി സ്ഥലത്തെത്തിയ മുകുന്ദനെയും സുഹൃത്തിനെയും നാടകത്തിന്റെ ഇടയ്ക്ക് വച്ച് തന്നെ അറസ്റ്റുചെയ്യുകയും മൂന്നു ദിവസം ജയിലിലടയ്ക്കുകയും ചെയ്തു. പൊലീസ് സ്റ്റേഷനും ജയിലും എത്രത്തോളം മനുഷ്യത്വരഹിതമായ അടവുതന്ത്രങ്ങളാണെന്ന് അന്ന് അവന് നേരിട്ടു ബോധ്യപ്പെട്ടു. പൊലീസ് സ്റ്റേഷനിലും ജയിലിലും നിരവധി കോളനി നിവാസികളെ പൊലീസ് അറസ്റ്റ് ചെയ്തുകൊണ്ടുവന്ന് ക്രൂരമായി മർദ്ദിക്കുന്നുണ്ടായിരുന്നു. സ്റ്റേഷനിൽ വച്ചു മദ്യപിച്ചെത്തിയ ഒരു പൊലീസുകാരൻ ബാബു എന്നു പേരുള്ള ഒരു മരപ്പണിക്കാരനെ മർദ്ദിച്ചത് മുകുന്ദൻ ചോദ്യം ചെയ്തു. "നിങ്ങളെന്തിനാണ് ഇവരെ മർദ്ദിക്കുന്നത്. ജീവിച്ചിരിക്കുക കിടന്നുറങ്ങുന്ന സ്ഥലം സംരക്ഷിക്കുക എന്നതൊക്കെ ഒരു മനുഷ്യസമൂഹത്തിന്റെ മിനിമം മര്യാദകളല്ലേ?" റോഷ്നേരയ്ക്ക് അറിയാമോ... രാത്രിയിൽ മൂത്രം ഒഴിക്കാനാവാതെ ഒരു മോഷ്ടാവ് കുത്തിയിരുന്ന് കരയുന്നത് കണ്ടപ്പോൾ പിന്നീട് ഒരു നിമിഷംപോലും ഈ വൃത്തികെട്ട ലോകത്ത് ജീവിച്ചിരിക്കണ്ടെന്ന് എനിക്ക് തോന്നിയതാണ്. അവൾ അവന്റെ കൈകളിൽ മുറുക്കി പിടിച്ചുകൊണ്ട് മുഖത്തേക്ക് നോക്കി.

അയാൾ എന്നോട് കരഞ്ഞുകൊണ്ട് പറഞ്ഞു, എന്നെ അറസ്റ്റ് ചെയ്തുകൊണ്ടുവന്നിട്ട് പത്ത് ദിവസം കഴിയുന്നു. വീട്ടിൽ പോലും ഇവർ അറിയിച്ചിട്ടില്ല. ഞാൻ ഒരു ആടിനെ മാത്രമേ മോഷ്ടിച്ചിട്ടുള്ളൂ. ചെയ്തതും ചെയ്യാത്തതും ഇനി ചെയ്യാൻ പോവുന്നതുമായ എല്ലാ കുറ്റങ്ങളും ഞാൻ സമ്മതിച്ചു കഴിഞ്ഞു. കൈതരിപ്പ് തീർക്കാൻ ഒരാളെ കിട്ടുന്നതുവരെ ഇവിടെ കിടക്കാനാണ് ഇവർ പറയുന്നത്. ലോക്കപ്പിൽ ആകെ മൂത്രത്തിന്റെ നാറ്റമായിരുന്നു. കൊതുകുകളുടെ ശല്യവും. പോരാത്തതിന് മദ്യപിച്ചെത്തുന്ന

പൊലീസുകാരുടെ തെറിവിളികളും. രാവിലെ മാത്രം എന്തെങ്കിലും കഴിച്ച എന്റെ വയറ്റിൽ വല്ലാത്ത നീറ്റൽ അനുഭവപ്പെട്ടു. ഒന്ന് കക്കൂസിൽ പോകണമെന്ന് നിരവധി തവണ ആവശ്യപ്പെട്ട എന്നോട് അത്രയ്ക്ക് അത്യാവശ്യമാണെങ്കിൽ തീട്ടം മുകളിലേക്ക് വലിച്ചു തുപ്പാൻ ഒരു പൊലീസുകാരൻ പറഞ്ഞു.

രാത്രിയിൽ വൈകി സി.ഐ എത്തിയപ്പോൾ എന്നെ വിളിപ്പിച്ചു. അയാൾ എന്തൊക്കെയോ ചോദിക്കുകയും എന്റെ നേരെ അലറുകയും ചെയ്യുന്നുണ്ടായിരുന്നു. അയാളുടെ ഉദ്യോഗം അയാൾ നിർവഹിക്കുകയല്ല, നന്നായി അഭിനയിക്കുകയാണെന്ന് എനിക്ക് മനസ്സിലായി. എനിക്ക് പലകാര്യങ്ങളിലും അയാളുമായി തർക്കിക്കേണ്ടി വന്നു. ഞാൻ ഒരു സാമൂഹ്യജീവിയെന്ന നിലയിൽ എന്റെ സഹജീവികൾക്ക് അപകടം ഉണ്ടായതറിഞ്ഞ് ഒരു നാടകം കളിക്കാൻ വന്നതാണ്. നിങ്ങൾക്ക് എന്നെ വേണമെങ്കിൽ അതിൽ നിന്നും തടയാം പക്ഷേ, എന്നെ പിടിച്ച് ജയിലിലും ലോക്കപ്പിലും ഇടാൻ നിങ്ങൾക്ക് അധികാരമില്ല. ഭരണഘടന എനിക്ക് തന്നിട്ടുള്ള അവകാശങ്ങളിലാണ് നിങ്ങൾ കൈകടത്തുന്നത്. അതു കേട്ടതും അയാൾ മേശപ്പുറത്ത് ആഞ്ഞടിച്ചു. ഞാൻ വളരെ സാധാരണ നിലയിൽ തന്നെ പറഞ്ഞു, സർ നിങ്ങൾ അധികം വികാരപ്പെടേണ്ടതില്ല.

ഞാൻ ആ ലോക്കപ്പിൽ നിന്നാണ് വരുന്നത്. ആ വൃത്തികെട്ട ലോക്കപ്പിന്റെ യജമാനനാണ് നിങ്ങൾ. അത്ര മാത്രമേ സ്വയം ധരിക്കുകയും ചെയ്യാവൂ

അയാൾ അലറി.

ജയിലിൽ വച്ചു ഞങ്ങൾക്ക് ഒരു കാര്യം മനസ്സിലായി. ഇവിടെ ആര് ജയിലിൽ കിടക്കണമെന്ന് തീരുമാനിക്കുന്നത് പൊലീസും അവരുടെ ജീവനില്ലാത്ത എഫ്.ഐ.ആറും ആണ്. അതിന് മുന്നിൽ ഉത്തരം കിട്ടാത്ത സമസ്യയായി കുറ്റവാളിയുടെ ജീവിതം കീഴ്പ്പെടുന്നു. ജാമ്യംപോലും നിഷേധിച്ച് വർഷങ്ങളോളം ജയിലിൽ കിടക്കേണ്ടിവരുന്നു ചിലർക്ക്. ജയിലിൽ കിടക്കുന്നവരിൽ പലരും മുതലാളിമാരുടെയൊ രാഷ്ട്രീയക്കാരുടെയോ സമ്മർദ്ദത്തിനു വഴങ്ങി പൊലീസുകാർ കുടുക്കിയ പാവങ്ങളാണ്. ഇങ്ങനെ കിടക്കുന്നവർക്ക് ജയിലിൽ പ്രത്യേകം മുറിയാണ്. ജാമ്യത്തിലിറക്കാൻ ആളില്ലാത്തതുകൊണ്ടും രണ്ടായിരം രൂപ മുടക്കാൻ ആരും ഇല്ലാത്തതുകൊണ്ടും നിസ്സാരക്കുറ്റത്തിന്റെ പേരിൽ നിരവധിപേർ ഇവിടെ കോടതി സ്വന്തം ജാമ്യത്തിൽ വിടുന്നതും കാത്തുകിടക്കുന്നു. ചിലർ കുറ്റം സമ്മതിച്ച് ഏങ്ങിക്കരയുന്നു.

വിചാരണത്തടവുകാർ ഒരുപക്ഷേ, വർഷങ്ങളോളം ഇങ്ങനെ കിടക്കേണ്ടി വരും. ജയിലിൽ മറ്റു പ്രതികളിൽ നിന്നും ക്രൂരമായ മർദ്ദനങ്ങൾ നേരിടേണ്ടി വരും. ചിലരെ മർദ്ദിക്കാൻ വേണ്ടി മാത്രം ചില ഗുണ്ടകളെ പൊലീസുകാരുടെ സഹായത്തോടെ മുതലാളിമാരും രാഷ്ട്രീയക്കാരും

ജയിലിലെത്തിക്കും. വർഷങ്ങളോളം വിചാരണത്തടവുകാർ ഇങ്ങനെ പുറംലോകം കാണാതെ ഇരുണ്ട മൂലകളിൽ തളച്ചിടപ്പെടും. ഒടുവിൽ നിരപരാധികളാണെന്ന് കോടതി വിധിച്ചെന്നിരിക്കാം. പക്ഷേ, അപ്പോഴേക്കും അവർക്ക് നഷ്ടപ്പെടുന്ന ദിവസങ്ങൾ, അവർ അനുഭവിച്ചു തീർത്ത ക്രൂരമായ വിവേചനങ്ങളും മനുഷ്യാവകാശലംഘനങ്ങളും നാട്ടിൽ തിരിച്ചെത്തിയാൽ അനുഭവിക്കേണ്ടി വരുന്ന അപമാനങ്ങളും കുടുംബത്തിന്റെ കണ്ണീരും. ഇവയ്ക്കൊന്നും എന്താണ് പരിഹാരമെന്ന് ഒരു നിയമത്തിനും ഉത്തരമില്ല. എല്ലാ ശിക്ഷകളും കുറ്റങ്ങളാണെന്ന സത്യം വിസ്മരിക്കപ്പെടുന്നു. കുറ്റങ്ങൾക്കുള്ള പരിഹാരം അതിൽ നിന്നുള്ള മോചനം അല്ലാതെയാവുന്നു. ആകസ്മിക കുറ്റവാളികളെ പോലും സ്ഥിരം കുറ്റവാളികളാക്കാനുള്ള ഭരണകൂടത്തിന്റെ ഒരു ഉപകരണമായി നമ്മുടെ നിയമസംവിധാനങ്ങളും ജയിലും മാറുന്നു.

എഴുതിവച്ച ജീവനില്ലാത്ത നിയമങ്ങളുടെ മനുഷ്യത്വരഹിതമായ ഉപയോഗസ്ഥലങ്ങളായി മനുഷ്യന്റെ മുന്നിൽ ജയിൽ നിൽക്കുന്നു.

ആ യാത്രയ്ക്കിടയിൽ മുകുന്ദൻ വലിക്കുന്ന മൂന്നാമത്തെ സിഗരറ്റാണ് ഇപ്പോൾ അവന്റെ ചുണ്ടിൽ ഇരിക്കുന്നത്. അവൾ കുപ്പി തുറന്ന് വെള്ളം കുടിച്ച് ശൂന്യതയിലേക്ക് നോക്കിയിരുന്നു.

ഇതൊക്കെ എങ്ങനെ ആയാലെന്ത്, നമുക്ക് മൂന്നുനേരം ഭക്ഷണം കഴിക്കണം. സുഖമായി ഉറങ്ങണം. മുകുന്ദൻ കണ്ണുകൾ റോഷ്നേര കാണാതെ മറുവശത്തേക്ക് മാറ്റി.

പൊലീസും കോടതിയും രാഷ്ട്രീയക്കാരും വളർന്ന്...വളർന്ന്... വളർന്ന്... മനുഷ്യൻ അങ്ങ് തീരെ ചെറുതായിരിക്കുന്നു. കോടതിയിൽ ഹാജരാക്കുന്നതിനു മുമ്പ് ഒരു പൊലീസുകാരൻ എന്നോട് പറഞ്ഞു. 'ഇതൊക്കെ ഞങ്ങളുടെ വയറ്റിപ്പിഴപ്പാണെന്ന്.' എനിക്ക് പക്ഷേ, അത് അങ്ങനെ മാത്രമാണെന്ന് തോന്നുന്നില്ല. തന്റെ നാട്ടിൽ ജീവിച്ചിരുന്ന ഒരു പൊലീസുകാരനെപ്പറ്റി റോഷ്നേര മുകുന്ദനോട് പറഞ്ഞു. സ്നേഹനിധിയായ ഒരു പൊലീസുകാരൻ. ആരെയും ഉപദ്രവിക്കില്ല. തെറിപറയില്ല. അയാളെ കളിയാക്കി 'യേശു'പൊലീസെന്ന് എല്ലാവരും വിളിച്ചു. ഒരു രാത്രി ഇരുട്ടി വെളുത്തപ്പോൾ സ്റ്റേഷന്റെ മുന്നിലെ മാവിൽ യേശുപൊലീസ് കെട്ടിതൂങ്ങിയങ്ങനെ നിന്നു. കൊന്നതെന്നും സ്വയം മരിച്ചതെന്നും പറഞ്ഞു കേൾക്കുന്നു.

ലോറിയിൽ കയറിയ മണൽത്തരികളിൽ ഒട്ടിപ്പിടിച്ച് ഓരോ പുഴയും നാടുവിട്ടു. പുഴകൾ മരങ്ങളെ മറന്ന് കുന്നുകളെ മറന്ന് മണൽ മറന്ന് വെയിലിലേക്ക് പറന്ന് തുടങ്ങി. വെയിൽക്കൊട്ടാരത്തിലെ രാജകുമാരന്മാർ വരിവരിയായി നിന്നു. പുഴകളുടെ പേരുകൾ നാട്ടുകാർ തങ്ങളുടെ കുട്ടികൾക്കിട്ടു. നിള, കല്ലായി, പെരിയാർ... ഒക്കത്തിരുന്നു കുട്ടികൾ ഹാജ്ജർ

പറഞ്ഞു. പാഠപുസ്തകത്തിലെ ഓർമതാളുകളിൽ 14 നദികളുടെ പേരുകൾ ആരോ കുറിച്ചിട്ടു. വരൾച്ചയുടെ നീർച്ചുഴികളിൽ നിന്നും പച്ചപ്പ് നഷ്ടപ്പെട്ട ക്ലാസുകൾ ചുവന്ന കണ്ണുനീർ കണ്ടെടുത്തു. മരിച്ചു മരവിച്ച സ്വപ്നങ്ങൾപോലെ ഹൃദയത്തിനുള്ളിൽ ഒരു പുഴപോലും അവശേഷിക്കാതെയായി. മരുഭൂമി തേടിയുള്ള യാത്രകൾ പ്രധാന അധ്യായങ്ങളായി പുസ്തകങ്ങൾ പുനർനിർമ്മിക്കപ്പെട്ടു. തത്ത്വശാസ്ത്രവും രാഷ്ട്രീയവും ഉണക്കമുന്തിരിപോലെ ഓർമ്മകൾ നഷ്ടപ്പെട്ട് അഴുകലിനെ അതിജീവിച്ചു. കണ്ണാടിക്കൂട്ടിൽ വയ്ക്കാവുന്ന ചെറിയ പുഴകളുടെ വലിയ നിലവിളികൾ കുട്ടികളെ പിടിച്ചു കെട്ടിയിട്ടു. ചേറിൽ കലങ്ങിയ മനസ്സുകൾ വെയിൽ കൊള്ളാതിരിക്കാൻ മൺപാത്രങ്ങൾക്കുള്ളിൽ ഓടിയൊളിച്ചു. സ്വപ്നവും ജീവിതവും നഷ്ടപ്പെട്ട ആകാശം വിണ്ടുകീറിയ ഒരു പെണ്ണുടൽ പോലെ ഭൂമിയിലേക്കു നോക്കി നിന്നു. നക്ഷത്രങ്ങൾ ഉണങ്ങിയ മൾബറിപഴങ്ങളെ പോലെ ആകാശത്തിൽ നിന്നും കൊഴിഞ്ഞുവീഴാൻ തുടങ്ങി. മേഘങ്ങൾ ജലത്തിന്റെ സാന്ദ്രത അന്വേഷിച്ചു. വരണ്ടുപോയ ചിന്തകളുമായി മനുഷ്യർ ചാട്ടവാറുകൾ അന്വേഷിച്ചു. ഓരോ തീയും പടർന്നു പിടിക്കാൻ ശരീരങ്ങളെ അന്വേഷിച്ചു. ചൂടുകൊണ്ട് പൊള്ളുന്ന സന്ധ്യകൾ പുലരികളെ കൈവെടിഞ്ഞു. ഓർമ്മച്ചെപ്പിനുള്ളിലേക്ക് പുഴകളും വലകൾക്കുള്ളിലേക്ക് കുട്ടികളും ചേക്കേറി. കൂടു തകർന്ന ഒരു കിളി നിലവിളിച്ചുകൊണ്ടു പറന്നു പോയി. കടുത്ത ഉഷ്ണത്തിന്റെ വെന്തുരുകുന്ന പാത്രത്തിൽ നിന്നും ജലം കുടിച്ച ഒരു കിളി പ്രാണവേദനയോടെ നിലത്തു വീണ് മരിച്ചു. ദാഹിക്കുന്ന മനുഷ്യർ നിർത്താതെ ഓടുകയും ചന്ദ്രനും സൂര്യനും ആകാശത്തിനോട് വിടപറഞ്ഞ് പോവുകയും ചെയ്തു. ഒക്കെയും പുതിയതായി കാണാൻ കുട്ടികൾ ഇരുട്ടത്ത് പന്ത് കളിച്ചു.

ഒരു മരണവീടിന്റെ മൂകതയിൽ ക്ലാസ്സുകൾ തുടർന്നു. എലിയും പൂച്ചയും ജനലിലൂടെ ഒളിഞ്ഞ് നോക്കി. പുഴകളോരോന്നും ബെഞ്ചിന്റെ അറ്റത്ത് ഒതുങ്ങിയിരുന്നു. ഇടവേളകളിൽ മാഹിയും അഞ്ചരക്കണ്ടിയും വളപട്ടണവും തലശ്ശേരിയും കല്ലടയും വെള്ളം കുടിക്കാൻ പോവുന്നു. കുപ്പത്തിന് അപ്പിയിടാൻ മുട്ടിയപ്പോൾ ചന്ദ്രഗിരിയെയുംകൂട്ടി ടീച്ചറോട് രഹസ്യം പറയുന്നു. മറ്റു കുട്ടികളെല്ലാം അടക്കിപിടിച്ചു ചിരിക്കുന്നു. കോരപ്പുഴയും ചിറ്റാറും ഷിറിയയും മൊഗ്റാലും ഭവാനിയും നിരന്നിരുന്നും തിരൂരും കീച്ചേരിയും ഇത്തിക്കരയും നിളയും നിരന്നുനിന്നും മൂത്രം ഒഴിക്കുന്നു. ഭവാനി മുഖം കഴുകാൻ പോയി. മാഹി കബനിയുടെ കണ്ണുകളിലേക്ക് നോക്കി. ബാക്കി പുഴകളുടെ ബഹളം കേട്ട് ടീച്ചർ മേശപ്പുറത്ത് ചൂരലുകൊണ്ട് ആഞ്ഞടിച്ചിട്ട് ഒരു കഥ പറഞ്ഞ് തുടങ്ങുന്നു. പാഠപുസ്തകത്തിലെ പുഴയും ഓർമ്മയിലെ പുഴയും കൂടി ഒരിക്കൽ ഒരു യാത്രപോയി. കാടിന്റെ മണമുള്ള മരങ്ങൾ അവർക്ക് വഴിയൊരുക്കി. നീരിന്റെ ഉണർവുള്ള പുൽമേടുകൾ അവർക്ക് ചൂണ്ടുപലകകളായി. ഒടുവിൽ അവർ പഴയപോലെ കടലിൽത്തന്നെ ചെന്നെത്തി. പക്ഷേ,

കടലിന് ഓർമ്മയിലെ പുഴയേയും പുസ്തകത്തിലെ പുഴയേയും ആവശ്യമില്ലായിരുന്നു. ഒടുവിൽ പാലത്തിന്റെ മുകളിൽ കയറി നിന്ന് പുഴകൾ ആകാശത്തിലേക്ക് ചാടി ആത്മഹത്യചെയ്തു. ക്ലാസ്സിലെ പുഴക്കുട്ടികളുടെ കണ്ണുകൾ നിറഞ്ഞു.

ആ സ്കൂളിൽ ഒരു കുട്ടി മാത്രം ഒറ്റയ്ക്ക് മാറിയിരുന്നു. പുഴയുടെ പേരവൾ ഉപേക്ഷിച്ചു. റോഷ്നേര - അവൾ സ്വയം പേരെഴുതി. കളിക്കാനും ചിരിക്കാനും ആൺകുട്ടികളോട് ഒന്നിച്ച് നടക്കാനും സ്വാതന്ത്ര്യം തരുന്നതുവരെ ക്ലാസ്സിൽ കയറില്ലെന്ന് തീരുമാനിച്ചു. വീട്ടിൽ നിന്നും വീട്ടിലേക്കെന്ന പോലെ സ്കൂളിൽ നിന്നും സ്കൂളിലേക്ക് എന്ന പോലെ ജയിലിൽനിന്നും ജയിലിലേക്ക് അവളുടെ മനസ്സ് യാത്ര ചെയ്തു. കുമ്മായം പൊടിഞ്ഞ പഴയ സർക്കാർ തൂണിൽ ചാരിയിരുന്നവൾ സ്വപ്നം കണ്ടു. മൂത്രമൊഴിച്ചിട്ടവൾ വീണ്ടും ബെല്ല് തൂക്കിയിട്ട കഴുക്കോലിന് താഴെ കുത്തിയിരുന്നു. വെള്ളം കുടിച്ചിട്ടവൾ ചെകുത്താന്മാരെ സ്വപ്നം കണ്ടു. ജീവിച്ചിരിക്കുന്ന മനുഷ്യരിൽ അവൾക്ക് വിശ്വാസം നഷ്ടപ്പെട്ടു. എട്ടാം ക്ലാസുവരെയുള്ള ദൂരം ഒരു ജീവിതമാണെന്നവൾ പഠിച്ചു. അവളുടെ സ്വപ്നങ്ങളിൽ മഴ പെയ്തു. പുഴകൾ നിറഞ്ഞൊഴുകി. ചെങ്കുത്തായ പാതയിലൂടെ ഒരു സൈക്കിൾ ഇറങ്ങിവന്നു. അവളതിന്റെ പെയിന്റ് ചുരണ്ടിക്കളഞ്ഞ് അവൾക്കിഷ്ടമുള്ള നിറം കൊടുത്തു. മാമ്പഴങ്ങൾ കരിയിലകൾക്ക് പുറത്തേക്ക് വീണുകൊണ്ടിരുന്നു. ഹാജർപുസ്തകങ്ങളും പാഠപുസ്തകങ്ങളും കത്തിച്ച് കളഞ്ഞ് അവൾ പറങ്കിമാവിന്റെ ചുവട്ടിൽ തെണ്ടിനടന്നു. ഒരു സ്വപ്നത്തിന് ഒരു ദിവസത്തെ ആയുസ്സുമാത്രമേ ഉള്ളുവെങ്കിലും, അവൾ അതിൽ ഉണ്ടു. അതിൽ ഉറങ്ങി. വേട്ടപ്പട്ടികൾ കുരയ്ക്കാൻ തുടങ്ങി. അദ്ധ്യാപകർ അലറാൻ തുടങ്ങി. രക്ഷിതാക്കൾ ആക്രോശിക്കാൻ തുടങ്ങി. അവൾ ഒന്നു നിലവിളിക്കുകകൂടി ചെയ്യാതെ സ്വപ്നത്തിൽ നിന്നും ഇറങ്ങി ഒരു മലയുടെ മുകളിലേക്ക് പോയി. പിന്തുടർന്നവരുടെ കാലുകൾ കുഴഞ്ഞു. വളരെ പെട്ടെന്നവൾ ഒരു വാൽനക്ഷത്രത്തിന്റെ കൈ പിടിച്ച് ആകാശത്തിലേക്ക് നടന്നു കയറി. സ്വയം സ്വാതന്ത്ര്യം പ്രഖ്യാപിച്ച അവൾ ആകാശത്തിൽ തിളങ്ങുന്ന ഒരു നക്ഷത്രമായി. കണ്ണിമവെട്ടാതെ അവൾ താഴെ സ്കൂളിലേക്ക് കാർക്കിച്ചു തുപ്പി. ഇനിയും പരിഹരിക്കപ്പെടാത്ത കണക്കുകളുമായി കുട്ടികൾ നിരനിരയായി അപ്പോഴും സ്കൂളിലേക്ക് പൊയ്ക്കൊണ്ടിരുന്നു. രാത്രികളിൽ അവളെ കണ്ട് ഞെട്ടിയ അദ്ധ്യാപകർ ചരട് ജപിച്ച് കൈയിൽ കെട്ടി. സ്കൂളിൽ മന്ത്രവാദം നടത്തി പിശാചുക്കളെ അകറ്റി. ഒരു കൂട്ടബെല്ലടിച്ചതും പുഴകൾ സ്കൂളിൽ നിന്നും വീട്ടിലേക്ക് ഒഴുകാൻ തുടങ്ങി. കുട്ടികൾ ബാക്കിയാക്കിയ ചോറുകൾക്കിടയിൽ പൂച്ച എലിയെയും കൂട്ടി ഉണക്കമീൻ തിരഞ്ഞു.

പത്ത്

അവന് എപ്പോൾ വേണമെങ്കിലും എന്നിൽ നിന്നും മടങ്ങിപ്പോവാം

എന്നെ തീരെ പരിഗണിക്കാത്ത ഇത്രയധികം വിഡ്ഢിയാക്കുന്ന ഒരാൾക്ക് വേണ്ടി ഞാൻ എന്തിനാണ് നിഴൽയുദ്ധം നടത്തി സ്ഥിരം കുറ്റവാളിയാകുന്നത്? ഇന്നലെ വരെ എല്ലാവരും കണ്ട, ഇന്ന് രാവിലെ കത്തിത്തീർന്ന ഒരു വീടിനെപ്പോലെ ആകസ്മികവും നിഗൂഢമായ ഒരു സ്ഥലമായിരുന്നു അത്.

"ഒരിക്കലും ഞങ്ങളുടെ ഫോട്ടോകൾ ഫ്രെയിം ചെയ്ത് മാലയിട്ട് നീ ഡൈനിംഗ് റൂമിൽ വയ്ക്കരുത്. കഴിവതും ഞങ്ങളിൽ നിന്നും ഒന്നും പഠിക്കാതിരിക്കുക."

ആ പത്രവാർത്തയിലെ ആത്മഹത്യാക്കുറിപ്പ് റോഷ്നേരയെ വല്ലാതെ ഞെട്ടിച്ചു. വാർത്തയ്ക്കപ്പുറം ജീവിതത്തിന്റെ സുഗന്ധം അവളെ ആകുലയാക്കി. മനുഷ്യൻ നൽകുന്ന അർത്ഥത്തിനപ്പുറം ചില ദുരൂഹതകളുടെ കൂടി ആകെ തുകയാണ് ജീവിതം. വിശകലനങ്ങളെല്ലാം പരാജയപ്പെട്ട് പോവുന്നത് അവിടെയാണ്. സത്യത്തിൽ ഇതൊരു ആത്മഹത്യാക്കുറിപ്പാണെന്ന് ആർക്കാണ് വിശ്വസിക്കാനാവുക. ഇത്ര ചെറുതും വ്യക്തവുമായ ഒരു ആത്മഹത്യക്കുറിപ്പ് എങ്ങനെയാണ് എഴുതാൻ കഴിയുന്നത്. അതും ഭൂമിയിൽ നിന്ന് പോകാൻ തീരുമാനിച്ച് ഏതാനും നിമിഷം മുമ്പ്.

ആ വാർത്ത ഇതായിരുന്നു. അറുപത് വയസ്സുള്ള ഒരു വൃദ്ധ അറുപത്തിരണ്ട് വയസ്സ് പ്രായമുണ്ടായിരുന്ന തന്റെ ഭർത്താവിന്റെ ആകസ്മിക മരണത്തിൽ മനം നൊന്ത് കിണറ്റിൽ ചാടി ആത്മഹത്യ ചെയ്തു. ഈ അറുപതാം വയസ്സിലും ജീവിതത്തിന്റെ ആവർത്തനവിരസതകളെ മറികടന്ന് അവർക്ക് ഭർത്താവിനെ ഇന്നും പ്രണയിക്കാൻ കഴിഞ്ഞിരുന്നോ? അയാളുമായി ഇത്രയും കാലം ജീവിച്ചിട്ടും മതി വരാതെയാണോ അവർ ആ കിണർ വെള്ളത്തിന്റെ ആഴങ്ങളിലേക്ക് മുങ്ങാംകുഴിയിട്ടത്?

എന്തിനാണ് ആണും പെണ്ണും ദീർഘകാലം ഒരുമിച്ചു ജീവിക്കുന്നത്? ഒരുമിച്ചു ജീവിക്കാൻ സ്നേഹവും ലൈംഗികതയും മാത്രം മതിയോ?

എന്തുകൊണ്ടാണ് പ്രണയവും ലൈംഗികതയും പങ്കുവയ്ക്കാതെ തന്നെ ഒരു പെണ്ണിനും പുരുഷനും ഒരുമിച്ചു ജീവിക്കാൻ കഴിയാത്തത്? അല്ലെങ്കിൽത്തന്നെ എന്തിനാണ് ഒരുമിച്ച് ജീവിക്കുന്നത്. ഇത്തിൾ ഒരു മാവിന്റെ ശിഖരത്തിൽ ഒട്ടിപ്പിടിക്കുന്നത് പോലെ... ബന്ധനങ്ങളുടെ കെട്ടുപാടുകൾ നമ്മൾ സംസ്കാരത്തിന്റെ പേരിൽ ചുമക്കുകയല്ലേ. അതിനെക്കൂടി മറികടക്കുമ്പോഴല്ലേ സംസ്കാരം കൂടുതൽ അർത്ഥ വത്താവുക. അപ്പോൾ കുട്ടികൾ, അവരെ എന്തുചെയ്യും? നിസ്സാരവും എളുപ്പവുമായ ഉത്തരങ്ങൾ തേടുന്നതിനോട് റോഷ്നേരയ്ക്ക് താൽപ്പര്യം ഉണ്ടായിരുന്നില്ല. നിലവിലുള്ള ഒരു ഉത്തരവും അത്ര എളുപ്പത്തിൽ ഉണ്ടായി വന്നതല്ല. എല്ലാ മതിലുകളും പൊളിച്ചു കളയുന്നതിനെ പറ്റി സംസാരിക്കുന്ന നമ്മൾ പുതിയ മതിലുകൾ കെട്ടിക്കൊണ്ടിരിക്കുന്നു. എല്ലാ നിർവചനങ്ങളെയും മറികടക്കാൻ ശ്രമിക്കുമ്പോഴും നമ്മൾ പുതിയ നിർവചനങ്ങൾ ഉണ്ടാക്കികൊണ്ടിരിക്കുന്നു.

പ്രണയങ്ങളിൽ മുകുന്ദന് വലിയ വിശ്വാസമില്ലെങ്കിലും അവൻ ഉള്ളിലെവിടെയൊ അതിന് അടിമയാണെന്ന് റോഷ്നേരയ്ക്ക് തോന്നിയിട്ടുണ്ട്. എല്ലാ രാഷ്ട്രീയത്തെയും മറന്ന് സൗഹൃദങ്ങളിൽപോലും അവൻ വിധേയനാകുന്നു. പക്ഷേ, അത് തുറന്നു സമ്മതിക്കാത്ത ഒരു കാപട്യം അവനിൽ നിലനിൽക്കുന്നുണ്ട്. ചിലസമയത്ത് അവൾക്ക് തോന്നും മനുഷ്യരെ ഇങ്ങനെ തുലാസിൽ എന്ന വണ്ണം അളന്ന് എടുക്കേണ്ടതുണ്ടോ? ചെറിയ കാര്യങ്ങൾക്കുപോലും അവൻ കൂടുതൽ ആകുലപ്പെടുകയും സംഘർഷം അനുഭവിക്കുകയും ചെയ്യുന്നു. കുടുംബ ബന്ധങ്ങളിൽ അവന് ഒട്ടും വിശ്വാസമുണ്ടായിരുന്നില്ല. അവന് അവന്റെ കുടുംബം ഒരു പേടിപ്പെടുത്തുന്ന ബാല്യമാണ് സമ്മാനിച്ചത്. അച്ഛൻ മദ്യപാനിയും അതിലധികം അരാജകവാദിയും ആയിരുന്നു. വളരെ ക്രൂരമായ മർദ്ദനമാണ് അവന്റെ അമ്മയ്ക്ക് മക്കളുടെ മുന്നിൽ വച്ച് ഏൽക്കേണ്ടി വന്നിട്ടുള്ളത്. കുടുംബം എന്നു പറയുമ്പോൾ അവന് ഒരു അമ്മയുടെ കവിളൊട്ടി എല്ലിച്ച മുഖമാണ് ഓർമ്മ വരുന്നത്. ഒരിക്കൽ അവൻ റോഷ്നേരയോട് പറഞ്ഞു കുടുംബത്തിൽ മനസ്സമാധാനം കിട്ടാതെപോയ ഒരാളുടെ ചിന്തകളായി എന്റെ കുടുംബവിരുദ്ധ ആശയങ്ങൾ വ്യാഖ്യാനിക്കപ്പെടരുത്. കുട്ടിക്കാലത്ത് കുടുംബത്തിന്റെ പൊള്ളത്തരങ്ങൾ മനസ്സിലാക്കാൻ അത് എന്നെ സഹായിച്ചിട്ടുണ്ടാവും. പക്ഷേ, അതിനെക്കാളേറെ എന്നെ ചിന്തിപ്പിച്ചത് ചുറ്റുപാടുകൾ ആണ്. ഒരുപക്ഷേ, കുടുംബം നൽകുന്ന സുരക്ഷിതത്വവും ബദൽ സംവി ധാനങ്ങളുടെ അപര്യാപ്തതയും ആണ് കുടുംബത്തെ നിലനിർത്തുന്നത്.
“മൂല്യബോധത്തിന്റെ സ്വാധീനം ചെറുതാണോ” റോഷ്നേര ചോദിച്ചു.
“വർഷങ്ങളായി നിലനിൽക്കുന്ന ഒരു ആശയം അതിന്റെ സുരക്ഷിത ത്തിൽനിന്നും പുറത്ത് കടക്കുമ്പോൾ, ബലക്ഷയം വരുമ്പോൾ ഏത് സാമൂഹ്യമൂല്യങ്ങളും പുനർനിർമ്മിക്കപ്പെടും എന്നാണ് എനിക്ക്

തോന്നുന്നത്.” “അത് തകരുമെന്ന് തന്നെയാണ് നീ പറയുന്നത്?” “അതെ, അത്ര എളുപ്പമല്ലെങ്കിലും അത് സംഭവിക്കും.” “അവസാനം നിന്റെ വീട്ടുകാരേ കാണൂ” എന്ന വാചകം ജീവിതത്തിൽ നാം ഒരുപാടിടങ്ങളിൽ നിന്നും കേൾക്കുന്നുണ്ട്. ആ വാചകത്തിൽ കുടുംബത്തിന്റെ നിലനിൽപ്പുമായി ബന്ധപ്പെട്ട ഒരു വലിയ സത്യം ഒളിഞ്ഞിരിപ്പുണ്ട്. മറ്റാരും ഇല്ലെന്ന യാഥാർത്ഥ്യമാണ് അവരേ കാണൂ എന്ന് നമ്മളെ കൊണ്ട് പറയിക്കുന്നത്. കുടുംബമല്ലാതെ മറ്റൊരിടം ഉണ്ടാക്കാൻ നമ്മൾ ശ്രമിക്കുന്ന നിമിഷം മുതൽ ‘കുടുംബം’ ചോദ്യം ചെയ്യപ്പെടും.

റോഷ്നേര കൂട്ടിച്ചേർത്തു, നമ്മുടെ മകൻ സുരക്ഷിതനാണെന്ന് പറയുമ്പോൾ പുറത്ത് ചില കുട്ടികൾ തീർത്തും അരക്ഷിതരാണെന്ന അർത്ഥവും ഉണ്ട്. അത്രത്തോളമെങ്കിലും ആ പദം ഉൽപ്പാദിപ്പിക്കുന്ന കുടുംബം സാമൂഹ്യവിരുദ്ധമാണ്.

തൂക്കിക്കൊല്ലാൻ വിധിക്കപ്പെട്ട തീവ്രവാദി ആത്മഹത്യ ചെയ്യുന്നത് സ്വപ്നം കണ്ടുകൊണ്ട് ഞെട്ടിയുണരുന്നു. നമ്മുടെ മനസ്സ് വികലമാവുമ്പോൾ നമ്മൾ മറ്റുള്ളവരുടെ കുറ്റങ്ങൾ കണ്ടെത്തും. കുറ്റങ്ങൾ കണ്ടെത്തുന്നത് തന്നെ നമുക്കു രക്ഷപ്പെടാനാണ്. നിനക്ക് ജീവിക്കാൻ ഞങ്ങൾ മരിക്കുന്നതുപോലെതന്നെ പ്രധാനമാണ് ഞങ്ങൾക്ക് ജീവിക്കാൻ നീ മരിക്കുന്നതും. കുറ്റങ്ങൾ കണ്ടെത്തി തുടങ്ങുമ്പോൾ തന്നെ നമ്മൾ പരാജയപ്പെട്ട് തുടങ്ങിയെന്നർത്ഥം. നിശ്ചലതയാണ് ഇത്തരം വിഹ്വലതകളിലേക്ക് മനസ്സിനെ കൊണ്ടുപോകുന്നത്. പ്രകൃതിയിൽ എല്ലാം നിരന്തരം ചലിച്ചുകൊണ്ടിരിക്കുന്നു. ഒരിലപോലും... ഒരു കിളിപോലും... അതിനാവും വിധം ചലിച്ചുകൊണ്ടിരിക്കുന്നു. ഇങ്ങനെ ചലനാത്മകമായ മനസ്സിനേ സർഗാത്മകമാവാൻ കഴിയൂ. നിശ്ചലതയും അതിന്റെ മുരടിപ്പും മനസ്സിൽ നിന്നും വലിച്ചെറിയപ്പെടുമ്പോൾ ഒരു മനുഷ്യൻ നവീകരിക്കപ്പെടുന്നു. പിന്നെ അവനെന്തും ആവാം. ഒരു പുഴയെപോലെ ഒഴുകാം... തിരയെ പോലെ തഴുകാം... കിളിയെ പോലെ പറന്നുയരാം... ഭാരമില്ലാത്ത ഒന്നിനെയാണ് എല്ലാവരും തേടിക്കൊണ്ടിരിക്കുന്നത്. നിശ്ചലതയാണ് കുറ്റത്തിന്റെയും ശിക്ഷയുടെയും തത്ത്വശാസ്ത്രം. എലി കൂർക്കം വലിച്ചുറങ്ങിയപ്പോൾ കണ്ടത് മറ്റൊരു സ്വപ്നമായിരുന്നു. അവിടെ ശത്രുക്കളെയും മിത്രങ്ങളെയും ഒരുപോലെ തിരിച്ചുവിളിക്കുന്ന വിഡ്ഢിയായ ഒരു കാമുകനെ കണ്ടു. അവൻ വിളിച്ചു പറയുന്നു പഞ്ഞിക്കൂട്ടങ്ങളെ പോലെ എന്റെ പ്രണയം വളർന്നുകൊണ്ടിരിക്കുന്നു. നല്ലൊരു മുള്ള് കാലിൽ നിന്നും വലിച്ചൂരുന്നത് പോലെ നീ എന്നിൽ തന്നെയുണ്ട്. ആ മഴനൂലുകളുടെ മർമ്മരങ്ങൾക്കിടയിലൂടെ ഒരു കിളികുഞ്ഞ് ജനിക്കുന്നു. അതിനുള്ള ചിറക് ആകാശം നൽകുന്നു. ചോദ്യങ്ങൾക്ക് ഉത്തരം കൊടുക്കാൻ നിന്നാൽ അതിനു പോലും നമ്മുടെ സമയം തികയില്ലെന്നുള്ളതുകൊണ്ട് ഉത്തരങ്ങളുടെ എന്റെ പുസ്തകം ഞാൻ ഇന്നു രാവിലെ കത്തിച്ചു

കളഞ്ഞു. ചോദ്യങ്ങൾക്ക് മുന്നേ ഉത്തരം കടന്ന് വരുന്ന ചോദ്യങ്ങൾക്ക് മത്തുപിടിച്ച ഒരു കാലമാണ് ഇത്. നമുക്ക് ആ കിളിക്കുഞ്ഞിനോടു സംസാരിക്കാം. ഇവിടെ വീടുവയ്ക്കാൻ നമുക്കൊരിടം ഇല്ലെന്ന്. പാപം ചെയ്യാത്താവർ കല്ലെറിയട്ടേ... എന്ന് യേശുക്രിസ്തു പറഞ്ഞത് ഇവിടെ എല്ലാവരും പാപികളായതുകൊണ്ടല്ല. ഒരു പാപമെങ്കിലും ചെയ്യാത്ത ആരെയും കണ്ടുമുട്ടരുതേ എന്ന പ്രാർത്ഥനകൊണ്ടാണ്. നമുക്ക് ആ കിളിക്കുഞ്ഞിനോട് ചോദിക്കാം നിന്റെ മുട്ടത്തോട് ഇനി എനിക്ക് തന്നേക്കുമോ എന്ന്. എന്നിട്ട് നമുക്ക് സന്തോഷത്തോടെ പിരിയാം.

എന്റെ ശത്രുക്കളെ മടക്കിത്തരൂ... ഇനിയും എനിക്ക് അവരോട് പറയാനുണ്ട്. അതും ഈ മരണത്തിന്റെ ഇരുണ്ട മുറിയിലേക്ക് നിങ്ങൾ എന്നെ കയറ്റുന്നതിന് മുമ്പ്. എന്റെ കുറ്റം കണ്ടില്ലെന്ന് നടിച്ച ഒരു പറ്റം മനുഷ്യരും ഇവിടെയുണ്ട്. അവരെയും നിങ്ങൾ എന്റെ അടുത്തുനിന്നു മടക്കി വിളിക്കരുത്. എന്റെ ഇടത്തേ നെഞ്ചിലും തൊട്ടടുത്ത നെഞ്ചിലും ഒരുമിച്ചു കിടത്തണമെനിക്ക് അവരെ. നിങ്ങൾക്കതിന് കഴിയുമോ? ഞാൻ വെല്ലുവിളിക്കുന്നു. നിശ്ചലതയാണ് കുറ്റത്തിന്റെയും ശിക്ഷയുടെയും തത്ത്വശാസ്ത്രം

പൂച്ചയുടെ തുടരെ തുടരെയുള്ള ഈ വാചകം, എന്തിനെയും അവസാനിപ്പിക്കുന്നതുപോലെയുള്ള ഈ വാചകം കേട്ട് എലി സ്വപ്നത്തിൽ നിന്നും ഉണർന്നു.

പതിനൊന്ന്

വേറിട്ട് നിൽക്കാനാവശ്യമായ ആർജ്ജവം

> അവസാനപടി ഇറങ്ങി പോകുന്നതിന് മുമ്പ് ഞാൻ തിരിഞ്ഞ് നോക്കും. കൊഴിഞ്ഞു വീണിട്ടും ശക്തിക്ഷയം വന്നിട്ടില്ലാത്ത നിന്റെ വാക്കുകൾ എന്നെ പിന്തുടർന്നുകൊണ്ടേയിരിക്കുന്നു. ഈ ശരീരം നിരന്തരം മൂടിവയ്ക്കപ്പെടുന്നത് എന്തുകൊണ്ടാണ്?

ഒരു പക്ഷേ ഒരു സാധാരണദിവസമായിരുന്നില്ലെങ്കിൽ തികച്ചും അപ്രതീക്ഷിതമായി പെയ്ത ആ മഴ ആസ്വദിക്കാൻ തനിക്ക് കഴിയുമായിരുന്നില്ലായെന്ന് റോഷ്നേരയ്ക്ക് തോന്നി. തെരുവ് വിളക്കിന്റെ മഞ്ഞിച്ച വെളിച്ചത്തിൽ ഉയരങ്ങളിൽനിന്നും ആരോ വാരി എറിയുന്ന മുത്തുകൾ പോലെ മഴത്തുള്ളികൾ ഭൂമിയിലേക്ക് വീണുകൊണ്ടിരുന്നു. തന്റെ ശരീരം ഒന്നു കാണണമെന്ന് അവൾക്ക് തോന്നി. മുടി മുതൽ കാലിലെ നഖംവരെ ശരീരത്തെ മൂടിനിൽക്കുന്ന വസ്ത്രങ്ങൾ ഒരോന്നായി അവൾ ഉരിഞ്ഞ് കളഞ്ഞു. അവൾ പതിയെ കണ്ണാടിയുടെ മുന്നിലേക്കു നിന്നു. കൈകൾ ഒരു വിറയലോടെ അവളുടെ ശരീരത്തിലൂടെ ഉഴറി നടന്നു. എന്റെ ശരീരം എനിക്ക് ഇത്രത്തോളം അപരിചിതമായിരുന്നല്ലോ. ജീവിതത്തിൽ തന്റെ രൂപമൊന്ന് ഓർത്തെടുക്കാൻ ശ്രമിച്ച് എത്ര തവണയാണ് പരാജയപ്പെട്ടു പോയിരിക്കുന്നത്. തന്റെ പ്രതിഫലനങ്ങളിൽ ഉറ്റു നോക്കുന്ന ചില നിമിഷങ്ങളിൽ അവൾക്ക് ഒരു അപരിചിതയെ നോക്കുന്നതുപോലെ തോന്നിയിരുന്നു. വീതികൂടിയ കഴുത്തിലൂടെ കൈകൾ ചുറ്റിപ്പിണച്ചുകൊണ്ട് അവളങ്ങനെ നിന്നു. അഴിച്ചിട്ട മുടി കറുത്ത മണ്ണിരകളെ പോലെ വളഞ്ഞുപുളഞ്ഞ് കഴുത്തിലൂടെ പിറകിലേക്ക് വീണു കിടന്നു. മുലകളിൽ വട്ടത്തിൽ വിരലോടിച്ചുകൊണ്ട് കറുത്ത മുലക്കണ്ണുകളിലേക്ക് അവൾ നോക്കി. ഓരോ രോമകൂപങ്ങളിലും അവൾ അവളെ തന്നെ തിരഞ്ഞുകൊണ്ടിരുന്നു. ഇടത്തേ മുലയുടെ താഴെയുള്ള കറുത്ത മറുകിലൂടെ വിരലോടിച്ച് അവൾ താഴേക്കിറങ്ങി. കൈപ്പത്തികൾ വയറിൽ അമർത്തി വച്ചു. പൊക്കിളിനു മുകളിൽ മുന്തിരിങ്ങയുടെ വലിപ്പവും തവിട്ട്നിറവുമുള്ള മറുകിലൂടെ മഴവെള്ളം താഴേക്ക് ഒഴുകിയിറങ്ങുന്നതുപോലെ അവൾക്ക് തോന്നി. ജനലുകൾ തുറന്ന് കിടക്കുകയായിരുന്നു. അതു വഴി വീടിനുള്ളിലേക്ക്

ഒലിച്ചിറങ്ങുന്ന മഴവെള്ളം. അവൾക്ക് തന്റെ പൊക്കിളിൽ ഒന്നു ചുംബി ക്കണമെന്ന് തോന്നി. തന്റെ നീണ്ട കൈവിരലുകൾ കൊണ്ട് തുടകളിൽ എഴുന്നുനിൽക്കുന്ന രോമങ്ങളെ അവൾ തലോടി. ചാറിവീഴുന്ന വളരെ നേർത്ത മഴത്തുള്ളികൾ അവളുടെ ശരീരത്തെ കൂടുതലായി തിരിച്ചറി യുന്നത് പോലെ അവൾക്ക് തോന്നി. മഴത്തുള്ളികൾ ആലിലകളിലൂടെ മഴക്കാടുകളിലേക്ക് ഒലിച്ചിറങ്ങി. ജലതരംഗങ്ങൾ ഭൂമിയുടെ ഉള്ളറ കളിലെന്നപോലെ സ്വതന്ത്രമായി ഒഴുകിനടന്നു. ജനലിലൂടെ ഇടയ്ക്ക് തെറിച്ച് തെറിച്ച് വീണ നേർത്ത ജലകണങ്ങൾ അവളുടെ ശരീരത്തിലേക്ക് കൂടുതൽ പറ്റി ചേർന്നു. കുന്നുകൾ ഇറങ്ങി പുഴകൾ കടന്നു പുൽത്തകിടി കളിലൂടെ അവളുടെ കൈകൾ സഞ്ചരിച്ചു. ചരിഞ്ഞ് നിന്ന് തന്റെ ശരീര ത്തിന്റെ വടിവുകളിലൂടെയും വരകളിലൂടെയും ഏറ്റക്കുറച്ചിലുകളി ലൂടെയും അവൾ കടന്ന് പോയി. അന്നാണ് പ്രായപൂർത്തി ആയതിനു ശേഷം അവൾ ആദ്യമായി കാലുകൾ അകറ്റി വച്ചത്. അന്നാണ് അവൾ സ്വയംഭോഗം ചെയ്യാൻ തുടങ്ങിയത്. മറ്റാർക്കും കണ്ടെത്താൻ കഴിയാത്ത ഒരു കവിതപോലെ അവൾ തന്റെ ശരീരത്തെ തിരിച്ചറിഞ്ഞു.... എല്ലാ ശരീര വടിവുകളെയും അവൾ അന്ന് മുതൽ മറികടക്കാൻ തുടങ്ങി. കൈ വീശി നെഞ്ച് വിരിച്ച് നടക്കാൻ പഠിച്ചു.

ഇന്ന് വർഷങ്ങൾക്കുശേഷം ഇളം നീല നിറമുള്ള കുറേ കുപ്പിവളകൾ ചിതറിക്കിടക്കുന്ന മിനുസമുള്ള വയലറ്റ് ഗ്ലാസിന്റെ ഉപരിതലംപോലെ അവളുടെ ശരീരം കണ്ണാടിയിൽ തെളിഞ്ഞു. കുറേ സമചതുരങ്ങളുടെ എണ്ണിയാൽ ഒതുങ്ങാത്ത കൂട്ടം പോലെയും ചാഞ്ഞും ചരിഞ്ഞും ഒഴുകുന്ന പുഴപോലെയും വിണ്ട് കീറിയ വയലുപോലെയും മാറിയും തിരിഞ്ഞും അവളുടെ ശരീരം കണ്ണാടിയിൽ തെളിഞ്ഞു. ചിലപ്പോഴൊക്കെ ഒന്നും കാണാനാവാത്ത ഒരു പുകപടലം ഒക്കെതിനെയും മൂടി. ഓർത്തെടുക്കാൻ പ്രയാസമുള്ള പഴയ കുറേ ബ്ലാക്ക് ആന്റ് വൈറ്റ് ചിത്രങ്ങളുടെ നിഴലുകളും ഇടയ്ക്ക് പ്രത്യക്ഷപ്പെട്ടു. അദൃശ്യമായ നിറങ്ങളുടെ ചായക്കൂട്ടുകൾ എല്ലാ റ്റിനും പിറകിൽ ഇരുന്ന് ശ്വാസം മുട്ടുകയും തിളച്ച ജലകണം പോലെ എരിഞ്ഞടങ്ങുകയും ചെയ്തു. കണ്ടുനിൽക്കെ വെള്ളത്തിന് തീപിടിക്കു ന്നതുപോലെയും കാറ്റിന് ശബ്ദം നഷ്ടപ്പെടുന്നതുപോലെയും അവൾ കടന്നു പോയി. ഒരു ചെമ്പകപ്പൂവിന്റെ മണം അന്തരീക്ഷത്തിൽ പരത്തി ക്കൊണ്ട് കുറേ പഴയകാല ഫോട്ടോകളുടെ നെഗറ്റീവുകൾ കണ്ണാടിയിൽ തെളിഞ്ഞുവന്നു. ക്രമംതെറ്റിക്കുന്ന സുദീർഘമായ നിശ്വാസങ്ങൾ. ചില പടവുകളുടെ ചിത്രം കാട്ടിക്കൊടുത്തു. തീ പിടിച്ച കടലിനു മുകളിലൂടെ ഒരു മിന്നൽ വേഗത്തിൽ അവൾ കടന്നുപോയി. ദൂരെ എവിടെയോ പെയ്യുന്ന മഴയുടെ തണുത്ത പൊടിപടലങ്ങളുമായി എത്തിയ ഒരു കാറ്റ് മരുഭൂമി യിലെന്നവണ്ണം ആഞ്ഞടിച്ചു. കാഴ്ചയില്ലാത്ത രണ്ടു കണ്ണും നിറങ്ങളുടെ ഞരമ്പുകളെ അന്വേഷിക്കുമ്പോഴെന്നപോലെ ഒരു വിറയൽ വീണ്ടും ശരീരമാകെയും പടർന്ന് ഇച്ഛകളെ പൊട്ടിത്തെറിപ്പിച്ചുകൊണ്ടിരുന്നു.

മണ്ണൊലിച്ചു പോയേക്കാവുന്ന തിട്ടകൾ ഒരു മഴയെ ശരീരംകൊണ്ടു സ്പർശിച്ചു. ഒരു വ്യൂഫൈന്ററിലെന്ന പോലെ അവൾ എല്ലാം കണ്ടു. കലങ്ങിമറിഞ്ഞ വെള്ളം പാദങ്ങളെ പൂർണമായും മറച്ചു. തൊലികൾക്കടിയിൽ പോലും വസ്ത്രങ്ങൾ തന്നെ മൂടാൻ വേണ്ടി കാത്തു നിൽക്കുന്നു. വികാരങ്ങൾ പൊട്ടിച്ചിരിച്ചുകൊണ്ട് ഒരു മുളങ്കാടിനുള്ളിലേക്ക് പറന്നു കയറുകയും വിചാരങ്ങൾ പായൽ പിടിച്ച ഒരു പാറയിലൂടെ പതിയേ തെന്നി നീങ്ങുകയും ചെയ്തു...

പൂച്ചയും എലിയും പരസ്പരം നോക്കിയിരുന്നു. ഒന്നു ചാരിപോവാൻ പോലും ഇടമില്ലാതിരുന്ന എലിയെ എങ്ങനെ സ്നേഹിക്കാനാണ്. പൂച്ചയുടെ കണ്ണിലെ ഇലയനക്കങ്ങളെ എലി നിതാന്തജാഗ്രതയോടെ വായിച്ചെടുത്തു. എലി ഇറങ്ങി ഓടിയപ്പോൾ പൂച്ച പിറകെ പോയി.

സ്വന്തമായി വീടില്ലാത്ത ഒരു മനുഷ്യന്റെ ദുഃഖത്തെപ്പറ്റി എലി പൂച്ചയോട് പറഞ്ഞു. അയാൾ വീടില്ലാത്തതിന്റെ വേദനയറിഞ്ഞത് നടക്കുന്നതിനിടയിൽ ഒരു ഇടവഴിയിൽ വച്ചായിരുന്നു. ഒരു പെൺപട്ടി മുതുകിൽ പുഴുക്കളരിക്കുന്ന വ്രണത്തിന്റെ പ്രാണവേദനയുമായി ഒരു ഇലക്ട്രിക്ക് പോസ്റ്റിനും വേലിക്കും ഇടയിലേക്ക് തലകയറ്റി ഇരുന്ന് നിലവിളിക്കുന്നു. മുറിവുകളിൽ നിന്നും ഈച്ച പറന്ന് നടക്കുന്നു. ആ നിലവിളികളെ, തേങ്ങലുകളെ അവഗണിച്ച് അയാൾ നടന്നു നീങ്ങി. പട്ടികളെ കണ്ടാൽ വിറളി പിടിക്കുന്ന ഉടമസ്ഥന്റെ വീട്ടിലേക്ക് ഒരു വഴക്കുമായി കടന്നു ചെല്ലാൻ ആർക്കാണ് മനസുണ്ടാവുക. അതൊരു പെൺപട്ടിയാണ്. പെൺപട്ടികൾ ഈ ഇടവഴിലേക്ക് വലിച്ചെറിയുന്നു. ആൺപട്ടികൾ വീടുകൾക്ക് കാവൽ കിടക്കുന്നു. പെൺപട്ടികൾ വലിച്ചെറിയപ്പെടുന്ന ആ ഇടവഴിയുടെ പേര് തന്നെ പെൺപട്ടിവഴിയെന്നാണ്. ആ പെൺപട്ടി പിറ്റേന്ന് ചത്തുമലച്ചങ്ങനെ കിടക്കുന്നതിന്റെ ചിത്രം ഇന്നേ എലി പൂച്ചയ്ക്ക് കാണിച്ചു കൊടുത്തു.

പന്ത്രണ്ട്

ബസ്സിൽ വന്നപ്പോൾ ഞാൻ രണ്ട് ഹിന്ദിക്കാരെ പരിചയപ്പെട്ടു

ഫരീദാപൂരിൽ നിന്നുവന്ന അവർ എന്നോട് എന്താ സ്വപ്നം കാണുന്നതെന്ന് ചോദിച്ചു. സ്വപ്നം കാണുന്നത് ഒരു രോഗമാണെന്ന് അവരെന്നോട് പറഞ്ഞില്ല. അവർ കടത്തിണ്ണയിലാണ് അന്തി ഉറങ്ങുന്നതെന്ന് പറഞ്ഞു. എനിക്ക് പക്ഷേ കടത്തിണ്ണ എന്താണെന്ന് അറിയില്ലായിരുന്നു. അപ്പോൾ അവരെന്നോട് പറഞ്ഞു. തിണ്ണകളിൽ മാത്രം ഇരിക്കാൻ വിധിക്കപ്പെടുന്നവർ ദൈവത്തിന്റെ അഭയകേന്ദ്രങ്ങളാണ്...പൊട്ടിത്തെറിക്കുന്ന തലച്ചോറുകളുടെ ഉടമസ്ഥാവകാശം അവിടെ കിടന്ന് നീട്ടിത്തുപ്പുന്നവർക്കാണ് പോലും...

മുകുന്ദൻ റോഷ്നേരയോട് അവന്റെ നാടിനെപറ്റി സംസാരിച്ചുകൊണ്ടേയിരുന്നു. 'നീ വാ, നമുക്കൊന്ന് നടക്കാം.' അവർ രണ്ടുപേരും തൊട്ടടുത്തുള്ള കുന്നിൻചെരുവിലേക്ക് പതിയെ നടന്നു. എനിക്ക് ഇത്തരം കുന്നിൻ ചെരുവുകൾ ബാല്യത്തിലും കൗമാരത്തിലും ഒരു മോഹമായിരുന്നു. എന്റെ നാട് നീണ്ടുനിവർന്ന് പരന്നങ്ങനെ കിടക്കുകയാണ്. കയറ്റവുമിറക്കവും ഇല്ലാതെ ഒരു പുരുഷന്റെ വിശാലമായ നെഞ്ച്പോലെ. ആ വിശാലതയിലാണ് കൊറ്റംകുളങ്ങര ദേവിയുടെ ഉത്സവത്തിന് ആളുകൾ വലിയ കെട്ടുകുതിരയെ വലിച്ചിഴച്ച് നാടുമുഴുവൻ ചുറ്റി ദേവിയുടെ മുന്നിലെത്തിക്കുന്നത്. അവൻ അവന്റെ നാടിന്റെ വിശ്വാസത്തിലേക്ക് അവളെ ക്ഷണിച്ചു. ദേവിക്ക് പുരുഷന്മാർ പെൺവേഷം കെട്ടി വിളക്കെടുക്കുന്നതാണ് ഏറെ ഇഷ്ടപ്പെട്ട അനുഷ്ഠാനം.

മേടം പത്തിനും പതിനൊന്നിനും അവിടെ ഉത്സവം നടക്കുന്ന ദിവസങ്ങളിൽ കെട്ടുകുതിരകളെ ഓരോ കരക്കാരും വലിച്ച് അമ്മയുടെ സന്നിധാനത്തിൽ എത്തിക്കുകയും കടത്താട്ട് വയലിലെത്തി അവിടെ നിൽക്കുന്ന ആലിനെചുറ്റി ദേവിയുടെ മുന്നിൽ തിരിച്ചെത്തുകയും ചെയ്യുന്നു. ഈ രണ്ട് ദിവസവും രാത്രി മുതൽ പുലർച്ചവരെ നേരത്തേ വ്രതം നിന്ന പുരുഷഭക്തർ സ്ത്രീയായി ചമഞ്ഞ് ചമയവിളക്ക് എടുക്കുന്നു.

ഏറക്കുറെ പുരുഷസ്വവർഗപ്രേമികളുടെ ഒരു ആഘോഷം കൂടിയാണ് ഇത്. അവർക്ക് സ്ത്രീവേഷം കെട്ടി സ്വയം പ്രകാശിക്കാനും സ്വത്വം പ്രകടിപ്പിക്കാനുമുള്ള സ്ഥലം. കേരളത്തിന്റെ പലഭാഗത്തുള്ള സ്വവർഗ്ഗപുരുഷപ്രണയിനികൾ രണ്ട് ദിവസവും ഇവിടെ ഉണ്ടാവും. ആത്മപ്രകാശനത്തിനു വേണ്ടിയുള്ള ആഗ്രഹത്താൽ അവിടെ അവർ ഒന്നിക്കുന്നു. വളരെ പ്രാക്തനമായ ഒരു അനുഷ്ഠാനം ആണ് ഈ ചമയവിളക്കെടുപ്പ്. അമ്മ ഒരു പ്രണയിനി ആയിരുന്നിരിക്കണം. അവർ ഓരോ പുരുഷനേയും പ്രണയിച്ചിരുന്നു.

റോഷ്നേര...

എടാ, നീയില്ലാതെ പോവുന്ന മൂന്നാമത്തെ യാത്രയാണിത്. പാലക്കാടിനടുത്ത് കൊല്ലങ്കോട് ഒരു കർഷകൻ ആത്മഹത്യ ചെയ്ത സ്ഥലത്ത് ഞാൻ പോയിരുന്നു. ഒരു പുഴയുടെ തീരത്ത് ഓളങ്ങൾ തൊട്ടുണർത്തുന്ന ഒരു പഴയഗ്രാമം... പുഴ മുറിച്ച് കടത്ത് കടന്ന് ഒരു യാത്ര...പത്തോളം മോട്ടോർ ബൈക്കുകളും അമ്പതിലധികം ആളുകളുമായി ഇക്കരെനിന്ന് അക്കരയ്ക്കും അക്കരെനിന്ന് ഇക്കരയ്ക്കും യാത്ര ചെയ്തുകൊണ്ടിരിക്കുന്ന ഒരു വള്ളം. അക്കരെയും ഇക്കരെയും വള്ളത്തിന്റെ വരവനുസരിച്ച് കൂടണയാനോ കൂടുവിടാനോ കാത്തു നിൽക്കുന്നവർ. വള്ളത്തിന് ചിറകുകൾ പോലെ രണ്ട് വശത്തേക്കും പകുതി വെള്ളത്തിലേക്കു തൂങ്ങികിടക്കുന്ന മോട്ടോർ ബൈക്കുകൾ. യാത്രയുടെ സാഹസികതയ്ക്കു ഒടുവിൽ കടവ്. ഇരുവശവും വെള്ളം നിറഞ്ഞുനിൽക്കുന്ന കോൾപ്പാടങ്ങളുടെ നടുവിലൂടെ ഒരു ഇടവഴിയോളം മാത്രം വീതിയിൽ തടിപ്പാലങ്ങളും വഴിയും. ഏതാണ്ട് ഒരു കിലോമീറ്ററോളം നടന്ന് അവിടെ ചെന്നെങ്കിലും എനിക്ക് ആരെയും കണ്ടു സംസാരിക്കാനായില്ല. വീടിന്റെ ഏക ആശ്രയവും പിതൃതുല്യനായ ഏട്ടനെയും സുഹൃത്തിനെയും ഒക്കെ നഷ്ടപ്പെട്ട വേദനയിലായിരുന്നു എല്ലാവരും. അലങ്കാരത്തിന് വേണ്ടി പറയുകയല്ല, ദുഃഖം തളം കെട്ടിക്കിടക്കുന്ന ഹൃദയത്തെ പിളർക്കുന്ന മൂകത. ആരും ഒന്നും സംസാരിക്കുന്നില്ല. കരയുന്നതുപോലും ഇല്ല. മറ്റൊരു ദിവസം ചെല്ലാമെന്ന് പറഞ്ഞ് ഞാൻ പിരിഞ്ഞു. ഇനി എനിക്ക് ഒറ്റയ്ക്ക് വയ്യ... നീ കൂടി വരുമോ? തിരിച്ച് ബസ്സിൽ പോരുമ്പോൾ ഞാൻ ചിന്തിക്കുകയായിരുന്നു. ആ ചിന്തയ്ക്ക്പോലും കൊടും തണുപ്പിന്റെ മരവിപ്പ്. നമുക്കുംകൂടി ഭക്ഷണം ഉണ്ടാക്കാൻ കഷ്ടപ്പെടുന്നവരെ വീണ്ടുംവീണ്ടും ആത്മഹത്യയ്ക്ക് വിട്ടുകൊടുത്ത് നമുക്ക് എങ്ങനെ സമാധാനമായി ജീവിക്കാൻ പറ്റും. ആ ഗ്രാമം ആത്മഹത്യാഗ്രാമമായി മാറിക്കഴിഞ്ഞു. നെല്ലിന്റെ പേരിൽ അറിയപ്പെട്ട ഗ്രാമം ഇന്ന് ആത്മഹത്യകളുടെ പേരിൽ അറിയപ്പെടുന്നു. ഓരോ മരണവും കഴിയുമ്പോൾ ഇനിയാരെന്ന ചോദ്യം മാത്രം ബാക്കിയാവുന്നു. നിരവധി മരണങ്ങൾ...വിണ്ട് കീറി ഉണങ്ങിവരണ്ടു കിടക്കുന്ന പാടശേഖരങ്ങൾ. കൃഷിപ്പണി മതിയാക്കിയ മനുഷ്യരെ മറ്റു

പ്രലോഭനങ്ങളിൽ കുടുക്കുന്ന ഇന്ദ്രജാലം. കടം കൊടുക്കാനും കൊള്ള പ്പലിശ വാങ്ങാനുമായി നിരവധി ബ്ലെയിഡ്കമ്പനികൾ. കമ്പോളവത്ക്കര ണവും ആഗോളവത്ക്കരണവും എല്ലാം ചേർന്ന് മനുഷ്യജീവിതത്തിന്റെ പച്ചയിലേക്ക് അരിച്ചിറങ്ങുന്നതിന്റെ കാഴ്ചകൾ. ഒന്നു നിലവിളിക്കാൻ പോലും സമയം കിട്ടതെ മരണംതൊട്ട് പിറകെ. ഒറ്റപ്പെടുന്ന ജീവിതങ്ങൾ, അടിച്ചമർത്തപ്പെടുന്ന സംസ്കാരങ്ങൾ, ശിഥിലമാവുന്ന ബന്ധങ്ങൾ, ഒരു ദൗത്യവും നിർവഹിക്കാൻ കഴിയാത്തത്ര വിഘടിപ്പിക്കപ്പെടുന്ന മനുഷ്യർ. ജീവിതമെന്ന ആശയം ഞാൻ എന്നതിലേക്കു മാത്രം ചുരുങ്ങുന്ന കൊച്ചു തുരുത്തുകളായി മാറുന്ന, വിചിത്രഭാവങ്ങൾ...

ശേഷം, കാഴ്ചയിൽ.....മുകുന്ദൻ

പെട്ടെന്ന് ഉണർവ്വിൽനിന്നും ഞെട്ടിയുണർന്ന് അവൾ ഉറക്കത്തിലേക്ക് പോയി. ഇണചേരാൻവേണ്ടി കാത്തിരുന്ന കണ്ടൻപൂച്ച പെട്ടെന്ന് ഓടി വിസ്മൃതിയിലേക്കും. റോഷ്നേര മറിഞ്ഞും തിരിഞ്ഞും കിടന്നു. ആ ഉണങ്ങിയ പുൽപ്പടർപ്പിലൂടെ എലി, പൂച്ചയെക്കാൾ വേഗത്തിൽ ഓടി ക്കൊണ്ടിരുന്നു. ഒടുവിൽ എലിയെ പിടിച്ചു മടിയിലിരുത്തി പൂച്ച മറ്റൊരു കഥപറഞ്ഞ് തുടങ്ങി

തെക്കുംഭാഗത്ത് നിന്ന് രണ്ട് മൂന്നു ചെറുപ്പക്കാർ വടക്കും ഭാഗത്ത് പെണ്ണ് കാണാൻ പോയി. പെണ്ണ് കണ്ടു മടങ്ങിവരുന്ന വഴിയിൽ നോക്കിയ പ്പോൾ നല്ല കിളിച്ചുണ്ടൻ മാങ്ങ വിളഞ്ഞു നിൽക്കുന്നു. എല്ലാവരുംകൂടി അത് എറിഞ്ഞിടാൻ ശ്രമം നടത്തി. ഒടുവിൽ "കൊഴി" മാവിൻകമ്പിൽ കുടുങ്ങി. കൂട്ടത്തിൽ ഏറ്റവും ബുദ്ധിമാനായ ചെറുപ്പക്കാരൻ മാവിൽ കയറി കൊഴി എടുത്തു വന്ന് വീണ്ടും എറിയാൻ തുടങ്ങി. ഒടുവിൽ ഒരു മാങ്ങ വീണുകിട്ടിയതാവട്ടെ പുഴുവെടുത്തതും. നിരാശയോടെ തിരിച്ചുവരുന്ന തിനിടയിൽ കൂട്ടത്തിലൊരുവൻ കൈയിൽ കരുതിയിരുന്ന നെല്ലിക്ക എല്ലാവർക്കും പങ്കു വച്ചു. ദാഹിച്ചപ്പോൾ അടുത്ത പറമ്പിൽ കണ്ട കിണ റ്റിൽ നിന്നും വെള്ളം കോരി കുടിച്ചു. ഹായ് വെള്ളത്തിന് നല്ല മധുരം. വീണ്ടും വീണ്ടും കുടിച്ച് നോക്കി. മൂന്നുപേരും അത്ഭുതപ്പെട്ടു. ഈ കിണർ ഏങ്ങനെയും സ്വന്തമാക്കണം. വാങ്ങി നാട്ടിൽ കൊണ്ടുപോയാൽ മധുര മുള്ള കിണറിന്റെ ഉടമകളാവാം. മൂന്നുപേരും ഉടമസ്ഥൻ ചോദിച്ച പണം നൽകി ഒരു വലിയ ലോറി പിടിച്ച് വെള്ളവും കിണറും ഇളക്കി സ്വന്തം നാട്ടിലേക്ക് കൊണ്ടുപോയി.

ഉറക്കം തൂങ്ങുന്ന എലിയെ തള്ളിത്താഴെയിട്ട് പൂച്ച കണ്ടൻ പൂച്ചയുടെ അടുത്തേക്കു പോയി.

പതിമൂന്ന്

നിങ്ങളുടെ അടയാളങ്ങളൊക്കെയും നിങ്ങളുടെ മനസ്സാണ്

അവിടെ ഞങ്ങൾ സുരക്ഷിതരല്ലെന്ന് മാത്രമല്ല അരക്ഷിതർ പോലും ആവാൻ കഴിയാതെ അലയുമ്പോൾ എന്തിന്റെയൊക്കെ പിന്തുണയുണ്ടെങ്കിലും നിങ്ങളുടെ ഉത്തരങ്ങൾ ഞങ്ങളുടെ തലയ്ക്കുമുകളിൽ കിടക്കുന്ന വാളുകളാണ്. നിങ്ങളുടെ അടയാളങ്ങൾ നിങ്ങളെ അധികകാലം രക്ഷിച്ച് നിർത്തുമോ?

സ്ത്രീയെന്നത് അനുഭവിച്ചെടുക്കാൻ കഴിയാത്ത ഒരു സ്ഥലത്തായിരുന്നു റോഷ്നേര നിന്നത്. സ്ത്രീയായോ പുരുഷനായോ തിരിച്ചറിയപ്പെടുന്നതേയില്ല. ഒരു സ്ത്രീയോടെന്നപോലെ തന്നിലേക്കെത്തുന്ന നോട്ടങ്ങളെയും വാക്കുകളെയും ഒട്ടും ആയാസകരമല്ലാതെതന്നെ തട്ടിത്തെറിപ്പിച്ച് കളയാൻ അവൾക്ക് കഴിയുമായിരുന്നു. സ്നേഹത്തിന്റെ ഊഷ്മളതയ്ക്കുള്ളിൽ പലവട്ടം തകർന്നുകൊണ്ടല്ലാതെ ഒരു പുരുഷന് അവളുമായി സൗഹൃദം സാധ്യമല്ലായിരുന്നു. പങ്കുവയ്ക്കൽ എന്ന നനവാർന്ന ഉണർവ്വിലേക്ക് ഇറങ്ങി ചെല്ലുമ്പോഴും തന്നെ ഒരു സ്ത്രീയാണെന്ന് ഓർമപ്പെടുത്താനുള്ള ഉദ്യമത്തെ തകർത്ത് കളയാൻ അവൾ ശ്രമിച്ചുകൊണ്ടേയിരുന്നു. സത്യത്തിൽ അതൊരു പോരാട്ടം തന്നെയായിരുന്നു. അമ്മ അവളെ സ്ത്രീയാക്കാൻ ശ്രമിക്കാതിരിക്കുകയും അച്ഛൻ വിദൂരതകളിലേക്ക് തള്ളിമാറ്റപ്പെടുകയും ചെയ്തതിന്റെ സ്വതന്ത്രസ്ഥലികളെ സർഗാത്മകമായി ഉപയോഗിക്കാൻ കഴിഞ്ഞതാണ് റോഷ്നേരയെ വ്യത്യസ്തയാക്കിയത്. ചിലപ്പോഴെങ്കിലും പുരുഷനോ സ്ത്രീയോ ആകാതിരിക്കുകയെന്നത് സംസ്കാരത്തിനും സദാചാരത്തിനും ഉള്ളിൽ നിന്ന് പ്രണയത്തെയോ രതിയെയൊ മോചിപ്പിക്കുന്നതിന് അനിവാര്യമാണ്. റോഷ്നേര നിരന്തരം മുകുന്ദന്റെ ചിന്തകളിൽ- അവന്റെ കാപട്യങ്ങളിൽ- മേധാവിത്വങ്ങളിൽ ഒരു പിടി ചൂടുള്ള മണൽത്തരികൾ വാരിയെറിഞ്ഞുകൊണ്ടിരുന്നു. ലൈംഗികതയെ അതിന്റെ വൃത്തികെട്ടതും

സ്വാർത്ഥത നിറഞ്ഞതുമായ ചെറിയ തുരുത്തുകളിൽ നിന്നും വിമോചിപ്പിച്ചുകൊണ്ടല്ലാതെ എങ്ങനെ ആരോഗ്യകരമായ സ്ത്രീ-പുരുഷ ബന്ധം സാധ്യമാവും? ആരോഗ്യകരമായ സ്ത്രീ-പുരുഷ ബന്ധത്തിലൂടെയല്ലാതെ സ്ത്രീ മുന്നേറ്റം എന്ന വാക്കിന്റെ ആർജവത്തിലേക്ക് നമുക്ക് എങ്ങനെ കടക്കാനാവും?

മുകുന്ദൻ,

നിന്റെ മെയിൽ കിട്ടി. പാലക്കാട്ടേക്ക് നമുക്ക് ഉടൻ തന്നെ പൊയ്ക്കളയാം. ഇപ്പോഴും നിനക്ക് മനസ്സിന് അൽപ്പംകൂടി ബലം കൊടുക്കാൻ കഴിയുന്നില്ലെന്നുള്ളത് എന്നെ വല്ലാതെ അത്ഭുതപ്പെടുത്തുന്നു. മാത്രമല്ല അവിടെ, നിലവിളികൾ നിലച്ചിട്ടില്ലാത്ത വീട്ടിൽ ഒരിക്കൽകൂടി പോയിട്ട് നിനക്ക് എന്താണ് ചെയ്യാനുള്ളതെന്ന് ഈ മെയിലിൽ നീ വ്യക്തമാക്കിയിട്ടില്ല. ഒന്നും ചെയ്യാനില്ലെങ്കിലും പോവണം. നീ ആകുലപ്പെട്ടതുപോലെ ഇന്നലെയും നമ്മൾ കഴിച്ചത് അയാൾ ഉണ്ടാക്കി തന്ന ചോറല്ലേ... പകരം നമ്മളവർക്ക് കൊടുത്തുകൊണ്ടിരിക്കുന്നത് കൊലച്ചോറല്ലേ... പിന്നെ രാഷ്ട്രീയം, ആഗോളവത്ക്കരണവും കമ്പോളവത്ക്കരണവും ഒന്നും നമുക്ക് തടയാൻ കഴിയുന്ന കാര്യങ്ങളല്ലല്ലോ. അതു മാത്രം കൂടുതലായി ഉച്ചത്തിൽ പറഞ്ഞുകൊണ്ടിരിക്കുന്നത് കാര്യങ്ങൾ കൂടുതൽ സങ്കീർണമാക്കുകയേയുള്ളൂ എന്നാണ് എനിക്ക് തോന്നുന്നത്. കൂട്ടുകൃഷിയെന്നത് പഴയതും എന്നാൽ സർഗാത്മകവുമായ ഒരാശയമാണ്. നീ നാടകക്കാരനല്ലേ ആ പേരിൽ ഇടശ്ശേരിയുടെ ഒരു നാടകം തന്നെയില്ലേ? ജഡരാഷ്ട്രീയത്തെ മറികടക്കാനുള്ള ആർജവം അതിനുണ്ട്. ഒറ്റപ്പെടലിൽ നിന്നുള്ള രക്ഷയാണ്, മറിച്ച് പ്രകടനം നടത്തലല്ല അതിജീവനമെന്ന്, നിനക്ക് എതിർപ്പുണ്ടെങ്കിലും ഞാൻ ഉറച്ച് വിശ്വസിക്കുന്നു. ഏത് കടുത്ത പ്രതിസന്ധിയും കൈകൾ കോർത്ത് നിന്നാൽ ഏറെ വേദനയില്ലാതെ നേരിടാം. നഷ്ടമാണ് സംഭവിക്കുന്നതെങ്കിൽ അത് പത്തുപേരിലേക്കു തുല്യമായി വിഭജിക്കുമ്പോൾ തുക ചെറുതാവുന്നു. ലാഭം ഉണ്ടായാൽ അതും തുല്യമായി വിഭജിക്കപ്പെടുമ്പോൾ ജനാധിപത്യത്തിന്റെയും ഐക്യത്തിന്റെയും സ്നേഹത്തിന്റെയും ഊഷ്മളത ചുറ്റുപാടും പരക്കുന്നു. ചെറിയ ചെടികളാണ് വൻ മരങ്ങളെക്കാൾ നല്ലതെന്ന് ഞാൻ എവിടെയോ വായിച്ചിട്ടുണ്ട്. വലുതാവുകയല്ല ചെറുതായി തുടരുകയാണ് പ്രയാസകരമെന്ന് ലോകം തിരിച്ചറിയേണ്ടതുണ്ട്. നിനക്ക് ആ കർഷക ആത്മഹത്യയെപറ്റി എഴുതുകയെന്ന ഉദ്ദേശ്യവും ഉണ്ടോ? ഏതായാലും ഞാനും വരുന്നു. ബാക്കി നേരിലോ ഫോണിലോ സംസാരിക്കാം. സ്നേഹത്തോടെ,

റോഷ്നേര

മൂലധനത്തിന്റെ മുകളിലിരുന്ന് എലി ഉറങ്ങി. ദൂരെയിരുന്ന പൂച്ച ഓടി വന്ന് ലാപ്ടോപ്പിന്റെ മുന്നിൽ റോഷ്നേര ലോഗ് ഇൻ ചെയ്തുപോയ പേജിലേക്ക് ഒളിഞ്ഞു നോക്കി. ഹോ.... ഫെയ്സുബുക്കിൽ കാലുപൊക്കി നിൽക്കുന്ന നായ്ക്കളുടെ നീണ്ട നിര ഒരു അഭിപ്രായം വന്ന് വീണ ശബ്ദം കേട്ട്, ഉറങ്ങിയ എലി മൂലധനത്തിന്റെ മുകളിൽനിന്നും ഉരുണ്ട് തറയിലേക്ക് വീണു. ഞെട്ടി ഉണർന്ന് ചുറ്റും നോക്കീട്ട് വാലുചുറ്റി ഉറക്കം തുടങ്ങി. മൂത്രംനാറ്റം കാരണം പൂച്ച ഫെയ്സ്ബുക്കിൽ നിന്നും ചാടി എലിയുടെ മടിയിൽ കുടിയേറി. ഒരു കഥ പറഞ്ഞു കൊടുക്കാമെന്ന എഗ്രിമെന്റിൽ പുറത്തേക്ക് കാലുകൾ രണ്ടും നീട്ടിവച്ച് ഒരു നല്ല തലയിണ പോലെ പൂച്ചയ്ക്ക് വേണ്ടി എലി പായ വിരിച്ചു. കഥയും തുടങ്ങി.

"ഈ അടുത്ത കാലത്തു സംഭവിച്ചതും ആണ്. അതും തൊട്ടടുത്ത വീട്ടിൽ അകാരണമായി ഒരാൾ തൂങ്ങി ചത്തതിന്റെ പിറ്റേ ദിവസം. പേരെടുത്ത ഒരു നായർ തറവാട്ടിലാണ് സംഭവം നടക്കുന്നത്. രാമചന്ദ്രൻ പിള്ള, നാരായണപിള്ള, ബാലകൃഷ്ണപിള്ള, ശങ്കരപിള്ള, കൃഷ്ണപിള്ള, വാസുദേവൻ പിള്ള തുടങ്ങി നല്ല പിള്ളമാരുടെ ഒരു നീണ്ടനിര തന്നെയുണ്ട് ആ വീട്ടിൽ. ഒരു ദിവസം തറവാട്ടിലെ കൊച്ചമ്മ സരസ്വതി തമ്പുരാട്ടിയും ഇളയ മകന്റെ ഭാര്യ രാജലക്ഷ്മിയും മാത്രമേ വീട്ടിലുണ്ടായിരുന്നുള്ളൂ. ഭൂപരിഷ്ക്കരണം കഴിഞ്ഞെങ്കിലും ഏതാണ്ട് രണ്ട് ഏക്കറിലധികം വസ്തു ഇപ്പോഴും തമ്പുരാട്ടികൾക്ക് ഉണ്ട്. പറമ്പ് വൃത്തിയാക്കാനും തെങ്ങിന് വളമിടാനും വന്ന 'പുലയൻ സോമൻ' (അങ്ങനെയാണ് നാട്ടുകാർ അവനെ വിളിച്ചിരുന്നത്) അധികം ദൂരെയല്ലാതെനിന്നു തെങ്ങിന് തടം എടുക്കുന്നു. പായല് പിടിച്ച് കിടന്ന കിണറ്റിങ്കരയിൽനിന്ന് വെള്ളം കോരിക്കൊണ്ടിരുന്ന രാജലക്ഷ്മി കാല് തെറ്റി കിണറ്റിലേക്ക് വീണു. ശബ്ദം കേട്ട് സരസ്വതിയമ്മ ഓടി വന്നു. നോക്കിയപ്പോൾ കിണറ്റിനുള്ളിൽ വെള്ളത്തിൽ കിടന്ന മരുമകൾ മുങ്ങിത്താഴുകയും കൈയിട്ടടിക്കുകയും ചെയ്യുന്നു. ഇത് കണ്ട് വലിയ വായിൽ സരസ്വതിയമ്മ നിലവിളിച്ചു. ബഹളം കേട്ട് സോമൻ തൂമ്പ തെങ്ങിൻ ചുവട്ടിലിട്ട് ഓടിവന്നു. ഭയപ്പാടോടെ സംഭവം കണ്ട് സോമൻ ലുങ്കി മാടി കുത്തി കിണറ്റിലേക്ക് കാലിടവേ, നിലവിളി നിർത്താതെ തന്നെ സരസ്വതിയമ്മ തമ്പുരാട്ടി തടഞ്ഞു. "നീ ഇറങ്ങി കിണറും മോളും അശുദ്ധമാവണ്ട." സോമൻ പരിഭ്രമത്തോടെ പറഞ്ഞു "തള്ളേ മോള് ചത്തുപോകും." "അതിനുള്ള സമയം ആയിട്ടില്ല. വേറേതെങ്കിലും നായന്മാർ വരുമോന്ന് നോക്കാം നീയും കൂടിയൊന്ന് നിലവിളിക്ക്." സോമൻ നിസ്സഹായനായി നോക്കിനിൽക്കെ ആ പെൺകുട്ടി അവസാന വട്ടം എന്ന നിലയിൽ പൊങ്ങി വന്നു. ചുവന്ന് വീർത്ത അവളുടെ കണ്ണുകളിലേക്ക് അയാൾ നോക്കി. അവൾ താഴുന്നതിന് മുമ്പ് മരണവെപ്രാളത്തിൽ കൈകൾ നീട്ടി. ഒട്ടും സമയം പാഴാക്കാതെ സോമൻ

സരസ്വതിയമ്മയെ എടുത്ത് കിണറ്റിലേക്കിട്ടു. “എന്നാൽ തമ്പുരാട്ടി പോയി രക്ഷിച്ചിട്ട് വാ.” പിന്നെയും കുറേനേരം കൂടി വെള്ളത്തിൽ കിടന്ന് കൈയിട്ടടിച്ച സരസ്വതിയമ്മ മരിക്കുന്നതിന് തൊട്ട് മുമ്പ് പോലും സോമന് നേരെ കൈനീട്ടിയില്ല. സോമൻ അന്ന് രാത്രി ഇ.എം.എസിന്റെ ചരിത്രപുസ്തകം കത്തിച്ച് കളഞ്ഞശേഷം പോലീസിന് കീഴടങ്ങി. പട്ടികജാതിക്കാരനായ സോമനെ കാളമൂത്രം കുടിപ്പിച്ചശേഷം തൂക്കി കൊല്ലാൻ കോടതി ഉത്തരവിറക്കി. നാട്ടിൽ കരയോഗം സരസ്വതി അമ്മ സ്മാരക സ്വാഭിമാനവായനശാല സ്ഥാപിച്ചു. ദളിത് പുസ്തകങ്ങളുടെകൂടെ പ്രസാധനം ഏറ്റെടുത്തു. തങ്ങളുടെ കൃതികൾ പ്രസിദ്ധീകരിക്കാൻ വേണ്ടി ബുദ്ധിജീവികൾ അവിടെ കയറി ഇറങ്ങി.

ഒട്ടും ഞെട്ടൽ കൂടാതെ തന്നെ എലി ഉറങ്ങി കഴിഞ്ഞിരുന്നു.

പതിനാല്

നിങ്ങൾക്കെന്നെ രക്ഷിക്കാനാവില്ല

ഇന്നലെ ഞാൻ അറസ്റ്റ് ചെയ്യപ്പെട്ടത് ഒരു നാടകം കളിച്ചതിനാണ്. ഇന്ന് മദ്യപിച്ച് വാഹനം ഓടിച്ചതിന്. നാളെ അറസ്റ്റ് ചെയ്യപ്പെടാൻ പോകുന്നത് ഒരു ആൺകുട്ടിയോടൊപ്പം പാർക്കിൽ ഒറ്റപ്പെട്ട സ്ഥലത്ത് ഇരുന്നതിന്. അതുകൊണ്ട് ഈ പേജുകളിൽനിന്നും ഇനിയെങ്കിലും നിങ്ങൾ മടങ്ങിപ്പോവുക.

കുട്ടിക്കാലത്തെ ഓർമ്മകളുടെ പച്ചപ്പ് എന്നും ഹൃദയത്തിൽ സൂക്ഷിച്ചാണ് മുകുന്ദൻ വളർന്നതും പ്രതിസന്ധികളിൽ മണ്ണിന്റെ ഓരം ചേർന്നു നിന്ന് വിതുമ്പിയതും. ബാല്യവും കൗമാരവും കാർഷികജീവിതത്തിന്റെ കാഴ്ചയും അത് നൽകിയ സമ്പുഷ്ടതയും അവന് എന്നും ആഹ്ലാദകരമായ നിമിഷങ്ങൾ നൽകി. വിതയ്ക്കലും വളംതൂവലും കൊയ്ത്തും എല്ലാം നടക്കുമ്പോൾ അവന്റെ മനസ്സ് നനയുകയും കൊതിയോടെ അത് നോക്കിയിരിക്കുകയും ചെയ്തു. നെൽച്ചെടികളുടെ ചാഞ്ഞും ചരിഞ്ഞുമുള്ള നൃത്തം... വയലേലകളിലെ കിളിക്കൊഞ്ചലുകൾ... കൊയ്ത്തുകഴിഞ്ഞ് പാടം വിജനമാവുമ്പോൾ സ്വന്തം പങ്ക് തേടിയെത്തുന്ന പക്ഷികൾ... സ്തുതിഗീതം പാടുന്ന തവളകളുടെ പോക്രോം...പോക്രോം... നെൽച്ചെടികളുടെ കുറ്റികളിൽ ചവിട്ടി മെതിച്ചും ഓടിയും കളിക്കുന്ന കുട്ടികൾ.

തീർത്തും അരക്ഷിതവും സങ്കീർണവുമായ ജീവിതസാഹചര്യങ്ങളിലൊക്കെ വാസന്തിയും മുകുന്ദനും ഒരുമിച്ച് കൈകോർത്ത് അത് നേരിട്ടിട്ടുണ്ട്. സന്ധ്യാസമയങ്ങളിൽ ഒരു മെഴുകുതിരിവെട്ടവുമായി അവർ സ്റ്റുഡിയോ തിയറ്ററിന്റെയുള്ളിൽ വിശാലമായ തറയിൽ മലർന്ന് കിടന്നു. അവൾ പാടുകയും അതിൽ ലയിച്ച് അവർ എല്ലാ വേദനകളിൽനിന്നും പുറത്ത് വരികയും ചെയ്തു. മൂന്നുവർഷം നല്ല സുഹൃത്തുക്കളായി കഴിഞ്ഞതിനുശേഷം പിരിയാൻ സമയമായപ്പോഴാണ് അവർ പ്രണയത്തിലേക്കും രതിയിലേക്കുമെല്ലാം കടക്കുന്നത്. സുഹൃത്തുക്കൾ

ആയിരുന്നപ്പോഴും അവർ ഒരുമിച്ച് പഠിച്ച കലാസ്ഥാപനത്തിൽ മിക്ക ദിവസങ്ങളിലും അവന്റെ മുറിയിൽ കിടന്നാണ് അവൾ ഉറങ്ങിയത്. പിന്നീട് പ്രണയത്തിനും രതിക്കും സ്വയം തിരിച്ചറിഞ്ഞ് ജീവിതത്തിൽ സ്ഥാനം കൊടുക്കുകയായിരുന്നു. അപ്പോൾ പിരിയാൻ കഴിയില്ലെന്ന അവസ്ഥയായി. ഒരുമിച്ച് നിൽക്കണമെന്ന ആഗ്രഹവും ഉണ്ടായി. അതും വിവാഹം കഴിക്കാതെ. ദീർഘകാലം സാധ്യമല്ലാത്ത ഒരു വിധേയത്വത്തിലേക്ക് തന്നെ ആയിരുന്നു പക്ഷേ, ആ ബന്ധം ചെന്നവസാനിച്ചത്. മഴയായി തീരാതെ പോയ മേഘക്കൂട്ടങ്ങളെ പോലെയോ തട്ടിത്തെറിച്ച് ചിതറിപ്പോയ ജലകണം പോലെയോ ആയിരുന്നെങ്കിലും എന്തെങ്കിലുമൊക്കെ ആയിത്തീരാനുള്ള ആർജവവും അതിൽ ഉള്ളടക്കം ചെയ്തിരുന്നു.

പണം ഉണ്ടാക്കാനുള്ള ആശയത്തെ സംബന്ധിച്ച അലട്ടൽ കുറേക്കാലം റോഷ്നേരയെ പിന്തുടർന്നു. അതിനെ സംബന്ധിക്കുന്ന നിരവധി കാര്യങ്ങൾ ചർച്ചചെയ്തെങ്കിലും മുകുന്ദനിൽനിന്നും കൃത്യമായ ഒരു പങ്കുവയ്ക്കൽ ആ കാര്യത്തിൽ ഉണ്ടായതുമില്ല. നമ്മുടെ കാര്യത്തിൽ ധൈര്യത്തോടെ ഒരു തീരുമാനം എടുത്താലും മറ്റുള്ളവരുടെ കാര്യം വരുമ്പോൾ, പ്രത്യേകിച്ച് സ്നേഹിക്കുന്നവരുടെ കാര്യം വരുമ്പോൾ, ആശങ്കകൾ ബാക്കിയാവുന്നു. അവൻ ഒന്നും പറഞ്ഞില്ലെന്നല്ല. മറ്റേതു കാര്യത്തിലും ഉണ്ടാവുന്നത് പോലെ ഒരു പങ്കുചേരൽ ഉണ്ടാവാതെ പോയിട്ടുണ്ട്. പറഞ്ഞതൊക്കെയും അത്ര വ്യക്തവുമല്ല. ഇത് കേട്ടുകൊണ്ട് മുകുന്ദൻ റോഷ്നേരയുടെ മടിയിൽ കിടന്നു. പണം, ഭക്ഷണം, രക്തബന്ധം, രതി ഇവയെ മറികടക്കേണ്ടത് ആരോഗ്യകരമായ ജീവിതത്തിന് വളരെ പ്രധാനമാണ്. ഇവയൊക്കെ സ്വതന്ത്രമായിരിക്കേണ്ടതും വളരെ അത്യാവശ്യമാണ്. വ്യക്തിപരമായ താൽപ്പര്യങ്ങൾക്കുവേണ്ടി ഇതിനെ പുനർനിർവചിച്ചു കൊണ്ടിരിക്കുകയാണ് ഇന്നു ചെയ്യുന്നത്. പലപ്പോഴും പുരുഷന്റെ വ്യവഹാരമണ്ഡലമാണ് ഇതിനെ നിർണയിച്ചു കൊണ്ടിരിക്കുന്നത്. "അല്ലെങ്കിൽ മറികടക്കേണ്ടവയായ നാലും നമ്മളെ നിത്യദുരിതത്തിലാക്കും. ഇതിന്റെ ഉത്തരവാദിത്വപൂർണമായ നിർവഹണത്തിനുള്ളിലാണ് നമ്മൾ സ്വാതന്ത്ര്യവും ആനന്ദവും അഹ്ലാദവും ആഘോഷമാക്കേണ്ടത്." അവൾ തന്റെ അഭിപ്രായങ്ങൾക്ക് വ്യക്തത വരുത്താൻ ശ്രമിച്ചു. മുകുന്ദൻ രണ്ട് ഗ്ലാസ് വെള്ളം ഒരു ചായപാത്രത്തിൽ സ്റ്റൗവിലേക്ക് വച്ചു. പഞ്ചസാര ഇട്ടു. അത് ചെറുകുമിളകളായി തിളച്ച് തുടങ്ങിയപ്പോൾ തേയിലയിട്ടു. കുറച്ചുനേരം തേയിലയും വെള്ളവും രണ്ടായി കിടക്കുന്നതും ഒടുവിൽ തിളച്ചുമറിയുന്നതും ഒരു കൊച്ചുകുട്ടിയെ പോലെ അവൻ നോക്കിനിന്നു. പക്ഷേ, അവൾ അതൊന്നും ശ്രദ്ധിക്കാതെ പ്രത്യേക ചിന്തയുടെ ലഹരിയിൽ തന്നെയായിരുന്നു. രക്തബന്ധം നൽകുന്ന സുരക്ഷിതബോധത്തിനുള്ളിൽ അതിന്റെ

ആജ്ഞകളെ അനുസരിച്ച് പണം ഉണ്ടാക്കുന്നതിനും ഭക്ഷണം കഴിക്കുന്നതിനും വേണ്ടി മാത്രം ജീവിക്കുക. സത്യത്തിൽ റോഷ്നേര ഒരു വലിയ ആശയക്കുഴപ്പത്തിലായിരുന്നു. താൻ കുറേ കാലമായി ഉള്ളിൽ കൊണ്ടു നടക്കുന്ന ഒരു ആഗ്രഹത്തിന്റെ പൂർത്തീകരണമാണോ ഇനിയുള്ള കാലം താൻ തിരഞ്ഞെടുക്കേണ്ട വഴി. അതോ പണം സമ്പാദിച്ച് മാന്യമായ ഒരു ജീവിതം നയിക്കലാണോ? പഠനത്തിന് വേണ്ടി ചിലവാക്കി കളഞ്ഞ അഞ്ചുവർഷമുണ്ടായിരുന്നെങ്കിൽ കുറഞ്ഞത് അഞ്ച്ലക്ഷം രൂപ സമ്പാദിക്കാമായിരുന്നു എന്നും നഷ്ടപ്പെടുന്ന ഈ സമയം തിരിച്ച് കിട്ടില്ലായെന്നും തന്റെ സുഹൃത്തായ ഒരു പെൺകുട്ടി പറഞ്ഞപ്പോൾ റോഷ്നേര തകർന്നു പോയി. മുപ്പത്തിയഞ്ച് വയസ്സായ ഒരാൾ പതിനഞ്ചു ലക്ഷം രൂപയെങ്കിലും പട്ടിത്തരത്തിൽ സമ്പാദിച്ചിരിക്കണമെന്ന് ഒരു സിദ്ധാന്തവും അവൾ കണക്കുകൾ നിരത്തി അവതരിപ്പിച്ചു. സത്യത്തിൽ കറങ്ങിനടക്കുന്ന തന്നെ എങ്ങനെയെങ്കിലും രക്ഷപ്പെടുത്തണമെന്ന ആഗ്രഹത്തിന്റെ പുറത്താണ് അവൾ ഇത്രയും ആവേശം കാണിക്കുന്നത്. ദിവസത്തെയും സമയത്തെയും പണംകൊണ്ട് അളന്ന് തിട്ടപ്പെടുത്തുന്നു. ബാങ്ക് ബാലൻസ് നോക്കി, പ്രായവും പ്രായം നോക്കി ബാങ്ക്ബാലൻസും നിശ്ചയിക്കാൻ കഴിയുന്ന കാലം. കടത്തിലായ കുടുംബത്തെ മുഴുവൻ അവൾ ഒറ്റയ്ക്ക് രക്ഷപ്പെടുത്തി. മുമ്പ് സാമൂഹ്യപ്രവർത്തനവും പുരോഗമന കലാസാഹിത്യ പ്രവർത്തനവുമൊക്കെ ഉണ്ടായിരുന്നതുകൊണ്ട് ആ ബന്ധങ്ങളെ മുഴുവൻ ബിസിനസ്സിൽ പ്രയോജനപ്പെടുത്തി. വലിയ സുരക്ഷയൊന്നും ഇല്ലാത്ത ജീവിതമായതുകൊണ്ട് എല്ലാവരും അവൾക്കു വേണ്ടി ഇൻഷ്വറൻസ് എടുത്തു. സർക്കാരിന് പങ്കുള്ളതുകൊണ്ട് വലിയ ചതിയായി പരിഗണിക്കാതെ പോവുന്ന കാര്യങ്ങളാണ് ഭാഗ്യക്കുറിയും ഇൻഷുറൻസും. നഷ്ടപ്പെടുന്ന ഓരോ നിമിഷവും പണത്തിന്റെ മൂല്യവുമായി തട്ടിച്ച് നോക്കാം. പക്ഷേ, എന്ത് പ്രയോജനം?

മുകുന്ദൻ ഒരു ഗ്ലാസ് ചായ പകർന്ന് റോഷ്നേരയ്ക്ക് നൽകി.

എടാ ഞാൻ എന്തുചെയ്യണം? മുകുന്ദൻ ഒന്നും മിണ്ടിയില്ല.

മഴ വീണ്ടും തുടങ്ങിയിരിക്കുന്നു. കമിഴ്ന്ന് കിടന്നുറങ്ങിയപ്പോൾ പുറമാകെ അത് നനച്ചിരുന്നു. സ്വപ്നമോ യാഥാർത്ഥ്യമോ എന്നറിയാത്ത മാനസിക വ്യാപാരത്തിലൂടെ റോഷ്നേര കടന്നു പോയി. ചില സംഭവങ്ങൾ അങ്ങനെയാണ്. ഒരു നിമിഷം സ്വപ്നമോ യാഥാർത്ഥ്യമോ എന്ന് വിചാരിച്ചാൽ തകർന്ന് പോകാവുന്നതേയുള്ളൂ. ജീവിതത്തിലേക്ക് സ്വപ്നത്തെയോ സ്വപ്നത്തിലേക്ക് ജീവിതത്തെയോ വലിച്ചിഴയ്ക്കുമ്പോൾ എന്തെന്ന് നോക്കാതെ സ്പർശിക്കുക മാത്രമേ നമുക്കു തരമുള്ളൂ. ഒരു കിളിക്കുഞ്ഞ് ചിലച്ചാൽ രണ്ടാമതൊന്നിനുവേണ്ടി കാതോർക്കുന്ന നിമിഷം ആദ്യശബ്ദം

സ്വപ്നമായി മാറുന്നത് നാം തിരിച്ചറിയും. രണ്ടാമതൊന്ന് കേൾക്കുന്ന തോടു കൂടി സ്വപ്നത്തെ നമ്മൾ മുഖാമുഖം കാണും. എല്ലാം ഒരു സ്വപ്ന മായിരുന്നിരിക്കാം.

മുകുന്ദന്റെ കൈ പിടിച്ച് അവൾ വളരെവേഗം മുന്നേ നടന്നു. അവളുടെ മുടിയിഴകൾ അലസമായി കിടക്കുകയായിരുന്നു. കൺപോളകളിൽ ഉറക്കക്കുറവിന്റെ ലഹരി പടർന്നിരുന്നു. മുഖത്ത് വിയർപ്പുതുള്ളികൾ പൊടിച്ചിരുന്നു. ഒന്നും സംസാരിക്കാതെ മുകുന്ദൻ അവളെ പിന്തുടർന്നു. അയാളുടെ കാലുകൾ ഇനിയും വേഗം കൂട്ടാൻ തയ്യാറായിരുന്നു. പക്ഷേ, അവനു മാത്രമായി അവിടെ ഒന്നും ചെയ്യാനില്ലായിരുന്നു. അവരൊരു മുൾപ്പടർപ്പ് കടന്നുപോയി. ഒരു കുറുക്കന്റെ ഓരിയിടലും ഒരു കിളിയുടെ കരച്ചിലും കടന്നു പോയി. അതിവിദൂരതയിൽ മരങ്ങളുടെ മറവിൽ ഒരു കൂട്ടം കാട്ടുപോത്തുകൾ പതിവിലും വേഗം കുറച്ച് നടന്നു മറയുന്നത് കാണാമായിരുന്നു. ഇടയ്ക്കൊക്കെ ഇലകളുടെയും പൂക്കളുകളുടെയും മണം അവർ നന്നായി തിരിച്ചറിഞ്ഞു. കുറേ നേരത്തിനുശേഷം അവൾ ഒന്ന് ദീർഘമായി ശ്വസിച്ചു. ഇടയ്ക്ക് അവർ മുഖത്തോടു മുഖം നോക്കുന്നുണ്ടായിരുന്നു. എവിടേക്ക് പോകുന്നു എങ്ങോട്ട് പോകുന്നു എന്ന കാര്യം രണ്ടു പേർക്കും നന്നായി അറിയാവുന്ന പോലെ. അല്ലെങ്കിൽ ചെല്ലുന്ന സ്ഥലം തന്നെയാണ് ലക്ഷ്യമെന്ന് തിരിച്ചറിയാൻ വേണ്ട പക്വത അവരുടെ മനസുകൾ കൈവരിച്ചത് പോലെ. ഒരുപക്ഷേ, അവളോട് ഒന്നും സംസാരിക്കേണ്ടതില്ല. അവൾ സ്വയം കണ്ടെത്തിക്കൊണ്ടിരിക്കുകയാണ്. അവളുടെ കൈകൾ അൽപ്പം ഒന്നു മുറുകുകയും വീണ്ടും അയയുകയും ചെയ്തു. അവർക്ക് അതിയായ ദാഹവും മൂത്രശങ്കയും ഉണ്ടായി. യാത്ര യ്ക്കിടയിൽ അവർ ഒരുമിച്ചിരുന്ന് മൂത്രമൊഴിച്ചു. ചെരുപ്പുകൾ ഊരി ദൂരേക്ക് എറിഞ്ഞു. അകം പൊള്ളയായ ഒരു കാട്ടുമരത്തിന്റെ ശിഖിരം ഒടിച്ചപ്പോൾ അതിൽനിന്നും ജലപ്രവാഹമുണ്ടായി. അവർ വെള്ളം വേണ്ടുവോളം കുടിക്കുകയും മുഖം കഴുകുകയും ചെയ്തു. ദൂരെനിന്ന് അതിഭീകരമായ ഒരു മൃഗത്തിന്റെ ഗർജ്ജനം ഉയർന്ന് കേട്ടു. അവളോടൊപ്പം പോകുമ്പോൾ അവന് ഭയമുണ്ടായിരുന്നില്ല. ഒരു മഴവില്ലിനെയും രണ്ട് നീർച്ചാലിനെയും മൂന്ന് പാറക്കൂട്ടങ്ങളെയും നാല് ഗുഹകളെയും അഞ്ച് തടാകങ്ങളെയും കീറിമുറിച്ച് അവർ ഒടുവിൽ അവിടെയെത്തി. അതിമനോഹരമായ സംഗീതം പോലെ ആർദ്രവും ധ്യാനമുഖരിതവുമായ ഒരു സ്ഥലത്ത് അവർ ചെന്നെത്തി. നിലാവിന്റെ വെളിച്ചം മാത്രമേ അവിടെ ഉണ്ടായിരുന്നുള്ളൂ. നാലുപാടും അവർ നോക്കി. ഇനി എങ്ങോട്ടാണ് പോവേണ്ടതെന്ന ചിന്ത അവരെ വളരെ കുറച്ചു സമയത്തേക്ക് മാത്രം അലട്ടി. അധികം ദൂരത്തു നിന്നല്ലാതെ ഒരു വൃദ്ധൻ നടന്ന് വരുന്നുണ്ടായിരുന്നു. കൗപീനം മാത്രമേ അയാൾ ധരിച്ചിരുന്നുള്ളൂ. ഒരു തോളിൽ കുറേ ചൂട്ടുകറ്റകളും മറ്റേതോളിൽ

ഒരു കുടവുമായി അയാൾ നടന്നടുത്തു. അവരെയൊന്ന് നോക്കീട്ട് അയാൾ ദിശമാറി കാടിനുള്ളിലേക്കു നടന്നു. കുറച്ചുദൂരം നടന്ന ശേഷം അയാൾ തിരിഞ്ഞു നിന്നു പറഞ്ഞു. "ആശ്രമത്തിലേക്ക് ആണെങ്കിൽ ആ മര ച്ചുവട്ടിൽ വിശ്രമിക്കൂ." വളരെ ദുർബ്ബലമായിരുന്നു ആ ശബ്ദം. ദൂരെ ഒരു ഒറ്റത്തടിമരം കുട നിവർത്തി നിൽക്കുന്നുണ്ടായിരുന്നു. എന്തുചെയ്യണ മെന്നറിയാതെനിന്ന ഒരു നിമിഷത്തിനു ശേഷം അവൾ അവളുടെ മനസ്സിന്റെ പകുതി ആ മരത്തിൽനിന്നും ആശ്രമത്തിലേക്കുള്ള വഴിയിൽ കണ്ടു. മുന്നേ അവളും കൂടെ അവനും ആ മരച്ചുവട്ടിലേക്ക് നയിക്ക പ്പെട്ടു.

എലി ഒരു വെളുത്ത ചാർട്ട് പേപ്പറിൽ ഒരു പൊലീസുകാരന്റെ ചിത്രം വരച്ചു. പൊലീസുകാരന്റെ ഓരം ചേർന്ന് ഒരു ജീപ്പ് പാർക്ക് ചെയ്തു. മീൻ മാർക്കറ്റിലെ ഫ്രീസറിൽ സഖാക്കൾ തന്നെ വെട്ടിയും കുത്തിയും വെടിവച്ചും കൊന്ന മറ്റൊരു സഖാവിന്റെ ശവം. കുറ്റവാളികളെ അന്വേ ഷിച്ച് ജീപ്പ് നാലുപാടും ഓടി. അന്തരീക്ഷത്തിലൂടെ വളരെ പെട്ടെന്ന് പറന്ന് വന്ന രണ്ട് കണ്ണുകളെ പിൻപറ്റിയെത്തിയ കാറ്റിൽ നിന്നും ഒരു രഹസ്യ സന്ദേശം ജീപ്പിലേക്കു മറിഞ്ഞുവീണു. വീഴ്ചയിൽ നടുവൊടിഞ്ഞ സന്ദേശം നിവർത്തിയെടുത്ത് മനുഷ്യനല്ലാത്ത ഒരു പൊലീസുകാരൻ ഉറക്കെ വായിച്ചു. നാലുപാടും സൈറൺ മുഴക്കികൊണ്ട് പൊലീസ് ജീപ്പുകൾ ഓടിമറഞ്ഞു. എല്ലാ അന്വേഷണങ്ങളും ഒടുവിൽ ചെന്നെത്തിയത് ഒരു മാവോയിസ്റ്റിന്റെ വീട്ടിലേക്കായിരുന്നു. നായ്ക്കൾ ഇനി ഉണ്ടാവാൻ പോവുന്ന കലാപത്തിന്റെ പുതിയ തെളിവുകൾ ആ വീടിന്റെ അടുക്കളയിലെ മൂലകളിൽനിന്നും കണ്ടെത്തി. എപ്പോൾ വേണമെങ്കിലും തീ പിടിച്ചേക്കാവുന്ന ഒരു അടുപ്പ് സൂക്ഷിച്ചതിന് വീട്ടിലുള്ളവരെ കസ്റ്റഡിയിലെടുത്തു. അടുക്കളയിൽ പാതി വെന്ത അരിക്കലം നിലത്ത് വീണു പൊട്ടുന്നതിനിടയിൽ ആരോ പറമ്പി ലൂടെ ഓടി മറഞ്ഞു. കാട്ടിൽ ജനിച്ച് കാട്ടിൽ വസിക്കുന്ന മാവോയിസ്റ്റ് എന്ന പ്രത്യേകതരം ജീവിയുടെ വാലുമായി ഓടിയ ആൾക്ക് സാമ്യമുണ്ടാ യിരുന്നെന്ന് പൊലിസ് കണ്ടെത്തി. ആ വാലനെ കണ്ടുപിടിച്ച് വെടിവച്ചു കൊല്ലാൻ കഴിയാത്തതിന്റെ അരിശത്തിൽ ഒരു പൊലീസുകാരൻ വീട്ടിൽ ബാക്കിയായ പെൺകുട്ടികളിൽ കന്യകാത്വവിചാരണ നടത്തി. ആണു ങ്ങളോടൊപ്പം കിടന്നതിന്റെ തെളിവുകൾക്കായി നാലു പാടും തുണിയഴി ച്ചിട്ട് ഓടിച്ചു. കൂടെ കിടന്നവരുടെ കണക്കുകൾ ഒരു വലിയ നോട്ടുബുക്കിൽ എഴുതിച്ചേർത്തു. ലാത്തികൾകൊണ്ട് ലിംഗത്തിൽ ഉരച്ച് പെൺകുട്ടികളെ ചോദ്യം ചെയ്തു. സ്കൂളിലെത്തി മറ്റു കുട്ടികളെ ഇവരോടൊപ്പം കളി ക്കാനും കൂട്ടുകൂടാനും വിടരുതെന്ന് താക്കീത് നൽകി. സാമൂഹികാനി ശ്ചിതത്വത്തിന്റെ മുൾമുനയിൽ നിന്ന് ഒരു മാവോയിസ്റ്റ് കുടുംബം തിളച്ച

എണ്ണയിൽ കൈമുക്കി ഞങ്ങൾ “നിരപരാധികളാണെന്ന്” വിളിച്ചുപറഞ്ഞു. ഭരണകൂടത്തെ ഭയപ്പെടാത്തവരുടെ നെഞ്ചിലൂടെ ഒരു ജീപ്പ് കയറിപ്പോയി. ജീപ്പിനുള്ളിലിരുന്ന് ഒരു പൊലീസുകാരൻ എതിരേ സൈക്കിളിൽ വന്ന ഒരു പെൺകുട്ടിയുടെ പാവാടയ്ക്കുള്ളിലേക്ക് ഒളിഞ്ഞ് നോക്കി. കുട്ടികൾക്ക് വിഷം കൊടുത്ത് ആത്മഹത്യ ചെയ്ത ഒരു കുടുംബത്തിന്റെ വാർത്തയ്ക്കു വേണ്ടി പത്രങ്ങൾ കാത്തു കിടന്നു. ഒരു മാവോയിസ്റ്റിന്റെ സ്വപ്നത്തിൽ നിന്നും കുറച്ചു നിലവിളികൾ ഒരു രാജ്യത്തിന്റെ സാമ്പത്തിക മേഖലകളിലേക്ക് തുളഞ്ഞുകയറി. മുദ്രാവാക്യങ്ങളിൽനിന്നും കുറച്ചു വെടിയുണ്ടകൾ ‘ദി ബ്ലഡി ഇന്ത്യൻ എക്ണോമി’ എന്ന അക്ഷരങ്ങളുടെ രൂപത്തിൽ ആകാശത്തിലേക്ക് പറന്നുയർന്നു. രക്തസാക്ഷികളുടെ ചോരപ്പാടിൽ ചവിട്ടിനിന്നവരെ കുറേ വിഡ്ഢികൾ, കൊലയാളികൾ എന്നു വിളിച്ചു. സ്വന്തം ചോരയുടെ നിറംകൊണ്ട് പശ്ചാത്തലത്തിൽ പടർന്ന സ്വപ്നങ്ങൾക്ക് ആരോ ചിറകുകൾ കൊടുത്തു. പൂച്ചയുടെയും എലിയുടെയും തോളിൽ കൈയിട്ട് ഒരു ഇൻക്വിലാബ് സിന്ദാബാദ് അഴുക്കു പിടിച്ച ഒരു വെള്ളതുണിയിൽ ചേക്കേറി.

പതിനഞ്ച്

എന്തുകൊണ്ട് മുകളിലേക്ക് പോയില്ലായെന്ന ചിന്ത എപ്പോഴും താഴേക്ക് വീഴുന്നുവെന്ന സിദ്ധാന്തം ഉണ്ടാക്കുന്നു

പ്രതീകങ്ങൾ കുട്ടികൾക്ക് വളരെ ഇഷ്ടമാണ്. അവർ ഭാവനാസമ്പന്നരാണ്. നമുക്ക് അന്യമായ ആ ലോകം അവരെ നമ്മുടെ ശത്രുവാക്കുന്നു. അവർ കുറ്റവാളികളും നമ്മൾ ശിക്ഷകരും ആകുന്നു. ജീവിതത്തിൽ നമുക്ക് മനസ്സിലാവാത്ത ഭാഷയിൽ സംസാരിക്കുന്നവരെ നമ്മൾ കുറ്റവാളികളാക്കുന്നു. സമീപനങ്ങളാണ് ജീവിതത്തെ നിർമ്മിക്കുന്നതും തകർക്കുന്നതും.

റോഷ്നേരയുടെ അമ്മയ്ക്കു ജോലിയുണ്ടായിരുന്നതുകൊണ്ട് പല സമയത്തും അവൾ തനിച്ചായിരിക്കും വീട്ടിൽ. പ്രത്യേകിച്ച് കേശുവിന്റെ മരണത്തിന് ശേഷം. തെണ്ടി നടക്കലായിരുന്നു പ്രധാന പരിപാടി. സ്ത്രീവേഷങ്ങൾ അവൾ ധരിക്കുന്നതിൽ അമ്മയ്ക്കും വലിയ താൽപര്യം ഉണ്ടായിരുന്നില്ല. അവൾക്കാകട്ടെ മരം കയറാനും മതിൽ ചാടാനും സ്ത്രീവേഷങ്ങൾ വലിയ ബുദ്ധിമുട്ടുണ്ടാക്കുകയും ചെയ്തു. പേരമരത്തിൽ പഴുത്ത പേരയ്ക്ക തൂങ്ങിക്കിടക്കുമ്പോൾ പിന്നെങ്ങനെയാണ് അതിൽ വലിഞ്ഞ് കയറാതിരിക്കാൻ ആവുക? കിളിമരത്തിൽ മുല്ല മൊട്ടുകൾ പാകമായി നിൽക്കുമ്പോൾ എങ്ങനെ അതും നോക്കി തഴെ നിൽക്കാനാവും? കശുമാവിന്റെ കൊമ്പിൽ ഫാഷൻഫ്രൂട്ട് വിളഞ്ഞ് നിൽക്കുമ്പോൾ അത് കണ്ടില്ലെന്ന് എങ്ങനെ നടിക്കും? അതുകൊണ്ട് ആരുടെയും അനുവാദം വാങ്ങിക്കാതെ ആരുടെയും സഹായമില്ലാതെ അവൾ തനിയെ മരം കയറാൻ പഠിച്ചു. ശൂന്യതയും വേദനയും വരുമ്പോൾ പറമ്പിലൂടെ അങ്ങനെ നടക്കും. കിളികൾ ചിലയ്ക്കുന്നതു കേൾക്കും. ചില പക്ഷികളുടെ പിറകെ അങ്ങനെ പോവും. ഒടുവിൽ തിരിച്ചു വരാൻ ബുദ്ധിമുട്ടാവുന്ന ദൂരത്തോളം. ആ സമയങ്ങളിൽ ചിലപ്പോൾ നമ്മളെന്ന മരത്തിന്റെ ചില്ലയിൽ കൂടുകൂട്ടുന്ന കിളികളാണ് വേദനകളെന്ന് അവൾക്ക് തോന്നി.

ആരായിരുന്നു മുകുന്ദന് അമ്മ? ബാല്യത്തിലും കൗമാരത്തിലും യൗവ്വനത്തിലും അവന് എല്ലാ ചോദ്യങ്ങൾക്കും ഒരു ഉത്തരം മാത്രമേ ഉണ്ടായിരുന്നുള്ളൂ, അമ്മ. സന്ദേഹങ്ങൾക്കെല്ലാം ഒടുവിൽ അവൻ ഓടിത്തളർന്ന് എത്തുക അമ്മയുടെ മുന്നിലാവും. ചിലപ്പോൾ ഒരു മൗനം കൊണ്ടോ ചിലപ്പോൾ ഒരു നീരസംകൊണ്ടോ ചിലപ്പോൾ ഒരു നീണ്ട വിവരണം കൊണ്ടോ അമ്മ അവനിൽ അപ്പോഴൊക്കെ നിറഞ്ഞു. ഒരു ദിവസം എല്ലാ മനുഷ്യരും മരിച്ചുപോകുമെന്ന ഞെട്ടിക്കുന്ന സത്യം വളരെ ചെറിയ പ്രായത്തിൽ അവനു പകർന്നു കൊടുത്തത് അവന്റെ അമ്മയായിരുന്നു. താൻ മരിച്ചു പോകുന്നതോർത്ത് അമ്മയെ പിരിയണ്ടി വരുന്നതോർത്ത് അവൻ ഒരു മൂലയിലിരുന്ന് ഏറെ നേരം കരഞ്ഞു. മണ്ടാ... നിന്നെക്കാൾ മുമ്പേ അമ്മ മരിച്ചുപോവില്ലേ. അതവന് അതിനേക്കൾ വലിയ ദുഃഖം സമ്മാനിച്ചു. അമ്മയില്ലാത്ത ജീവിതം അവന് സങ്കൽപ്പിക്കാൻ കഴിയുമായിരുന്നില്ല. അമ്മിഞ്ഞയിൽ മുഖമമർത്തി കിടക്കാതെങ്ങനെ ഉറക്കം വരും. അപ്പോഴേക്കും നീ വളരും എന്നും അമ്മയെ കെട്ടിപ്പിടിച്ചു കിടന്നുറങ്ങാൻ പോവ്വാ... മുകുന്ദന് ഇന്ന് തന്റെ മരണത്തിൽ ഭയമില്ല. പക്ഷേ അമ്മയില്ലാത്ത ഒരു ലോകം അവന് ഒരു ശൂന്യത തന്നെയാണ്. മണലാരണ്യത്തിലൂടെ ഒറ്റപ്പെട്ട് ഒരു ഒട്ടകം നടന്നുനീങ്ങുന്നതും ദാഹം കൊണ്ട് അതിന്റെ തൊണ്ട വരളുന്നതും അവൻ കാണുന്നു. കൂട്ടം തെറ്റി ഒരു കിളി പറന്ന് നീങ്ങുന്നതുപോലെ, ഒരു കൊമ്പിൽ വന്നിരുന്ന് കരയുന്ന ഒറ്റക്കാലൻ കാക്കയെ പോലെ ഓർമകളവനെ പിന്തുടരുന്നു. എല്ലാ ബന്ധങ്ങളെയും നിഷേധിക്കുമ്പോഴും അമ്മയെ മാത്രം നിഷേധിക്കാൻ അവന് കഴിയുന്നില്ല. അമ്മയിൽ തുടങ്ങി അമ്മയിൽ തടഞ്ഞു കിടക്കുന്ന വികാരങ്ങളുടെ പ്രക്ഷുബ്ധതയും ശാന്തതയും ഒരുപോലെ അവന്റെ ചിന്തയെ പോലെ ഒരു മരംപെയ്യലായി അനുഗമിച്ചുകൊണ്ടിരുന്നു.

അവൻ ഒടുവിൽ അവന്റെ ഡയറിക്കുറുപ്പിലെഴുതി. സുഹൃത്തേ ഓരോ പിരിയലും ഓരോ മരണമാണ്. പിന്നീട് കാണണമെന്നില്ല. മരിച്ചാൽ അറിയണമെന്നില്ല. നീ ഇന്റെൻസീവ് കെയർ യൂണിറ്റിൽ മരണത്തോട് മല്ലടിക്കുമ്പോൾ സമീപത്തുകൂടി ഞാൻ കപ്പലണ്ടി കൊറിച്ച് അലസമായി നടന്ന് പോവുന്നുണ്ടാവാം. നീ രക്തത്തിന് വേണ്ടിയോ അവസാന ശ്വാസത്തിനു വേണ്ടിയോ നിലവിളിക്കുമ്പോൾ തൊട്ടടുത്ത് നിന്ന് കപ്പലണ്ടിത്തൊലി ഊതി കളയുന്നത് ഞാനാവാം. ഒരു കാര്യം മാത്രം ശ്രദ്ധിക്കുക നിന്റെ നേരെ ഭിക്ഷയ്ക്കായി നീളുന്ന കൈകൾ തട്ടിമാറ്റുന്നതിന് മുമ്പ് അതിന്റെ ഉടമസ്ഥന്റെ മുഖത്ത് സൂക്ഷിച്ചൊന്ന് നോക്കുക... അവനിൽ ഒരു പഴയ സുഹൃത്തിന്റെ മുഖച്ഛായ നിനക്ക് കണ്ടെടുക്കാൻ കഴിയുന്നുണ്ടോയെന്ന്. ഇതെല്ലാം മരണങ്ങളാണ് ഒരു ശവസംസ്ക്കാര ചടങ്ങിനും കാത്ത് നിൽക്കാത്ത മരണങ്ങൾ.

ആണിന്റെയും പെണ്ണിന്റെയും ലോകം രണ്ടായി തന്നെ റോഷ്നേരയ്ക്ക് അനുഭവപ്പെട്ടുകൊണ്ടിരിക്കുന്നു. രണ്ട് ലോകത്തോടും ഒരുമിച്ച്

സംവദിക്കേണ്ടി വരുമ്പോൾ കടലിൽനിന്നും പെട്ടെന്ന് കരയിലേക്ക് വലിച്ചെറിയപ്പെടുന്ന പോലെയാണ്. അന്ന് ചിരിച്ചുകൊണ്ടാണവൾ കടന്ന് വന്നത്. ചോദ്യങ്ങളായിരുന്നു അവളുടെ ആയുധം. കുട്ടികളായിരുന്നു അവളുടെ സുഹൃത്തുക്കൾ. ഭാര്യയാകാനോ മകളാകാനോ കാമുകിയാവാനോ അമ്മയാകാനോ അവൾ തയ്യാറല്ലായിരുന്നു. കുട്ടികളെയും കൂട്ടി അവൾ പുളിമരച്ചുവട്ടിൽ ഇരുന്നു. അതൊരു നാടകഗ്രാമമായിരുന്നു. വലിയവരോടൊന്നും അവൾ അധികം സംസാരിച്ചില്ല. ഓരോ കുട്ടിയും അവളുടെ കണ്ണിലേക്ക് നോക്കി. ഓരോ കണ്ണിലേക്കും നോക്കിയവൾ ചിരിച്ചു. കുട്ടികളെ അവൾ മാവോയിസ്റ്റാക്കുമെന്ന് പൊലീസുകാരും വഴിതെറ്റിക്കുമെന്ന് മതങ്ങളും അലസരാക്കുമെന്ന് വീട്ടുകാരും അധികപ്രസംഗികൾ ആക്കുമെന്ന് അദ്ധ്യാപകരും ഭയന്നു. ഓരോ കുട്ടിയോടും അവൾ ചോദിച്ചുകൊണ്ടിരുന്നു. സ്ത്രീകൾ സർഗാത്മകലോകത്തിന്റെ ഓരോ ഇടങ്ങളിലേക്കും കടന്ന് വരുമ്പോൾ ഭയക്കുന്നത് ആരാണ്? കവിതയെയും രാഷ്ട്രീയത്തെയും സിദ്ധാന്തങ്ങളെയും പോലെ, കണക്കിനെയും മലയാളത്തെയും ചരിത്രത്തെയും പോലെ, അമ്മയേയും അച്ഛനെയും ചേട്ടനെയും പോലെ ആണിന്റെയും പെണ്ണിന്റെയും ലോകം രണ്ടാക്കുകയും രണ്ടിനെയും തള്ളി അകറ്റുകയും ചെയ്യുന്നതാരാണ്? ആധിപത്യവും മേൽക്കോയ്മയും നിങ്ങൾക്ക് അഭയമാകുമ്പോൾ, സംസ്കാരത്തെ നിർമ്മിച്ചെടുക്കുന്നതും രാഷ്ട്രീയത്തെ നിർമ്മിച്ചെടുക്കുന്നതും നിങ്ങളാവുകയും ചെയ്യുമ്പോൾ നമുക്കിനി സംവദിക്കാൻ കഴിയുമെന്ന് തോന്നുന്നില്ല. അരയാലില്ല. പാലയും ചിരട്ടയും കളിമണ്ണും ഇല്ല. കുന്നും മലയും പുഴയും കിണറും ഇല്ല. കാഞ്ഞിരമില്ല. കുട്ടികളുടെ കൈയും പിടിച്ചവൾ കുറേ ദൂരം നടന്നു. വഴികൾ അവർക്ക് നല്ല തിട്ടമായിരുന്നു. വരമ്പില്ല. തവളയില്ല. പൂക്കളില്ല. കായ്കനികളില്ല. മഞ്ചാടിക്കുരുവും കാളകളുമില്ല. കുന്നിക്കുരുവില്ല. കാക്കയില്ല. കനാലില്ല. കാർമേഘമില്ല. കമുകും തെങ്ങും മാവുമില്ല. നടക്കണമെന്നില്ല. ഓടണമെന്നില്ല. എല്ലാം പൂജ്യം പോലെ സംപൂജ്യമായ ലോകം. ഒക്കെയും ആണിടങ്ങൾ. കരുണയില്ലാത്ത വേട്ടപ്പട്ടികൾ. അവൾ കുട്ടികളുടെയും കുട്ടികൾ അവളുടെയും മുഖത്തേക്ക് നോക്കി. ഒരു ബെല്ലുകൊണ്ടോ ഒരു കതകുകൊണ്ടോ അടക്കിനിർത്താനാവാത്ത ആത്മരോഷം. അതൊരു അവധിക്കാലമായതിനാൽ അവർക്ക് കഥ പറയാൻ താൽപ്പര്യമുണ്ടായിരുന്നില്ല. കറുത്ത വഴികൾ... ചുവന്ന പുഴകൾ. അവസാനം ശവപ്പെട്ടികൾ മാത്രം. ജീവിച്ചിരിക്കുന്ന ഞങ്ങളെ തളയ്ക്കാൻ ആണികളുമായി നിങ്ങൾ...നിങ്ങൾ... നിങ്ങൾ. ജീവിച്ചിരിക്കെ തന്നെ മരിച്ചുതരുന്നവർ ഞങ്ങൾ... ഞങ്ങൾ... ഞങ്ങൾ... കിടത്തിക്കോളൂ.... വാതിലടച്ചോളൂ... നെഞ്ചിലും കൈയിലും കാലിലും ചുവട്ടിലും ആണിയടിച്ചോളൂ. നിലവിളികളില്ല.... ആർപ്പുവിളികളില്ല.... കറുത്ത വഴികൾ..... ചുവന്ന പുഴകൾ... എങ്ങും ചുവന്ന പുഴകൾ.

ഉച്ചഭക്ഷണത്തിനുവേണ്ടി ലോകമാകെ പിരിഞ്ഞു. കുറച്ച് സമയത്തെ ഒരു മയക്കത്തിന് ശേഷമേ എല്ലാവരും ഉണരുകയുള്ളൂ. ചിലർക്ക് ഇടവേള രതിയിലും പ്രിയം. ആ ജയിലിന്റെ വരാന്തയിലൂടെ എലിയും പൂച്ചയും കൈപിടിച്ച് ഏഞ്ഞ് വലിഞ്ഞ് നടന്നു. ഒരറ്റംമുതൽ മറ്റേഅറ്റം വരെ കുറ്റവാളികളുടെ നീണ്ട നിര. ഒരു കൈയിൽ നിന്നും മറുകയ്യിലേക്കുള്ള ദൂരം വിലങ്ങാവുന്നതിന്റെ നിശ്ശബ്ദതയ്ക്കുള്ളിൽ എലി പൂച്ചയുടെ കൈ വിട്ടു. കുറ്റം ചെയ്തവരുടെ നീണ്ട നിര തുടർന്നുകൊണ്ടേയിരുന്നു. ഏറ്റുപറച്ചിലുകളുടെ വൃത്തികെട്ട ശബ്ദം. യാതൊരു ഭയാശങ്കയും ഇല്ലാതെ എലി മുന്നേ നടന്നു. കുറ്റങ്ങൾ അവരവരുടെ ന്യായീകരണത്തിനു മുകളിൽ തല ചായ്ച്ചുറങ്ങുന്നു. ചങ്ങലയിൽ നിന്നും ചങ്ങലയിലേക്കുള്ള ദൂരം രണ്ട് കൈകളായിരുന്നു അവിടെ. എങ്കിലും ഒരു മൂളിപ്പാട്ടും പാടി എലി പൂച്ചയുടെ കൈവിട്ട് മുന്നേ നടന്നു. വഴികൾ ഏറെ ആയിരുന്നു ആ ജയിലിനുള്ളിൽ. ഒന്നിലേക്കെത്തുമ്പോൾ തന്നെ മറ്റൊന്നിലേക്ക് നയിക്കുന്ന പുതിയ വഴികൾ തെളിഞ്ഞ് വന്നു. ഇടയ്ക്കു പുറം തിരിഞ്ഞ് നിന്ന് ചിരിച്ചും തുള്ളിച്ചാടിയും വഴികൾ നീണ്ട് നിവർന്ന് കിടന്നു. ഓരോ വഴിയുടെ ഓരത്തും ഒരു കുടവും അതിൽ നിറയെ വെള്ളവും നിലത്ത് ഉടഞ്ഞുകിടക്കുന്ന ഒരു ഗ്ലാസും ഉണ്ടായിരുന്നു. ഓരോ അടയാളം പോലെ. ആരും കാണുന്നില്ലെന്ന് ഉറപ്പ് വരുത്തി പൂച്ച അതിൽ ഒരു കുടത്തിൽ തലയിട്ട് വെള്ളം നക്കി കുടിക്കുമ്പോൾ എലി പൂച്ചയുടെ ചെവിയിൽ പറഞ്ഞു. 'കുറ്റം ചെയ്യുന്നതിന്റെ സാഹചര്യങ്ങളെപ്പറ്റി, കുറ്റം ചെയ്യുന്നതിലേക്ക് നയിച്ച കാരണങ്ങളെപറ്റി' ഇവിടെ ആരും നോക്കാറില്ല. കുറ്റം ചെയ്താൽ ശിക്ഷിക്കും. അത്രമാത്രം. ധൃതിയുടെ നടുവിൽ പൂച്ചരോമങ്ങൾ കുടത്തിൽ കൊഴിഞ്ഞ്വീണ് തെളിവുകൾ അവശേഷിപ്പിച്ചത് അവരറിഞ്ഞില്ല.

പിറ്റേന്ന് രാവിലെ ഇടിവെട്ടേറ്റതുപോലെ ഭൂമിയിലേക്ക് വീണ മഴത്തുള്ളികളിൽ വിഷം കലർന്നിരുന്നതായി സാമൂഹ്യശാസ്ത്രജ്ഞർ പറഞ്ഞു. വണ്ണം കൂടിയ നൂലിഴകൾ പോലെ ആ മഴ താഴേക്ക് വന്ന് മരത്തിന്റെ കാതിൽ എന്തോ പറഞ്ഞ് ആരും കാണാതെ തിരിച്ച് പോയി പോലും. പക്ഷേ വിഷം ഭൂമിയിൽ ബാക്കിയായേക്കുമോയെന്ന ആശങ്ക പറഞ്ഞ് പറഞ്ഞ് എലിയുടെ ചെവിയിലും എത്തി. എലി വേഗം പൂച്ചയെയും കൂട്ടി ഉറുമ്പുകളുടെ അടുത്തേക്കു പോയി. ഉറുമ്പുകൾ ആകാശത്ത്നിന്ന് വെള്ളക്കീറുകൾ പോലെ ഒരു അടയാളമുണ്ടാക്കി കാതടപ്പിക്കുന്ന മൂന്നുനാല് ശബ്ദങ്ങൾ നിലത്തേക്കു വീഴുന്നത് അങ്ങനെ നോക്കി നിൽക്കുകയായിരുന്നു. പഴയതൊലികൾ ഊരിമാറ്റി പുതിയ വേഷത്തിൽ ഉറുമ്പുകൾ അച്ചടക്കത്തോടെ വരിവരിയായി നടന്നു. ഗഹനമായ സിദ്ധാന്തംപോലെ എന്തോ ഒന്ന് അവരുടെ തലയിൽ ഉണ്ടായിരുന്നു. വലിച്ചിട്ടും വലിച്ചിട്ടും കരയ്ക്കെത്തിക്കാനാവാത്ത ആ സാധനം ഉറുമ്പുകളെയുംകൊണ്ട് കടലിലേക്കു വീണു. ഏഞ്ഞു വലിഞ്ഞ്

കരയ്ക്ക് കയറിയ ഒരു ഉറുമ്പ് സ്റ്റഡിക്ലാസെടുത്തു. ഭരണകൂടം കുറച്ച് കാലം കൂടി ഇങ്ങനെ തന്നെ നിൽക്കും. കാരണം ഒടുവിൽ കൊഴിഞ്ഞു വീഴാൻ ഒരു ഭരണകൂടം വേണമല്ലോ നമുക്ക്. പിന്നെയും കുറച്ചു കാലം കഴിയുമ്പോൾ ഇവിടെ ചൂഷകരും ചൂഷിതരും ഉണ്ടാവില്ല. വിശക്കുന്ന വരാരും ഇല്ലാത്ത ഭൂമി. അത് വെറും ഒരു ബോറൻ ഭൂമിയാവുമോയെന്ന് പൂച്ച എലിയുടെ ചെവിയിൽ ചോദിച്ചു. ചോദ്യം ചെയ്യാൻ പാടില്ലാത്ത ഒരു സ്വപ്നം പൂച്ചയുടെ അച്ചടക്കത്തിലേക്ക് കുടിയേറിയതിനുശേഷം ഒരു ചുവന്ന നക്ഷത്രം അവന്റെ ഉറക്കത്തിൽ പ്രത്യക്ഷപ്പെട്ടു. വ്യാജചരിത്ര പുസ്തകം ചുമക്കുന്നവരുടെ തലയിൽ ആരോ ചെയ്ത കൂടോത്രം പൊട്ടിത്തെറിച്ചു. ജീവനില്ലാത്ത അക്ഷരങ്ങളുമായി ചിതലെടുത്ത താളുകൾ പറന്നുയർന്നു. മുമ്പെങ്ങും ഉണ്ടാവത്തവിധം പൂച്ചയും എലിയും മൂന്നു ദിവസം പനി പിടിച്ച് കിടന്നു.

പതിനാറ്

ആത്മഹത്യ സ്വപ്നത്തിന്റെ ജീവിതത്തിൽ ജൈവികമായ ഒരു അനിവാര്യതയാണ്

ഭ്രാന്തിന്റെ വിശിഷ്ടഭോജ്യംപോലെ മഴ ഭൂമിയിൽ നിന്നും ആകാശത്തിലേക്കും ഇടിമുഴക്കങ്ങൾ കടലിൽനിന്നും കരയിലേക്കും പെയ്തു തുടങ്ങി.

ഉത്തരം സുവ്യക്തമാണെങ്കിലും ചില കാര്യങ്ങൾക്ക് പെട്ടെന്ന് ഉത്തരം കൊടുക്കാൻ കഴിയില്ല. ഒരുപക്ഷേ അങ്ങനെ ഉത്തരം കൊടുക്കുന്നത് മണ്ടത്തരവുമാണ്. 'ചായയെങ്ങനെ'. റോഷ്നേര കുറച്ച് ശാന്തമാവാൻ വേണ്ടി എല്ലാ കൃത്രിമത്വത്തോടെയും അവൻ ചോദിച്ചു. അവൾ അവനെ ഒന്ന് നോക്കി ചിരിച്ചുകൊണ്ട് നിശ്ശബ്ദമായി ഇരുന്നു. തുടർന്ന് ഒരു മൂളൽകൊണ്ട് ആ നിശ്ശബ്ദതയ്ക്കുള്ളിലെ ശാന്തതയുടെ വാഗ്ദാനത്തെ അവൾ തട്ടിയെറിഞ്ഞു. തനിക്ക് ഒരു പ്രൊഫഷണൽ ആകാൻ ഒരിക്കലും കഴിയില്ല. കാരണം പ്രൊഫഷണൽ എന്നാൽ പണം സമ്പാദിക്കുക എന്ന ലക്ഷ്യത്തോടെ തന്റെ സേവനമേഖലയെ മികവുറ്റതാക്കാൻ ആവശ്യമായ എല്ലാ കൃത്രിമത്വങ്ങളും ജീവിതത്തിന് ചുറ്റും തയ്യാറാക്കുകയെന്നാണ് അർത്ഥം. കള്ളിമുള്ളുകൾ തുളച്ച് കയറുന്നത് പോലെ അത് നമ്മുടെ സർഗാത്മക സ്വത്വത്തിൽ... ശരീരത്തിലും മനസ്സിലും.. തുളച്ചു കയറും. അപ്പോൾ നമ്മുടെ സാമൂഹികാഭിവാഞ്ജയെ ജീവനോടെ കുഴിച്ചുമൂടേണ്ടി വരും. തന്റെ വഴിയുടെ ഇരുവശവും കമ്പിവേലി കെട്ടി പാത ലക്ഷ്യത്തിലേക്കു മാത്രം ഒതുക്കേണ്ടി വരുന്നു. ഞാൻ നേരത്തെ സൂചിപ്പിച്ച സുഹൃത്തില്ലേ.... ങ്ും.... അവൾ ഒരു നല്ല കമ്യൂണിസ്റ്റുകാരി ആയിരുന്നു. അതിന് കേരളത്തിൽ ഒത്തിരി ഉദാഹരണങ്ങൾ ഉണ്ട്. കമ്യൂണിസ്റ്റുകാർക്ക് യാതൊരു കുറ്റബോധവും ഇല്ലാതെ ചെന്നെത്താൻ കഴിയുന്ന സുരക്ഷിതമായ ഒന്നാണ് ബിസിനസ്. ബിസിനസ് ഒരു പരിണാമമാണ്, കമ്യൂണിസം ഒരു പരിണാമ സിദ്ധാന്തവും. പണം ഉണ്ടാക്കുന്നവരുടെ ഒരു പ്രശ്നം പണം ഇല്ലാത്തവരോടുള്ള പുച്ഛമാണ്. ജോലിയുള്ളവർക്ക് ജോലിയില്ലാത്തവരോട് എന്ന പോലെ. പണത്തിനെ മാനദണ്ഡമാക്കി അവൻ എന്തിനെയും നോക്കി കാണുന്നു. ഉള്ളവനും ഇല്ലാത്തവനും

തമ്മിലുള്ള അന്തരവും സൈദ്ധാന്തികമൂല്യവും രാഷ്ട്രീയവും എല്ലാം ആത്മാവ് നഷ്ടപ്പെട്ട നിലയിലോ മരണപ്പെട്ട നിലയിലോ അവനിൽ തുടരുന്നു. അവൻ ഒരു കുഴലിലൂടെ മണ്ടന്മാരുടെ ഒരു ലോകത്തെ നോക്കി കാണുന്നു. ഒരിക്കൽപോലും കുഴൽ മാറ്റിനോക്കുന്നില്ല. റോഷ്നേര വീണ്ടും കൂടുതൽ ആശയക്കുഴപ്പത്തിലേക്ക് വലിച്ചിഴയ്ക്കപ്പെട്ടു. മുകുന്ദൻ കട്ടിലിലേക്ക് തലചായ്ച്ചു കിടന്നു. അവൻ അറിയാതെ മയക്കത്തിലേക്കും ഉറക്കത്തിലേക്കും വീണു പോയി. അവൾ ചിന്തയുടെ ലോകത്തിൽതന്നെ അലഞ്ഞു. തനിക്ക് വേണമെങ്കിൽ വക്കീൽ പണിയിൽ ശ്രദ്ധ കേന്ദ്രീകരിച്ച് പടിപടിയായി ജീവിതത്തെ സുരക്ഷിതമാക്കാം. അല്ലെങ്കിൽ തനിക്കും ഉപകാരപ്പെടുന്ന ഒരു തണലായി പ്രൊഫഷനെ മാറ്റിയെടുക്കാം. അല്ലെങ്കിൽതന്നെ പണത്തിന് എന്തു സുരക്ഷിതത്വമാണ് നൽകാൻ കഴിയുന്നത്. ഭൂരിഭാഗം ജനങ്ങളും അരക്ഷിതരായവരുടെ ഇടയിൽ പണത്തിന് എന്തു പ്രസക്തിയാണുള്ളത്. പണം നൽകുന്ന അരക്ഷിതസ്ഥലങ്ങൾ എത്ര വലുതാണെങ്കിലും നമ്മൾ കാണുകയില്ല. പുറത്ത് ചീവീടിന്റെ നേരിയ മൂളലിൽ ഒതുങ്ങിയിരുന്ന മഴ കനക്കാൻ തുടങ്ങി. വിദൂരതയിൽ ജീവിതത്തിന്റെ ദുരൂഹതയെ സ്പർശിക്കുന്ന ഇടിമുഴക്കങ്ങൾ തുടങ്ങി. മധുരമുള്ള കണ്ണാടിപാത്രത്തിന്റെ മുകളിലേക്ക് ആകാശത്തു നിന്നു വെളുത്ത പളുങ്കുകൾ വീണു തുടങ്ങി. പറന്നുയരുന്ന കറുത്തിരുണ്ട മുടിയെ തണുപ്പിച്ചുകൊണ്ട് അവളുടെ ചിന്തകളിലേക്ക് വെള്ളത്തുള്ളികളും വീണ് തുടങ്ങി. മഞ്ഞു പോലെ മനസ്സുരുകി തുടങ്ങിയപ്പോൾ ചിതൽപുറ്റുകളിൽ നിന്നും ഈയ്യലുകൾ പുറത്തേക്കു വന്നു. ആത്മസംഘർഷത്തിൽ നിന്നും വിടുതൽ നേടാനാവാതെ ഒരു സമരം ആഘോഷത്തിന്റെ വഴിയിലേക്ക് തെന്നി മാറി. പോരാട്ടത്തിന്റെ സൗന്ദര്യം വിശപ്പിനുള്ളിലും കണ്ണീർ തുടച്ചെത്തുന്ന ചിരിയെപ്പോലെ ആകാശത്ത് തെളിഞ്ഞ് വന്നു. ഒരു മൗനം തെറിവിളികൾക്കൊപ്പം കൂട്ടുകൂടി ശവംനാറിപ്പൂക്കൾ പറിക്കാൻ പോയി. മടങ്ങിവരുന്ന വഴിയിൽ ശ്മശാനത്തിൽച്ചെന്ന് ശവങ്ങളോട് സംസാരിച്ചു. അന്ന് രാത്രി ചെകുത്താന്മാരോടൊപ്പം കിടന്നുറങ്ങി. പിറ്റേന്ന് ആ മൗനം വീട്ടിൽ നിന്നും പുറത്താക്കപ്പെട്ടു. സ്വപ്നവും ഭാഷയും വ്യാകരണം മറന്ന അക്ഷരങ്ങളും ആ മൗനത്തിന് തെരുവിൽ അഭയം നൽകി. ഇറ്റിറ്റ് വീഴുന്ന മഴനൂലിന്റെ ധവളപ്പകിട്ട്, ഹൃദയത്തിലേക്ക് അരിച്ചിറങ്ങുന്ന മഴമൂളൽ, ഏതോ പുല്ലാങ്കുഴലിലൂടെ കയറിയിറങ്ങി അവളുടെ ഓരം ചേർന്ന് നിന്നു. അറിയാതെ അവൾ മഴയിലേക്കും മഴ അവളിലേക്കും ഇറങ്ങി. വെള്ളം, ഓരോ അനുബന്ധങ്ങളിലേക്കും അരിച്ചിറങ്ങി. മുടിയുടെ കെട്ടഴിച്ച് അവൾ തലയിലൂടെ അരുവിച്ചാലുകൾക്ക് വഴികൊടുത്തു. മൗനമായി ഒരു രാഗം മൂളി. മൂക്കിനു മുകളിലൂടെ ഒലിച്ചിറങ്ങിയ മഴവെള്ളത്തുള്ളികളെ വായിലേക്കവൾ ഒഴുക്കി വിട്ടു. കഴുത്തിലൂടെ, നെഞ്ചിലൂടെ, ആ തണുപ്പ് കുടലിലേക്ക് അരിച്ചിറങ്ങി. ഇടയ്ക്ക് ആർത്തലയ്ക്കുന്ന ഇടിമുഴക്കങ്ങളിൽ തട്ടി അവൾ കാൽവഴുതി വീണു. പക്ഷേ, അതൊന്നും വീഴ്ചകളായി

അവൾക്കു തോന്നിയതേയില്ല. അവൾ മഴക്കടലിൽ മുങ്ങിക്കുളിച്ചു. ചവിട്ടി നിന്ന പുൽനാമ്പുകളിൽനിന്നും അനിർവചനീയമായ ഊർജ്ജം അവളുടെ ശരീരത്തിലേക്കു കയറി. ദൈവസ്പർശം പോലെ അവളുടെ ഓരോ കോശബന്ധങ്ങളും മഴയെ ആവേശത്തോടെ ഏറ്റുവാങ്ങി. ഇലകളിൽ നിന്നും ഇറ്റുവീണ മഴക്കമ്പികളെ തൊട്ടുണർത്തി അവൾ ഒരു സംഗീത മഴയായി മഴയിലേക്കു തന്നെ പെയ്തുതുടങ്ങി. എതോ പുഴയുടെ ആത്മാവുമായി... എതോ കടലിന്റെ താളവുമായി... ഏതോ മേഘത്തിന്റെ കിനാവുമായി ആ മഴ അവളുടെ ശരീരത്തെയും മനസ്സിനെയും ആർദ്ര മാക്കി. അവൾ ഓടിവന്ന് ഉറങ്ങിക്കിടന്ന മുകുന്ദന്റെ മുകളിലേക്ക് ചരിഞ്ഞു. നനഞ്ഞുകൊണ്ടവൻ ഉണർന്നു. ഏയ്.. എന്താ ഇത്... ഇത് മഴ.... അവൾ അവന്റെ മുഖമാകെ തുരുതുരാ ഉമ്മവച്ചു. പെണ്ണിന്റെ... ഒരു കഴപ്പ്. അവൻ നനഞ്ഞിട്ടും ചൂടുള്ള അവളുടെ ശരീരം മടിപിടിച്ച കരങ്ങൾ കൊണ്ട് ചേർത്തു പിടിച്ചു.

വളരെ വിചിത്രമായ ഒരു ചെറിയ മരമായിരുന്നു അത്. ഒരു വലിയ ആൽമരത്തിന്റെ ചെറിയ പതിപ്പ് പോലെ ഒറ്റത്തടിക്കുള്ളിൽനിന്നും പടർന്ന് പന്തലിച്ച് അത് നിന്നു. മുകളിലേക്കു നോക്കുമ്പോൾ ശിഖരങ്ങളും ഇലകളും കൂടാരം തീർത്ത് അൽപം വളഞ്ഞ് നിൽക്കുന്നു. ശിഖരങ്ങൾ പരസ്പരം കെട്ടുപിണഞ്ഞ് കിടക്കുന്നു. ശിഖരങ്ങൾക്കിടയിൽ ഒരാൾക്ക് പായ വിരിച്ച് സുഖമായി കിടന്നുറങ്ങുകയോ ചില്ലകളിൽ തന്നെ ചാരിയി രിക്കുകയോ ചെയ്യാം. താഴേ നിന്ന് മുകളിലേക്കു നോക്കുമ്പോൾ മുകൾ വശം താഴ്ന്ന് ചരിഞ്ഞു വന്നു, തങ്ങളെ മൂടാൻ തുടങ്ങുന്നത് അവർ തിരിച്ചറിഞ്ഞു. നിർഭയം ചില്ലകളിൽനിന്നും ചില്ലകളിലേക്ക് ഇളം മഞ്ഞ നിറവും നെറ്റിയിൽ പച്ചക്കുത്തുമുള്ള കിളികൾ പറന്നു നടക്കുകയും ഉച്ചത്തിൽ ചിലയ്ക്കുകയും ചെയ്തു. അവർ മുകളിലേക്കു നോക്കി. ആ ചില്ലകൾക്കുള്ളിൽ ഒന്നിലധികം അഭയസ്ഥാനം ഒളിഞ്ഞിരിക്കുന്നത് തിരിച്ചറിഞ്ഞു. ആ മരത്തിന്റെ മുകൾവശം പതിയെ ചരിഞ്ഞു വന്ന് അവർ മുകളിലേക്കു ഉയർന്നു പൊങ്ങി. ഒരു കുടപോലെ മരം അവരെ പൂർണ്ണ മായും മറച്ചു. പുറത്ത് മഴപെയ്തു തുടങ്ങി. കാറ്റ് ആഞ്ഞുവീശുകയും കരിയിലകൾ ഭ്രാന്തമാം വിധം പറന്നുയരുകയും ചെയ്തു. അകത്ത് എന്താണ് നടക്കുന്നതെന്ന് പുറത്തോ പുറത്തെന്താണ് നടക്കുന്നതെന്ന് അകത്തോ അറിയാൻ കഴിയാത്തവിധമുള്ള നിഗൂഢതയിലേക്ക് അവർ വലിച്ചെറിയപ്പെട്ടു. ആ മരക്കൂടിനുള്ളിൽ നിശ്ചലം നോക്കി നിൽക്കാനേ അവർക്ക് ആയുള്ളൂ. അവരങ്ങനെ നോക്കി നിന്നു. ഒടുവിൽ ഒരു രതിമൂർച്ഛ യിലേക്കന്നവണ്ണം അവർ എത്തിച്ചേരുകയും എല്ലാം മറവിയിലേക്ക് വലിച്ചിഴക്കപ്പെടുകയും ചെയ്യുന്നത് അവർ തിരിച്ചറിഞ്ഞു. തൊട്ടടുത്ത നിമിഷം അഗാധമായ നിശ്ശബ്ദതയിലേക്കും പൂർണ്ണമായ ശാന്തതയിലേക്കും അവർ നയിക്കപ്പെട്ടു. ഒന്നും സംഭവിക്കാത്തത് പോലെ ചുറ്റുപാട് പഴയ

അപരിചിതത്തിലേക്ക് മടങ്ങിവന്നു. കുടവുമായി ഇരുട്ടിലേക്ക് പോയ വൃദ്ധൻ പതിയെ മടങ്ങിവരുന്നത് ദൂരെനിന്നേ അവർക്ക് കാണാൻ കഴിഞ്ഞു. കുടത്തിൽനിന്നും വെള്ളം കുറേശ്ശെയായി പുറത്തേക്ക് തെറിക്കുന്നുണ്ടായിരുന്നു. കുടമിരുന്ന തോളിലൂടെ അത് ഒലിച്ചിറങ്ങിക്കൊണ്ടിരുന്നു. അയാളുടെ മറുതോളിൽ ഉണ്ടായിരുന്ന ചൂട്ടുകറ്റയുടെ എണ്ണം കുറഞ്ഞിരുന്നു. "വരൂ ആശ്രമത്തിലേക്ക് പോവാം." അയാൾ മുന്നിലും അവർ പിറകിലുമായി നടന്നു. ആരും ഒന്നും സംസാരിച്ചില്ല. എങ്കിലും അവരുടെ ഇടയിൽ അനിർവചനീയമായ ഒരു സംവേദനക്ഷമത പ്രവർത്തിച്ച് തുടങ്ങി. ഒന്നും മിണ്ടാതെ തന്നെ മുന്നേ നടന്നതൊക്കെ പരസ്പരം കൈമാറാൻ അവർക്ക് കഴിഞ്ഞു. തുറന്നു വച്ച പുസ്തകങ്ങൾ പോലെ അവർ പരസ്പരം വായിക്കപ്പെട്ടു. വൃദ്ധൻ പോയത് കാടിനുള്ളിൽ ഒരു ഗുഹയിലേക്കാണ്. കുടമരം നിന്ന സ്ഥലത്ത് നിന്ന് അൽപം വടക്കോട്ടും പിന്നീട് കിഴക്കോട്ടും നീങ്ങിക്കഴിഞ്ഞാൽ ഒമ്പത് ഗുഹകളുള്ള ഒരു ഇരുണ്ട പ്രദേശത്തേക്ക് നിങ്ങൾ എത്തും. വെളിച്ചത്തിനുള്ളതെന്തെങ്കിലും കരുതാതെ പിന്നീടുള്ള യാത്ര അസാധ്യമാവും. ഈ ഗുഹകളിൽ ഒന്നിനുള്ളിൽ ഒരു ചെറിയ ജലാശയമുണ്ട്. ആ വെള്ളത്തിന് ഔഷധഗുണം ഉള്ളതുകൊണ്ട് ആശ്രമത്തിലെ ഗുരു എന്നും ഈ വെള്ളത്തിൽ സ്നാനവും പാനവും നടത്തും. രണ്ട് ദിവസമായി നല്ല ക്ഷീണമായിരുന്നതുകൊണ്ട് ഈ വൃദ്ധൻ ആ ദൗത്യം ഏറ്റെടുത്തു. ഗുരുവിന് സമാനൻ തന്നെയാണ് അദ്ദേഹവും. ആ ഒരു കുടം വെള്ളമാണ് അയാളുടെ തോളിലൂടെ ഒലിച്ചിറങ്ങിക്കൊണ്ടിരുന്നത്. ആ നനവിനെ പിന്തുടർന്നാണ് അവർ അയാളുടെ പിന്നാലെ നടന്ന് നീങ്ങിക്കൊണ്ടിരുന്നത്. ബോധപൂർവ്വം അല്ലെങ്കിലും നമ്മുടെ ചില ആശങ്കകളാണ് നമ്മളെ ഗുരുവിന്റെയടുത്തെത്തിക്കുന്നത്. നിങ്ങളുടെ എല്ലാ കാര്യങ്ങളും എനിക്ക് മനസ്സിലാവുന്നതിനെക്കാൾ വ്യക്തമായി ഗുരുവിന് മനസ്സിലാവും. എന്തിനാണ് വന്നതെന്നോ എന്താണ് വേണ്ടതെന്നോ അദ്ദേഹത്തോട് പറയണ്ടതില്ല. "അന്തരീക്ഷത്തിൽനിന്നും ഭസ്മമെടുക്കുന്ന ജാലവിദ്യയല്ല, മനുഷ്യൻ മനുഷ്യനെ മനസ്സിലാക്കുന്ന ജാലവിദ്യയാണ്."

പൂച്ചയും എലിയും ഒരു മരണമൊഴി രേഖപ്പെടുത്താനുള്ള ദൗത്യത്തിൽ പെട്ട് പോയിരിക്കുകയാണ്. മക്കളെല്ലാം വളർന്ന് പനപോലെ ആയപ്പോൾ വൃദ്ധനായിതീർന്ന ഒരച്ഛന്റെ തല്ലി നടുവൊടിച്ചത് പോലെയുള്ള ചിത്രത്തിന് അവർ നിറം കൊടുത്തു. എളുപ്പത്തിൽ രക്ഷപ്പെടാനാവാത്ത ഒരു തകരപാട്ടയ്ക്കുള്ളിൽ പെട്ടുപോവുമ്പോഴുള്ള, ദ്രവിച്ച ദ്വാരത്തിലൂടെയുള്ള വെളിച്ചചീന്തുകളെ പെറുക്കികൂട്ടി എലിയും പൂച്ചയും ആ അച്ഛന് ഒരു രാത്രി കൂട്ടിരുന്നു. കുറേനാളായി മാറ്റിവയ്ക്കപ്പെട്ടുകൊണ്ടിരിക്കുന്ന ഒരു കാര്യത്തിന് ഇന്ന് തീരുമാനം എടുക്കുകയാണ്. അടുക്കും ചിട്ടയും ഇല്ലാതിരുന്ന ഒരു ജീവിതത്തിന്റെ പരിസരത്തു നിന്നും ഭയമൊന്നും കൂടാതെ

മരണത്തിലേക്കു എടുത്തു ചാടുകയെന്നത് അത്ര നിസ്സാരമല്ലെങ്കിലും ചില നിമിഷങ്ങളിലെ നിഷേധിക്കാനാവാത്ത ഒരു യാഥാർത്ഥ്യം പോലെ അത് മുന്നിൽ വന്നു കാത്തു നിൽക്കുന്നു.

ഓർമ്മകളുടെ മതിലിൽ പറ്റിയിരുന്ന ഉണങ്ങിവരണ്ട പായൽ നിറങ്ങൾ പൊളിഞ്ഞ് പൊളിഞ്ഞ് അടരാൻ തുടങ്ങി. ഒരു മൗനം നിലവിളിയുടെ തോളിൽ കൈയിട്ട് ചീട്ടു കളിക്കാൻ പോയി. ആത്മഹത്യകൾ ചില വിരാമങ്ങളാണ്. ഒരിക്കലും അവസാനിക്കാത്ത വിരാമങ്ങൾ. ആരോ പാടിയ ഒരു പാട്ടിലെ അത്ര നിസ്സാരമല്ലാത്ത വരികൾ നിലത്തുകൂടി പാമ്പുകൾ കണക്കെ ഇഴഞ്ഞ് നീങ്ങി. നീട്ടിയിട്ടിരിക്കുന്ന ഒരു കയറിന്റെ മിനുസമുള്ള അറ്റത്ത് പിടിച്ച ഒരാൾ ഒരു കരിങ്കൽ മലയിലൂടെ മുകളിലേക്ക് കയറാൻ തുടങ്ങി. അങ്ങ് ദൂരെ ഒരു ഒറ്റത്തെങ്ങ് അറ്റം മുറിഞ്ഞുപോയ കുറേ ഓലകളുമായി ആടിയുലഞ്ഞു. അമർഷത്തിന്റെയും അഹന്തയുടെയും അസഹിഷ്ണുതയുടെയും ഉപരിപ്ലവമായ ആഹ്വാനങ്ങൾ ചുറ്റും കിടന്ന് പൊട്ടിത്തെറിക്കുന്നതിന്റെ ഒത്ത നടുവിൽ ഒരു ശരീരം പിടഞ്ഞു. എല്ലാത്തിനെയും ദഹിപ്പിക്കുന്ന ഒരു തീനാളം ഒരു വൃദ്ധശരീരത്തിലേക്ക് തുളച്ചുകയറി. മാംസം ഉരുകുന്നതിന്റെയും അസ്ഥികൾ പൊട്ടിത്തെറിക്കുന്നതിന്റെയും ശബ്ദം ഉയർന്നുകേട്ടു. പിടച്ചിലുകൾക്കിടയിൽ പൊട്ടിത്തെറികൾക്കൊടുവിൽ, ഒരു കണക്ക് പുസ്തകവുമായി ഒരു മകൻ അച്ഛന്റെ മുന്നിലേക്ക് വന്നു. മക്കൾക്ക് വേണ്ടി ജീവിച്ച് വാർദ്ധക്യത്തിൽ വീണ്ടും വിവാഹം കഴിക്കാൻ തീരുമാനിച്ച അച്ഛനോട് കലഹിക്കുന്നതിനിടയിൽ ഒരു കണക്ക് പുസ്തകം അവൻ തുറന്നു. തനിക്കു കിട്ടിയതിന്റെ രേഖകൾ കണക്കു പുസ്തകതാളുകളിൽ ഇരുന്ന് പൂച്ചയെയും എലിയെയും തുറിച്ചുനോക്കി. മക്കൾ കൈയക്ഷരം പഠിച്ചതു വരെയുള്ള രേഖകൾ പൂക്കളുടെയും ഇലകളുടെയും രൂപത്തിൽ കാണപ്പെട്ടു. പിന്നീടതിനൊക്കെയും വടിവുകൾ നഷ്ടപ്പെട്ട് ഗന്ധങ്ങൾ ഒഴുകിപ്പോയി. മൂർച്ചയുള്ള കള്ളിമുള്ളുകൾ പോലത്തെ അക്ഷരങ്ങളുടെ രൂപമാർജിക്കാൻ തുടങ്ങി. കണക്കു പുസ്തകങ്ങളുടെ താളുകൾക്ക് ശൂന്യതയിൽ പോലുമിടമില്ലാതിരുന്ന ഒരു ഉഷ്ണകാലത്ത് മകൻ അച്ഛനോട് ചോദിച്ചു. 'ഞങ്ങൾക്ക്.. എന്ത് തന്നു...? ഞങ്ങൾക്ക് എന്ത് തന്നു ഇത്രയും കാലമായിട്ട്. ഞങ്ങൾക്ക് എന്ത് തന്നെന്ന്.' അച്ഛൻ രോഗശയ്യയിലെ ശാന്തതയിൽ മിഴികളാഴ്ത്തി വളരെപ്പതിയെ എന്നാൽ എല്ലാവരും കേൾക്കുന്ന മട്ടിൽ പറഞ്ഞു. "വേണമെങ്കിൽ വേഗം പൊലിഞ്ഞ് പോയേക്കാവുന്ന ഒരു ജീവിതം. ജീവിതത്തിന്റെ സായാഹ്നത്തിൽ ഇനിയുള്ള കുറച്ചുകാലം ഈ അച്ഛനും നിങ്ങളോട് അതേ ആവശ്യപ്പെടുന്നുള്ളൂ. വേഗം പൊലിഞ്ഞ് പോവാതിരിക്കാൻ ഒരു തണൽ." "ഈ വയസ്സു കാലത്തും.... എന്തിന്....എന്തോത്തിന്റെ സൂക്കേടാ... കിളവന്."

ആ മകൻ ഒരു പഞ്ഞിക്കഷ്ണം എടുത്തു ആ വൃദ്ധന്റെ വായിലേക്ക് തിരുകി കയറ്റി. അയാൾ അത് തട്ടിമാറ്റി പഞ്ഞി പുറത്തേക്ക് തുപ്പികൊണ്ട്

പറഞ്ഞു. "എന്തിന് വേണ്ടിയെന്നോ...? ഇന്നും ജീവിച്ചിരിക്കുന്നു വെന്നതിന്റെ തെളിവിനു വേണ്ടി. മരിച്ച മനുഷ്യരുടെ ഇടയിൽ ജീവിച്ചു മടുത്തതുകൊണ്ട്."

മക്കളും മരുമക്കളും നടുവൊടിഞ്ഞ് തീരാറായ ആ ചിത്രത്തെ വീണ്ടും വീണ്ടും തല്ലി. കട്ടിലിൽനിന്നും ഒരു ശരീരം കഴുത്തിൽ കുരുക്കുമായി ഫാനിലേക്ക് ചേക്കേറി. കുറെ പറവകൾ കറുത്ത അക്ഷരങ്ങൾ കൊണ്ട് മാലകൊരുത്ത് കഴുത്തിൽ ചുറ്റി പറന്നു തുടങ്ങി. ഒരുകൂട്ടം കൊക്കുകൾ ഒറ്റക്കാലിൽ നിന്നു നൃത്തം ചവിട്ടി. പ്ലാവിന്റെ വേരറുത്ത് തീയിട്ട കനലി ലൂടെ പതിയെ പതിയെ ഒരു വളഞ്ഞ ശരീരം സ്വയം ചുമന്ന് ആരോ നടന്ന് നീങ്ങി. വരണ്ടുണങ്ങിയ തൊണ്ടയിൽനിന്നും പുറത്ത് കടന്ന് ഒരു വാക്ക് വറവുചട്ടിയിലെ മീനിനൊപ്പം പൊരിക്കപ്പെട്ടു. ഇടതടവില്ലാത്ത നിലവിളികൾക്കും കണക്കുകൾക്കും തേങ്ങലുകൾക്കും നടുവിൽ ആ ശരീരം ദഹിക്കപ്പെട്ടു. നീണ്ടകാലം വിഭാര്യനായിരുന്ന ഒരച്ഛന്റെ വീണ്ടും വിവാഹം കഴിക്കാനുള്ള മോഹം മക്കളുടെ പ്രതിരോധത്തിന്റെ മുന്നിൽ നടുവൊടിഞ്ഞ് ആദ്യം കട്ടിലിലും പിന്നീട് ചന്ദനമുട്ടിയുള്ള ചിതയിലും വീണു കിടന്നു.

പതിനേഴ്

ധാർമ്മികമാവണമെന്നതിൽ കവിഞ്ഞ് ഒരു ബാധ്യതയും സ്വാതന്ത്ര്യപ്രഖ്യാപനങ്ങൾക്കില്ല

എഴുത്തുപുരയുടെ മേൽക്കൂരയ്ക്ക് തീ പിടിച്ചത് വളരെ വേഗമായിരുന്നു. കത്തിതീരാറായ പട്ടികകൾക്ക് അടിയിൽ ഇരുന്ന് അയാൾ എഴുതി. അവസാനപടി ഇറങ്ങിപോവുന്നതിനുമുമ്പും ഞാൻ തിരിഞ്ഞ് നോക്കും ശക്തിക്ഷയം വന്നിട്ടില്ലാത്ത നിന്റെ വാക്കുകൾ എന്നെ പിന്തുടരുന്നുണ്ടോയെന്ന്. ഓർമ്മകൾ മരിച്ചു തുടങ്ങിയിരിക്കുന്നു. മരണം മുന്നിലെത്തിനിന്ന് ചിരിക്കുന്നു. പ്രതീക്ഷകൾ ഒന്നിലും ബാക്കിയാവാതെ ഒക്കെയും മദ്യംകൊണ്ട് നിറയുന്നു. പൊട്ടിത്തെറിക്കുന്ന തലച്ചോറുമായി പുകയുന്ന അകപ്പൊരുളുകൾ തേടി ഉറക്കമില്ലാത്ത രാത്രികളിൽ ഞാൻ ജീവിക്കുന്നു

മുകുന്ദന്റെ ചെറിയ പ്രായത്തിൽ അമ്മ ഓരോ നിമിഷവും അവനെ അത്ഭുതപ്പെടുത്തിക്കൊണ്ടിരുന്നു. എങ്ങനെയാണ് ഒരു വീട്ടിലെ ഇത്രയധികം പണികൾ അമ്മ ഇത്രയുംവേഗം ചെയ്തു തീർക്കുന്നത്. ഓർമ്മയുള്ള നാൾമുതൽ ഒരു അസ്ഥിക്കോലമായിരുന്ന അമ്മ എങ്ങനെയാണ് ഉച്ചയാവുമ്പോഴേക്കും ഇത്രയധികം കറികളും ചോറും ഒറ്റയ്ക്ക് ശരിയാക്കുന്നത്. രാവിലെയും ഉച്ചയ്ക്കും രാത്രിയിലും ഒക്കെ അമ്മയ്ക്ക് പണിതന്നെ. ചെയ്താലും ചെയ്താലും തീരാത്ത പണി. അമ്മയുടെ വയ്യായ്കകൾ ചിന്തകൾ ആരെയും അലട്ടാറില്ല. മറ്റെല്ലാവരുടെയും അരുതായ്കകളിൽ അമ്മ വല്ലാതെ ആകുലയുമാണ്. അടുക്കളയിൽ പാത്രങ്ങൾ നിറയുകയും പുറത്ത് വെയിലിൽ അയയിൽ തുണികൾ നിറയുകയും ചെയ്യുന്നത് ഇത്ര വർഷമായി ഒരുപോലെ ഓരോ ദിവസവും ആവർത്തിക്കാൻ അമ്മയ്ക്ക് എങ്ങനെയാണ് കഴിയുന്നത്. ഈ പീഡനങ്ങൾ ഏത് ധാർമ്മികതയ്ക്കുള്ളിലാണ് ഒളിപ്പിച്ചുവയ്ക്കാൻ കഴിയുന്നത്. പകൽ മുഴുവനുള്ള കഠിനപ്രയത്നങ്ങൾക്കൊടുവിൽ രാത്രിയിൽ കിട്ടുന്നത് മദ്യപിച്ചെത്തുന്ന അച്ഛന്റെ ശകാരവാക്കും.

ചെറിയപ്രായത്തിൽ തന്നെ ഒരിക്കൽ അമ്മയുടെ കുഴിഞ്ഞ കണ്ണുകൾ കണ്ട്, ഒടിഞ്ഞ് വീഴാറായ നട്ടെല്ല് കണ്ട്, മുകുന്ദൻ അടുക്കളയിൽ കയറി.

'അയ്യേ ആണുങ്ങൾ അടുക്കളപ്പണിയെടുക്കുകയോ? മീശ കിളിർക്കില്ല. ഇതൊക്കെ പെണ്ണുങ്ങളുടെ പണിയാ.' എങ്കിലും അവൻ പിന്നീടും അടുക്കളയിൽ കയറി. അതൊരു ശീലം പോലെ തുടരാൻ അവൻ ആഗ്രഹിച്ചു. ഭക്ഷണം കഴിക്കുന്ന പാത്രം തനിയെ കഴുകിവയ്ക്കാൻ തുടങ്ങി. അമ്മ ഒരു ദിവസം വീണ്ടും അവനോട് പറഞ്ഞു. നിന്നോട് പറഞ്ഞില്ലേ മീശ കിളിർക്കില്ലെന്ന്. ആ ചെറിയപ്രായത്തിൽ ഏറെ വേദനിച്ചിട്ടാണെങ്കിലും അവൻ പറഞ്ഞു. ആ മീശ എനിക്ക് വേണ്ടമ്മേ... അന്നുമുതൽ അമ്മയിലൂടെയാണ് അവൻ ഓരോ സ്ത്രീയേയും നോക്കി കണ്ടത്. ഓരോ സ്ത്രീയിലും എത്ര അളവിൽ തന്റെ അമ്മയുണ്ടെന്ന് അവൻ അന്വേഷിച്ചു.

അമ്മ തലകീഴായി പെയ്തുകൊണ്ടിരുന്നു. ഒരു ഉഷ്ണമേഖലാ പ്രദേശത്ത് നിൽക്കുന്ന ഒരു ഇല കൊഴിഞ്ഞ മരംപോലെ വിളറി വെളുത്ത മുഖവുമായി അമ്മ മക്കളിലേക്കും ഭർത്താവിലേക്കും പെയ്തു തീർന്നുകൊണ്ടിരുന്നു. ഒരിറ്റു വെള്ളത്തിന് ആത്മാവ് കേഴുമ്പോഴും ഉള്ളിൽ ഒരു കോണിൽ സന്ദിഗ്ദ്ധത ഒളിപ്പിച്ചു വച്ചു. ആകാശത്തെ നക്ഷത്രങ്ങളെ നോക്കി ഇലകൾ മുഴുവൻ കൊഴിഞ്ഞുതീർന്ന ആ മരത്തിന്റെ ശിഖിരങ്ങൾ അമ്പിളി അമ്മാവനിലേക്ക് ഒരു വഴി കാണിച്ചു തന്നു. മക്കളെ അവിടേക്ക് നയിക്കുകയും ചെയ്തു. ഓരോ ഇലയും കൊഴിഞ്ഞ് തീരുമ്പോഴും അവസാന പച്ചപ്പ് മക്കൾക്ക് വേണ്ടി മാറ്റി വച്ചു. ഉണങ്ങിയ അസ്ഥികളിൽ നിന്നും പതിയെ പുതിയ തണലുകൾ മുളപൊട്ടുകയും അമ്മ കൂടുതൽ കൂടുതൽ ആർദ്രമായിക്കൊണ്ടിരിക്കുകയും ചെയ്തു. പുഴയിലേക്കും മലയിലേക്കും വെയിലിലേക്കുമെല്ലാം അവളുടെ ഞരമ്പുകൾ പൊട്ടിയൊലിക്കുകയും മക്കൾക്ക് വേണ്ടി പുതിയ ശിഖരവഴികൾ തുറന്നെടുക്കുകയും ചെയ്തു. ഒരു നദിയും തന്നിലേക്ക് ഒഴുകിയെത്തുന്നത് അവൾ സ്വപ്നം കണ്ടില്ല. ഒരു കാറ്റും തന്നെ തഴുകുന്നത് അവൾ കണ്ടില്ല. ഒരു കടലും തന്നിലേക്കു എത്തുന്നതിനുവേണ്ടി അവൾ നിന്നുകൊടുത്തില്ല. ഇരുണ്ടുതീർന്ന നിഗൂഢമായ രാത്രികളിൽ തേങ്ങലുകൾക്കൊടുവിൽ ധവളമുകുളങ്ങൾ പൊട്ടി നിലാവുപോലെ വെളിച്ചം പകർന്നു. ഹൃദയത്തിനുള്ളിൽ കരിയിലയനക്കങ്ങളെ ഒളിപ്പിച്ചുവച്ച് താരാട്ട് പാടി. അതേ അമ്മ വരണ്ടിട്ടും വരളാതെ നിൽക്കുന്ന വളർച്ച മുരടിച്ച ഒരു ഉണക്ക മരംപോലെ പാതി വെന്ത ഹൃദയവുമായി അവന്റെ മനസ്സിൽ ആകുലതകൾ സമ്മാനിച്ചുകൊണ്ടിരുന്നു. അത് മുകുന്ദൻ മാത്രം കണ്ട മുകുന്ദന്റെ അമ്മയായിരുന്നു.

മുകുന്ദനും റോഷ്നേരയും കർഷകൻ ആത്മഹത്യ ചെയ്ത ആ ഗ്രാമത്തിലേക്കു യാത്ര ചെയ്തു. വഴിയിലൊക്കെയും അവൾ ജീവിതത്തിന്റെ സങ്കീർണ്ണതയെപ്പറ്റിതന്നെ സംസാരിച്ചുകൊണ്ടിരുന്നു. അവരുടെ ബന്ധത്തെ അവർക്ക് പോലും തിരിച്ചറിയാൻ കഴിയാത്തത്ര അഗാധതയിലേക്ക് നയിച്ചത് ഇത്തരം യാത്രകളായിരുന്നു. എപ്പോഴും ചെയ്യാറുള്ളത്

പോലെ തന്നെ അവൻ അവളുടെ തോളിൽ ചാരിക്കിടന്നു. ഒട്ടും പ്രതീക്ഷിക്കാതെ ഒരു ചോദ്യം അവൾ അവനിലേക്ക് വലിച്ചെറിഞ്ഞു. ഉത്തരം ഇല്ലാതെ അത് അവന്റെ വികാരത്തിൽ പറന്ന് നടന്നു. 'നമുക്ക് ഒരുമിച്ച് ജീവിച്ചാലോ.' അവന് പെട്ടെന്ന് ചിരി വന്നു. ചിരിച്ചുകൊണ്ടവൻ അവളുടെ മുഖത്തേക്ക് നോക്കി. എന്തേ അങ്ങനെ ചോദിക്കാൻ? വണ്ടി പെട്ടെന്ന് ഒന്നു ബ്രേക്ക് ചെയ്തു. ഡ്രൈവർ എതിരേ വന്ന ഓട്ടോറിക്ഷാ ഡ്രൈവർക്കുനേരെ ഒരു തുറിച്ച നോട്ടം കൊടുത്തതിനുശേഷം വണ്ടിയുടെ സ്പീഡ് കൂട്ടി. തണുത്ത കാറ്റടിക്കുന്നു. അവൾ അവനിലേക്ക് കൂടുതൽ ചേർന്നിരുന്നു. 'എന്തേ നീ പൊട്ടിച്ചിരിച്ചത്?' "ഒരുമിച്ച് ജീവിക്കുകയോ, നമുക്കതിന് കഴിയുമോ." വണ്ടി ഒരു വളവ് തിരിഞ്ഞ് ഒരു ഗട്ടറിനെ കടന്ന് ഒരു പാലത്തിലേക്ക് കയറി. താഴെ ഉണങ്ങി വരണ്ടുകിടക്കുന്ന പുഴയും പാടങ്ങളും. "ഇല്ല". അതിനിടയിൽ അവൾ പറഞ്ഞവസാനിപ്പിച്ചു. മുടികൾ കോടിയൊതുക്കി അവൾ അവന്റെ മടിയിലേക്കു കിടന്നു. ഇറക്കം ഇറങ്ങിയ വണ്ടി അൽപ്പം കൂടി വേഗതയാർന്നു. അവൻ അവളുടെ മുടിയിഴകളിലൂടെ പതിയെ വിരലോടിച്ചു. തണുത്ത വെള്ളം മുടിയിലൂടേ അരിച്ചിറങ്ങുന്നതു പോലെ അവൾക്ക് തോന്നി. ആ കൈകളിൽ പിടിച്ചു അവൾ അവിടെ നിന്നും ഹൃദയത്തിലേക്ക് തന്റെ സ്വപ്നങ്ങൾക്ക് ഒരു വഴി കൊടുത്തു. ഇളകിമറിഞ്ഞ ചെളിയുടെ മണം അവളെ തഴുകിയുറക്കി. കൊടുമുടിയുടെ മുകളിൽനിന്നും ഇഴ മുറിഞ്ഞെത്തുന്ന ഒരരുവി കുളിർമയോടെ അവളുടെ ചുറ്റും നൃത്തം വച്ചു. നിശ്ശബ്ദവും നിഗൂഢവുമായ ഒരാനന്ദം അവൾ അനുഭവിച്ചറിഞ്ഞു. ഒരു നേർത്ത മൗനം തലയ്ക്കു ചുറ്റും സംഗീതം മൂളിക്കൊണ്ട് പറന്ന് നടന്നു. പൂത്തുലഞ്ഞു നിൽക്കുന്ന ഒരു മരത്തിന്റെ ചുവട്ടിൽ എന്ന വണ്ണം അവൾ ഹൃദയത്തെ ഇമയണയ്ക്കാതെ നോക്കി നിന്നു. കുളിർക്കാറ്റിൽ മുടിയിഴകൾ മുഖം മറയ്ക്കുകയും, അതിനെ മറികടന്ന് പറന്നുയരുകയും ചെയ്തു. ഹൃദയത്തിനുള്ളിൽ ഒരു കിളി താരാട്ട് പാടി. ഏറെ നേരം അവൾ ഉറങ്ങിപ്പോയി. അവന്റെ ഇടത്തുകൈ അവളുടെ വായിൽനിന്നും ഈത്തുവാ വീണ് നനഞ്ഞു. കൈ അനക്കിക്കൊണ്ട് അവൻ പതിയെ അവളെ വിളിച്ചു. "അതേ, എനിക്ക് കൃത്യമായി സ്ഥലം അറിയില്ല. അടുക്കാറായെന്നാണ് തോന്നുന്നത്." അവളെഴുന്നേറ്റ് പതിയെ കണ്ണുകൾ തിരുമ്മി അവന്റെ മുഖത്തേക്ക് നോക്കി ചിരിച്ചു. ഒരു നിമിഷത്തേക്ക് മാത്രമായി അവൾ തന്നിലേക്ക് ഒഴുകി ഇറങ്ങുന്നതുപോലെ അവന് തോന്നി.

"ഇന്നലെ ഞാൻ നന്നായി ഉറങ്ങിയതാണ് എന്നിട്ടും." അവൾ പുറത്തേക്ക് നോക്കി. കണ്ണെത്താദൂരത്ത് വ്യാപിച്ച് കിടക്കുന്ന വയലുകൾ.. അങ്ങ് പുറകിലായി തല ഉയർത്തി നിൽക്കുന്ന ഒരു കുന്ന്. വിദൂരതയിൽ മല നിരകളും. മരണത്തിന്റെ മണമായിരുന്നു കാറ്റിന്. വണ്ടി വളരെ വേഗം പൊയ്ക്കൊണ്ടിരുന്നു. വീണിട്ടും വീണിട്ടും തീരാത്തത്ര ഗട്ടറുകൾ തുടർന്നുകൊണ്ടേയിരുന്നു. ആകാശം കറുത്തിരുണ്ട കാർമേഘങ്ങൾ

കൊണ്ട് മൂടപ്പെട്ടിരുന്നു. കരിഞ്ഞ വയലുകളിൽ ചൂടേറ്റു തളർന്ന കുറെ കുട്ടികൾ ഓടി നടന്നു. ചിതൽപുറ്റുകളെ പൊളിച്ചു മാറ്റിക്കൊണ്ട് പാമ്പുകൾ പുറത്തേക്കിറങ്ങി. മലയിൽനിന്നും ഒലിച്ചിറങ്ങിയ വെള്ളം വെള്ളത്തിന്റേ തല്ലാത്ത നിറത്തിൽ കാണപ്പെട്ടു. മധുരമുണ്ടായിരുന്ന കാറ്റിന് മരണ ത്തിന്റെ മണം കൊണ്ട് വെറളി പിടിച്ചിരിക്കുന്നു. നിദ്രയിലെന്നവണ്ണം ഒരു മഞ്ഞപ്രകാശം അവരുടെ മനസ്സിന്റെ ഇടനാഴികളിലേക്ക് വീണുകൊണ്ടി രുന്നു. കയ്ക്കുന്ന ചിന്തകൾ തലച്ചോറിനെ കീഴടക്കി. ചരിത്രപുസ്തക ത്തിൽ ഇടംനേടാതെ പോവുന്ന വിരലുകൾ അരുചിയുമായി അവരെ ചുറ്റിവരിഞ്ഞു. ഇണകളില്ലാതെ കിളികൾ പറന്നകന്നു. ഭാരമുള്ള വസ്തു ക്കൾ ചുമലിലേറ്റിയതുപോലെ ഒരു കഴുത നടുവൊടിഞ്ഞു വീണു. പാറക്കൂട്ടങ്ങൾ പൊട്ടിത്തെറിച്ച് ആകാശത്തിലേക്കു ചിതറി. അവർ വണ്ടിയിൽ നിന്നും ഇറങ്ങി. എങ്ങും വിടരുന്നതിനുമുമ്പേ കൊഴിയുന്ന പൂക്കൾ. ചുറ്റും മരണത്തിന്റെ മണം, വൃത്തികെട്ട മരണത്തിന്റെ മണം. ആത്മവിശ്വാസം നഷ്ടപ്പെട്ട നെൽച്ചെടികളുടെ കത്തിക്കരിഞ്ഞ മണം.

എലി പൂച്ചയ്ക്ക് മറ്റൊരു തെക്കുംഭാഗംകഥ പറഞ്ഞുകൊടുത്തു. തെക്കുംഭാഗത്ത് ഉത്സവം നടക്കുകയാണ്. ഹിന്ദുക്കളുടെ ഉത്സവം. കൊയ്ത്തു കഴിഞ്ഞ വയലിലൂടെ ആളുകളും കുതിരകളും സഞ്ചരിക്കും. നാടാകെ ഉത്സവലഹരിയിൽ നൃത്തം ചവിട്ടുകയാണ്. വൈകിട്ട് നടക്കുന്ന ഘോഷയാത്രയിൽ വണ്ടിക്കുതിര എഴുന്നെള്ളിപ്പുണ്ട്. തടിയും വൈക്കോലും തുണിയും ചാക്കും കൊണ്ട് ഏതാണ്ട് രണ്ടാൾ പൊക്ക ത്തിൽ കുതിരയുടെ കോലം കെട്ടിയാണ് കുതിരയെ ചമയ്ക്കുന്നത്. പാവകളും വലിയ പ്ലാസ്റ്റിക് മാലയും കൊണ്ട് അലങ്കരിക്കുന്നു. ഏറ്റവും നല്ല കുതിരയാവും ഏറ്റവും കൂടുതൽ ശ്രദ്ധ നേടുക. ഈ ഉത്സവത്തിന് കുറച്ച് ചെറുപ്പക്കാർക്ക് ഒരു ബുദ്ധി തോന്നി. തങ്ങളുടെ കുതിരയെ ഉത്സവ ത്തിനല്ലാതെ ആരും കാണരുത്. ചമയ്ക്കുന്നതും അലങ്കരിക്കുന്നതും ആരും കാണാത്ത ഒരു സ്ഥലത്താവണം. ആഘോഷത്തിന് കെട്ടി വലിക്കുമ്പോൾ കുതിരയെ കണ്ട് ആൾക്കാർ ഞെട്ടണം. അതിനവർ ഒരു ഉപായവും കണ്ടെത്തി. കൂട്ടത്തിൽ ഒരാളുടെ വീട്ടിൽ, നാലുകെട്ടിനുള്ളിലെ നടുമുറ്റത്തിട്ട് അവർ കുതിരയുടെ നിർമ്മാണവും സജ്ജീകരണവും നടത്തി. പക്ഷേ കുതിരയെ എങ്ങനെ പുറത്തിറക്കുമെന്ന ചിന്ത അവരെ അപ്പോൾ അലട്ടിയില്ല. അല്ലെങ്കിൽ അതാണ് തെക്കുംഭാഗത്തുകാരുടെ ബുദ്ധി. നാടാകെ ഉത്സവലഹരിയിൽ അമർന്നപ്പോൾ ഒരു കുതിര നാലുകെട്ടിനുള്ളിൽ തളയ്ക്കപ്പെട്ടു. അതായിരുന്നുവത്രേ ആ വർഷം ഒരുക്കിയതിൽ ഏറ്റവും മനോഹരമായ കെട്ടുകുതിര.

പൂച്ചയും എലിയും ഒരു കളിക്കളത്തിന്റെ ഇരുവശവും ഇരുന്നു. തലനാരിഴ യുക്തികൊണ്ട് കീറിമുറിച്ച ഒരു കാലത്തിന്റെ നഷ്ടപ്പെട്ട സ്വപ്നങ്ങൾ വാരിക്കൂട്ടി മറ്റൊരു കാലം യാത്ര തുടങ്ങുന്നു. ചെസ്

ബോർഡിലെ കരുക്കളെ പോലെ പതറിയ ശബ്ദത്തിൽ വിപ്ലവകാരികൾ നീങ്ങുന്നു. ചരടുപൊട്ടിയ പട്ടം പോലെ ഒരു പെൺകുട്ടി കളിക്കളത്തിലേക്കു പറന്നിറങ്ങുന്നു. കോളേജിലെ വൈസ് ചെയർപേഴ്സൻ ആവാനുള്ള നിർദ്ദേശത്തിന് ശേഷം പ്രസ്ഥാനത്തിലെ ബുദ്ധിജീവികൾ അവളോടു ചോദിക്കുന്നു. അച്ചടക്കമില്ലാത്ത നിന്നെ എങ്ങനെ വിപ്ലവത്തിന് ഉൾക്കൊള്ളാൻ ആവും. ജീൻസും പാന്റിസും അഴിച്ച് മാറ്റി സാരിചുറ്റിക്കാൻ വേണ്ടി വിദ്യാർത്ഥി സഖാക്കൾ ഓടി നടന്നു. വിപ്ലവത്തിനുവേണ്ടി ഊരിക്കളഞ്ഞ അലങ്കാരങ്ങൾ എടുത്തണിഞ്ഞ് മറ്റൊരു വനിതാ സഖാവ് പള്ളിയിലേക്ക് പ്രാർത്ഥിക്കാൻ പോവുന്നു. ഒരു രാത്രികൊണ്ട് വിപ്ലവകാരിക്ക് വഞ്ചകനാവാൻ കഴിയുന്ന മെയ്വഴക്കവുമായി സഖാക്കളുടെ സ്വപ്നങ്ങളിൽ പ്രത്യയശാസ്ത്രം ഉറക്കമിളക്കുന്നു. ലാൽ സലാം.... ലാൽസലാം... എന്ന് വിളിച്ച് കൂവിക്കൊണ്ട് ഒരു ഭ്രാന്തൻ, വിപ്ലവം തലയിലെഴുത്തല്ലെന്ന് വിളിച്ച് പറയുന്നു. എലിയും പൂച്ചയും അവന്റെ പുറകിൽ നടന്ന് കൊടി പിടിക്കുന്നു.

പതിനെട്ട്

ദൈവം വിഡ്ഢിയാണെന്ന്

നിലവിളിച്ചുകൊണ്ട് ജനിക്കുകയും ചിരിച്ചുകൊണ്ട് മരിക്കുകയും ചെയ്യുന്ന മനുഷ്യനെ കാണുമ്പോൾ തോന്നാറുണ്ട് പോലും അയാൾക്ക്.

മഴയുടെ ആനന്ദ നൃത്തം... കൈകൾ പരസ്പരം എന്തിനോ തേടിനടന്നു. വേഷങ്ങളെല്ലാം വലിച്ചൂരപ്പെട്ടു. പലപ്പോഴും ലൈംഗികത അവരുടെ സൗഹൃദത്തിന്റെ ഒരു അനിവാര്യതയായിരുന്നു. മറ്റെന്തും പങ്കുവയ്ക്കുന്നതുപോലെ നിസ്സാരമായും എന്നാൽ അതിന്റെ ആഴത്തിലും അനുഭവിച്ച് തീർക്കാൻ കഴിയുന്ന ഒന്ന്.

നമുക്കിത്തിരി നടക്കാം.

പറമ്പിലൂടെ ഒറ്റയ്ക്കും ഒന്നിച്ചും കൈ കോർത്ത് പിടിച്ചവർ നടന്നു. ചെറിയ ഒരു സ്ഥലത്ത് വലിയ ദൂരം സഞ്ചരിച്ചു തീർത്തു. എല്ലാ രഹസ്യവും ചലനത്തിൽ ആവാഹിച്ച് അനസ്യൂതം അവർ നടന്നു. പൊടിപ്പൻ മഴ അവരെ ഇലകളിലേക്കും ചെടികളിലേക്കും മരങ്ങളിലേക്കും വലിച്ചടുപ്പിച്ചു. പെയ്തുതീരാറായതിന്റെ വ്യസനങ്ങൾ ഇളം ചൂടുകാറ്റിൽ പറന്നു. അവർ ഇതുവരെ അറിയാത്ത മനുഷ്യരെ തേടി. പുഴകളും കടലും തേടി. കല്ലിന്റെ ഹൃദയത്തെ സ്പർശിച്ചു. ദൈവത്തെ വീണ്ടും തൊട്ടറിഞ്ഞു. കിളികളോടും പൂക്കളോടും സംസാരിച്ചു. നെല്ലിനോടും മാവിനോടും മണ്ണിനോടും ചെളിയോടും സംസാരിച്ചു. കുട്ടികളെപോലെ പച്ചക്കുതിരയുടെ പുറകേ പോയി. ചക്രവാളത്തിന്റെ വിശാലതയിൽ കാഴ്ചയുടെ ആഴങ്ങളിൽ ഊർജ്ജത്തിന്റെ നിഗൂഢമായ പുതുനാമ്പുകൾ ആത്മാവിലേക്ക് അരിച്ചിറങ്ങി. റോഷ്നേരയ്ക്ക് ഒരു പുതിയ ആശ്വാസം തോന്നി. അവൾ പറഞ്ഞു ഏറക്കുറേ എന്റെ വഴി എനിക്ക് മനസ്സിലായി കഴിഞ്ഞു. അങ്ങനെ ഒന്നിനെ പറ്റി അത്ര മൂർത്തമായി പറയാനാവില്ലെങ്കിലും.

മുകുന്ദൻ ഒരു തെങ്ങിൻ ചുവട്ടിൽ ഇരുന്നു. തൊട്ടടുത്ത് മുഖാമുഖം അവളും. എന്നിട്ട് അവൾ അവന് ഒരു കഥ പറഞ്ഞ് കൊടുത്തു. ഒരു സ്ഥലത്ത് രണ്ട് സുഹൃത്തുക്കളുണ്ടായിരുന്നു. വ്യവസായം നടത്തി ഒരാൾ

പെട്ടെന്ന് സമ്പന്നനായി. മറ്റെയാൾ ഒരു കൃഷിക്കാരനായിരുന്നു. ധനികൻ പതിനഞ്ച് ലക്ഷം രൂപ മുടക്കി ഒരു പുതിയ മോഡൽ കാർ വാങ്ങി. വാങ്ങിയ അന്ന് അയാൾ ഏറെ സന്തോഷിച്ചു. ചുറ്റുവട്ടത്ത് ആർക്കും ഇല്ലാത്ത ഒരു അത്ഭുതവസ്തു തനിക്ക് സ്വന്തമായി. ഒരു ആവശ്യവുമില്ലാതെ അയാൾ അതിൽകയറി അങ്ങോട്ടും ഇങ്ങോട്ടും യാത്ര ചെയ്തു. പിറ്റേന്ന് രാവിലെ ഉണർന്നത് മുതൽ അയാൾ അസ്വസ്ഥനായി. തന്റെ വാഹനം ഒരു ദിവസം പഴകി പോയല്ലോ! ഓരോ ദിവസവും കഴിയുംതോറും അയാളുടെ ആകുലതകൾ കൂടിക്കൂടി വന്നു. വാഹനത്തിന്റെ നിറവും മണവും മങ്ങി തുടങ്ങി. ഒരു ദിവസം പത്രത്തിൽ ഇതിനെക്കാൾ വിലയും ആകർഷണവുമുള്ള പുതിയ മോഡൽ കാറിന്റെ പരസ്യം കണ്ട് അയാൾ കൂടുതൽ വേദനിച്ചു. അയാൾക്ക് ഭക്ഷണം കഴിക്കാൻ കഴിയാതെയായി. പിന്നെയും കുറച്ചു ദിവസങ്ങൾക്ക് ശേഷം നിരത്തിൽ വച്ച് ആ കാർ തന്റെ കാറിനെ പിന്നിലാക്കി കടന്ന് പോവുന്നത് കണ്ടു. അയാളുടെ കണ്ണുകൾ നിറഞ്ഞു. ഇനി എന്റെ ഈ പഴയ കാർ എന്താണ് ചെയ്യുക? ഇതേ സമയം ദരിദ്രനായിരുന്ന അയാളുടെ കൂട്ടുകാരൻ കൂടുതൽ കൂടുതൽ സന്തോഷവാനാകുന്നത് അയാൾ ശ്രദ്ധിച്ചു. ഒട്ടും മടിക്കാതെ കൃഷിക്കാരനായ ആ സുഹൃത്തിനോട് അയാൾ അതിന്റെ കാരണം അന്വേഷിച്ചു. ചിരിച്ചു കൊണ്ട് ദരിദ്രൻ പറഞ്ഞു. ഞാൻ എന്റെ ഓരോ ദിവസവും എന്നെ വ്യത്യസ്തനാക്കുന്ന, കൂടുതൽ പ്രതീക്ഷ നൽകുന്ന ഒരു പ്രവർത്തനത്തിലാണ് ഏർപ്പെട്ടത്. അയാൾ അത് ഇങ്ങനെ വിശദീകരിച്ചു. നിങ്ങൾ കാർ വാങ്ങിയ ആ ദിവസം തന്നെ ഞാൻ ഒരു തണൽ മരം നട്ടിരുന്നു. ഓരോ ദിവസവും അതിനു പുതിയ നാമ്പുകളും ഇലകളും വന്നുകൊണ്ടിരുന്നു. ഒരേ സമയം വളരുകയും പുതിയതായി കൊണ്ടിരിക്കുകയും ചെയ്തു. ഞാൻ അതിന്റെ ലഹരിയിലാണ്. എന്റെയും നിന്റെയും ജീവിതത്തിന് ഒരു തണൽ പോലെ അത് വളർന്ന് വരുന്നു. അതിനും ഏറെ മുന്നേ ഞാൻ വിതച്ച നെല്ലും വയലിൽ വളർന്ന് പാകമായി തുടങ്ങി. ചേറിനും നാമ്പിനും ആ മരത്തിനും ഇനി വിരിയാൻ പോവുന്ന നെല്ലുകൾക്കും ഏന്റെ ഹൃദയത്തോട് ഒരായിരം കഥകൾ പറയാനുണ്ടാവും.

മുകുന്ദൻ റോഷ്നേരയുടെ കൈകൾ മുറുകെ പിടിച്ചു. മഴ തോർന്നതിന്റെ നിശ്ശബ്ദത, ഹൃദയത്തിന്റെ ആഴങ്ങളിലെ കരിയിലക്കൂട്ടങ്ങളെ തൊട്ടുണർത്തി. വെള്ളത്തിനും മുകളിലൂടെ കുലുങ്ങിയും ചരിഞ്ഞും കാൽ വഴുതിയും അവർ തെന്നിനടന്നു. ഊർന്നിട്ടും ഊർന്നിട്ടും തീരാത്ത മഴയുടെ ഈണം മരങ്ങളിൽനിന്നും പതിയേ പതിയേ താഴേക്ക് വീണുകൊണ്ടിരുന്നു. സംഗീതത്തിന്റെ നിശ്ശബ്ദവും ആർദ്രവുമായ തിരുശേഷിപ്പുകൾ മണ്ണിൽ തളം കെട്ടിക്കിടന്നു. പുൽത്തുമ്പിലെ മഴമണിമുത്തുകളെ തട്ടിത്തെറിപ്പിച്ച് റോഷ്നേരയും മുകുന്ദനും നടന്നു. ആകസ്മികമായി ഉണ്ടായ ഒരു കിളിയുടെ ചിലമ്പൽ മറ്റൊരു സംഗീതത്തിന്റെ മാസ്മരികതയിലേക്ക് അവരുടെ ഹൃദയത്തെ വലിച്ചിഴച്ചു. ആ ചിറകടിയൊച്ചയിലേറി അവർ രണ്ടു വഴിക്ക് നടന്നു.

ഗുരുവിനെ കാണണമെങ്കിൽ അവർക്ക് വീണ്ടും ചില ഘട്ടങ്ങൾ കടന്നു പോവേണ്ടതുണ്ടായിരുന്നു. മാർഗ്ഗങ്ങൾ ഇങ്ങനെ വിവരിക്കപ്പെട്ടു. ഒരു ദിവസം മുഴുവൻ ജലപാനം പോലും ഇല്ലാതെ ഇരുണ്ട മുറിയിൽ കഴിച്ചു കൂട്ടണം. അടുത്ത ദിവസം ഗുഹയിൽ നിന്നും ശേഖരിച്ച ഔഷധജലം മാത്രം പാനം ചെയ്തു മെഴുകുതിരി വെളിച്ചത്തിൽ കഴിയണം. ഇനി ഒരു ദിവസം പച്ചയാഹാരം മാത്രം കഴിച്ച് സൂര്യപ്രകാശം കടന്ന് വരുന്ന മുറിയിൽ കഴിയണം. അടുത്ത ദിവസം മാംസാഹാരവും കഴിച്ച് രണ്ടുപേരും വൃദ്ധൻ പോയത് പോലെ ഗുഹയിൽ നിന്നും വെള്ളം ശേഖരിച്ചു വരണം. അന്ന് രാത്രി മുഴുവൻ ഉറക്കമുണർന്നിരിക്കുകയും പൂർണ്ണനഗ്നരായി മൗനവ്രതം പാലിക്കുകയും വേണം. പിറ്റേ ദിവസം ഗുരുദർശനം ലഭിക്കും. ഇപ്പോൾ നിങ്ങൾക്കുള്ള സ്വാതന്ത്ര്യം തിരഞ്ഞെടുക്കാനുള്ള സ്വാതന്ത്ര്യം മാത്രമാണ്. അത് വിജയിച്ചാൽ, അതിനെയും മറികടന്നാൽ നദിയും കിളികളും കാട്ടരുവികളും സംഗീതംപോലെ നിങ്ങളുടെ പിറകേ വരും. വിജയവും ആനന്ദവും ശാന്തിയും നിങ്ങളെ പിന്തുടരും. പരീക്ഷണമെന്ന് തോന്നാം, പക്ഷേ, യാതൊരു നിർബന്ധവുമില്ല. എപ്പോൾ വേണമെങ്കിലും പിന്തിരിയാം. പരാജയപ്പെട്ടിട്ടും തുടരുന്ന ഭൂരിപക്ഷപരീക്ഷണങ്ങൾക്കിടയിൽ ഒരു ന്യൂനപക്ഷപരീക്ഷണം. നിലനിൽക്കുന്നതിനെക്കാൾ ദുർബ്ബലമെങ്കിൽ മടങ്ങിപ്പോവാം. ആ വൃദ്ധൻ വ്യക്തമായി പറഞ്ഞവസാനിപ്പിച്ചു.

അവർ മുന്നോട്ട് പോകാൻ തന്നെ തീരുമാനിച്ചു. പരീക്ഷണമെന്ന് വിളിക്കപ്പെട്ടെങ്കിലും വ്യത്യസ്തമായ അനുഭവമായിരുന്നു അവർക്ക് ആ നാല് ദിവസം. ഒരു മഞ്ഞുകണം ഉരുകി ഇല്ലാതാവുന്നത് പോലെ ശരീരത്തിലെ ഓരോ അണുവും പുതിയൊരു ഓളത്തോടെ ഉണർന്നെണിക്കുന്നത് അവർ തിരിച്ചറിഞ്ഞു. ശരീരത്തിലെ ഓരോ കോശങ്ങളെയും അതിന്റെ ആത്മാവിനെയും മഴപോലെ, നിലാവ് പോലെ തൊട്ടറിയാൻ കഴിഞ്ഞു. ആ ദിവസങ്ങളിൽ അവർ അധികം സംസാരിച്ചതേയില്ല. ചില നിമിഷങ്ങളിൽ ശരീരത്തിനും ശിരസ്സിനും അതിയായ ചൂട് അനുഭവപ്പെട്ടു. തലയുടെ പിറകിൽ ഓർമ്മകളുടെ കനലെരിയുന്നത് അവർ തിരിച്ചറിഞ്ഞു. ആദ്യം വെളുക്കുകയും പിന്നീട് കറുക്കുകയും ചെയ്തു. നരയ്ക്കുകയും മുടി കൊഴിയുകയും പുതിയത് കിളിർക്കുകയും ചെയ്തു. ഓരോ നിമിഷവും ഓരോ യുഗം പോലെ അനുഭവപ്പെട്ടു. കരയുകയും പിന്നെ ചിരിക്കുകയും ചെയ്തു. ഛർദ്ദിക്കുകയും വിശക്കുകയും ചെയ്തു. വീണ്ടും വീണ്ടും അവർ കാട്ടരുവിയുടെ ആത്മാവിലേക്കും കടുവകളുള്ള കൊടും കാട്ടിലേക്കും വലിച്ചെറിയപ്പെട്ടു. അവിടെ മാനിന്റെ കുഞ്ഞിന് സിംഹം മുലപ്പാൽ കൊടുക്കുന്നതവർ കണ്ടു. ഒരേ പോലെ കാടിന്റെ കൂരിരുട്ടിലേക്കും മലയുടെ കൊടുംതണുപ്പിലേക്കും വലിച്ചെറിയപ്പെട്ടു. ഒരാൾ മരിക്കുന്നതായും ആ ശവപ്പെട്ടി മറ്റെയാൾ ചുമക്കുന്നതായും കണ്ടു. ഒരാൾ സംസാരിക്കുന്നതായും മറ്റെയാൾ കേൾക്കുന്നതായും കണ്ടു.

നടന്നാലും നടന്നാലും തെന്നിമാറുന്ന നിന്റെ വഴുവഴുപ്പുള്ള സ്വപ്നങ്ങളെ ചുംബിച്ചുണർത്തി ഞാൻ ഈ ശവപ്പെട്ടിയിൽ അടക്കം ചെയ്യുന്നു.

ഈ ശവപ്പെട്ടിയിൽ ആണികൾ തറച്ചിട്ടില്ല. തല ഉയർത്തി നോക്കാനാവാത്ത വണ്ണം വാതിൽ കൊട്ടിയടച്ചിട്ടുമില്ല. ഈ ശവപ്പെട്ടിയിൽ പൂക്കളുടെ മണമുണ്ട്. ഇത് ചുമന്നിറക്കുന്നിടത്ത് ഒരു കാട്ടരുവിയുണ്ട്. കുയിലുകളെ പോലെ കൂവുന്ന കാക്കകളുണ്ട്. അഞ്ചടി അഞ്ചിഞ്ചിൽ നൃത്തം ചവിട്ടുന്ന കഴുതകളുണ്ട്. ആത്മാവിനുള്ളിലേക്ക് മാറ്റി കവിത ചൊല്ലാൻ ചീവിടുകളുണ്ട്. കരിമ്പിൻ തോട്ടം തേടി പോവാത്ത ആനകളുണ്ട്. മൗനത്തിന്റെ മാൻ കുഞ്ഞുങ്ങൾക്ക് താരാട്ട് പാടുന്ന സിംഹക്കുട്ടികളും. തത്തകൾ കിന്നാരം പറയുന്ന മുളങ്കാടും ഉണ്ട്. എന്റെ കടലിൽ നിന്റെ സ്വപ്നങ്ങൾക്ക് പാലം പണിയാൻ തവളകളുണ്ട്. മരണത്തെപോലെ മണമുള്ള ചുവന്ന പൂക്കളുണ്ട്. നിന്റെ ഭ്രാന്ത് പിടിച്ച സ്വപ്നങ്ങളിലെ ചോദ്യങ്ങൾക്ക് ഉത്തരം പറയാൻ എന്റെ മനസ്സിൽനിന്നും പ്രണയത്തിന്റെ ചൂടിൽ അടർന്നുവീണ മയിൽപ്പീലികളുണ്ട്. നീലയും കറുപ്പും ചേർന്ന് പായൽപിടിച്ച ഇരുണ്ട പ്രതലങ്ങളിൽ ചിത്രംവരയ്ക്കാൻ ചാരനിറമുള്ള എന്റെ കൺപീലികളുണ്ട്. കണ്ണീരും കവിതയും കൈനീട്ടി വിളിക്കുമ്പോൾ അടർന്ന് വീഴുന്ന കൺമഷിപടർപ്പുകളെ തഴുകി നിറം കൊടുക്കാൻ ശക്തിക്ഷയം വന്നിട്ടില്ലാത്ത ഒരു ചെറിയ തുവലുണ്ട്. നിന്റെ കൈ പിടിക്കാൻ ഞാനുണ്ട്. കള്ളിമുള്ളുകൾ നിറഞ്ഞ പാതയിലൂടെ നിന്നെയും ചുമന്ന് ഞാൻ കൊടുംകാട്ടിലെത്തുന്നു. മരിച്ച് പോവാറായ നിനക്ക് ശ്വാസം കിട്ടാനെന്നവണ്ണം ഈ തിളച്ച് മറിയുന്ന മണൽത്തരികളിൽ നിന്നു ഞാൻ നിലവിളിക്കുന്നു. നിലവിളിയുടെ ഒഴുക്കിൽ, തോറ്റം പാട്ടുകളുടെ ഈണത്തിൽ വിഷാദത്തിന്റെ നെഞ്ചിൽ ചവിട്ടിനിന്ന് പട്ടം പറത്തി കളിക്കുന്നു. അങ്ങ് ദൂരെ വിരിഞ്ഞ ഒരു പുഷ്പം പോലെ... കാറ്റടിക്കുന്നതിനിടയിൽ പെയ്തു വളഞ്ഞ മഴപോലെ... ഉരുൾപ്പൊട്ടലിനൊടുവിൽ തലങ്ങും വിലങ്ങും ഒഴുകി വിലപിക്കുന്ന ഒരു പുഴപോലെ... നിന്റെ കണ്ണുകൾ മരണത്തിന്റെ നിറം പിടിച്ച വെയിലുമായി ആകാശത്തിരുന്ന് എന്നെ നോക്കുന്നു. കൈമോശം വന്ന നിഴലുകൾ ഈ ഭൂമിയിൽ നിന്നും ഇനി കണ്ടെടുക്കാൻ ആവില്ല. കാരണം, നമ്മൾ ജീവിച്ചിരിക്കെ തന്നെ മരിച്ചുപോയവർ. ചുമലിൽ ഒരു ശവപ്പെട്ടിയുമായി ജനിച്ചവർ..

ഒരു നക്ഷത്രം ഭൂമിയിലേക്ക് നോക്കുന്നുണ്ടായിരുന്നു. കൈവെള്ളകൾ വെട്ടിമാറ്റപ്പെട്ട മേഘങ്ങൾക്കു പിന്നിലേക്ക് അത് കുടിയേറി. ആകാശത്തിന്റെ മണിമുറ്റങ്ങളിൽ നക്ഷത്രക്കുഞ്ഞുങ്ങൾ വെളുത്തു തുടുത്ത് ഇനിയൊരിക്കലും പുഞ്ചിരിക്കാൻ ആവാത്തവിധം വെള്ളിമേഘങ്ങൾക്കിടയിൽ ഒളിച്ചിരുന്നു. തീമഴ മാത്രം ആ രാത്രികളിൽ, ആകാശത്ത് നിന്ന് പെയ്തുകൊണ്ടിരുന്നു. മനസ്സിനുള്ളിലെ നിഗൂഢമായ നിശ്ശബ്ദതകളെയും വന്യമായ തേങ്ങലുകളെയും തകർക്കാൻ കഴിയുന്ന വിധം ചുറ്റും ഒരിലയും അനങ്ങിയില്ല. നിലത്ത് വീണാൽ കേൾക്കാൻ പാകത്തിലുള്ള അക്ഷരങ്ങൾ തീവ്രമായ പ്രകാശത്തിന്റെ കീഴിൽനിന്നു നൃത്തം ചവിട്ടി. മൗനത്തിന്റെ താളിൽ കത്തിതുടങ്ങിയ രതിവേഗങ്ങൾ മിഴികൾക്ക് ചുറ്റും കറുപ്പിന്റെയും വെളുപ്പിന്റെയും നിറം വിടർത്തി. ഇരുട്ടിന് ശേഷമുള്ള പ്രകാശം ഇരുട്ടിനെക്കാൾ ഭയാനകമായതുകൊണ്ട് പരസ്പരം തിരിച്ചറിയാനും

ആവുന്നില്ല. പിന്തുടരുന്ന കണ്ണുകൾ സ്വയം അറിയാതെ മൂടപ്പെട്ട വയായിരിക്കും. ജീവിതത്തിന്റെയും സ്നേഹത്തിന്റെയും സങ്കീർണമായ വഴികൾ ഉറക്കം കെടുത്തുന്ന രാത്രികളെ സമ്മാനിക്കും. ഇങ്ങനെ ജീവിക്കാൻ നിനക്ക് കഴിയുന്നത് ഈ മരണത്തിന്റെ പിൻബലത്തോടെയാണ്. മരണം നിന്നെ നവീകരിക്കുന്നു. കടലിന്റെയും കരയുടെയും കൈകോർത്ത് പിടിച്ച് നമ്മൾ മരുഭൂമിയിലൂടെ നടന്ന ആ രാത്രിയിൽ തന്നെയാണ് ബന്ധങ്ങളുടെ ഉള്ളിൽ പതിയിരിക്കുന്ന നിശ്ശബ്ദതകൾ കണ്ടെടുക്കപ്പെട്ടത്.

ആ രാത്രികളുടെ ഇടയിലെപ്പോഴൊ ഓടിരക്ഷപ്പെടുന്നതിനു മുമ്പ് വേട്ടമൃഗത്തിന്റെ വായിൽപ്പെട്ട ഇര മണൽപരപ്പിൽ തന്റെ രക്തം പുരണ്ട അർദ്ധശരീരത്തെ ഉപേക്ഷിച്ചു. മുമ്പെങ്ങും കേട്ടിട്ടില്ലാത്ത ഒരു തേങ്ങൽ ആകാശത്ത് നിന്നും ഇടിമിന്നലിനെ പിൻപറ്റി ഭൂമിയിലേക്ക് എത്തി. ഓർമ്മകളും സ്വപ്നങ്ങളും വീണു കിടക്കുന്ന വഴുവഴുപ്പുള്ള പാറക്കൂട്ടങ്ങളിൽ ഈ വാക്കുകൾ ആരോ കുറിച്ചു വച്ചു. കരഞ്ഞുകൊണ്ടുള്ള നിലവിളികൾ നിശ്ശബ്ദതയുടെ ശിരസ്സ് ഭേദിക്കുന്നു. ചുവപ്പു വീണ രക്തമണ്ഡപത്തിന്റെ ഈ തറയിൽനിന്നും ശിരസ്സ് പൊട്ടിപ്പോകുന്നതിന് മുമ്പ് എന്നെ എങ്ങോട്ടാണ് രക്ഷപ്പെടുത്തിക്കൊണ്ട് പോകുന്നത്? പിടഞ്ഞ് ഇല്ലാതാകുന്നത് വരെയും ഈ ആകാശത്തിലും കടലിലും രാത്രിപോലെ കറുത്തിരുണ്ട നിന്റെ മനസ്സിലും എനിക്കു ജീവിച്ചേ മതിയാകൂ. നീ തീരുന്നിടത്ത് ഒരു പക്ഷേ ഞാൻ തുടങ്ങും. ജീവനോടെയല്ല, മരിച്ചതിനുശേഷം. മരിച്ചതിനുശേഷം അല്ലയോ ഭൂമീ.... ഞാൻ സംസാരിച്ചു തുടങ്ങും.... എന്തെന്നാൽ ആത്മാവിലെ നക്ഷത്രങ്ങൾ എനിക്ക് ഒരു വെല്ലുവിളിയാണ്... കാൽനഖങ്ങൾക്കടിയിൽ ഇപ്പോഴും ഊരി കളയാനാവാത്ത കുപ്പിച്ചില്ലുകൾ തറച്ചിരിപ്പുണ്ട്. ശരീരത്തിലല്ലാതെ ഒന്നിലും എനിക്ക് വിടരാനാവുന്നില്ല. വേറെയൊന്നിനെയും വിരിയിക്കാനാവാത്ത ഒരായിരം വെടിയൊച്ചകൾ മാത്രം കേൾക്കാൻ കൊതിക്കുന്ന നീ എന്നെ മറന്നേക്കൂ. ഞാൻ മടങ്ങി വരും എന്റെയും നിന്റെയും മരണത്തിനു ശേഷം.. ഞാൻ പറഞ്ഞുതുടങ്ങും, രക്തം വമിക്കുന്ന ഒരു നാവുമായി.

ഗുരുവിനെ തേടിയുള്ള അവരുടെ യാത്ര ഒരേസമയം അരാജകവും ആനന്ദകരവുമായിരുന്നു. ഇരുട്ടിനെ ജയിക്കാൻ ഇരുട്ടിനെ സ്നേഹിച്ചു തുടങ്ങണമെന്നും, വെളിച്ചത്തെ മറികടക്കാൻ വെളിച്ചത്തിൽ പൂർണ്ണ നഗ്നരായിരിക്കണമെന്നും കൊടും ഗുഹയിലെ ചൂട്ട്വെളിച്ചം ഭൂമിയുടെ വേദന നിറഞ്ഞ ആത്മാവിലേക്കുള്ള ദർശനമാണെന്നും അവർ തിരിച്ചറിഞ്ഞു. ഇരുട്ടും നഗ്നതയും ഒരു വഴികാട്ടിയാണെന്നും വെളിച്ചവും പ്രകൃതിയും അതിന്റെ തുടർച്ചയാണെന്നും തിരിച്ചറിഞ്ഞ് ഒടുവിൽ ഗുരുദർശനം ലഭിച്ചു.

പ്രതീക്ഷയുടെ കാഴ്ചവട്ടങ്ങളെ മറികടന്ന് ദൈവം സംശയങ്ങളായി ഒരു കുട്ടിയുടെ മനസ്സിൽ ഇറങ്ങിനടക്കാൻ തുടങ്ങിയപ്പോൾ മുതൽ ആ അച്ഛൻ അസ്വസ്ഥനായി. പൂച്ചയുടെയും എലിയുടെയും കളികൾക്കിടയിൽ നിന്നും ഓടി വന്ന് റോഷ്നേര അച്ഛനോട് പറഞ്ഞു.

"അച്ഛാ എനിക്ക് അമ്പലത്തിൽ പോണം..."

"എന്തിന്?"

"തൊഴാൻ."

അമ്പലത്തിൽ കയറുന്നതിന് മുമ്പ് അച്ഛൻ ഷർട്ടഴിച്ചിട്ടപ്പോൾ അവൾ ചോദിച്ചു.

"എന്താ.. അച്ഛാ.. ഷർട്ടിട്ടാൽ?"

"ഏയ്.. ആണുങ്ങൾ ക്ഷേത്രത്തിനുള്ളിൽ ഷർട്ടിടാൻ പാടില്ല."

ശ്രീകോവിലിനു മുന്നിലെത്തിയ കുട്ടി ഓടി ദൈവത്തിന്റെ അടുത്തേക്ക് കയറി.

"ഏയ്... പാടില്ല ഉള്ളിൽ നമുക്ക് കയറാൻ കഴിയില്ല. ബ്രാഹ്മണൻ മാർക്കേ അതിന് അവകാശമുള്ളൂ." ശ്രീകോവിലിനുള്ളിൽനിന്നും ഈർഷ്യ യോടെ തിരുമേനി അവളെ പിടിച്ചു പുറത്തേക്ക് വിട്ടു. ശ്രീകോവിലിന്റെ വാതിലുകൾ അടഞ്ഞു. അകത്ത് മണിയൊച്ച തുടങ്ങിയപ്പോൾ കുട്ടി വീണ്ടും ചോദിച്ചു.

"എന്താത്?"

"പൂജ."

"അത് നമ്മൾ കണ്ടാലെന്താ...?"

അച്ഛൻ കുട്ടിയോട് തൊഴുതുകൊണ്ട് നിൽക്കാൻ ആംഗ്യം കാണിച്ചു. കുട്ടി അനുസരണയോടെ അത് ചെയ്തു. പൂജ കഴിഞ്ഞ് തിരുമേനി ചന്ദനം അവളുടെ കൈയിലേക്ക് ഇട്ട് കൊടുത്തു. അച്ഛൻ സ്വന്തം നെറ്റിയിലും അവളുടെ നെറ്റിയിലും കുറി വരച്ചു. ആലോചിച്ച് നടക്കുന്നതിനിടയിൽ അച്ഛന്റെ കാല് ഒരു കല്ലിൽ തട്ടുകയും വീഴാൻ ആയുകയും ചെയ്തു. മകൾ അതൊന്നും ശ്രദ്ധിക്കാതെ ഏറെ മുന്നേ നടന്നു.

"നിൽക്ക്... നീയിത് ധൃതികൂട്ടി എവിടേക്ക് ഓടിപ്പോവുകയാ..?"

അവൾ നിന്നില്ല. അച്ഛൻ വേഗം നടന്ന് അവളുടെ അടുത്തെത്തി. അവളെ പിടിച്ച് നിർത്തി. അവളുടെ കണ്ണുകൾ നിറഞ്ഞിരുന്നു. അച്ഛന്റെ മുഖത്തേക്ക് നോക്കി അവൾ പറഞ്ഞു.

"നമുക്കിനി അമ്പലത്തിൽ പോവണ്ട..."

"എന്തേ?"

"നമുക്ക് അടുത്ത് ചെല്ലാൻ കഴിയാത്ത, നമുക്ക് ഉടുപ്പിടാൻ കഴിയാത്ത, നമ്മുടെ മുന്നിൽ അടയുന്ന വാതിലുകൾ ഉള്ള ഈ ക്ഷേത്രം നമുക്കെ ന്തിനാ? ആ ദൈവത്തെ നമ്മളെന്തിനാ പോയി കാണുന്നത്?" അച്ഛൻ ആ ചന്ദനക്കുറി മായിച്ചുകളഞ്ഞു. ആദ്യം അയാളുടെ നെറ്റിയിൽനിന്നും പിന്നീട് മകളുടെ നെറ്റിയിൽനിന്നും. എന്നിട്ട് ആ അച്ഛൻ മകളുടെ കൈപിടിച്ച് നടന്നു. സന്ധ്യ കഴിഞ്ഞെത്തിയ ഇരുട്ടിലേക്ക്. പൂച്ചയും എലിയും അവരെ അനുഗമിച്ചു.

പത്തൊമ്പത്

ഉമ്മറക്കോലായിലിരുന്ന താക്കോൽ കാണാതായി അഥവാ ഇരുട്ട് എനിക്ക് എന്നു മുതലേ ഭയമാണ്

കുട്ടികൾ നാടകത്തിന്റെ ഇടവേളയിലെ കളിയിലായിരുന്നു. കരഞ്ഞും ചിരിച്ചും വെറുത്തും ഉമ്മറക്കോലായിലെ താക്കോൽ കാണാതായികൊണ്ടിരുന്നു. നാടകക്കാരൻ പോയതിനു ശേഷവും കുട്ടികൾ താക്കോൽ തിരഞ്ഞുകൊണ്ടിരുന്നു. അത് കണ്ടുകിട്ടിയിട്ടല്ലാതെ എങ്ങനെ അവർ നാടകം കളിക്കും? അഥവാ എനിക്ക് നിന്നെ കെട്ടിപ്പിടിച്ച് ഒരു ഉമ്മ തരണമെന്നുണ്ടായിരുന്നു. പക്ഷേ കണ്ണോട് കണ്ണ് നോക്കാനല്ലാതെ മറ്റൊന്നിനും ആവില്ലെന്ന് എനിക്കറിയാമായിരുന്നു. പിറ്റേന്ന് രാവിലെ നടക്കാൻ ഇറങ്ങുമ്പോൾ കല്ലേറുകൊണ്ട് പിടയുന്ന ഒരു ഓന്തിനെ ഒരു വലിയ കല്ലിനടിയിൽ ഞാൻ കാണുന്നു. കൂട്ടുകാരാ, ഇനിയും ഞാൻ നിങ്ങളോട് എന്താണ് പറയണ്ടത്. മടങ്ങിപ്പോവൂ...മടങ്ങിപ്പോവൂ...മടങ്ങിപ്പോവൂ....

മുകുന്ദൻ പറഞ്ഞു. "എങ്കിലും ഞാൻ ലൈംഗികതയുടെ ബാലപാഠങ്ങൾ പഠിച്ചത് നാട്ടിൽ നിന്നാണ്." കൗമാരത്തിൽ ഒരു ചേട്ടനെന്നെ വളരെ നിർബന്ധിച്ചും ഭയപ്പെടുത്തിയും വയൽക്കരയിലേക്ക് കൊണ്ട് പോയി. അയാളൊരു സ്വവർഗ്ഗപ്രണയിനിയായിരുന്നു. എനിക്ക് എന്ത് ചെയ്യണമെന്നറിയില്ലായിരുന്നു. ചെയ്യുമ്പോൾ എന്തൊക്കെയോ സുഖം തോന്നിയെങ്കിലും അതിനെക്കാളേറെ എനിക്കു ഭയമായിരുന്നു. ആരെങ്കിലും കണ്ടാൽ... ഒരു ദിവസം അകന്ന ബന്ധത്തിൽപ്പെട്ട ഒരു സ്ത്രീ എന്റെ പാന്റ്സിന്റെ സിബ്ബ് അഴിച്ച് ലിംഗത്തിൽ എന്തൊക്കെയോ ചെയ്തു. അവൻ പെട്ടെന്ന് ഉണർന്നെണീറ്റ് ചുവന്ന് തുടുത്തു. ഇത് എന്തിനുള്ളതാണെന്ന് നിനക്കറിയാമോ. അവന് അതൊന്നും അറിയില്ലായിരുന്നു. നീ യോനി കണ്ടിട്ടുണ്ടോ? ഇല്ലെന്നവൻ തലകുലുക്കി. കാണണോ? അവൻ വിറച്ചുകൊണ്ട് തലയാട്ടി. ഒന്നും മിണ്ടാതെ അവരുടെ മുഖത്തേക്ക് നോക്കി. അവർ കട്ടിലിൽ കയറി നിന്ന് സാരി ഉയർത്തി കാട്ടി കൊടുത്തു. ശരീരം

വിറച്ചുകൊണ്ട് അവൻ അത് കണ്ടു. എന്തോ വല്ലാത്ത അറപ്പ് അവന് തോന്നി. കൊടും കാട് പോലെ കറുത്തിരുണ്ട്.... എന്തൊരു വൃത്തികെട്ട സ്ഥലം. റോഷ്നേര പൊട്ടിച്ചിരിച്ചു. "എന്നിട്ടിപ്പോ.... അവിടെ നിന്ന് മുഖം എടുക്കില്ലല്ലോ." ഉറക്കെ ചിരിച്ചുകൊണ്ട് അവൻ അവളെ ആ മുറിയിൽ മുഴുവൻ ഓടിച്ചു. "പക്ഷേ അവർ ഒരു അരവട്ട് സ്ത്രീ ആയിരുന്നു. തീരെ വൃത്തിയില്ലാത്ത." തുടർന്ന് മറ്റൊരവസരത്തിലായിരുന്നു സ്ത്രീയുടെ ലൈംഗികാവയവത്തോടുള്ള അറപ്പ് മാറിയത്. ഒരു കറുത്ത പെൺകുട്ടിയാണ് എന്നെ ആ അനുഭവത്തിലേക്ക് നയിച്ചത്. അവളൊരു സുന്ദരിയായിരുന്നു. അവൻ പ്രീഡിഗ്രിക്ക് പഠിക്കുമ്പോൾ അവന്റെ വീടിന്റെ ഏറെ അകലെയായിരുന്നില്ല ആ പെൺകുട്ടിയുടെ വീട്. മുകുന്ദനെക്കാൾ അൽപം പ്രായം കൂടുതൽ അയിരുന്നു അവർക്ക്. "ഞാനിടയ്ക്കൊക്കെ ആ വീട്ടിൽ പോകുമായിരുന്നു. ടിവി കണ്ട് കൊണ്ടിരിക്കും. അവൾക്ക് എന്നോട് ഭയങ്കര പ്രണയമായിരുന്നു. എന്നെ തന്നെ നോക്കിയിരിക്കും. ഇടയ്ക്ക് ആരും കാണാതെ കണ്ണടച്ച് കാണിക്കും. അല്ലെങ്കിൽ ഫ്ളൈംഗ് കിസ്സ് തരും." ഒരു ദിവസം ആ വീട്ടിൽ ആരും ഇല്ലാതിരുന്ന സമയത്ത്, റോഡിലൂടേ പോയ എന്നെ അവൾ വീട്ടിലേക്കു വിളിച്ചു. അകത്ത് കയറിയപ്പോൾ തന്നെ അവൾ വാതിൽ ചാരി എന്നെ കെട്ടിപ്പിടിച്ചു. എന്ത് ചെയ്യണമെന്ന് എനിക്കറിയില്ലായിരുന്നു. അവന്റെ തലയിൽ തലോടി കൊണ്ട് എന്തിനാണെന്നറിയില്ല അവൾ നിശ്ശബ്ദമായി കരഞ്ഞു. മുകുന്ദൻ ആ കണ്ണീർ തുടച്ചു. എന്താണ് കാര്യമെന്ന് അവൻ തിരക്കിയില്ല. അവൾ അവനെ ചേർത്തു പിടിച്ച് ചുണ്ടത്ത് ചുംബിച്ചു. അവന്റെ കൈകൾ പിടിച്ചവൾ നെഞ്ചിലേക്കു കൊണ്ട് പോയി. ശരീരം മുഴുവൻ ഓടിച്ചു. വസ്ത്രങ്ങൾ ഒരു ബാധ്യത ആയപ്പോൾ അതു ഉപേക്ഷിക്കപ്പെട്ടു. അന്നാണ് ഒരു സ്ത്രീയുടെ ശരീരത്തിന് സ്നേഹത്തിന്റെ ഭാഷയും സൗന്ദര്യവും ഉണ്ടെന്ന് അവനു മനസ്സിലായത്. പതിയെ ഇരുന്ന് അവൾ അവന്റെ ലിംഗത്തെ മോചിപ്പിച്ചു. അവന്റെ അരയിലേക്കവൾ മുഖമമർത്തി. അത്രയധികം സ്നേഹമുള്ളവർക്ക് മാത്രം ചെയ്യാൻ കഴിയുന്ന കാര്യമാണിത്. അവളുടെ കണ്ണുകളിൽ പ്രണയത്തിന്റെ ഒരിക്കലും അണയാത്ത തീ അവൻ കണ്ടു. ഇടയ്ക്ക് അവൻ അവളോട് ചോദിച്ചു. ഇങ്ങനെ ചെയ്താൽ കുട്ടികളുണ്ടാവില്ലേ. അതൊക്കെ വെറുതെ സ്ത്രീകളെ പറ്റിക്കാൻ പറയുന്നതല്ലേ. അതിനെക്കാൾ റിസ്ക്കുള്ള എന്തെല്ലാം കാര്യങ്ങൾ മനുഷ്യൻ സൂക്ഷിച്ചു ചെയ്യുന്നു. എല്ലാം കഴിഞ്ഞപ്പോഴും അവന് സംശയം ബാക്കിയായിരുന്നു. സ്കൂളിൽ പഠിക്കുമ്പോൾ സ്ത്രീകൾ മൂത്രം ഒഴിച്ച് പോയ മണ്ണിൽ തൊട്ടുപിറകെ മൂത്രം മൊഴിച്ചാൽ, ആണുങ്ങൾ സ്വയംഭോഗം ചെയ്ത കുളത്തിലിറങ്ങി കുളിച്ചാൽ കുട്ടികളുണ്ടാവും എന്നായിരുന്നു ധാരണ. അവൾ ചിരിച്ചുകൊണ്ട് പറഞ്ഞു. അങ്ങനെയൊന്നും സംഭവിക്കില്ല. ഇങ്ങനെ ചെയ്യുന്നതിനൊക്കെ ചില ദിവസങ്ങളുണ്ട്. അല്ലെങ്കിൽ തന്നെ ഇതു കണ്ടോ.... അവൾ മേശവലിപ്പ് തുറന്ന് ഒരു കവർ നിരോധ് കാണിച്ചു കൊടുത്തു.

മുകുന്ദന്റെ അച്ഛൻ മദ്യപിച്ചെത്തുന്നതിന്റെ ശബ്ദവും ആക്രോശങ്ങളും ഒരുപക്ഷേ, വളരെ ദൂരെ നിന്ന് കേൾക്കാം. അടുത്തെത്താറായാൽ അമ്മ ഞങ്ങൾ മൂന്നു മക്കളെയും വീടിനടുത്തുള്ള മരച്ചീനിക്കൂട്ടങ്ങൾക്കിടയിൽ ഒളിപ്പിച്ചിരുത്തും. ആ ഒറ്റപ്പെടൽ ആദ്യമൊക്കെ ഭയമുണ്ടാക്കിയെങ്കിലും പിന്നീട് ആ നിശ്ശബ്ദതയും ശൂന്യതയും ശീലമായി മാറി. പിന്നീടുള്ള മൂന്നു നാലു മണിക്കൂർ ഞങ്ങൾ കുട്ടികൾ കമ്പുകൾക്കിടയ്ക്ക് കളിച്ചോ ചിരിച്ചോ കിടന്നുറങ്ങിയോ സമയം കഴിക്കും. അമ്മ പുല്ലെല്ലാം പറിച്ച് കളഞ്ഞ് വൃത്തിയാക്കിയ ഒരു സ്ഥലം ഇതിനായി സ്ഥിരം മാറ്റിവയ്ക്കപ്പെട്ടു. കുറച്ച് സമയം അവിടെ ചിലവാക്കേണ്ടി വരും എന്നുള്ളത് കൊണ്ട് തന്നെ കളിപ്പാട്ടവും പെറുക്കിയാവും മുകുന്ദന്റെ യാത്ര. വീടിനുള്ളിൽ അച്ഛന്റെ ആട്ടക്കലാശങ്ങൾ കൊഴുക്കുന്നുണ്ടാവും. അവിടെനിന്ന് കേൾക്കുന്ന അമ്മയുടെ കരച്ചിലിന്റെ ദൈന്യതയോ അച്ഛന്റെ തെറിവിളിയുടെ അർത്ഥമോ പാത്രങ്ങൾ എറിഞ്ഞുടയ്ക്കപ്പെടുന്നതിന്റെ കാരണങ്ങളോ തിരിച്ചറിയാൻമാത്രം പ്രായം അന്ന് കുട്ടികളായ ഞങ്ങൾക്ക് ഉണ്ടായിരുന്നില്ല. ഒന്ന് മാത്രം അറിയമായിരുന്നു. അമ്മ തിരിച്ചുവിളിക്കാൻ വരുന്നതു വരെ ആ ഇരുട്ടിൽ കഴിച്ചുകൂട്ടണം. അങ്ങനെയുള്ള നിമിഷങ്ങളിൽ അവർ ഒറ്റയ്ക്കായിരുന്നില്ല. അമ്മയുടെ മണം നൽകുന്ന സുരക്ഷിതത്വബോധം ആൽമരത്തണലായി കൂടെയുണ്ടായിരുന്നു. മുതിർന്നു കഴിഞ്ഞപ്പോൾ മുകുന്ദൻ ചങ്കിനുള്ളിൽ ഒരു ഞെട്ടലോടെ തിരിച്ചറിയുന്നു അമ്മ ചിറകിനുള്ളിൽ ഞങ്ങളെ ഒളിപ്പിച്ച് സുരക്ഷിതമാക്കിയ ശേഷം അച്ഛന്റെ ക്രൂരമായ പീഡനങ്ങൾ ഏറ്റുവാങ്ങുകയായിരുന്നെന്ന്.

രാവിലത്തെ ആ പത്രവാർത്ത അവനെ ഞെട്ടിച്ചു. അമ്മയെ നഷ്ടപ്പെടുമ്പോൾ നമുക്ക് അമ്മയോടൊപ്പം നഷ്ടപ്പെടുന്നത് അമ്മയെ മാത്രമാണോ? അന്നത്തെ പത്രങ്ങളിൽ പട്ടിക്കൂട്ടിൽ അടയ്ക്കപ്പെട്ട അമ്മയുടെ അഴികൾക്കപ്പുറത്തെ ദയനീയകാഴ്ച. വൃദ്ധയായ അമ്മയെ പട്ടിക്കൂട്ടിലടച്ച് പുറത്ത് ആഘോഷത്തിന് പോയ മക്കളുടെയും കുടുംബത്തിന്റെയും റിപ്പോർട്ട്. പട്ടിക്കൂടിന്റെ അഴികളിൽ പിടിച്ച് തൊഴുകൈകളോടെ നിൽക്കുന്ന ആ അമ്മയെ രക്ഷിച്ചത് പൊലീസുകാരെത്തിയാണ്. വീടെന്ന തടങ്കലിനുള്ളിലും പുറത്തും അമ്മയും മുത്തച്ഛനും മുത്തശ്ശിയുമെല്ലാം വിവേചനത്തിന്റെയും ഒടുങ്ങാത്ത അധാർമ്മികതയുടെയും നീരസത്തിന്റെയും വേനലിൽ നടുവ് നിവർത്താനാവാതെ കഷ്ടപ്പെടുന്നു. വാർദ്ധക്യമെന്ന ലാഭരഹിതാവസ്ഥ ചുറ്റിനും ബാധ്യതയായി തീരുന്നു. ഇടതുകാലിന് വേദനയുമായി ഡോക്ടറെ സമീപിച്ച വൃദ്ധന് കിട്ടിയ മറുപടി പ്രായമായില്ലേയെന്നാണ്. ഇടതു കാലിന് മാത്രമായി പ്രായമാകുമോയെന്ന ആ വൃദ്ധന്റെ സംശയം ഡോക്ടർ ചിരിച്ചുകൊണ്ട് തള്ളിക്കളഞ്ഞു

മക്കളെപ്പറ്റിയും കൊച്ചുമക്കളെപ്പറ്റിയും തങ്ങൾക്കുണ്ടായിരുന്ന സ്വപ്നങ്ങളെല്ലാം മണ്ണടിയുകയും ജീവിതത്തിന്റെ അസ്തമനനാളുകളിൽ രക്തബന്ധത്തിനപ്പുറമുള്ള ആശ്രയമായും വിശ്രമകേന്ദ്രമായും അമ്പലത്തിന്റെ

ആൽത്തറകൾ തിരഞ്ഞെടുക്കപ്പെടുകയും ചെയ്യുന്നു. വീടിനപ്പുറത്തേ ക്കുള്ള വഴി കണ്ടെടുക്കാൻ എല്ലാവരും അവസാനം ആഗ്രഹിക്കുന്നു ണ്ടാവും, നമ്മൾ അവരെ ചവിട്ടി നടുവൊടിക്കില്ലെന്നുറപ്പുണ്ടെങ്കിൽ.

തണുത്ത കാറ്റ് മണ്ണിന്റെ മണത്തോടൊപ്പം മറ്റെന്താണ് കൊണ്ടെത്തി ക്കുന്നത്! കാട്ടരുവികളെയും മലനിരകളെയും തഴുകിയെത്തുന്ന കാറ്റ്, മലയോരങ്ങളിൽ കത്തിക്കരിയുന്ന കർഷകന്റെ ഗന്ധത്തെക്കൂടി പുറം ലോകത്തേക്ക് കൊണ്ട് വരുന്നു. അവന്റെ തേങ്ങലുകൾ... അവന്റെ മോഹ ഭംഗങ്ങൾ... മലദൈവങ്ങൾ പോലും കൈവിടുന്ന നിസ്സഹായത. അച്ഛനും അമ്മയും പകർന്ന് തന്ന ശക്തിയും അമ്മയോടും സഹോദരങ്ങളോടും ഒപ്പം മണ്ണിൽ സ്വപ്നകൂടാരങ്ങൾ തീർത്ത ധന്യനിമിഷങ്ങൾ നൽകിയ നന്മയും ആവാം കൊടും വിഷമെടുത്ത് ദാഹജലംപോലെ കുടിക്കാൻ മുരുകൻ എന്ന കർഷകന് ധൈര്യം നൽകിയത്. മുരുകന്റെ വീട്ടിൽ നിന്നാൽ നെല്ലിയാമ്പതിമല കാണാം. അരമണിക്കൂർ നേരം മല കയറി യാൽ നെല്ലിയാമ്പതിയായി. വീടിനും കൃഷിസ്ഥലത്തിനും അലങ്കാരവും അശ്രയവുമായി സീതാർകുണ്ട് എന്ന പുഴ ഒഴുകുന്നു. സീത കുളിച്ചതെന്ന് വിശ്വസിക്കുന്ന ഈ ചെറിയ പുഴയാണ് കാർഷികാവശ്യത്തിനുള്ള ജലം നൽകുന്നത്. മലവെള്ളത്തെ കൃഷിസ്ഥലത്തെത്തിക്കുന്നത് സീതാർ കുണ്ടാണ്. നാൽപ്പത്തിയേഴ് വയസ്സുണ്ടായിരുന്ന മുരുകന് രണ്ടു കുട്ടികൾ ഉണ്ടായിരുന്നു. ഈ എഴുപത്തിയഞ്ചാം വയസ്സിലും വയലിലിറങ്ങി പണി ചെയ്യാൻ മടിയില്ലാത്ത അമ്മ. ഈ അമ്മയുടെ വേദന നിറഞ്ഞ തേങ്ങലും വിലാപങ്ങളും അവ്യക്തമായ ഭാഷയും ചെവിയിൽ നിന്ന് മായാൻ ഇനി എത്രനാൾ വേണ്ടി വരും?

മുരുകന്റെ അച്ഛന്റെ പേര് കൊമ്പൻ എന്നായിരുന്നു. സ്കൂളിൽ എന്താ സംഭവിക്കുന്നതെന്ന് ഒരിക്കലും കൊമ്പൻ ചോദിച്ചിട്ടില്ല. അവിടെ എന്തു സംഭവിച്ചാലും അയാൾക്ക് അത് വിഷയമല്ല. അതിനുവേണ്ടി കളയാൻ സമയവുമില്ല. പക്ഷേ നെല്ലൊന്ന് വാടിയാൽ മണ്ണിന്റെ നിറമൊന്ന് മാറിയാൽ പച്ചക്കറികളുടെ തണ്ടൊന്ന് ഒടിഞ്ഞാൽ കൊമ്പൻ മക്കളെ പിടിച്ച് നിരത്തി നിർത്തും. മറുപടി അവർ പറഞ്ഞേ മതിയാകൂ. അങ്ങനെയല്ലെങ്കിൽ കൊമ്പന്റെ മകനായി ജീവിക്കാൻ കഴിയില്ല.

കൊമ്പൻ തനിക്ക് ഏറ്റവും പ്രിയപ്പെട്ട മകനായ, മണ്ണിൽ വിശ്വാസ മുള്ള മുരുകനു രണ്ടര ഏക്കർ ഭൂമി നൽകി. അവിടെ കൃഷി ചെയ്തു മുരുകൻ രണ്ടരയേക്കർ ഭൂമി കൂടി വാങ്ങി. വർഷങ്ങളായി ഇങ്ങനെ കൃഷി ചെയ്തുവന്ന മുരുകന് അടുത്ത കാലത്തായി കൃഷി ദുരിതങ്ങൾമാത്രം സമ്മാനിക്കാൻ തുടങ്ങി. എങ്കിലും തളരാതെ മണ്ണിനെ കൈ വിടാതെ മുരുകൻ മുന്നോട്ട് നീങ്ങി. മാറിയ കാലത്തിന്റെ കയറുകൾ അവന്റെ കഴുത്തിലും വീഴാൻ തുടങ്ങി. ചിലവ് കൂടുകയും നെല്ലിന് തൃപ്തികരമായ വില ലഭിക്കാതെ വരികയും ചെയ്തു. കൂടുതൽ പണി എടുത്ത്

പരിഹരിക്കാമെന്ന് വച്ചാൽ കൃഷിപ്പണിയെടുക്കാൻ നാട്ടിലും വീട്ടിലും ആരെയും കിട്ടാതെയായി. ചുറ്റുമുള്ള കുന്നുകളെല്ലാം ഇടിച്ച് നിരത്ത പ്പെട്ടപ്പോൾ സീതാർകുണ്ട് വറ്റി വരളാൻ തുടങ്ങി. ചാക്കുകണക്കിന് നെല്ല് വാങ്ങാനും ഏറ്റെടുക്കാനും ആളുകളില്ലാതെ കെട്ടിക്കിടക്കേണ്ടി വന്നു. കൂടാതെ കാടുകൂടി മനുഷ്യൻ കൈയടക്കി തുടങ്ങിയതോടെ മലയിൽ നിന്നും വിശന്ന് വലഞ്ഞ് ഇറങ്ങിവരുന്ന പന്നിയും മയിലും ആനയു മൊക്കെ വെളുക്കുമ്പോൾ ബാക്കി വയ്ക്കുന്നത് പിഴുതെറിഞ്ഞ ചെടികൾ മാത്രമാവും. മനുഷ്യന്മാരോട് എന്തോ വാശിയും വൈരാഗ്യവും തീർക്കു ന്നതു പോലെയാണ് ഈ മൃഗങ്ങൾ കാട്ടിൽ നിന്നും ഇറങ്ങി വന്ന് കൃഷി യിടത്തെ തകർക്കുന്നത്. അങ്ങനെ പതിയെ കടക്കാരനാവാൻ തുടങ്ങി. കടംവാങ്ങി കൃഷി മുടങ്ങാതെ കൊണ്ടുപോയി. കൊമ്പന്റെ മകന് അതല്ലാതെ ഒന്നും അറിയില്ലായിരുന്നു. പുതിയ ലോകത്തിന്റെ സമവാക്യ ങ്ങളും അതിന്റെ ചതിക്കുഴിയും അവന് തിരിച്ചറിയാൻ കഴിഞ്ഞില്ല. പണവുമായി ചിരിച്ചു കൊണ്ടെത്തുന്നവരെല്ലാം തന്റെ കൃഷിയെയും തന്നെയും സ്നേഹിക്കുന്നവരാണെന്ന് അവന് തോന്നി. അയാൾക്ക് ഒന്നിലും അവിശ്വാസം ഉണ്ടായിരുന്നില്ല. ബാങ്കിൽ നിന്നും വ്യക്തി കളിൽനിന്നും ബ്ലേഡുകളുടെ കൈയിൽനിന്നും പണംവാങ്ങി മണ്ണിനെ മനസ്സിന്റെ ആത്മാവിൽ വാരി വിതറി. അവിടെ വിത്തുകൾ വിതച്ചു. അധികം വൈകാതെ തന്റെ പ്രതിരോധത്തിന്റെയും അതിജീവന ത്തിന്റെയും പ്രതിഷേധത്തിന്റെയും അസ്ഥികൾ ഉരുകുന്നത് അയാൾ ഹൃദയം തകരുന്ന വേദനയോടെ തിരിച്ചറിഞ്ഞു. ഒന്നാം പുഞ്ചയായ നെല്ലും രണ്ടാം പുഞ്ചയായ കടലയും തന്നെ കൈവിടാൻ തുടങ്ങിയപ്പോൾ തന്റെ കാലിനടിയിലെ അവസാന മണ്ണും ഒഴുകി പോവുന്നത് അയാൾ ഞെട്ടലോടെ നോക്കിനിന്നു. വിളവിനെക്കാൾ വേഗത്തിൽ കടം പെരുകാൻ തുടങ്ങി. അഞ്ചുലക്ഷം രൂപയുടെ കടം എങ്ങനെ തിരിച്ചടയ്ക്കണ മെന്നറിയാതെ മുരുകൻ പറമ്പിൽനിന്നും വയലിലേക്കും വയലിൽനിന്നും വീട്ടിലേക്കും ഉറക്കമില്ലാത്ത രാത്രികളിൽ നിരന്തരം നടന്നുകൊണ്ടിരുന്നു. ജപ്തിനോട്ടീസുകളും പലിശക്കാരുടെ മുനയുള്ള ശകാര വാക്കുകളും അയാളെ തളർത്തി. താങ്ങെന്നും തണലെന്നും കരുതി താൻ കയറിനിന്ന ഇടങ്ങൾ തന്റെ നെഞ്ചിനെയും ഓർമ്മകളെയും ഞരമ്പുകളെയും വരിഞ്ഞു മുറുക്കുന്ന നെറികെട്ട ഇടങ്ങളായി മാറുന്നത് ദയനീയമായി അയാൾ കണ്ടു നിന്നു. വസ്തു ലേലം ചെയ്യാൻ പോകുന്നുവെന്ന് ഭൂപണയ ബാങ്ക് ചെണ്ടകൊട്ടി, തന്നെ ഒരു കള്ളനെപോലെ കണ്ട് നാടു മുഴുവൻ പറഞ്ഞു നടന്നപ്പോൾ അതറിഞ്ഞ മുരുകൻ വയലിനു നടുവിലിരുന്ന് ഇടനെഞ്ചു പൊട്ടിക്കരഞ്ഞു. പൊള്ളുന്ന വെയിലിനു ചൂടേറുമ്പോൾ... കുടിക്കുന്ന വെള്ളത്തിന് കയ്പേറുമ്പോൾ കാണുന്ന ചിത്രങ്ങളിലെ ബീഭത്സം വർദ്ധിക്കുമ്പോൾ.... മലദൈവങ്ങൾ പോലും ആ പഴയ കൊമ്പന്റെ മകനെ കൈവെടിഞ്ഞപ്പോൾ എല്ലാ പഴയ കാലവും മറന്ന്.... മണ്ണിന്റെ മണം മറന്ന്... കാറ്റിന്റെ താളം മറന്ന്... സീതാർകുണ്ടിലെ വെള്ളത്തിന്റെ

ഊഷ്മളത മറന്ന് തന്റെ മക്കൾക്കും ഭാര്യയ്ക്കും രക്ഷപ്പെടാനുള്ള ഏക മാർഗ്ഗം എന്ന നിലയിൽ (അന്ന് ഇടതുപക്ഷ സർക്കാർ ആത്മഹത്യ ചെയ്ത കർഷകരുടെ കടം എഴുതി തള്ളാൻ തീരുമാനിച്ചിരുന്നു) മുരുകൻ കീടനാശിനി എടുത്തു കുടിച്ചു. ആത്മഹത്യ ചെയ്യുന്നതിനു മുമ്പ് മുരുകൻ കൊണ്ടുവച്ച വളത്തിന്റെ ചാക്കും മൺവെട്ടിയും കുറേ ദിവസങ്ങൾ കൂടി അനാഥമായി കിടന്നു പാടവരമ്പത്ത്. ആ പ്രതീക്ഷ കൂടി തല്ലി കെടുത്തിയിട്ടാവണം മുരുകൻ മരണത്തിന്റെ അടുത്തേക്കു നടന്നടുത്തത്. നെല്ലിനിടയിൽ നാക്കുകൾ നീട്ടി രക്തം ഒലിച്ച വായുമായി മുരുകൻ മരിച്ചു കിടന്നു. ഒരു നെൽച്ചെടിയെപ്പോലും അയാൾ കെട്ടിപ്പിടിച്ചിരുന്നില്ല. ഒരു രാത്രി മുഴുവൻ മുരുകൻ സ്വസ്ഥമായി അവിടെ തന്നെ കിടന്നു. അവൻ കിടന്ന സ്ഥലത്ത് ഒരാൾ വലിപ്പത്തിൽ നെൽച്ചെടികൾ പതിഞ്ഞു കിടന്നു. മരണവെപ്രാളത്തിൽ ഒരു നെൽച്ചെടിയെപോലും അവൻ പിഴുതെടുത്തതുമില്ല.

വീട്ടുകാരും നാട്ടുകാരും കൂടി മുരുകനെ കൊമ്പന്റെ സമീപം തന്നെ സംസ്കരിച്ചു. ഒരു കർഷകന്റെ രക്തസാക്ഷി മണ്ഡപംപോലെ ഗുരുവും സുഹൃത്തും വഴികാട്ടിയുമായിരുന്ന അച്ഛന്റെ അരികിൽ മുരുകൻ അന്ത്യ വിശ്രമം കൊള്ളുന്നു. പലിശഭയമേതുമില്ലാതെ... ജപ്തിഭയമേതുമില്ലാതെ.

മുകുന്ദനും റോഷ്നേരയും അച്ഛന്റെയും മകന്റെയും ശവകുടീരത്തി ലേക്കു മാറി മാറി നോക്കി. മണ്ണിനെ സ്നേഹിക്കുന്നവന്റെ കറുത്തചിരി പോലെ മനസ്സിന്റെ തിരശ്ശീലയിലേക്ക് അതുയർന്നു വന്നു. ഒരു ഓർമ്മ പ്പെടുത്തൽ പോലെ നമ്മുടെ തലയ്ക്ക് തൊട്ടുമുകളിൽ അവർ തൂങ്ങി കിടക്കുന്നത് പോലെ റോഷ്നേരയ്ക്കും മുകുന്ദനും തോന്നി. ഒരു പിടി മണ്ണ് വാരി റോഷ്നേര കൊമ്പന്റെ മുന്നിലേക്കിട്ടുകൊടുത്തു. 'നോക്ക് നീ ബാക്കിവച്ച് പോയ മണ്ണാണിത്.' എന്തൊക്കെയൊ പറയാൻ ശ്രമിച്ചെങ്കിലും അവൾക്ക് തുടർന്ന് ഒന്നും കഴിഞ്ഞില്ല. പരിസരബോധം നഷ്ടപ്പെട്ടു പോവാതിരിക്കാൻ റോഷ്നേര മുകുന്ദന്റെ കൈപിടിച്ച് വേഗം വയലിലേക്ക് നടന്നു. നെല്ല് പാകമായി നിൽക്കുന്നു. വരമ്പിലൂടെ ഏറെ നേരം നടന്നു. മുരുകന്റെ പാദസ്പർശം അവർക്ക് അനുഭവിക്കാൻ കഴിഞ്ഞു. മുരുകൻ മരണത്തിനു മുന്നേ വകഞ്ഞു മാറ്റിയ നെല്ലിടത്തിൽനിന്നും ഒരു ആൾരൂപം ഉയർന്നു വന്ന് ചിരിക്കുന്നത് പോലെ അവർക്കു തോന്നി. വെയിലിന് തീയുടെ ശക്തിയും ചൂടും കൈ വന്നു. നെല്ലും കതിരും പതിയെ ഉണങ്ങി ക്കരിയാനും കത്താനും തുടങ്ങി. കത്തിക്കരിഞ്ഞ് കിടക്കുന്ന പാടവരമ്പി ലൂടെ മുരുകന്റെ ആൾരൂപം ഓടിക്കൊണ്ടിരുന്നു. അവസാനം ഓടി ത്തളർന്ന് ചെളിയിലേക്കു കമിഴ്ന്നു വീണു. ബാക്കി നിന്ന ഉണങ്ങി ക്കരിഞ്ഞ നെൽച്ചെടികൾക്കവൻ തീ കൊടുത്തു. മോഹങ്ങളും സ്വപ്ന ങ്ങളും കത്തിയെരിയുമ്പോൾ അവൻ ഉറക്കെ ചിരിച്ചു. ആ അഗ്നി നാള ങ്ങൾക്ക് മുകളിലൂടെ മുരുകൻ കറുത്ത ചിറകുള്ള പക്ഷിയെ പോലെ പറന്നു നടന്നു. ഒരു നാടകക്കാരന് മാത്രം സാധ്യമാവുന്ന ശരീര

ഭാഷയോടെ. വേഗതയാർന്ന ചലനം... അനുസ്യൂതമായ ചലനം... അന്തരീക്ഷത്തിൽ ചെണ്ടയുടെ നടുക്കുന്ന ശബ്ദം.... ഒരിക്കലും അവസാനിക്കാത്ത ഒരു ജപ്തി വിജ്ഞാപനത്തിന്റെ ഓരം ചേർന്ന് ആളിക്കത്തുന്ന തീയുടെ മുകളിൽ മുരുകൻ നൃത്തം ചവിട്ടുന്നു. ചലനം കാഴ്ചയ്ക്ക് പിടിതരാത്ത വണ്ണം സങ്കീർണമായിക്കൊണ്ടിരുന്നു. ഒരു നിമിഷം പോലും നിശ്ചലതയില്ലാതെ... ഒരു ബിംബവും കണ്ണിൽ പതിയാൻ സമയം കൊടുക്കാതെ... മുകുന്ദനും റോഷ്നേരയും നോക്കി നിൽക്കെ അവനങ്ങനെ....

കുറച്ചു നാളുകളായി വിശപ്പും ദാഹവും ജീവിതത്തിൽ ദൈനംദിന ഭീകരതകളായി മാറി. എലിയും പൂച്ചയും ഏറെ ക്ഷീണിതരായി. എവിടെ നിന്നോ എടുത്തുകൊണ്ടുവന്ന തേങ്ങയുടെ കഷണം എലി പൂച്ചയ്ക്ക് നേരെ നീട്ടി കൊടുത്തു. ആരും കാണാതെ തപ്പിപിടിച്ചിരുന്ന ചെല്ലിയുടെ ഒടുവിലത്തെ ചിറക് പൂച്ച എലിയുടെ മുന്നിലേക്ക് ഇട്ടുകൊടുത്തു. അട്ടപ്പാടി മലനിരകളിലൂടെ പൂച്ച എലിയുടെ തോളിലേറി സഞ്ചരിച്ചു. വെള്ളിയെ എലി പൂച്ചയ്ക്ക് പരിചയപ്പെടുത്തി കൊടുത്തു. ചെമ്മണ്ണൂരിറങ്ങി ഭവാനിപ്പുഴനീന്തി അപ്പുറം എത്തിയാൽ വെള്ളിയുടെ ഊരിലെത്താം. ഭവാനിപ്പുഴയിലെ വെള്ളം മുഖത്തിന്റെ വെളിച്ചം പോലെ ചിരിക്കുന്ന ആഴങ്ങളിൽ പോലും തെളിഞ്ഞു കിടക്കുന്നു. തിളക്കം പോലെ ചിരി ഊറി. അവന്റെ കൂട്ടുകാരിയായ ബിന്ദു എഴുതിയ ഒരു കവിത അവർ ഉറക്കെ വായിച്ചു. വരിയിലെ ദൃശ്യങ്ങൾ അവന്റെ കണ്ണിൽ തന്നെ വിരിഞ്ഞുകൊണ്ടിരുന്നിട്ടും ഒരു ശീലം പോലെ അവയൊന്നും അവനെ ബാധിക്കുന്നില്ല. അയാൾ എകാന്തനായിരുന്നെങ്കിലും ആ ഏകാന്തത വരികളിൽ ഇല്ല. അതിനെ സ്പർശിക്കാൻ അവൻ ആഗ്രഹിക്കുന്നതേയില്ല. അവൻ അനന്തമായ മൗനം അലങ്കാരമാക്കുന്നില്ല. മൗനത്തിനുള്ളിലിരുന്നു അവൻ സംസാരിക്കുകയാണ്. നിലവിളികൾ നിലയ്ക്കാതെ പോവുമ്പോൾ തേങ്ങലുകളിൽനിന്നും ഓടിരക്ഷപ്പെടാനാവാതെ പുൽനാമ്പുകളിലും കാടുകളിലും കല്ലുകളിലും പാദം ഉരച്ച് കയറിതീർത്ത മലകളും കാടുകളും അവനെ തന്നെ നോക്കിയിരുന്നു. ഒരു പുഴ ഒഴുകുന്നപോലെ ഉത്തമമായ ചില ബോധ്യങ്ങളിൽ നിന്നും നിരന്തരം അവൻ തീരുമാനങ്ങൾ എടുത്തുകൊണ്ടിരുന്നു. നടപ്പിലാക്കാൻ കഴിയാത്ത തീരുമാനങ്ങളിലൂടെ അഗാധമായ യാത്ര അവൻ നടത്തി. അവന്റെ സമീപത്ത് പൂച്ചയും എലിയും ആ കൂട്ടുകാരിയും ഇരുന്നു. കവിത എന്ന പേരിൽ എഴുതിയൊപ്പിടാവുന്ന ഈ വരികളിലൂടെ അവർ കടന്ന് പോയി.

ഞങ്ങളുടെ ഭൂമിയിൽ കുടിയേറുക
ഞങ്ങളുടെ നെഞ്ചത്തുകൂടി ഫോറസ്റ്റ് സ്റ്റേഷനിലേക്ക് വഴിവെട്ടുക
ഇതെന്ത് തോന്നിവാസമെന്ന് ആരും നിങ്ങളോട് ചോദിക്കില്ല.
ഞങ്ങളുടെ ഊരുകളിൽ റെയ്ഡ് നടത്തുക

എന്റെ എസ്.എസ്.എൽ.സി ബുക്കു കീറികളയുക
ഞങ്ങളുടെ ഭൂമിയിൽ പൊലീസ്സ്റ്റേഷൻ പണിയുക
മോഷണം, കള്ളവാറ്റ്, തീവ്രവാദം ഇതൊക്കെ പറഞ്ഞു
തലകീഴായി തൂക്കിയിട്ട് അടിച്ചുപൊള്ളിച്ച
മുറിവുകളിൽ മുളക് തേക്കുക
വിദേശത്ത് നിന്ന് നാണം കെട്ട പണസഞ്ചികൾ കൈനീട്ടി വാങ്ങി
ആശയങ്ങൾ ഞങ്ങളൂടെ തലയിലേറ്റുക
ഞങ്ങളുടെ കൊത്തുകാടുകളിൽ നിന്നും ചാമയും ചോളവും
കോറയും മുതിരയും പറിച്ചു കളയുക
പകരം നിങ്ങൾ വച്ച സ്വർഗ്ഗമരത്തിന്റെ പഴങ്ങൾ തിന്ന്
ഞങ്ങളുടെ മക്കൾ സ്വർഗ്ഗത്തിലേക്ക് വളരെട്ടേ!
പുല്ലുമേഞ്ഞ കുടിലുകൾ പൊളിച്ച് കളഞ്ഞ്
കോൺക്രീറ്റ് കെട്ടിടങ്ങൾ പണിയുമ്പോൾ
നിവർന്നുനിൽക്കാനും നീണ്ട് കിടക്കാനുമുള്ള ഇടമെങ്കിലും
ഉണ്ടാവണ്ടേ സാറന്മാരേ?
അവസാനത്തെ പ്രസവവും ചുടുകാട്ടിലേക്ക് എടുക്കുമ്പോൾ
പന്നിയെ വളർത്താനോ
റബ്ബർ ഷീറ്റുകൾ അടുക്കി സൂക്ഷിക്കാനോ നിങ്ങൾക്കിത്
വിസർജ്ജ്യങ്ങളോക്കെയും മലകയറ്റി
നരസ്സിമുക്കിലേക്ക് വലിച്ചെറിയുക
വിഷമീറ്റിയ ഭവാനിയുടെ നെഞ്ചിൽ
അതിലൂർന്ന് നാറട്ടേ
മരിച്ചുവീഴുന്നവരെ ചുരമിറക്കി
ഫ്രീസറുകളിൽ സൂക്ഷിക്കുക
വംശനാശം സംഭവിച്ച ഒരു സ്പീഷ്യസിന്റെ അനാട്ടമിയെക്കൂടി
നിങ്ങളുടെ തലമുറകൾ കീറി മുറിച്ച് പഠിക്കട്ടെ.

ഇരുപത്

എന്നെപോലും അനുകരിക്കാനറിയാത്ത ഞാൻ നിന്നെ എങ്ങനെ കണ്ടെടുക്കും

ഭക്ഷണം കഴിക്കാതെ വിശന്നു വലഞ്ഞ് എന്റെ ജീവനു വേണ്ടി കരയുന്ന ആയിരം വേട്ടമൃഗങ്ങളുടെ ദീനമായ കരച്ചിൽ ഞാൻ എന്റെ ഇരുട്ടിൽ നിന്നും കണ്ടെടുക്കുന്നു. അഞ്ചു വയസ്സുള്ള ഒരു ചെറിയ പെൺകുട്ടിയെ നോക്കി ആരോ ഉള്ളിലിരുന്നു വിളിച്ച് പറയുന്നു. ഒരു സ്ത്രീയുടെ മിനിയേച്ചർ രൂപമാണ് അവൾ. ഒരു തൈത്തെങ്ങ് പോലെ, അച്ചിങ്ങയേയും കരിക്കിനെയും അതിൽ അടക്കം ചെയ്തിട്ടുണ്ട്. ചെറിയ പെൺകുട്ടികളെ പീഡിപ്പിക്കുന്നത് ഒരു അനുഭവമാണ്. പൊടിയരികഞ്ഞി ഒരു ചുട്ടപപ്പടവും കൂട്ടികഴിക്കുന്നത് പോലെ.

ടിവിയിലെ വാർത്ത പീഡനവിശേഷങ്ങളിലൂടെ കടന്നുപോയി. പീഡനത്തിന് വിധേയമായ അവളെ നമുക്ക് എ എന്നോ ബി എന്നോ എക്സ് എന്നോ വിളിക്കാമെന്നുള്ളതുകൊണ്ട് പേര് പറയുന്നില്ല. അവളെ കോടതി സംരക്ഷണത്തിന് ഏൽപ്പിച്ചത് റോഷ്നേരയുടെ സ്ഥാപനത്തിലാണ്. ഭീതി വിട്ട് മാറിയിട്ടില്ലാത്ത അവളുടെ കണ്ണുകളിൽനിന്നും നോട്ടം പിറകോട്ട് വലിക്കാനേ റോഷ്നേരയ്ക്ക് കഴിഞ്ഞില്ല. ഈ സംഭവത്തിൽ ലൈംഗികമായ അക്രമവും കീഴ്പ്പെടുത്തലും അല്ല എന്നെ അധികം ഭീതിപ്പെടുത്തുന്നത് പീഡനങ്ങൾക്കുശേഷവും മുമ്പും ലൈംഗികേതരമായി അവൾക്കുണ്ടായ അനുഭവം, വിവേചനം, അരക്ഷിതാവസ്ഥ അതിന്റെ പരിസരം, അവളെ എല്ലാ അഭയസ്ഥലങ്ങളും നഷ്ടപ്പെട്ടുപോയ ഒരു മണ്ണിൽ എത്തിച്ചിരിക്കുന്നു.

'ആരെയാണ് ഞാൻ വിശ്വസിക്കേണ്ടത്. അമ്മയെയും അച്ഛനെയും എനിക്ക് ഭയമാണ്. അവരാണ് എന്നെ നിർബന്ധിച്ചത്. ഒത്തിരിപേര് എന്നിലൂടെ കയറിയിറങ്ങിപോയപ്പോൾ, എന്റെ അച്ഛൻ, അവർ നൽകുന്ന നോട്ടുകൾ എണ്ണി തിട്ടപ്പെടുത്തുന്നത് കണ്ടപ്പോൾ അവിടെ അമ്മയുടെയും നിഴലുണ്ടെന്നു കണ്ടപ്പോൾ ആ കാഴ്ചകൾ എന്നെ ഒരു ദൈവവിശ്വാസിയാക്കി. എനിക്ക് ഇന്നു ദൈവത്തോട് മാത്രമേ സംസാരിക്കാനുള്ളൂ.

എനിക്ക് ദൈവമേ ഉള്ളൂ. ഞാൻ ദൈവത്തെ സ്നേഹിക്കുന്നു. നിങ്ങൾക്കാർക്കും കാണാനാവാത്ത ഒരു ദൈവത്തെ എനിക്ക് കണ്ടെടുക്കാൻ ആവുന്നു. ആ ദൈവമാണ് എന്നെ ഇവിടെ ജീവനോടെ ഇരുത്തിയത്. കോടതിയിൽ എനിക്ക് വിശ്വാസമില്ല, എന്നെയും വേശ്യയെന്ന് വിളിക്കാൻ അവർക്ക് എളുപ്പമാണ്. പക്ഷേ, ദൈവത്തെ ഞാൻ കൈവിടില്ല. ദൈവത്തെയെങ്കിലും എന്നിൽ നിന്നും തട്ടിപ്പറിക്കരുത്.

ഒടുവിൽ... ഒടുവിൽ ആരും കാണാതെ ചിലർ എന്റെ കൈയിലും പണം വച്ച് തരാൻ തുടങ്ങി. ആ പൈസ ഞാൻ എന്റെ അടിവസ്ത്രത്തിനുള്ളിൽ ഒളിപ്പിച്ചു വച്ചു. ഒടുവിൽ അച്ഛൻ അവിടെ നിന്നുപോലും അത് കൈയിട്ടെടുത്തിട്ട് എന്നെ തല്ലി....പക്ഷേ എന്റടുത്ത് വന്നവരാരും വൃത്തികെട്ടവരോ ക്രൂരന്മാരോ ആയിരുന്നില്ല. അതൊന്നുമായിരുന്നില്ല, അവരെ എന്നിലേക്കു കൊണ്ട് വന്നത്. അവർക്ക് വേണ്ടത് ലൈംഗികത മാത്രമായിരുന്നു. മിക്കവരും അതുകഴിഞ്ഞപ്പോൾ കണ്ണാടി നോക്കി തല ചീകി വേഗം സ്ഥലം വിട്ടു. ചിലർ കുറച്ച് നേരം സംസാരിക്കുകയും സഹതപിക്കുകയും ചെയ്തു. ചിലർ അനുഗ്രഹിച്ചു. മിടുക്കിയാണ്. അവരിൽ പലരും വിവാഹിതരായിരുന്നെങ്കിലും ആദ്യമായി സ്ത്രീശരീരം കാണുന്നത് പോലെ എനിക്കു തോന്നി. കേരളം മുഴുവൻ എന്റെ പിന്നിൽ ക്യൂ നിൽക്കുന്നത് പോലെ. ആശങ്കകളും അത്ഭുതവും അമിതമായ ആവേശവും എല്ലാം എന്നിൽ കുടഞ്ഞിട്ടിട്ടാണ് അവർ പോയത്. ശരീരം നീറി പുകയുമ്പോഴും ശരീരം അറിയാതെ പോന്നവരുടെ അരാജകത്വം ഞാൻ അനുഭവിച്ചറിഞ്ഞു. പിന്നെ കുറെ കഴിഞ്ഞപ്പോൾ അവൾ വീണ്ടും സംസാരിച്ചു. 'അമ്മയും അച്ഛനും നൽകിയ അരക്ഷിതാവസ്ഥ എന്നെ ഒറ്റപ്പെടുത്തുന്നു. എനിക്ക് ദൈവത്തെയാണിഷ്ടം...' അവൾ പതിയെ ഉറക്കത്തിലേക്ക് പോയി.

അടുത്ത വാർത്ത മറ്റൊരു സംഭവത്തിലേക്ക് നമ്മളെക്കൊണ്ട് പോയി. കൊച്ചിയിൽ ഐ.ടി. ജീവനക്കാരിയായ തസ്നിബാനുവിനെ രാത്രിയിൽ ഒരു പുരുഷനോടൊപ്പം യാത്ര ചെയ്തതിനു നാട്ടുകാർ തടഞ്ഞു നിർത്തി തല്ലി. നമ്മുടെ സദാചാരത്തിൽ ആരും ഭയപ്പെടേണ്ടതില്ല. അത് സുരക്ഷിതമാണ്. ഏത് പാതിരാത്രിയിലും. ചാനലിൽ അടുത്ത അരമണിക്കൂർ ചർച്ച അതായിരുന്നു. റോഷ്നേര ഡയറിയിൽ എഴുതി. വിശദീകരണങ്ങൾ കാര്യങ്ങളെ കൂടുതൽ അപകടപ്പെടുത്തുകയാണ്. ജോലിക്കു പോയതാണ്... കൂടെ ഉണ്ടായിരുന്നത് സുഹൃത്താണ് തുടങ്ങിയ അന്വേഷണങ്ങളും ഉത്തരങ്ങളും ഒന്നും നിർദോഷകരമല്ല. കൂടെയുള്ളവൻ ആരുമാകട്ടെ.. പോകുന്നത് എങ്ങോട്ടുമാകട്ടെ. ചെയ്യുന്നത് എന്തുമാകട്ടെ... അരോടും വിശദീകരിക്കാതെ പോവുകയെന്നത് എന്റെ അവകാശമാണ്. ഞാൻ ജീവിച്ചിരിക്കുന്നുവെന്നതിന്റെ തെളിവാണ് അത്. ഈ രണ്ടു സംഭവങ്ങളെയും ഒരു പേജിന്റെ രണ്ടു പുറത്ത് എഴുതി തീർത്ത് റോഷ്നേര ഉറക്കമില്ലാത്ത ശയനപരീക്ഷണത്തിലേക്ക് വീണു.

പിറ്റേന്ന് രാവിലെ മുകുന്ദൻ എഴുന്നേൽക്കുന്നതു റോഷ്നേരയുടെ ഫോൺകോൾ വന്നപ്പോഴാണ്. അവനു ആ ഫോൺകോൾ ഉറക്കത്തിന്റെ തടസ്സമായി തോന്നി. അത് വളരെ അസ്വസ്ഥത അവന് സമ്മാനിച്ചു. താൻ എഴുന്നേൾക്കാൻ കുറച്ചുകൂടി സമയം എടുക്കുമെന്നവൾക്കറിയാം എന്നിട്ടും ഈ സമയത്ത് അവൾ വിളിച്ചുകൊണ്ടിരിക്കുന്നു. അവന് അവളോടു തീർത്താൽ തീരാത്ത അരിശം തോന്നി. രാവിലെ ഉണരുന്നതിനുമുമ്പ് വിളിക്കുന്നവരോട്, ഉണർന്നാൽ തന്നെ എഴുന്നേൽക്കുന്നതിനു മുമ്പ് വിളിക്കുന്നവരോട് അവന് കടുത്ത ദേഷ്യമാണ്.

ആ ഉയർന്ന് കേൾക്കുന്ന നിലവിളി ഒരു കുട്ടിയുടേതാണ്. അവന്റെ അമ്മ ചട്ടുകം ചൂടാക്കിതുടങ്ങുമ്പോഴേക്കും അവൻ കരഞ്ഞ് തുടങ്ങും. ചട്ടുകം ശരീരത്തിൽ പതിയുന്ന സമയം ആ കരച്ചിലിൽ കണ്ടെടുക്കാൻ ആവും. പൂച്ച നിരന്തരമായി നിലവിളിച്ചുകൊണ്ടിരുന്ന ഒരു രാത്രിയിൽ മാത്രം ആ കുട്ടിയുടെ കരച്ചിൽ ആരും കേട്ടില്ല. ഏത് വാതിലും ഏത് സന്തോഷഘട്ടത്തിലും പകുതിയിലേറെ അകത്തേക്കോ പുറത്തേക്കോ വഴികൊടുക്കില്ലെന്നത് അധികം ഉറക്കെ പറയപ്പെടാത്ത സംഗതിയാണ്. മറുപകുതിയുടെ മൗനത്തിനുള്ളിൽ എതിർപ്പ് കൂടി അടക്കം ചെയ്തിട്ടുണ്ടാവും. ഇത്തരം വാതിലുകളിലൂടെയാണ് വീട്ടിലേക്കു എല്ലാ ബന്ധങ്ങളും കയറിയിറങ്ങി പോവുന്നതെന്ന് വിളിച്ചു കൂവികൊണ്ട് ആ രാത്രി പൂച്ച ആ കുട്ടിയുടെ നിലവിളികളെ മറച്ചു പിടിച്ചു. എലി വളരെ പതിയെ പൂച്ചയുടെ മുന്നേ നടന്നു. കേട്ടുകേട്ടാണ് ഏത് നിലവിളിയും എന്നും കേൾക്കാവുന്നത് പോലെയാവുന്നതെന്നും തുടരെതുടരെ കേട്ടാൽ ഏത് നിലവിളിയും നിർവികാരമായി കേട്ടു നിൽക്കാമെന്നും എലിയെ പഠിപ്പിച്ചത് ആ കുട്ടിയുടെ നിലവിളികളാണ്. പൂച്ച പക്ഷേ അതിനുമുന്നേയും നിലവിളികൾ കേട്ടിട്ടുണ്ട്. കേട്ടു കേട്ടു ശീലമാവേണ്ടതാണല്ലോ എല്ലാ നിലവിളികളും.

ശാന്തമായി കിടക്കുന്ന ഒരു തടാകത്തിന് നടുവിലായി ഒരു തുരുത്ത്. ദ്വീപിൽ വളർന്നു നിൽക്കുന്ന മരങ്ങൾ. ഒത്തനടുവിലായി ചെറിയ വീട്. ജാലകത്തിനരികിൽ ഒരു പെൺകുട്ടി ഇരുന്ന് പുസ്തകം വായിക്കുന്നു. ആ പുസ്തകത്തിൽ നിന്നും ഒരു നിലവിളി ശബ്ദം ഉയർന്നു പൊന്തി ആകാശത്തിലേക്കു പോയി. സ്ക്രീനിൽ ചിത്രങ്ങൾ ഇത്രയും വ്യക്തമായി തെളിയുന്നത് എലി പൂച്ചയെ കാണിച്ചു കൊടുത്തു. ഇങ്ങ് അടുത്ത് സ്ത്രീകളുടെ ശരീരത്തിന്റെ ഒരായിരം പ്രതിബിംബങ്ങൾ വെള്ളിമേഘങ്ങൾ പോലെ ജലത്തിൽ പൊങ്ങിക്കിടക്കുന്നു. ഒക്കെയും ചീഞ്ഞ് നാറുന്നതിനു മുമ്പ് ഒരു കുട്ടി ജനഗണമന പാടുന്നു

അവിടെ നിന്നു എലി പൂച്ചയെ വേഗം മറ്റൊരു സ്ഥലത്തേക്ക് കൊണ്ടുപോയി. മരിച്ചതിനു ശേഷമാണ് ചിലർ സംസാരിച്ച് തുടങ്ങുക. ആരോടെന്നില്ലതെ അവൾ സംസാരിച്ചു തുടങ്ങുന്നു. എനിക്ക് നിങ്ങളോടും നിങ്ങൾക്ക് എന്നോടും യാതൊരുവിധ ചർച്ചയും സാധ്യമല്ലെന്ന് എന്നേ

തെളിയിക്കപ്പെട്ടതാണ് പൊടിപ്പും തൊങ്ങലുംവച്ച് എത്തിയ തുലാ വർഷമഴയ്ക്കിടയിലും നമ്മൾ സംസാരിച്ചുകൊണ്ടിരിക്കുന്നു. ഞാനൊരു ചായകുടിക്കുമ്പോൾ കൊറിക്കാൻ നിങ്ങൾ എന്തെങ്കിലും കൊണ്ട് തരുന്നത് പോലെ. തർക്കങ്ങളില്ലാത്ത ഒരു വഴി സുരക്ഷിതമെന്ന് പറയാവുന്ന ഒന്ന് ഇടിമുഴക്കങ്ങൾക്കിടയിലും ഒലിച്ചു പോവലുകൾക്കിടയിലും സാധ്യമാണെന്ന് ആരോ പറഞ്ഞു തരുന്നു. ആദിവാസിയെ പറ്റി പറയുമ്പോഴൊക്കെ നിന്റെ നെറ്റി ചുളിയുന്നു. നിന്റെ കോട്ടുവായകൾയ്ക്കിടയിലൂടെ മാത്രമേ എനിക്ക് മഴ നനയാതെ പോവാൻ കഴിയുന്നുള്ളൂ. ഒരു ആദിവാസിയെ പൊലീസുകാർ തലകീഴായി കെട്ടിതൂക്കിയതിനെപ്പറ്റി പറയുമ്പോൾ നീ തല ചൊറിയുന്നു. ഇടയ്ക്ക് പോയി പേൻച്ചീപ്പ് കണ്ടെടുത്തുകൊണ്ടുവന്ന് തല ചീകി തുടങ്ങുന്നു. മുഖം നോക്കുന്ന കണ്ണാടിയുടെ മുകളിലേക്ക് നീ കൂട്ടത്തോടെ പേനുകളെ തട്ടിയിട്ട് ഓരോന്നിനെയായി കൊല്ലുമ്പോൾ ലോകം മുഴുവൻ നടുങ്ങുന്ന ശബ്ദങ്ങളാണ് എനിക്ക് കേൾക്കാൻ കഴിയുന്നത്. മുത്തങ്ങയിൽ നടന്ന വെടിയൊച്ചകൾപോലെ വളരെ നിസ്സാരമായി എനിക്ക് ഈ ശബ്ദത്തെ മറികടക്കാൻ ആവുന്നില്ല. നമ്മൾ രണ്ടും മാന്യരായി ജീവിക്കുന്നതിനിടയിൽ കള്ള് കുടിച്ചിട്ടെത്തുന്ന അച്ഛനെപ്പോലെയോ ചേട്ടനെപ്പോലെയോ ഭർത്താവിനെപ്പോലെയോ സുഹൃത്തിനെപ്പോലെയോ ചില ആശയങ്ങളുമായി വന്ന് ഞാനാണ് നിന്റെ ജീവിതത്തിൽ പ്രശ്നങ്ങൾ ഉണ്ടാക്കുന്നതെന്ന് എനിക്കറിയാം. എങ്കിലും ക്ഷമിക്കാനാവാത്ത ആ തെറ്റ് ഞാൻ ആവർത്തിച്ചുകൊണ്ടിരിക്കുന്നു. തീർച്ചയായും സാധാരണ ആദിവാസികളെക്കാൾ ഞാൻ സുന്ദരിയാണെന്ന് നീ പറയാറുണ്ടായിരുന്നു. ഞാൻ ആവശ്യമില്ലാത്ത കാര്യങ്ങൾ ചിന്തിക്കേണ്ടതില്ലെന്നും അനുകൂലമായ സാഹചര്യത്തിലൊക്കെ ഇരുട്ടിലും വെളിച്ചത്തിലും നീ വിളിക്കുമ്പോൾ വന്നാൽ മതിയെന്നും പറഞ്ഞപ്പോൾ ഞാൻ അതത്ര കാര്യമാക്കിയില്ല. പുഴയിലെറിയപ്പെട്ടതിന്റെ തലേദിവസവും നീ പറഞ്ഞത് ഞാൻ ഓർക്കുന്നു. ആകാശത്ത് നക്ഷത്രങ്ങൾ പോലെയാണ് എന്റെ കണ്ണുകളെന്ന്. പിന്നീടാണ് ഞാൻ തിരിച്ചറിഞ്ഞത് ആ ഇരുട്ടിൽ നീ ഒറ്റയ്ക്കല്ല ഒരുപാട് പേരുണ്ടായിരുന്നെന്ന്. നീ എന്നെ പ്രണയിക്കുന്നുവെന്നും വിവാഹം കഴിക്കുമെന്നും പറഞ്ഞതിൽ വിശ്വസിച്ച് പോയിട്ടല്ല. ഒരു പഴയ നോട്ടുപുസ്തകം പോലെ കുട്ടികൾ കുത്തിവരച്ചിട്ട് രക്ഷിതാക്കൾ വലിച്ചെറിയുന്ന നീലനിറമുള്ള ചാർട്ട് പേപ്പറുകൾ പോലെ ഒടുവിൽ എന്റെ ജീവിതവും ആയിത്തീർന്നതിലുള്ള പരിഭവംകൊണ്ടും അല്ല. ശബ്ദമുണ്ടാക്കിയ എന്റെ വായ പൊത്തി പിടിച്ചതും ഒടുവിൽ ഞാൻ കുതറിഓടാൻ ശ്രമിച്ചപ്പോൾ കവിളിൽ ആഞ്ഞടിച്ചതും ഇരുട്ടിലാണെങ്കിലും നീയാണെന്ന് തിരിച്ചറിഞ്ഞപ്പോഴാണ് എനിക്ക് കുറ്റബോധം ഉണ്ടായത്. അല്ലെങ്കിൽ ആ നിമിഷം മാത്രമേ ഞാൻ വിഷമിച്ചിട്ടുള്ളൂ. പുഴയിൽ വലിച്ചെറിയപ്പെട്ടിട്ടും കുറച്ച് നേരം കൂടി നിന്റെ ഓർമ്മകൾ എന്നിൽ അവശേഷിച്ചിരുന്നു. എനിക്ക് എന്റെ സമുദായത്തെ പറ്റി മാത്രമേ സംസാരിക്കാൻ ഉണ്ടായിരുന്നുള്ളൂ. ആകാശത്തിലെ നിന്റെ നക്ഷത്രങ്ങൾ

പുഴയിലങ്ങനെ കുറെ നേരം കൂടി പൊങ്ങിക്കിടന്നത് കാണാൻ നീ കാത്തിരുന്നുവോ ആവോ. എലി പുഴയിലേക്കു നോക്കി. മീൻ കൊത്തിതിന്നിട്ടും ബാക്കിയായ ആ കണ്ണുകൾ ആ വെള്ളത്തിൽ അപ്പോഴും പൊങ്ങി കിടക്കുന്നുണ്ടായിരുന്നു. ഒരു സ്ത്രീശരീരത്തെ ഉപേക്ഷിച്ചതു പോലെ. പൂച്ച വളരെ പെട്ടെന്ന് റോഷ്നേരയുടെ ലാപ്ടോപ്പിലൂടെ ഫെയ്സുബുക്കിലേക്ക് കയറി പോയി. അൽപം അകലെ എന്നാൽ വളരെ അടുത്ത് ഇരുന്ന് എലി ഉറക്കവും തുടങ്ങി. അവൻ നേരെ പോയത് റോഷ്നേരയുടെ സുഹൃത്ത് പോരാട്ടം റഷീദെന്ന് എല്ലാവരും വിളിക്കുന്ന സി.പി റഷീദിന്റെ അടുത്തേക്കായിരുന്നു. റഷീദ് അവന്റെ പുതിയ കവിത ഉറക്കെ പാടി.

ഡിസംബർ 18
കെട്ടവാർത്തകൾ
തലച്ചോറ് കൊത്തിമുറിക്കുന്ന ഈ രാത്രി
നിന്റെ ഫോൺ വിളിക്ക് തരാൻ ഒരു ആശ്വാസവും ബാക്കിയില്ല
കിനാവുപോലും മുഖം കറുപ്പിച്ച
ഈ രാത്രി മഴമാത്രം എങ്ങനെ പെയ്യും
ഇടവപ്പാതി പോലെ അവളും മടങ്ങിപ്പോവും
ഒരു തുള്ളി പോലും പറയാതെ
ഭീതി ചിലന്തി വലയിട്ട പെൺച്ചുണ്ടുകളിൽ പാട്ടെങ്ങനെ ഊഞ്ഞാലാടും
പൊറുക്കുക പാട്ടുകാരാ അനശ്വരമാവാനുള്ള കൊതിയെല്ലാം
അതിന് ഇപ്പോൾ നഷ്ടമായിരിക്കുന്നു
നിന്നെ പോലെ
നീ സ്നേഹിച്ച
അയൽപക്കത്തെ പെൺകുഞ്ഞിന്റെ
നുറുങ്ങിയ ശരീരവുമായി
ആംബുലൻസ് ഇപ്പോൾ എത്തും
വീട്
ആകാശം
തെരുവ്
എല്ലാത്തിനും കാവലാൾ റേപ്പിസ്റ്റ് തന്നെ
ഈ രാത്രിയെ വിഴുങ്ങുന്ന മഞ്ഞിൽ
എല്ലാ മെഴുകുതിരി വെളിച്ചങ്ങളും കെട്ടു പോകുമോ
മൂടലിനുള്ളിൽ പെരുകുന്നുണ്ട് ഡിറ്റന്റസ് പക്ഷികളും
അവന്റെ വംശവും
എന്നിട്ടും റേപ്പിസ്റ്റിന് പാമ്പിനെ സമ്മാനിച്ച
ഒറ്റക്കണ്ണൻ നേഴ്സിന്റെ പക
തിരശ്ശീല വിട്ട് പുറത്തിറങ്ങുന്നില്ലല്ലോ.

എലിയെ ഉണർത്താതെ പൂച്ച അന്നു രാത്രി റഷീദിനെ കെട്ടിപ്പിടിച്ചു കിടന്നുറങ്ങി. റഷീദിന്റെ ഭാര്യ പുഷ്പേച്ചിയും ബിക്കൂസും അടുത്ത് തന്നെ ഉണ്ടായിരുന്നു.

ഇരുപത്തിയൊന്ന്

നീന്തലറിയാമായിരുന്നിട്ടും മുങ്ങിച്ചാവുന്നതുപോലെ സങ്കീർണ്ണമായ അനുഭവം

> എപ്പോൾ വേണമെങ്കിലും ഈ കടലാസ്സുകളിൽനിന്നും നിങ്ങൾക്ക് രക്ഷപ്പെടാം. നല്ലത് ചീത്ത, സത്യം, അസത്യം തുടങ്ങിയ ആപേക്ഷികതകൾ കൈമോശം വന്നുപോയ ഒരു നാൽക്കാലിയാണ് ഞാൻ. നിലവിളിച്ചുകൊണ്ട് ഞെട്ടി ഉണരുന്ന ഓരോ രാത്രികളിലും എന്നിൽനിന്നും വെളിച്ചം തട്ടിത്തെറിപ്പിച്ച് കളിച്ച് രക്ഷിക്കുന്നത് നിങ്ങളല്ലെങ്കിൽ പിന്നെയാരാണ്? ചെളിയും ചേറും ചേർന്ന് ഊർന്ന് വീഴുന്ന കറുത്ത പ്രതലം പോലെയുള്ള ഈ ജീവിതത്തെ കൊല്ലാനല്ലെങ്കിൽ ഇങ്ങനെ പിന്തുടരുന്നതെന്തിനാണ്?

മുകുന്ദനും റോഷ്നേരയും ഗുരുവിന്റെ ശബ്ദം കേൾക്കുന്നുണ്ടായിരുന്നു. കുടുംബമാണ് നിങ്ങളുടെ ചിന്തയെ അലട്ടുന്ന ഒരു പ്രശ്നം. ഒരുപക്ഷേ, മറ്റൊന്ന് പണവും, അതിനുള്ളിലെ നിങ്ങളുടെ സ്വത്വവും. ഇനിയും, കുടുംബത്തിനുള്ളിൽ ജീവിക്കുകയോ ജീവിച്ചുകൊണ്ടിരിക്കുകയോ ചെയ്യുന്ന ആരെങ്കിലും, അതിനുള്ളിലുള്ളവർക്ക് അത് കേവലമായ അർത്ഥത്തിൽ അഭയം നൽകുന്നുണ്ടെങ്കിലും, അതിൽക്കവിഞ്ഞ് അഗാധതയിൽ അത്ര സുഖകരമണെന്ന് വാശിപിടിക്കുമെന്ന് തോന്നുന്നില്ല. ഓരോരുത്തർക്കും സ്വന്തം മനസ്സിലേക്കു നോക്കിയാൽ കിട്ടാവുന്ന ഉത്തരങ്ങളുടെ പ്രസക്തി മാത്രമേ അതിനുള്ളൂ. നിങ്ങൾ എന്റെ അധികാരത്തിനുള്ളിലും ഞാൻ പറയുന്നത് പോലെയും ജീവിക്കാൻ തയ്യാറാണെങ്കിൽ നിങ്ങൾക്ക് എന്ത് സഹായവും സംരക്ഷണവും ഞാൻ നൽകുമെന്ന് പറയുന്ന ഒരു ലളിതമായ എന്നാൽ ബന്ധനങ്ങളുടെ കാര്യത്തിൽ സങ്കീർണ്ണവുമായ ഒരു ഉത്തരമാണ് കുടുംബം. ഇവിടെ ബാക്കി വരുന്ന സ്വത്ത് എന്റെ ശുക്ലത്തിനും നിന്റെ ഗർഭപാത്രത്തിനും അതിനോട് വിധേയരായവർക്കും വേണ്ടി മാറ്റി വയ്ക്കപ്പെടുന്നു. എന്റെ കുട്ടികളെ ഞാൻ വളർത്തുന്നത് ഞാൻ പറയുന്നത് പോലെ കേൾക്കാനും എന്നെ സംരക്ഷിക്കാനും പണം ഉണ്ടാക്കാനും വേണ്ടിയാണ്. നീ എന്നോട് മാത്രമേ

ലൈംഗികത പങ്കുവയ്ക്കുള്ളു എങ്കിൽ നിനക്ക് വേണ്ട ഭക്ഷണം ഞാൻ തരാം എന്ന ഒരു ധാരണ. എനിക്കങ്ങനെ ഒരു ലോകത്ത് ജീവിക്കാൻ കഴിയാത്തതുകൊണ്ട് ഞാൻ മറ്റൊരു ലോകം ഉണ്ടാക്കി. വ്യക്തിപരമായ ആവശ്യങ്ങളും ശ്രമങ്ങളും ആണ് എല്ലാ വലിയ ആശയങ്ങളുടെയും തുടക്കം.

കുറച്ച് നേരം സ്വാമി കണ്ണുകളടച്ച് നിശബ്ദനായി ഇരുന്നു. ധ്യാനത്തിന്റെയോ തപസിന്റെയോ കാപട്യത്തിന്റെയോ ആയ ഒരു ശാന്തതയും ആ മുഖത്തു നിഴലിച്ചിരുന്നില്ല. സ്വാമി വിവാഹം കഴിക്കാതെ ജീവിച്ചയാളാണ്. തന്റെ കുടുംബസ്വത്തുക്കളെല്ലാം ഒരു മഠം ഉണ്ടാക്കി അതിന് എഴുതി കൊടുത്തു. ഒടുവിൽ അതും ഉപേക്ഷിച്ച് ഈ കാടിന്റെ നടുവിലേക്ക് പോന്നു. തന്നെ ആരും അനുഗമിക്കുന്നത് അയാൾക്ക് ഇഷ്ടമുണ്ടായിരുന്നില്ല. അഹിംസയിൽ അയാൾക്ക് വിശ്വാസമുണ്ടായിരുന്നില്ല. അതിനേക്കാൾ മഹത്തരമായത് ആയുധങ്ങളാണെന്ന് അയാൾ വിശ്വസിച്ചു. മെലിഞ്ഞ ശരീരവും നീണ്ട താടിയും അയാൾക്കുണ്ടായിരുന്നു. മുൻ കോപവും വിഷാദവും അരാജകത്വവും സ്വയംഭോഗവും അയാൾ ഉപേക്ഷിച്ചിരുന്നില്ല. എന്റെ നാട്ടിലെ മഠത്തിൽ പുറത്തു പോകുമ്പോഴല്ലാതെ ആരും വസ്ത്രം ധരിക്കാറില്ല. അകത്ത് അവർ പൂർണനഗ്നരാണ്. ലൈംഗികത അവിടെ പാപമല്ല. കുട്ടികൾ ബാധ്യതയുമല്ല. പൂജിക്കാൻ ഒരു ദൈവവും ധ്യാനവും ഇല്ല. പുറവും അകവും എല്ലാം അരക്ഷിതമാണ്. കുട്ടികളുണ്ടായിക്കഴിഞ്ഞാൽ അൽപം ദൂരെയുള്ള ഒരു മഠത്തിലേക്ക് അവരെ മാറ്റും. അവരവിടെ വളരുകയും ചിലപ്പോൾ ഇവിടേക്കോ ആദ്യത്തെ മഠത്തിലേക്കോ പുറംലോകത്തേക്കോ മടങ്ങിപ്പോവുകയും ചെയ്യും. ബൈബിളിലും ഖുർ-ആൻ-നിലും ഭഗവത്ഗീതയിലും ഞങ്ങൾ വിശ്വസിക്കുന്നില്ല. പ്രകൃതിയിലും അതിനുള്ളിലെ മനുഷ്യനിലും അതിന്റെ ബഹുസ്വരതയിലും ഞങ്ങൾ വിശ്വസിക്കുന്നു. പുഴയും കടലും കാട്ടാറും ഒഴുകുന്നത് ഞങ്ങളുടെ മനസ്സിലൂടെയാണ്. പിന്നീട് അവരിലുണ്ടായ സംവേദനം വാക്കുകൾക്ക് അതീതവും നിശബ്ദവുമായിരുന്നു. സ്വാമി അവരുടെ മനസ്സുകളെ ഒരു മുളംതണ്ടിന്റെ സംഗീതവും കരിയിലയുടെ സ്പർശനവും കൊണ്ട് മുഖരിതമാക്കി. അവരുടെ മനസ്സ് ഗുഹയുടെ മുന്നിലേക്കു പോയി. ഉണങ്ങിക്കിടന്ന ശിഖിരങ്ങൾക്കൊക്കെ പച്ചപ്പ് വീഴുകയും അവയൊക്കെ ഉയിർത്തെഴുന്നേറ്റ് മരങ്ങളിലൂടെ വേരുകളിലേക്ക് മടങ്ങിപ്പോവുകയും ചെയ്തു. വാടി കരിഞ്ഞുപോയ പൂക്കൾ വിടരാൻ മിനക്കെടാതെ മരത്തിന്റെ ഞരമ്പുകളെയും അസ്ഥികളെയും ഉണർത്തി ജലനീരിലൂടെ യാത്രചെയ്ത് വിത്തുകളുടെ അടുത്തെത്തി.

യാത്രയിൽ അനുസ്യൂതം തങ്ങളെ കാർന്ന് തിന്നുകൊണ്ടിരുന്ന ഒരു മൂകസംഗീതം ഉണർന്നെണീക്കാൻ തുടങ്ങി... അതിന്റെ താളത്തിനും വേഗത്തിനും അനുസരിച്ച് അവർ ശരീരം ചലിപ്പിക്കാൻ തുടങ്ങി. ആ മണ്ണിൽ ഉരുണ്ടും മരത്തിൽ ഊർന്നും മഴയിൽ ലയിച്ചും അഗ്നിച്ചൂടിൽ ഉണർന്നും

അവർ നൃത്തം ചവിട്ടി. അഗ്നിഗോളങ്ങൾ അന്തരീക്ഷമാകെ ചിത്രങ്ങൾ വരയ്ക്കാൻ തുടങ്ങി ഇടയ്ക്കുണ്ടാവുന്ന ഇടിമിന്നലുകൾ അവയെ പ്രകൃതിയുടെ ആത്മാവിൽ രേഖപ്പെടുത്തി.

എങ്കിലും ഒരു കാര്യം തറപ്പിച്ച് പറയാൻ കഴിയും. പണം ഉണ്ടാക്കാനും ചിലവഴിക്കാനും മാത്രമാണ് നിങ്ങൾ ഭൂരിഭാഗവും സമയം മാറ്റി വയ്ക്കുന്ന തെങ്കിൽ നിങ്ങൾ ജീവിക്കുന്നില്ലെന്നാണർത്ഥം. പ്രതിഫലം കാംക്ഷിക്കാതി രിക്കുകയോ തീരെ ഇല്ലാതിരിക്കുകയോ ചെയ്യുന്ന പ്രവർത്തനമാണ് ജീവിതം. അങ്ങനെ ഒരവസ്ഥയിൽ മാത്രം നിങ്ങളുടെ മനസ്സിന്റെ ചെടി പ്പടർപ്പുകളിൽ മഞ്ഞുകണം പോലെ പറ്റിപിടിക്കുന്നതെന്തോ ആ ആർദ്രത യാണ് ജീവിതം. നിങ്ങൾ ആരും ആകട്ടെ, വ്യവസായിയോ സമ്പന്നനോ ദരിദ്രനോ ബുദ്ധിജീവിയോ, ജീവിതം നഷ്ടപ്പെടുത്തിയിട്ട് നിങ്ങൾ എന്തു നേടിയാലും ഒരർത്ഥവും ഇല്ല. ജീവിതം, തീർച്ചയായും അതൊരു മത്സ രമോ ഭാരമോ അല്ല. വളരെ കുറച്ചു കാലം മാത്രം നിങ്ങളെ ജീവിക്കാൻ വിട്ടിട്ട് പ്രകൃതി നിങ്ങളുടെ കോമാളിത്തരങ്ങൾക്ക് പിറകെ തന്നെയുണ്ട്. അതിൽ ഒന്നിനെയും തകർക്കാതെ ഒന്നിനെയും സ്വന്തമാക്കാതെ നമുക്ക് വേണ്ടത് മാത്രം എടുക്കുക.

അഗാധവും അനന്തവുമായ കാട്ടിലേക്ക്. നമുക്ക് വന്നെത്തേണ്ടിയിരുന്ന ഒരിടത്തേക്ക്. ഗുഹയിൽനിന്നും മടങ്ങിപ്പോവാൻ അവർക്കു ചൂട്ടുകറ്റയുടെ വെളിച്ചം വേണ്ടി വന്നില്ല. പൂർണനഗ്നരായി കൈകൾ കോർത്ത് പിടിച്ച് അവർ തിരിഞ്ഞു നടന്നു. ആത്മാവിലെ സ്നേഹം അവർക്ക് വെളിച്ചമായി. ഗുരു അവസാനിപ്പിക്കാനെന്നവണ്ണം പറഞ്ഞു തുടങ്ങി. മടങ്ങിപ്പോവുന്ന തിന് മുമ്പ് ഞാൻ നിങ്ങൾക്ക് ഒരു സംഭവകഥകൂടി പറഞ്ഞ് തരാം. ഒരിക്കൽ എന്റെ മുന്നിൽ ഒരു മോഷ്ടാവ് വരികയുണ്ടായി. ഒരു ജ്ഞാനിയെ പോലെയായിരുന്നു അയാളുടെ നോട്ടവും ഭാവവും. മിക്കപ്പോഴും അയാൾ അതിയായ സന്തോഷവാനായിരുന്നു. ഞാൻ അയാളോട് ചോദിച്ചു നിങ്ങൾ എന്താണ് ഇത്ര സന്തോഷവാനായി കാണപ്പെടുന്നത്. അയാൾ ഒട്ടുമാലോ ചിക്കാതെ തന്നെ ഉത്തരം പറഞ്ഞു. ഞാൻ എന്തിന് ദുഃഖിക്കണം? എന്റെ ബുദ്ധിപരമായ നീക്കങ്ങൾ എപ്പോഴും വിജയിക്കുക തന്നെ ചെയ്യുന്നു. ഇടയ്ക്ക് ജയിലിൽ പോവേണ്ടി വരുമ്പോഴും ഞാൻ സന്തോഷവാനാണ്. എനിക്ക് ജീവിക്കാൻ ഒരുപാട് സമയം ലഭിക്കുന്നു. “എങ്കിലും നിങ്ങൾ ചെയ്യുന്ന തൊഴിലിൽ നിങ്ങൾ യാതൊരു കുറ്റബോധവുമില്ലേ?” “ഒരിക്കലും ഇല്ല സ്വാമി. കാരണം പണമെന്ന് പറയുന്നത്. ഞാനോ സ്വാമിയോ കണ്ടു പിടിച്ചതല്ല. അത് നേടുകയെന്നത് ഒരു മോഷണം തന്നെയാണ്. ആരെയും വേദനിപ്പിക്കാതെ ഒന്നിനെയും വേദനിപ്പിക്കാതെ ആരും അത് നേടുന്നില്ല. നമ്മുടെ ഇടയിലൂടെ അത് നിരന്തരം സഞ്ചരിച്ച് കൊണ്ടിരിക്കുന്നു. അതെങ്ങനെ കൈക്കലാക്കമെന്നതിന്റെ പല മാർഗ്ഗങ്ങളാണ് എല്ലാരും അന്വേഷിച്ചുകൊണ്ടിരിക്കുന്നത്. ആ കുറ്റബോധത്തിൽ നിന്നാണ് ലോക ത്തുള്ള മുഴുവൻ തത്ത്വശാസ്ത്രങ്ങളും ഉണ്ടായിട്ടുള്ളത്. എന്റെ തൊഴിലിൽ

എനിക്ക് കുറ്റബോധമില്ല." ഞാൻ പറഞ്ഞു "എനിക്ക് മനസ്സിലാവുന്നില്ല." "സ്വാമി ശ്രദ്ധിച്ച് കേൾക്കുക. എന്റെ കൈയ്യിൽ ആയിരം രൂപയുടെ ഒരു തടിക്കഷ്ണം ഉണ്ടെന്ന് വിചാരിക്കുക. ആ തടി ഞാൻ അങ്ങനെ തന്നെ വച്ചിരുന്നാൽ എനിക്കു യാതൊരു പ്രയോജനവും ഇല്ല. ഒരു മരപ്പണിക്കാരനെ വിളിച്ചു വരുത്തി ഞാൻ ആ തടി ഒരു ഫർണിച്ചറായി മാറ്റുന്നു. അയാൾക്ക് ഞാൻ കൂലിയായി രണ്ടായിരം രൂപ നൽകുന്നു. എനിക്ക് ആകെ ചിലവ് മുവായിരം രൂപയാണ്. പക്ഷേ ആയിരം രൂപ വിലയുണ്ടായിരുന്ന ആ തടി ഇന്ന് പതിനായിരം രൂപ വിലയുള്ള ഫർണിച്ചറായി മാറിക്കഴിഞ്ഞു. ആ തടിയോ ഞാൻ ചിലവഴിച്ച രണ്ടായിരം രൂപയോ ഒരാളുടെ കൈയ്യിൽ കൊടുത്തിട്ട് പതിനായിരം രൂപ തരാൻ പറഞ്ഞാൽ ആരും തരില്ല. മറിച്ച് ആ വിലയ്ക്കു തുല്യമായ സാധനത്തെ രൂപം മാറ്റി മറ്റൊന്നാക്കി കൊണ്ട് കൊടുക്കുമ്പോൾ എനിക്ക് ഏഴായിരം രൂപ അധികം ലഭിക്കുന്നു. മാന്യരെന്ന് നാം വിളിക്കുന്ന ബുദ്ധിശാലികൾ ഇങ്ങനെ ചെയ്യുന്നു. മാന്യതയുടെ ഭാരമില്ലാത്ത എന്നെപോലുള്ള ബുദ്ധിശാലികൾ അതിനു മിനക്കെടാതെ മോഷ്ടിക്കുന്നു. ഏത് തന്നെ ആയാലും ചെയ്യുന്ന പ്രവർത്തി ഒന്നു തന്നെ. ഒന്ന് നിയമപരമായ അംഗീകാരം നേടിയെന്ന് മാത്രം. പിന്നെ കുറ്റവും ശിക്ഷയും. അതിനെ ഞാൻ വലിയ കാര്യമായി കാണുന്നില്ല. നിരവധി നിയമലംഘനത്തിലൂടെയാണ് സ്വാമി നമ്മൾ നിയമം നിലനിർത്തിക്കൊണ്ടിരിക്കുന്നത്. വലിയ കുറ്റകൃത്യങ്ങളിലൂടെയാണ് നമ്മൾ ശിക്ഷകൾ നടപ്പിലാക്കികൊണ്ടിരിക്കുന്നത്."

നിങ്ങളോട് ഞാൻ ഈ അനുഭവം പറഞ്ഞത് ഇതിനു വേണ്ടി മാത്രമാണ്. എല്ലാ പ്രവർത്തനങ്ങളുടെ പിന്നിലും അതിന്റെ തത്ത്വശാസ്ത്രം എല്ലാ ബലഹീനതയോടും കൂടി നിലകൊള്ളുന്നുണ്ടാവും. അത് ചിലപ്പോൾ ചില യാഥാർത്ഥ്യങ്ങൾ ചൂണ്ടിക്കാണിച്ചെന്ന് വരും. എങ്കിലും അത് മാത്രമാണ് അത്യന്തികമായ ശരിയെന്ന് വിശ്വസിക്കരുത്. എന്റെ വാക്കുകളെയും നിങ്ങൾ അങ്ങനെ തന്നെ കാണുക. ഇനി നിങ്ങൾക്ക് മടങ്ങിപ്പോവാം. ഞാൻ ഇവിടെനിന്നു മടങ്ങിപ്പോവുന്നതിനെക്കാൾ മുന്നേ...

കോരിച്ചൊരിയുന്ന മഴയത്ത് ഒരു ചെടി നൃത്തം ചവിട്ടുന്നു. ഇലകളിൽ വീഴുന്ന വെള്ളത്തുള്ളികളിൽ ചാടിക്കളിച്ച് ശിഖിരങ്ങൾ കൗമാര വിഹ്വലതയിലേക്ക് യാത്ര ചെയ്യുന്നു. ഇലകൾ സ്വപ്നങ്ങൾ മെനയുന്ന ഈണങ്ങളിൽ ആടി ഉലയുന്നു. പൂക്കൾ മുടിയഴിച്ചിട്ട് മഴയുടെ താളുകൾ മറിക്കുന്നു. പറ്റിയിരുന്ന് അടർന്നുപോയ പായലുകൾ താഴേക്ക് വീഴുന്നതിനിടയിൽ നേരിയ ശബ്ദംപോലും ഇല്ലാത്ത ഒരു തുരുത്തിലേക്ക് പൂച്ചയെ എലി കൊണ്ടു പോകുന്നു. എലിയും പൂച്ചയും ഒരു നിരാശാകാമുകന്റെ മുന്നിലാണ്. സങ്കീർണ്ണമായ വൈകാരികാവസ്ഥയിലായിരുന്നു അയാൾ. ശൂന്യതയിലേക്ക് ഒരിക്കലും അവളെ വലിച്ചെറിയാൻ കഴിയാത്തതുകൊണ്ടാണ് അവളുമായുള്ള ബന്ധം തുടർന്നു പോയത്. ഒടുവിൽ എന്നെ

ശൂന്യതയിലേക്ക് തള്ളിമാറ്റി മുന്നോട്ടു പോവാൻ അവൾ ആഗ്രഹിച്ചു. തെറ്റിപ്പോകുന്ന തീരുമാനങ്ങൾ വൈകിയാണെങ്കിലും സ്വയം തിരുത്തുകയോ മിത്രത്തെ ആക്രമിക്കുകയോ ചെയ്യുന്നത് പോലെ. ഒക്കെയും പുനർനിർവചിക്കപ്പെടുകയും നവസ്ഥലങ്ങൾ രൂപപെടുകയും ചെയ്യേണ്ട ഒരു ലോകത്ത് ജീവിക്കുകയെന്നത് ദുഷ്ക്കരമാവുമ്പോൾ ഉണ്ടാവുന്ന സംവേദനവിടവ് കുറെക്കാലമായി രണ്ട് പേരുടെയും ഇടയിൽ നിലനിന്നിരുന്നു. എങ്കിലുമിങ്ങനെ കരയിലെത്തുന്നതിന് തൊട്ടു മുമ്പ് കടലിലേക്ക് തന്നെ എന്റെ ശരീരത്തെ അവൾ വലിച്ചെറിയുമെന്ന് ഞാൻ തീരെ പ്രതീക്ഷിച്ചില്ല. സ്വാതന്ത്ര്യത്തിന്റെ വഴികളിൽ മനസ്സ് എപ്പോഴും കല്ലെടുത്തെറിയാതെ കൂടെയുണ്ടാവുമെന്ന് അവൾക്ക് നല്ല ഉറപ്പായിരുന്നു. എങ്കിലും ശരീരം ഒക്കെത്തിനെയും ശ്രവിച്ചും ദർശിച്ചും സ്പർശിച്ചും മണത്തും നമ്മെ അപകടപ്പെടുത്തിക്കൊണ്ടിരിക്കും. മനസ്സിനെക്കൂടി അത് നിയന്ത്രിക്കും. ശത്രു ഇല്ലാതെ കുറെക്കാലമായി അവൾ എന്നോട് യുദ്ധം ചെയ്തുകൊണ്ടിരുന്നു. ഹൈഡ്രജൻ ബലൂൺ പറന്നു പോവുമ്പോൾ കല്ലെടുത്തെറിയുന്നത് പോലെ. ഒരു മഞ്ഞുകണം ഹൃദയത്തിന്റെ ഒത്ത നടുവിൽ വീഴുന്നതുവരെ അതിങ്ങനെതന്നെ തുടർന്നുകൊണ്ടിരിക്കും.

അനിവാര്യമായ ഒരു സംഘർഷാവസ്ഥയിലാണ് അവളും അവനും. അവൾക്ക് അവനിൽനിന്നും അകന്നു പോകണമായിരുന്നു. സ്ഥിരമായ ഒരു ബന്ധം അവൾക്കാസ്വദിക്കാൻ ആവുന്നില്ല. സ്വാതന്ത്ര്യം ഓരോ ദിവസവും പുതിയതിനെ തേടിയുള്ള ഒരു യാത്രയാണെന്നു അവൾ വിശ്വസിച്ചു. സ്ഥിരമായി ഒരു ബന്ധത്തെയും ആസ്വദിക്കാൻ ആവുന്നില്ല. സ്വാതന്ത്ര്യത്തോടെ ഒറ്റയ്ക്ക് ജീവിക്കണം. അവനാകട്ടെ ഒറ്റയ്ക്ക് ജീവിക്കുകയെന്നത് ആലോചിക്കാൻപോലും കഴിയാത്ത സംഗതിയാണ്. സ്വാതന്ത്ര്യത്തിന്റെ ഒരു പ്രശ്നം എങ്ങനെ വേർപ്പെടാം എന്നതാണ്. ഒറ്റപ്പെട്ടു പോകുന്നവരുടെ ഒരു പ്രശ്നം എങ്ങനെ ജീവിക്കും എന്നതാണ്. വേർപാടും ജീവിതവും തമ്മിലുള്ള ഒരു വടംവലിയാണത്. ഓരോ സ്വാതന്ത്ര്യപ്രഖ്യാപനവും ഒരു വേർപ്പെടലാണ്. ബന്ധങ്ങളിലെ ബന്ധനങ്ങൾ വൈകാരികമായ അഗ്നിപരീക്ഷണത്തിനു മനുഷ്യനെ വിധേയമാക്കുന്നു. ഒരു ഒറ്റബന്ധത്തിന്റെ അർത്ഥമില്ലായ്മയുമായി സ്വാതന്ത്ര്യത്തിന്റെ ശബ്ദം ചുറ്റും കേട്ട് തുടങ്ങി. ഒന്ന് അയഞ്ഞ് മറ്റൊന്നു മുറുകുന്നതു വരെയുള്ള കാലം ജീവിതങ്ങൾ പരീക്ഷണത്തിനു വിധേയമായി പരിഹാസങ്ങൾക്കും. തോറ്റിട്ടും അർത്ഥശങ്കയ്ക്ക് ഇടയില്ലാത്തവിധം തുടർന്നു കൊണ്ടിരുന്ന പഴയ ഉത്തരങ്ങളുടെ മൃതദേഹങ്ങൾ ഒറ്റപ്പെട്ട തിരകളിൽ ആടിയുലഞ്ഞ് തീരത്തേക്കു തന്നെ വേച്ചു വേച്ചു നടന്നു. പുതിയ ഉത്തരങ്ങളുടെ പരിചയക്കുറവ് ഒറ്റപ്പെടലുകളുടെ ആഴങ്ങളിലേക്ക് ചിലരെ കൊണ്ടു പോയി. സ്വാതന്ത്ര്യത്തിന്റെ അവസരങ്ങൾ കാത്ത് ചിലർ പതിയിരുന്നു. ഒരിക്കലും പുറത്ത് സമ്മതിക്കാത്ത ബന്ധങ്ങൾ അവർ തേടി. ഒരേ സമയം അടിമത്തത്തിന്റെ സംരക്ഷണത്തെയും സ്വാതന്ത്ര്യത്തിന്റെ നിരുത്തരവാദിത്വത്തെയും അവർ

ആഘോഷമാക്കി മാറ്റി. മനസ്സിലാക്കാൻ ശ്രമിച്ചിട്ടും മനസ്സിലാക്കാൻ കഴിയാതെ പോയ ഒരു മനുഷ്യനെ ശിരച്ഛേദം ചെയ്യുന്നത് പോലെ അവൾ വഴിയിലുപേക്ഷിച്ചു. ഒത്തിരി പേരവളെ അഭിനന്ദിച്ചു. ഒത്തിരി പേരവളുടെ സൗഹൃദം വലുതാക്കി. ഒരായിരം കൂട്ടുകാരെ അവൾക്കു കിട്ടി. പക്ഷേ, സ്വാതന്ത്ര്യത്തിന്റെ പേരിൽ വിരിഞ്ഞു കിടന്ന പൂക്കൾ വഴികളിൽ വീണു കിടന്നിരുന്ന കുപ്പിച്ചില്ലുകളിലെ പ്രതിഫലനങ്ങൾ ആയിരുന്നുവെന്നു അവൾ പതിയെ മനസ്സിലാക്കി. സ്വാതന്ത്ര്യത്തിന്റെ പക്ഷികൾ ചേക്കേറിയത് മുഴുവൻ ഒടിഞ്ഞ് വീഴാറായ ചില്ലകളിലായിരുന്നു. പഴയ ഉത്തരങ്ങളെക്കാൾ ചീഞ്ഞ ഉത്തരങ്ങളിലേക്ക് അവൾ വീണു. അവൾ പിരിയാനും അവന്റെ ആത്മഹത്യ ചെയ്യാനും ഉള്ള തീരുമാനത്തിനു മുന്നിൽ ഒട്ടേറെ നേരം മിണ്ടാതിരുന്ന ശേഷം അവർ രണ്ട് വഴിക്ക് നീങ്ങി.

അതിനും മുമ്പ് ഒരു രാത്രിയിൽ ഇതു കൂടി സംഭവിച്ചിരുന്നു. രണ്ടു പേരുടെയും നടുവിൽ ഒരു കുട്ടി ഉത്തരം കിട്ടാത്ത ചോദ്യത്തിലേക്ക് വലിച്ചെറിയപ്പെട്ടു. കണ്ണീരിന് എന്തു വിലയെന്നറിയാൻ കഴിയാത്ത ചെറിയ പ്രായത്തിൽ അവൾ അപ്പുറവും ഇപ്പുറവും തിരിഞ്ഞ് കിടന്ന അച്ഛനും അമ്മയ്ക്കും നടുവിൽ കിടന്നു പറഞ്ഞു "എന്തു നല്ല കൂട്ടുകാരിയെയാണ് എന്റെ അച്ഛനു കിട്ടിയത് എന്തു നല്ല കൂട്ടുകാരനെയാ അമ്മയ്ക്കും കിട്ടിയത്. എന്ത് നല്ല അച്ഛനെയും അമ്മയേയുമാണ് എനിക്ക് കിട്ടിയത്?" ഉള്ളിൽ അടങ്ങാത്ത പകയുമായി തിരിഞ്ഞു കിടന്നവരുടെ കൈകൾ അവളുടെ ദേഹത്തേക്കു സ്പർശനത്തിനായി ഉയർന്നു. സ്വാതന്ത്ര്യം വകതിരിവുള്ളവർക്ക് പറഞ്ഞിട്ടുള്ള ഉത്തരവാദിത്വപൂർണമായ ഒരു പ്രവർത്തനമാണെന്ന് ഒരു കുട്ടി അവരെ ഓർമ്മപ്പെടുത്തി. അതിനും കുറെ വർഷങ്ങൾക്ക് ശേഷം പൂച്ച എലിക്ക് ചിതലെടുത്ത ഒരു പത്രകടലാസ്സിലെ മൂന്നുകോളം വാർത്ത കാണിച്ച് കൊടുത്തു. അനാഥദേഹമായി അമ്മ മോർച്ചറിയിൽ; അനാഥരായി മക്കൾ അമ്മതൊട്ടിലിൽ.

കണ്ണൂർ: ന്യൂമോണിയ ബാധിച്ച് യുവതി മരിച്ച് മണിക്കൂറുകൾക്കകം മക്കളെ അമ്മ തൊട്ടിലിൽ ഉപേക്ഷിച്ച നിലയിൽ കണ്ടെത്തി. ഏറ്റെടുക്കാൻ ബന്ധുക്കൾ ഇല്ലാത്തതിനാൽ യുവതിയുടെ മൃതദേഹം ജനറൽ ആശുപത്രി മോർച്ചറിയിൽ സൂക്ഷിക്കുമ്പോഴും അമ്മയുടെ വരവും കാത്ത് മക്കൾ ഇരിക്കുന്നു. വെളിപറമ്പ് വർമാനഗറിൽ നാലുസെന്റ് കോളനിയിൽ താമസിക്കുന്ന മീനയാണ് മരിച്ചത്. വയനാട് സ്വദേശിയാണെന്ന് പറയപ്പെടുന്ന മീനയുടെ, മകൾ അമ്മുവും മകൻ അപ്പുവും കഴിഞ്ഞ ദിവസം രാത്രിയിൽ കാസർഗോഡ് അമ്മതൊട്ടിലിൽ ഉപേക്ഷിച്ച നിലയിൽ കണ്ടെത്തി. ഇതിനിടയിൽ പൊലീസ് നടത്തിയ അന്വേഷണത്തിൽ മീനയെ സംരക്ഷിച്ചിരുന്ന പുരുഷനെ കണ്ടെത്തിയെങ്കിലും കുട്ടികളെ വളർത്താൻ താത്പര്യമില്ലാത്തതിനാൽ ഉപേക്ഷിക്കുകയായിരുന്നു. ഇയാളുമായുള്ള അടുപ്പത്തെ തുടർന്നാണ് ഭർത്താവുമായി പിണങ്ങിയത്. ഭർത്താവ് ഒരു മാസം മുമ്പ് തൂങ്ങി മരിച്ചിരുന്നു.

ഞായാറാഴ്ച ഉച്ചയ്ക്ക് ഗുരുതരാവസ്ഥയിൽ വയനാട് ജനറൽ ഹോസ്പിറ്റലിൽ പ്രവേശിപ്പിച്ച മീനയെ വിദഗ്ധ ചികിത്സയ്ക്കായി റഫർ ചെയ്തിരുന്നെങ്കിലും ചികിത്സയ്ക്ക് കൊണ്ടു പോകാൻ ആരും ഇല്ലാത്ത തിനാൽ അവിടെ തന്നെ കിടത്തുകയായിരുന്നു. ആറരയോടെ മരിച്ചു. ബന്ധുക്കൾ ആരും ഇല്ലാത്തതിനാൽ മൃതദേഹം മോർച്ചറിയിലേക്കു മാറ്റി.

നിലാവ് കടന്ന് വരാത്ത കൊടുംകാടിനുള്ളിലെ കരിയിലകൾക്കിട യിലിരുന്ന് ചീവിടുകൾ ചിലച്ചു. മരിച്ചുപോയ ഒരു മൈനയുടെ ചുറ്റും ഉറുമ്പിൻ കൂട്ടം ഇഴഞ്ഞ് തുടങ്ങി. നീലനിറമുള്ള ഒരു ഇഴജന്തു മുള്ളുകൾ ക്കിടയിലിരുന്ന് ദീർഘനിശ്വാസം വലിച്ചു. ചൂളം വിളിച്ചെത്തിയ ഒരു കാറ്റിന്റെ കൈയിൽപിടിച്ച് ഒരു കടുവ ജീവനുള്ള മുയലിറച്ചിയുടെ അരി കിൽ എത്തി. ഇടിമിന്നലുകളുടെ വെളിച്ചത്തിൽ മുൾപടർപ്പിനുള്ളിലിരുന്ന് ഇണചേർന്ന് മരിച്ച രണ്ട് പക്ഷികളുടെ അസ്ഥികൂടം തെളിഞ്ഞു വന്നു. മുതലയുടെ വായിൽ അകപ്പെട്ട ഒരു കാട്ടുപോത്ത് തലമാത്രമെങ്കിലും രക്ഷപ്പെടുത്തിയെടുക്കാൻ വേണ്ടി ചെളിപുരണ്ട ഒരു വള്ളിയിൽ കടിച്ച് പിടിച്ച് കിടന്നു. മരണത്തിന്റെ രാഗം സ്പർശിച്ചുകൊണ്ട് ഒരു കാട്ടുകിളി ചിലച്ചു. ഇനിയൊരിക്കലും തോരാനല്ലെന്ന മട്ടിൽ ഒരു മഴ ആഞ്ഞടിച്ച് കൊടുങ്കാറ്റിനു നടുവിൽ പെയ്തു തുടങ്ങി.

ഇരുപത്തിരണ്ട്

വെളുത്ത ഷർട്ടിൽ ചെളി തെറിപ്പിച്ചുകൊണ്ട്

ഒറ്റയ്ക്കല്ല. കണ്ണാടിയിൽ എന്ന വണ്ണം പരസ്പരം നോക്കി, ഞങ്ങൾ കുറച്ചുപേർ. ജീവിച്ചിരിക്കുന്ന ശ്മശാനങ്ങൾ. റബ്ബർ മരങ്ങൾക്കിടയിലൂടെ ഊർന്നുവീഴുന്ന ഉണങ്ങിയ ഇലകൾപോലെ നിഴൽവീണ ഓർമ്മപ്പെടുത്തലുകൾ. മൂന്നു ദിവസം എനിക്ക് ഉറങ്ങാനായില്ല. രാത്രികളിൽ ആരും കാണാതെ കരയാൻ മാത്രമേ ചിലപ്പോൾ കഴിയാറുള്ളൂ. കുളിക്കുമ്പോൾ എന്റെ ലിംഗത്തിലേക്ക് ഞാൻ വെറുപ്പോടെ നോക്കി. ഒരുപക്ഷേ ഒരു ബ്ലെയിഡോ കത്തിയോ ഉണ്ടായിരുന്നെങ്കിൽ, അവൾ മരിക്കില്ലായിരുന്നു...

ബലാത്സംഗത്തിന് വിധേയയായ ആ പെൺകുട്ടി രണ്ട് സ്വപ്നങ്ങളിലൂടെ കടന്ന് പോയി. രണ്ടും റോഷ്നേരയോട് അവൾ വിവരിച്ചു. ദൈവം അവളെ സംഗീതം പഠിപ്പിക്കാൻ ശ്രമിക്കുന്നതായിരുന്നു അതിൽ ആദ്യസ്വപ്നം. ജഗദോദ്ധാരണയെന്ന കീർത്തനം പാടി ദൈവം അവളെ നെഞ്ചോട് ചേർത്തു പിടിച്ചു. ദൈവം ഒരു പുരുഷനായിരുന്നു. ആണെന്നോ പെണ്ണെന്നോ തിരിച്ചറിയാൻ കഴിയാത്ത ഒരു മാസ്മരികത ദൈവത്തെ ലിംഗപരതയിൽനിന്നും വിമുക്തനാക്കിയിട്ടുണ്ടെന്നാണ് അവൾ ധരിച്ചത്. ഒരുപക്ഷേ, ഒരു പുരുഷനായതുകൊണ്ട് തന്നെ ഒട്ടൊരു ഭയപ്പാടോടെ അല്ലാതെ അവൾക്ക് അയാളെ അനുഗമിക്കാൻ ആവില്ലായിരുന്നു. പാടാൻ കഴിയുകയെന്നത് അവളുടെ സ്വപ്നമായിരുന്നു. ഒരിക്കലും നടക്കില്ലെന്ന് അറിഞ്ഞിട്ടും മനസ്സിൽ കൊണ്ട് നടന്ന ആഗ്രഹം. അതുകൊണ്ടവൾ ദൈവത്തെ സംശയിച്ചില്ല. രണ്ടാമത്തെ സ്വപ്നത്തിൽ ദൈവം അവളെ സൈക്കിൾ ചവിട്ടാൻ പഠിപ്പിക്കുകയായിരുന്നു. ഒരു ലേഡീസ് വണ്ടിയിൽ അവൾ പെഡലിൽ ഉന്തിയുന്തി കയറാൻ ശ്രമിച്ചു. ദൈവം സീറ്റിന് പിന്നിൽ കൈതാങ്ങി അവളുടേ പിറകെ ഓടിത്തളർന്നു. സൈക്കിൾ പഠിക്കുമ്പോൾ എന്താണ് പുതിയതായി പഠിക്കുന്നതെന്ന് അവളിൽ ആശങ്കയുണ്ടായി. കാണാതെ പഠിക്കാൻ ഒന്നുമില്ല. പക്ഷേ സൈക്കിളിൽ നിന്നും എന്തോ ഒന്ന് തന്റെ ശരീരത്തിലേക്കും മനസ്സിലേക്കും കയറുന്നത് അവൾ

തിരിച്ചറിഞ്ഞു. അതാണ് മനസ്സിന് ആത്മവിശ്വാസം തരുന്നത്. ശരീരത്തിലെ കോശങ്ങൾ സൈക്കിളിനെ സ്വന്തമാക്കുകയാണ് സൈക്കിൾ പഠനത്തിൽ സംഭവിക്കുന്നതെന്ന് ദൈവം പറഞ്ഞു. സൈക്കിൾ അവളെ നോക്കാനും അവൾ സൈക്കിളിനെ നോക്കാനും തുടങ്ങി. അവർക്ക് പരസ്പരം മനസ്സിലായി. പതിയേ പിറകിലെ താങ്ങ് ദൈവം അവളറിയാതെ അയച്ചുകൊടുത്തു. എങ്കിലും കൈകൾ ഉറയ്ക്കാതെ അങ്ങോട്ടും ഇങ്ങോട്ടും ഹാൻഡിൽ ചലിച്ചുകൊണ്ടിരുന്നു. പതിയെ ഒക്കെയും അവളുടെ നിയന്ത്രണത്തിലേക്കെത്തി. അവൾ സൈക്കിൾ ചവിട്ടി ഒരു പുഴയും ഒരു കുന്നും ഒരു വയലും കുറച്ച് വെളിപ്രദേശവും കടന്ന് ഒരു മൈതാനത്തിൽ എത്തി. അവളങ്ങനെ ചവിട്ടി പോകവേ ദൈവം അപ്രത്യക്ഷമായെന്ന് അവൾ റോഷ്നേരയോട് പറഞ്ഞു. ദൈവം വന്നത് അവളുടെ മനസ്സിൽ നിന്നായിരുന്നു. പോയതും അവളുടെ മനസ്സിലേക്കായിരുന്നു. കൂടാതെ ഈ ഒരു അപേക്ഷയും അവൾ റോഷ്നേരയ്ക്ക് മുന്നിൽ വച്ചു. വെറും സ്വപ്നമെന്ന നിലയിൽ മാത്രം ഇതിനെ കാണരുത്. എനിക്ക് സംഗീതവും സൈക്കിളും പഠിക്കണം.

അവളെ സൈക്കിൾ പഠിപ്പിക്കുന്നതിനിടയിൽ മുകുന്ദൻ ജീവിതത്തെ പറ്റിയും നമ്മൾ ജീവിതമെന്ന തെറ്റിദ്ധരിച്ചിരിക്കുന്ന മറ്റുചില സംഗതികളെപറ്റിയും അവളോട് പറഞ്ഞു. അവൾ ലൈംഗികതയെ പറ്റിയും പ്രണയത്തെ പറ്റിയും മുകുന്ദനോട് പറഞ്ഞു. പ്രണയത്തിന്റെ സാധ്യത ലൈംഗികതയ്ക്കുള്ളിലായത് കൊണ്ട്, എനിക്ക് പ്രണയത്തെ ഭയമാണ്. ലൈംഗികത എനിക്ക് വെറുക്കപ്പെട്ടു. തുലാസ്സിൽ ഒരു ചരക്ക്പോലെ തൂങ്ങിയ നാളുകളെ ലൈംഗികതയ്ക്കുള്ളിലെ അടിമയെ പോലെ മാത്രം കണ്ട് തീർക്കാൻ തോന്നുന്നു. ലൈംഗികതയ്ക്കൊടുവിൽ നമ്മൾ അതിനെ വെറുത്ത് തുടങ്ങും. പ്രത്യേകിച്ച് നമുക്ക് തീരെ ഇഷ്ടമില്ലാതെ അത് സംഭവിച്ചു കൊണ്ടിരിക്കുമ്പോൾ, ആദ്യമൊക്കെ നമ്മൾ അത് വെറുക്കപ്പെടാതെ നോക്കി കണ്ടാലും ഒടുവിൽ ചീഞ്ഞ് നാറുന്ന ഒരു ശവം പോലെ നമ്മുടെ ശരീരം നമുക്ക് അനുഭവപ്പെടും.

ആരുമറിയാതെ ഒരു രാത്രി മുഴുവൻ റോഷ്നേരയും മുകുന്ദനും ആലിംഗനബദ്ധരായി കിടന്നു. വേഷങ്ങളും ചായങ്ങളും വർണ്ണങ്ങളും ദൂരേക്കു വലിച്ചെറിഞ്ഞ് കാടിന്റെ വന്യമായ സൗന്ദര്യത്തിനുള്ളിൽ ആത്മനിർവൃതിയുടേ പരസ്യപ്രഖ്യാപനങ്ങൾ നടന്നു. കാട്ടിലേക്കു നോക്കിയപ്പോൾ ഇലകളെ മാത്രമേ അവർക്ക് കാണാൻ കഴിഞ്ഞുള്ളൂ. പഴുത്ത് അടർന്നു വീഴാറായ മാമ്പഴത്തിലൂടെ ഒരു ചോണൻ ഉറുമ്പ് ഇഴഞ്ഞ് നീങ്ങിയപ്പോൾ അവർ കാടിന്റെ ഹൃദയം എന്തെന്ന് മണത്തറിഞ്ഞു. ഉന്മേഷകരവും നിസ്വാർത്ഥവുമായ സ്നേഹത്തിന്റെ ലഹരിയിൽ ലൈംഗികതയുടെ ശാന്തിതീരത്തെ നാവുകൊണ്ട് രുചിച്ചറിഞ്ഞു.

അവളുടെ ചന്തിയിൽ തന്റേ അരക്കെട്ട് അമർത്തിയും തലമുടികളിൽ മുഖമമർത്തിയും അവനങ്ങനെ കിടന്നു. രാത്രിയുടെ കറുപ്പിന് കൂട്ടായി വർണമേതുമില്ലാത്ത ലൈംഗികത കത്തിത്തീരാറായ എണ്ണവിളക്കിലെ കരിഞ്ഞ തീയിൽ നിന്നും വലിഞ്ഞു പൊന്തുന്ന പുകപടലം പോലെ ആ മുറിയാകെ നിറഞ്ഞു. അസുലഭവും ആനന്ദകരവുമായ രതിവേഴ്ചയുടെ ഇടയിൽ അവൻ അവളോട് ചോദിച്ചു. സുരക്ഷിതമായ സമയമാണോ?. എന്താണ് ചോദിച്ചതെന്ന് ആ കാട്ടാറിന്റെ ആരവത്തിൽ അവൾക്ക് കേൾക്കാൻ കഴിഞ്ഞില്ല. നീ... നിർത്തരുത്...പ്ലീസ്

തന്നെ സ്നേഹിക്കുന്ന ഒരുവനെ വിവാഹം ചെയ്ത് കിടപ്പറയിൽമാത്രം തന്നെ കണ്ടെടുക്കുന്ന ഒരുവനോടൊപ്പം ജീവിതകാലം മുഴുവൻ നരകിച്ച് ജീവിച്ച് തീർക്കുക, നന്ദിയില്ലാത്ത കുറെ കുട്ടികളെ ചുമന്നു നടന്ന് പ്രസവിച്ച് മുലയൂട്ടി വളർത്തുക ഇത് അസാധ്യമാണെന്ന് അസന്ദിഗ്ദ്ധമായി പ്രഖ്യാപിച്ചുകഴിഞ്ഞതിന്റെ തൊട്ടടുത്ത ദിവസം അവൾ ശൂന്യമായ ഏതോ കൈകൾ പുറത്തേക്ക് ഒരു വഴി കാണിച്ചുകൊടുക്കുന്നതിന്റെ സൂചന കണ്ടു. ആ വഴിയിലൂടെ പോയപ്പോൾ റോഷ്നേര ചുവന്ന പൂക്കൾ ക്കിടയിലൂടെ ഒരു പുഴ ഒഴുകുന്നത് കണ്ടു. കാർമേഘങ്ങൾക്കിടയിലൂടെ നിലവിളിച്ചുകൊണ്ടോടി പൂച്ച അവളെ അനുഗമിച്ചു. അടങ്ങാത്ത രതി ആവേശമായി കൊണ്ട് നടക്കുന്ന ചില ചീവിടുകളുടെ ഒച്ചയിൽ നിന്നും എലി തല ഉയർത്തി അവളുടെ പാദപ്പാടുകളെ അനുഗമിച്ചു. അവളറിയാതെ അവർ മൂന്നുപേർ ഒരുമിച്ച് യാത്ര ചെയ്തു. എവിടേക്കാണ് പോവുന്നതെന്ന് ചോദിച്ചപ്പോൾ എലി പൂച്ചയ്ക്ക് ദൂരേക്ക് കണ്ണയച്ചു കാണിച്ചു കൊടുത്തു. ഇലകളില്ലാത്ത ഒരു കൂട്ടം മരങ്ങൾക്കിടയിലൂടെ ഒലിച്ച് പോവുന്ന ഒരു നീർച്ചാൽ. ചുവട് തടിച്ചും മുകൾവശം ക്രമാതീതമായി മെലിഞ്ഞും കാണ പ്പെട്ട മരങ്ങളുടെ വേരുകളിൽനിന്നും ഒലിച്ചിറങ്ങിയ ആ നീർച്ചാൽ ആകാശത്തിലേക്ക് ഒഴുകി തുടങ്ങി. നീർച്ചാലിൽ പ്രതിബിംബിക്കുന്ന മരങ്ങളുടെ ഇരട്ടകൾ. അങ്ങകലെ തണൽ വിരിച്ചു നിന്ന കാട് നിരനിര യായി ദൂരേക്കു പോയി മറയുന്നു. അവർ കാടുകളിലേക്കു യാത്രചെയ്തു. ആൽമരങ്ങളുടെ തൈകൾ കണ്ടെടുത്ത് പാതയോരങ്ങളിൽ നട്ടുവളർത്തി. രാത്രിയാമങ്ങളിൽ അവൾ ഉറങ്ങാതെ വിവിധയിനം ആലുകളെക്കുറിച്ചു പഠിച്ചു. ഇടുക്കിയിൽ നിന്നും കാസർഗോഡ്നിന്നും അവൾ തൈകൾ ശേഖരിച്ചു. ആകാശത്തിലേക്ക് വളരുന്ന, കഴുത്തിൽ പേരോ അവകാശമോ എഴുതിയൊട്ടിക്കപ്പെടാത്ത മരങ്ങൾ ജനിച്ചുകൊണ്ടിരുന്നു. അവളുടെ ഗർഭപാത്രത്തിൽ നിന്നും ചില രാത്രികളിൽ മരങ്ങൾ ഇറങ്ങിവരുന്നതു കണ്ടെന്നും അവൾ ചിലരാത്രികളിൽ മരങ്ങളുമായി സംഭോഗത്തിൽ ഏർപ്പെടുന്നത് കണ്ടെന്നും പൂച്ച എലിയോട് പറഞ്ഞു. സ്കൂളുകളും കോളേജുകളും എന്നുവേണ്ടാ എവിടെയൊക്കെ തള്ളയ്ക്ക് പിറക്കാത്ത വന്മാർ ഉണ്ടോ അവിടെയെല്ലാം ആ ഗർഭപാത്രവുമായി അവൾ കയറി ച്ചെന്നു. നട്ട ചെടികളുടെ എണ്ണമോ ജാതിയോ ജാതകമോ നോക്കാതെ

അവൾ ശൂന്യമായ കൈകളുമായി യാത്രചെയ്തു. ഭ്രാന്താണെന്ന് ഉറപ്പായ ശേഷം ആരും അവളെ തിരിഞ്ഞ് നോക്കാതെയായി. പിള്ളാരെ ഉണ്ടാക്കാൻ മിനക്കെടുന്നവരുടെ ഇടയിൽ അവൾ മരഭ്രാന്തിയെന്ന് അറിയപ്പെട്ടു. എല്ലാവരും അവളുടെ യോനിയിലെ മരത്തെക്കുറിച്ച് സംസാരിച്ചു.

ഉറക്കം തൂങ്ങിയിരുന്ന കുറച്ച് മനുഷ്യരുടെ കാൽപ്പാടുകളിൽനിന്നും രക്ഷപ്പെട്ട് എലി പൂച്ചയെ ആത്മാവിന്റെ കൈവെള്ളയിൽ എടുത്ത് മുള്ളുകൾ നിറഞ്ഞ ഒരു ഇടവഴിയിലൂടെ ബ്ലോഗർ ഡോട്ട്കോമിലേക്ക് കൊണ്ടുപോയി. നിരന്തരം തകർന്നടിഞ്ഞു കൊണ്ടിരിക്കുന്ന മൂല്യങ്ങൾ കുടഞ്ഞെറിഞ്ഞ് അൽപ്പനേരം കണ്ണടച്ചിരുന്ന പൂച്ച ആ കൈവെള്ളയിൽ നിന്നും വാഗ്ദാനങ്ങൾ വഞ്ചനയുടെ മുദ്രകളാണെന്ന് വിളിച്ച് പറഞ്ഞു കൊണ്ട് കുഞ്ഞിക്കഥകൾ എന്ന ബ്ലോഗിലേക്കു എടുത്തു ചാടി. കളഞ്ഞു പോയ തന്റെ തലയിലെഴുത്ത് ബ്ലോഗിന്റെ വേരുകളിൽ പരതി. പത്തനംതിട്ടക്കാരൻ ഷിബുമാത്യൂഈശോ തെക്കേടത്ത് എന്ന ബ്ലോഗിന്റെ കർത്താവിനെ നമിച്ച് എലി അതിന്റെ ഹരിതാഭമായ തറയിൽ കുത്തിയിരുന്നു. ആ ബ്ലോഗിന്റെ ഭിത്തികളിൽ കറുത്ത അക്ഷരത്തിൽ ഇങ്ങനെ എഴുതിയിരുന്നു. കർത്താവും പത്രോസും ഏദൻ തോട്ടത്തിലൂടെ പതിവു നടത്തത്തിന് ഇറങ്ങിയതായിരുന്നു. ഇങ്ങനെ നടക്കുമ്പോൾ തന്നെ അവർ ചില തീരുമാനങ്ങൾ എടുത്തിരുന്നു. നമുക്ക് ഒന്നു ഭൂമിയിൽ വരെ പോയാലോ? അവിടെ നമ്മുടെ അച്ചന്മാരും കുഞ്ഞാടുകളും എന്താ ചെയ്യുന്നതെന്ന് നോക്കാമല്ലോ. കർത്താവ് പറഞ്ഞത് പത്രോസും സമ്മതിച്ചു. രണ്ടു പേരും കൂടി ചെന്നത് ഒരു പള്ളിമേടയുടെ മുന്നിൽ. അവിടാണെങ്കിൽ ഭയങ്കര തിരക്ക്. പത്രോസേ... നമ്മൾ ഈ ഭൂമിയിലുള്ളവരെ കുറിച്ച് ശരിക്ക് മനസ്സിലാക്കിയിട്ടില്ലെന്നു തോന്നുന്നു. ഇവിടെ എന്തൊരു തിരക്കാ... ഇവർക്കൊക്കെ ഇത്രയ്ക്ക് ഭക്തിയുണ്ടായിരുന്നോ? അവർ പള്ളിമേടയ്ക്കകത്തേക്ക് കയറി. പതിനഞ്ച്.... ഇരുപത്..... ഇരുപത്തിരണ്ട്..... ഇങ്ങനെ ബഹളം കൂട്ടിക്കൊണ്ടിരുന്ന ആൾക്കാരുടെ ഇടയിലേക്ക് പത്രോസും കർത്താവും ചെന്നിറങ്ങി. കർത്താവേ.... ഇവിടെ എന്തോ ലേലം വിളി നടക്കുകയാ... നമുക്ക് ഒന്നു കൂടിയാലോ? അതിനു നിന്റെ കൈയിൽ എന്തെങ്കിലും ഉണ്ടോ? കഴിഞ്ഞാഴ്ച ചൂണ്ടൽ ഇട്ട് കിട്ടിയ മീനിന്റെ വായിൽ നിന്നും സംഘടിപ്പിച്ച പത്ത് മുപ്പത് എന്റെ കൈയിലുണ്ട്.

വിളികൾ ഏറികേറി മുകളിലൂടെ പോവുമ്പോൾ പത്രോസ് പോക്കറ്റിലെ നാണയങ്ങളിൽ കൈ പരതി കൂട്ടിക്കൂട്ടി വിളിച്ചുകൊണ്ടേയിരുന്നു. പത്രോസിനെ തട്ടിതെറിപ്പിച്ച് ആരോ വിളിച്ചു.

ഇരുപത്തിയെട്ട്....

കർത്താവിന് സഹിച്ചില്ല. കർത്താവ് ഒരാവേശത്തോടെ വിളിച്ചു. മുപ്പത്... ഒടുവിലത്തെ നാണയത്തിൽ നിന്നും വിരലുകൾ എടുത്ത് കൊണ്ട് പത്രോസ് കർത്താവിനെ തുറിച്ച് നോക്കി. മേശയുടെ പിന്നിലിരുന്ന

പുരോഹിതൻ തന്റെ കണ്ണാടിക്കു മുകളിലൂടെ എല്ലാവരെയും നോക്കി. അയാളുടെ കണ്ണിൽ നിന്നും തെറിച്ച് വീണ ചെല്ലിവണ്ടുകൾ മൂളലുമായി പറന്നു വന്ന് കർത്താവിന്റെയും പത്രോസിന്റെയും കാതുകളിലേക്ക് കയറി.

അകത്ത് നിന്നും കടുക് പൊട്ടുകയും കറിവേപ്പ് ചിക്കന്റെ പുറത്ത് കിടന്ന് തിളയ്ക്കുകയും ചെയ്യുന്നതിന്റെ മണം എല്ലാവരുടെയും മൂക്കിലേക്ക് കയറി. ആരോ അറിയാതെ വലിച്ചെറിഞ്ഞ ഒരു മുളക് അടുപ്പിൽ കിടന്ന് പുകയാനും തുടങ്ങി. വായിൽ കൊതിവെള്ളമിറക്കികൊണ്ട് പുരോഹിതൻ കർത്താവിനോടു ചോദിച്ചു.

"എന്താ....പേര്?"

"കർത്താവ്."

"എന്തു കർത്താവ്?"

"കർത്താവ്... കർത്താവ് വീണ്ടും പറഞ്ഞു."

"രാമൻ കർത്താവോ, ഈശ്വരൻ കർത്താവോ?"

"വെറും കർത്താവ്..... ഇതാണേൽ പത്രോസ്..."

"ആ... അതെന്തെങ്കിലും ആട്ടെ... മുപ്പത് ലക്ഷം കാശായിട്ടോ? ചെക്കായിട്ടോ?"

മുപ്പത് ലക്ഷം എന്ന് കേട്ടതും കർത്താവിന് ബോധക്കേടും പത്രോസിന് മൂത്രശങ്കയും ഉണ്ടായി. കൈയ്യിലുണ്ടായിരുന്ന മുപ്പത് രൂപ മേശപ്പുറത്ത് വച്ചിട്ട് പത്രോസ് കർത്താവിന്റെ കൈയും പിടിച്ചോടി. ഉറക്കെ ബഹളം കൂട്ടി പുരോഹിതനും അധികാരികളും തൊട്ടുപിറകെ ഓടി. കൂട്ടയോട്ടത്തിനിടയിൽ കാൽ വഴുതി വീണ പൂച്ചയും എലിയും ബ്ലോഗിൽ നിന്നും പുറത്തേക്കു ചാടി.

ഇരുപത്തിമൂന്ന്

പിൻമടക്കമില്ലാത്ത മാളങ്ങൾ

നിലാവെളിച്ചത്തിൽ മുളങ്കാടുകളുടെ പിന്നിൽ പതുങ്ങിയിരുന്ന് ആകാശത്തുനിന്നും ഭൂമിയിലേക്കു ഇറങ്ങി വരുന്ന നീലനിറമുള്ള തുവലുകളെ പെറുക്കിയെടുക്കുന്നത് ആരാണ്?

മഴയുടെ ആർദ്രത... മഴ ഇഷ്ടപ്പെടാത്ത ആരാണ് ഉള്ളത്. മഴ ഹൃദയത്തിലാണോ പെയ്യുന്നത്. ചെവിയുടെ വലത് ഓരംചേർന്ന് നിശ്വാസം കൊണ്ട് നനയ്ക്കുന്ന മഴത്തുള്ളികൾ. കാലിന്റെ വശം ചേർന്ന് തഴുകാതെ ഒഴുകിപ്പോവുന്ന നീർച്ചാൽ. മുകുന്ദൻ ജീവിതത്തിൽ ഏറ്റവും കൂടുതൽ ഇഷ്ടപ്പെടുന്നത് മഴയെയാണ്. എത്ര വലിയ ആവശ്യം അത് മുടക്കിയാലും മഴ പെയ്യുമ്പോൾ അവൻ അതിന്റെ ഓരം ചേർന്ന് അങ്ങനെ ഇരിക്കും. മനസ്സ് കൊണ്ട് അതിനോട് ഇണങ്ങുകയും പിണങ്ങുകയും ചെയ്യുമ്പോഴും ഗാഢമായ നിദ്രയിലെന്നവണ്ണം ഇടയ്ക്ക് അതിന്റെ സംഗീതത്തിൽ അലിഞ്ഞ് ചേരും. അവന്റെ അമ്മ പണ്ട് പറഞ്ഞിട്ടുണ്ട് ഒരു മഴക്കാലത്ത് ജനിച്ചതുകൊണ്ടാവാം അവന് മഴയോട് ഇത്ര അടുപ്പമെന്ന്. ചെറിയ പ്രായം മുതലേ മഴയെ ചാരിയിരിക്കാൻ അവന് തിടുക്കമായിരുന്നു. അവൻ മഴയത്ത് നനയാതെ നനയും. കുളിരാതെ കുളിരും.

കാഴ്ചയുടെ നേർരേഖ തകർത്ത് മഴത്തുള്ളികളുടെ സംഘനൃത്തം. ചെവിയിലേക്ക് അരിച്ചിറങ്ങുന്ന ധ്യാനസാന്ദ്രമായ മൂളിച്ച. ഹൃദയംകൊണ്ട് കൈയെത്തി പിടിക്കാവുന്ന കുളിർമ. ഇങ്ങനെ മഴയിൽ മുഴുകിയിരിക്കുമ്പോളാണ് റോഷ്നേരയുടെ ഫോൺ വരുന്നത്. ഒന്നും മറുപടി പറയേണ്ടി വന്നില്ല. രശ്മി ആത്മഹത്യ ചെയ്തു. ആകാശം ഇടിഞ്ഞു വീഴുന്നത് പോലെ അവന് തോന്നി. മനുവിന് പിറകെ അവളും... ഒരാഴ്ച സമയത്തിനുള്ളിൽ പ്രിയപ്പെട്ട രണ്ടു പേർ ഒരുമിച്ച് മനസ്സിന്റെ കൽഭിത്തിയിൽ നിന്നും അടർന്നു വീഴുന്നു. മുന്നിൽ ജീവനോടെ ഓടിക്കളിച്ച രണ്ടു സ്നേഹബിംബങ്ങൾ പെട്ടെന്ന് കണ്ടുകൊണ്ടിരിക്കെ തന്നെ മാഞ്ഞു പോയതു പോലെ. രശ്മിയെ വേണ്ട സമയത്ത് ഒന്ന് കാണാൻ പോകാതിരുന്നതിൽ മുകുന്ദന് എന്തെന്നില്ലാത്ത കുറ്റബോധം തോന്നി. അവനില്ലാതെ

എങ്ങനെ അവളെ മാത്രം പോയി കാണും. ആ സമയത്ത് അവളിനി എങ്ങനെ ജീവിക്കുമെന്ന് അവൻ ഒരുപാട് ചിന്തിച്ചിരുന്നു. ഒരുമിച്ചു ജീവിച്ച് തുടങ്ങിയിട്ട് അധികകാലമായിരുന്നില്ല. അത്ര പെട്ടെന്ന് അവനെ പിരിയാൻ അവൾക്ക് ആകുമായിരുന്നില്ല. അതിനിയിപ്പോൾ ആരു വിചാരിച്ചാലും സാധ്യവുമായിരുന്നില്ല.

മുകുന്ദൻ ഫോണെടുത്ത് റോഷ്നേരയെ വിളിച്ചു.

“എപ്പോഴായിരുന്നു?”

“ഉച്ചയോടെ.”

“എങ്ങനെ?”

“ഏതോ കീടനാശിനി....”

മഴ ഇഴമുറിയാതെ പെയ്യുന്നുണ്ടായിരുന്നു. ആ ആർദ്രതയ്ക്കു വേദനയിലേക്ക് പറന്ന അവന്റെ ആകുലതകളെ തെല്ലും കുറയ്ക്കാനായില്ല. ഡൽഹിയിൽവച്ചാണ് അവൾ ആത്മഹത്യ ചെയ്തത്. എല്ലാം ഒന്ന് മറക്കാൻ ഡൽഹിയിലേക്ക് അവളെ വീട്ടുകാർ കൊണ്ടു പോയിരുന്നു. അവളുടെ ചേച്ചിയുടെ ഭർത്താവിന് അവിടെ ആയിരുന്നു ജോലി. സംഘർഷഭരിതമായ ഒരു പ്രണയ വിവാഹവും ജീവിതവുമായിരുന്നു മനുവിന്റെയും രശ്മിയുടേതും. വീട്ടുകാരെ മുഴുവൻ ഉപേക്ഷിച്ചായിരുന്നു... അല്ല അങ്ങനെയല്ല പറയണ്ടത്, വീട്ടുകാർ അവളെ ഉപേക്ഷിക്കുകയായിരുന്നു. ജാതി രണ്ടായിരുന്നതുകൊണ്ടും അവൻ ഒരു നാടകക്കാരനായിരുന്നതുകൊണ്ടും അവരുടെ രജിസ്റ്റർ വിവാഹത്തിനുശേഷം അവൻ മരിക്കുന്നതുവരെ അവളുടെ വീട്ടുകാർ അവളെയോ അവൾ അവരെയോ കണ്ടിരുന്നില്ല. അന്നേ മനസ്സിൽ മരിച്ച മകൾ ഇന്ന് ജീവിതത്തിലും മരിച്ചു കഴിഞ്ഞിരിക്കുന്നു. ഒരുപക്ഷേ, അവന്റെ മരണത്തിനുശേഷം അവളെ അവർക്ക് മടക്കി കിട്ടിയെന്ന് വീട്ടുകാർ ധരിച്ചു. പതിയെ എല്ലാം മറക്കുമല്ലോ. അവൾ ഒരു പക്ഷേ, അതിനോടാവും മരണംകൊണ്ട് മറുപടി പറഞ്ഞത്. എന്ത് നേട്ടമാണ് ഇതുകൊണ്ടൊക്കെ മനുഷ്യർക്ക് കിട്ടുന്നത്. അവർ പറയുന്നാളെ വിവാഹം കഴിച്ചാൽ ഏത് പ്രതിസന്ധിഘട്ടങ്ങളിലും അവരുടെ തണലുണ്ടാവും.

ഒരേ കാമ്പസ്സിൽ പരസ്പരവിരുദ്ധമായ രണ്ട് വിഷയങ്ങൾ. നാടകവും അപ്ലൈഡ് എക്ണോമിക്സും. ജീവിതത്തിൽ പരാജയത്തിന്റെ കയ്പ്പറിഞ്ഞവരല്ലാതെ നാടകക്കാരനെ ആര് പ്രണയിക്കാൻ. എങ്കിലും അവർ തമ്മിൽ അടുത്തു. അത് അവർക്ക് ഒരു വാശികൂടി ആയിരുന്നു. എല്ലാ പ്രതിബന്ധങ്ങളെയും തകർത്ത് അവൾ അവന്റെകൂടെ ഇറങ്ങിച്ചെന്നു. വീട്ടുകാരെ അവഗണിച്ചതിന് അവർ അവളെ എന്നേക്കുമായി ഉപേക്ഷിച്ചു. ഒരു നാടിനെ നടുക്കി കൊണ്ടാണ് അവർ ഒരുമിച്ചത്. പ്രണയവാർത്ത വീട്ടിൽ അറിഞ്ഞതിനുശേഷം അവളെ അവർ പഠിക്കാൻ വിട്ടിരുന്നില്ല. വീട് എന്ന തടങ്കലിനുള്ളിലേക്ക് സ്ഥിരമായി അവൾ വലിച്ചെറിയപ്പെട്ടു.

പരീക്ഷപോലും എഴുതാൻ അവർ അവളെ അനുവദിച്ചില്ല. ഉടനെ തന്നെ ഡൽഹിയിലേക്ക് അവളെ പറിച്ച് നടാനുള്ള ശ്രമങ്ങൾ ആരംഭിച്ചു. മനുവിന് ഊണും ഉറക്കവും ഇല്ലാതായി. രാത്രികളിൽ അവൻ മുകുന്ദനെ വിളിച്ചുണർത്തികൊണ്ടിരുന്നു. "നോക്ക് ഒരു പെൺകുട്ടിയെ വിവാഹം കഴിക്കുകയെന്നത് ഇന്ന് അത്ര വലിയ കാര്യമല്ല. അവൾ തയ്യാറാണെങ്കിൽ ഏത് പ്രതിബന്ധങ്ങളെയും തകർത്ത് നിങ്ങൾക്ക് അത് ചെയ്യാവുന്നതേയുള്ളൂ. എനിക്ക് തോന്നുന്നത് അതിനു ശേഷം എന്ത് എന്ന കാര്യമാണ് കൂടുതലായി ആലോചിക്കേണ്ടത്." മുകുന്ദൻ പറഞ്ഞു. "എനിക്കവളെ പിരിയാനാവില്ല വെറും പ്രണയത്തിന്റെ വികാരത്തിലുള്ള ഒരു തീരുമാനം മാത്രമല്ല ഇത്. ഞാൻ മറിച്ച് ചിന്തിച്ചാൽ അവൾ ആത്മഹത്യ ചെയ്യുമെന്ന് എനിക്കുറപ്പാണ്. ഇപ്പോൾ തന്നെ ഒരുപാട് പീഡനങ്ങൾ അവൾ സഹിച്ച് കഴിഞ്ഞു." അങ്ങനെ അവൾ പറഞ്ഞോ? ചോദ്യം. "പറയാതെ തന്നെ അറിയാൻ കഴിയുന്നതാണ് അത്."

"എങ്കിൽ പിന്നെ എന്തിന് താമസിപ്പിക്കണം"

അവളുടെ വീട്ടിൽ നിന്നും അവളെ ഇറക്കി കൊണ്ടുവരുന്നത് അത്ര എളുപ്പമുള്ള കാര്യമല്ല. നാളെ വൈകുന്നേരമോ മറ്റന്നാളോ അവളെ ഇവിടെനിന്നും അവർ നാട് കടത്തും. അങ്ങനെ സംഭവിച്ചാൽ ഡൽഹിയിൽ അവളെ കാത്തിരിക്കുന്നത് ഒരു വലിയ ദുരന്തമായിരിക്കും.

"നീ വിഷമിക്കണ്ട നമ്മൾ നാളെ അവളെ ഏങ്ങനെയെങ്കിലും പുറത്തിറക്കിയിരിക്കും."

"എങ്ങനെ നോട്ട് പോസിബിൾ."

"അത് നീ ഞങ്ങൾക്ക് വിട്ട് തരൂ"

ശരിയാണവൻ പറഞ്ഞത്. വിവാഹം കഴിഞ്ഞിട്ടും ഡൽഹി അവൾക്കു വലിയ ദുരന്തം തന്നെയാണ് സമ്മാനിച്ചത്. അന്നു രാത്രിയിൽതന്നെ സംഗതികൾ എല്ലാവരുടെ ആലോചനയ്ക്ക് വിധേയമായി. പിറ്റേന്ന് ഒട്ടും സംശയിക്കാൻ ഇടയില്ലാത്ത ഒരു പെൺസുഹൃത്ത് വഴി ആലോചിച്ച് തയ്യാറാക്കിയ പരിപാടി ഒരു എഴുത്തായി രശ്മിക്ക് കൊടുത്തു വിട്ടു. ഇന്ന് നിന്റെ വീടിനുമുന്നിലൂടെ ഒരു അംബാസിഡർ കാറും, ഒരു ഓട്ടോറിക്ഷയും ഒരു ബൈക്കും അരമണിക്കൂർ ഇടവിട്ടുന്ന സമയങ്ങളിൽ പോകുന്നുണ്ടാവും. രവിലെ പത്ത് മണിക്കാണ് ആ ശ്രമം ആരംഭിക്കുക. ഈ ഓരോ അരമണിക്കൂറിലും ഏതെങ്കിലും ഒരു വാഹനം നിന്റെ വീടിന്റെ ഗേറ്റിന്റെ മുന്നിൽ നിനക്ക് കയറാൻ പാകത്തിൽ നിന്നെ കാത്തുനിൽക്കുന്നുണ്ടാവും. വൈകുന്നേരം അഞ്ച് മണി വരെ ഇത് തുടരും. ആർക്കും സംശയം തോന്നാത്ത വിധം ഏതെങ്കിലും ഒരു സമയത്ത് നീ വാഹനത്തിൽ കയറാൻ നോക്കുക. വളരെ കൃത്യമായ രൂപരേഖയ്ക്കനുസരിച്ച് ഒരു നാടകം ചെയ്യുന്ന സൂക്ഷ്മതയോടെ ആണ് കാര്യങ്ങൾ നിർവഹിക്കപ്പെട്ടത്.

എഴുത്ത് കൊടുത്ത സുഹൃത്തിനോട് അവൾ പറഞ്ഞു. "ഇന്ന് രാത്രി ഏഴ് മണിക്കാണ് ട്രെയിൻ." ഞാൻ ഭക്ഷണമോ വെള്ളമോ കുടിച്ചിട്ട് മൂന്നു

ദിവസമായി. അവളുടെ ശരീരമാകെ തളർന്നിരുന്നു. ഉറക്കമില്ലാത്ത രാത്രികൾ നൽകിയ നീരും നിഴലും മുഖമാകെ പടർന്ന് അവൾ ഒരു മഹാരോഗിയെപോലെ കാണപ്പെട്ടു.

സമയം.... 10....10.30....11.... പക്ഷേ അത്ര വേഗം തടങ്കൽ ഭേദിക്കാൻ അവൾക്കായില്ല. ഏത് സമയവും വെളിയിൽ ഗേറ്റിനരികിലായി കാര്യങ്ങൾ മുൻകൂട്ടി അറിഞ്ഞിട്ടെന്നവണ്ണം അവളുടെ അച്ഛൻ കസേരയിട്ടിരുന്നു വായനയിലായിരുന്നു. ഒടുവിൽ മുകുന്ദൻ കാറിൽ കയറി. എങ്ങനെയും അവളെ പുറത്തിറക്കിയേ പറ്റൂ. സമയം... 4.30. വണ്ടി അച്ഛൻ കാണാത്ത വിധം വീടിനു മുന്നിൽ ഒതുക്കി. വാഹനത്തിന്റെ കേട് മാറ്റുന്നത് പോലെ അഭിനയിച്ചു. മുകുന്ദൻ അവന്റെ ഫോണിൽ നിന്നും അവളുടെ വീട്ടിലെ ലാന്റ് ലൈനിലേക്ക് ഒരു കോൾ ചെയ്തു. ഒട്ടും താമസിയാതെ അവളുടെ അമ്മ പുറത്തേക്കിറങ്ങി വന്നു.

"നിങ്ങളെന്തിനാ എപ്പോഴും അവിടെ തന്നെ പോയിരിക്കുന്നത്. ദേ ഒരു ഫോൺ നിങ്ങളെയാ അന്വേഷിക്കുന്നത്." "ആരാണെന്ന് ചോദിക്ക്." "എനിക്ക് രശ്മിയുടെ അച്ഛനോടാണ് സംസാരിക്കണ്ടത്." "ആരാണെന്നല്ലേ ചോദിച്ചത്." മുകുന്ദന് പെട്ടെന്ന് ഒരു ബുദ്ധി തോന്നി. "ഞാൻ മനുവിന്റെ അച്ഛനാണ്." "ദേ മനുവിന്റെ അച്ഛനാണ്." അയാൾ വീടിനുള്ളിലേക്കു കയറിയതും രശ്മി ഓടിയെത്തി വണ്ടിയിൽ കയറി. കാർ വളരെ വേഗം മുന്നോട്ടേക്ക് എടുത്തു. സംശയം തോന്നാത്ത വഴിയിലൂടെ യാത്രയായി. ഫോണിൽ മുകുന്ദൻ ഇത്ര മാത്രം പറഞ്ഞു. ഞാൻ മുകുന്ദനാണ് മനുവിന്റെ സുഹൃത്ത്. ഞങ്ങൾ രശ്മിയെ കൊണ്ടു പോകുന്നു. അവരിനി ഒരുമിച്ച് ജീവിക്കും. പിറകിന് വന്ന് ശല്യപ്പെടുത്താൻ നോക്കണ്ട. അത് കൂടുതൽ ദോഷങ്ങളെ ചെയ്യൂ. ടൗണിൽ മനു കാത്ത് നിൽപുണ്ടായിരുന്നു. മുകുന്ദൻ അവിടെ ഇറങ്ങാൻ മനു സമ്മതിച്ചില്ല. അവൾ നന്നേ ക്ഷീണിതയാണ് ടൗൺ കഴിഞ്ഞാൽ അവൾക്ക് എന്തെങ്കിലും കഴിക്കാൻ വാങ്ങിയ ശേഷം യാത്ര തുടർന്നാൽ മതി. മനു അവന്റെ കൈയിൽ പിടിച്ചു. ഒരിക്കലും നടക്കില്ലെന്ന് കരുതിയ ഒന്നിനോടെന്നപോലെ അവൻ പറഞ്ഞു നന്ദി. മുകുന്ദൻ ചിരിച്ചു. "നീ ഒരു സഹായം കൂടി ചെയ്യണം ഞങ്ങൾ രണ്ടു മാസം മുമ്പ് ആരും അറിയാതെ വെട്ടൂർക്കാവ് എസ്.എൻ.ഡി.പി ക്ഷേത്രത്തിൽ വച്ച് പൂമാലയിട്ട് വിവാഹം കഴിച്ചിരുന്നു. അതിന്റെ സർട്ടിഫിക്കറ്റ് ശരിയാക്കി വയ്ക്കാമെന്ന് സെക്രട്ടറി പറഞ്ഞിട്ടുണ്ട്. നീ ഒരു ദിവസം പോയി അത് വാങ്ങി കൈയിൽ വയ്ക്കണം. ഞങ്ങൾ നിന്നെ അവിടെ ഇറക്കാം." മുകുന്ദൻ പൊട്ടിച്ചിരിച്ചു. ലോകത്ത് ആദ്യമായിട്ടായിരിക്കും വിവാഹം കഴിച്ച കുട്ടിയെ ഇത്ര കഷ്ടപ്പെട്ട് തട്ടിക്കൊണ്ട് പോകുന്നത്. മനു ചമ്മിയ മുഖം മറയ്ക്കാൻ രശ്മിയുടെ തോളിലേക്കു ചാരി കിടന്നു. വാഹനം മുന്നിലേക്കും മുകുന്ദൻ പിന്നിലേക്കും പോയി തുടങ്ങി.

പൂച്ച എപ്പോഴൊക്കെ ചാടിയാലും അത് എലിയുടെ മുകളിലൂടെ ആയിപ്പോകുന്നു എന്ന പരാതി സംവത്സരങ്ങളായി നിലനിൽക്കുന്നതാണ്.

നെഞ്ചത്ത് ചവിട്ടിനിന്ന് ആരോ വെല്ലുവിളിക്കുന്നത് പോലെയുള്ള ശബ്ദങ്ങളെ മറന്നു കൊണ്ടാണ് എലി അന്ന് പൂച്ചയുടെ പിറകെ പോയത്. ഒരുപക്ഷേ അത് ആദിവാസി ആദ്യമായി അട്ടപ്പാടിയിൽ ബന്ദ് നടത്തിയ ദിവസമോ രണ്ടാം ലോക മഹായുദ്ധം കഴിഞ്ഞ ദിവസമോ അമേരിക്കൻ ട്രേഡ്സെന്ററിന്റെ മുകളിലേക്ക് വിമാനം ഇടിച്ച് കയറ്റിയ ദിവസമോ ബാബറിമസ്ജിദ് പൊളിക്കപ്പെട്ട ദിവസമോ ആവാം. എന്തു തന്നെ ആയാലും ആ പൊലീസ് സ്റ്റേഷന്റെ മുന്നിലെ ഗേറ്റ് അടച്ച് പൂട്ടിയിരിക്കുന്നതിനാൽ മതിലിനു മുകളിലൂടെ ചാടുകയല്ലാതെ പൂച്ചയ്ക്ക് ഒരു നിവൃത്തിയും ഉണ്ടായിരുന്നില്ല. ആദിവാസികളായ തീവ്രവാദികൾ പൊലീസ് സ്റ്റേഷൻ ആക്രമിക്കുമെന്ന് പ്രചരിപ്പിക്കപ്പെട്ടതിനാൽ രണ്ട് വണ്ടി പോലിസ് അവിടെ തമ്പടിച്ചിരുന്നു. പൊലീസ് പറയുന്നതാവുമ്പോൾ നമുക്ക് അവിശ്വസിക്കാനും കഴിയില്ല. തീവ്രവാദികൾ അട്ടപ്പാടിയിൽ ഇറങ്ങിയ വിവരം പൊലീസ് തന്റെ സ്വന്തം ചിലവിൽ മൈക്ക് വഴി പരസ്യപ്പെടുത്തുകയും ചെയ്തിരുന്നു. വിശപ്പിന്റെയും ദാരിദ്ര്യത്തിന്റെയും നിഴൽപ്പാടുകൾ ഉണ്ടായിരുന്നെങ്കിലും, ശരിയായ രീതിയിൽ എഴുന്നേറ്റ് നിൽക്കാൻ ആവില്ലെങ്കിലും, നല്ല തീവ്രവാദികളുടെ മുഖവും ഭാവവും ആദിവാസികളിൽ കണ്ടെടുക്കാൻ കഴിയുമായിരുന്നതിനാൽ പൊലീസിനെ കുറ്റം പറയാനും കഴിയില്ല. മതിലിന് പുറത്തിരുന്ന് പൂച്ച റോഷ്നേരയുടെ സുഹൃത്തായ ബിജുഇബ്രാഹിമിനോട് ക്യാമറ ഒരിക്കൽ കൂടി സൂമിൻ ചെയ്യാൻ പറഞ്ഞു അങ്ങനെ ദൂരെയുള്ള ദൃശ്യങ്ങളെ വലുതാക്കി ആ ക്യാമറ ആകാശത്തോളം പൊക്കത്തിൽ കാട്ടി തന്നു.

സത്യത്തിൽ ഈ വിവരംകെട്ട ആദിവാസികൾ പ്രശ്നം ഉണ്ടാക്കാനും ബന്ദ് പ്രഖ്യാപിക്കാനും പൊലീസ് സ്റ്റേഷന്റെ മുന്നിൽ കുത്തിയിരിക്കാനും പാകത്തിൽ യാതൊരു പ്രശ്നവും അവിടെ ഉണ്ടായിരുന്നില്ല. എന്തെങ്കിലും പ്രശ്നം ഉണ്ടെങ്കിൽ തന്നെ അത് പത്രക്കാർ പറയാറുള്ളതു പോലെ തികച്ചും യാദൃച്ഛികം എന്ന നിലയിൽ തള്ളിക്കളയാവുന്നതെയുള്ളൂ. ഒരു ആദിവാസി യുവാവിനെ തലകീഴായി കെട്ടിത്തൂക്കിയതും പാദങ്ങളും കാലുകളും അടിച്ച് പൊള്ളിച്ച് മുറിവുകളിൽ മുളക് പൊടി തട്ടിയിട്ടതും ഒഴിച്ചാൽ യാതൊരു പ്രശ്നവും അവിടെ ഉണ്ടായിരുന്നില്ല. നിലവിളികൾ കേട്ടില്ലെന്ന് നടിക്കാവുന്നെതേയുള്ളൂ. എന്തോ ഓർത്തുകൊണ്ടിരുന്ന പൊലീസുകാരൻ ഒരു ആദിവാസി സ്ത്രീ കൊണ്ടു കൊടുത്ത പരാതി പോക്കറ്റിൽ നിന്നും എടുത്ത് വേസ്റ്റ്ബോക്സിലേക്ക് വലിച്ചെറിഞ്ഞു. ഓരോ സമരങ്ങളും ഓരോ ശീർഷാസനങ്ങളും കീഴ്മേൽ മറിയലുമാണെന്ന് ശത്രുവിന്റെ ചൂണ്ടയിൽ കിടന്ന് വിളിച്ചു പറയുകയും പൂച്ചയത് എലിയുടെ ചെവിയിൽ ആവർത്തിക്കുകയും ചെയ്തു. പക്ഷേ നിലയ്ക്കാത്ത നിലവിളികൾ തന്റെ ഭാഗികമായ ബധിരത മൂലം എലി കേട്ടില്ല. തൊഴിലാളിയും മുതലാളിയും കോൺഗ്രസുകാരനും മാർക്സിസ്റ്റുകാരനും ഒരുപോലെ തോളിൽ കൈയിട്ട് പുഴയെന്ന സംസ്ക്കാരത്തിലേക്ക് കുറേ

ശരീരാവശിഷ്ടങ്ങൾ ഒഴുക്കി വിട്ടപ്പോൾ ആകാശം നിലയില്ലാത്ത ഒരു രാത്രിയെ പോലെ ഇരുളാൻ തുടങ്ങി. ആദിവാസിയുടെ കോളനി ലക്ഷ്യമാക്കി വേസ്റ്റുവണ്ടികൾ കിലോമീറ്ററുകൾ ദൂരെ കാത്തുകിടന്നു. നിലനിൽക്കുന്ന ഭൂമിപ്രശ്നത്തിനു മുകളിൽ ഈ തെണ്ടികൾക്ക് ഒരു പുഴപ്രശ്നം കൂടി ചുമക്കാനാവുന്നതേയുള്ളൂവെന്നു പോളിറ്റ് ബ്യൂറോ തീരുമാനിച്ചു. അരുതായ്മകൾക്ക് നേരെ കൈ ചൂണ്ടിയവൻ പൊലിസ് സ്റ്റേഷനിൽ കീഴ്മേൽ മറിക്കപ്പെട്ടു. ഒടുവിലെല്ലാവരെയും ഗ്രസിക്കുന്ന ഒരു ശബ്ദവും വെളിച്ചവും പോലെ ആദിവാസികളുടെ കൂടെ ആടിപ്പാടിക്കളിക്കാനും പോരാടാനും ശപഥം എടുത്ത് മോക്കറിയെന്ന പോരാളിയും ദീപക് നാരായണൻ എന്ന മനുഷ്യനും കൂടി മലചുറ്റി മുകളിലെത്തി. ആരെടാ... തെണ്ടി ഞാനെടാ തെണ്ടി...... എന്നൊക്കെ കേൾക്കാൻ സുഖമില്ലാത്ത എന്തൊക്കെയൊ വിളിച്ചു പറഞ്ഞ് മോക്കറി ഒരു തെരുവ് നാടകം കളിക്കാൻ തുടങ്ങി. ആദിവാസികളെല്ലാം പന്തവുമായി അനുഗമിച്ചു. ഒരു ദേശം അയാളുടെ പിറകെ വന്നു. വിജയം നമുക്ക് തന്നെയാവട്ടെയെന്ന് പ്രാർത്ഥിച്ചുകൊണ്ട് പൂച്ചയും എലിയും അവിടെ നിന്നും ഓടി രക്ഷപ്പെട്ടു. തിമിരം ബാധിച്ച തന്റെ കണ്ണിന് പൂച്ചയും അർദ്ധബധിരത ബാധിച്ച കാതിന് എലിയും നന്ദി പറഞ്ഞു. ഇനിയൊരിക്കലും പിൻവാങ്ങാനാവാതെ ബിജു ഇബ്രാഹിമിന്റെ ക്യാമറ മാത്രം അവിടെ അനാഥമാക്കപ്പെട്ടു.

പിറ്റേന്നു രാവിലെ മുകുന്ദൻ എഴുന്നേൽക്കുന്നത് റോഷ്നേരയുടെ ഫോൺകോൾ വന്നപ്പോഴാണ്. ഒരു തീവ്രവാദിയുടേതു പോലെ അവന്റെ മുഖം ചുവന്നു തുടുത്തിരുന്നു. കിടക്കയിൽ നിന്നവൻ എഴുന്നേറ്റില്ല. ആരാണെങ്കിലും ഇപ്പോൾ ഫോൺ എടുക്കാൻ മടിയാണ്. അവൻ കമിഴ്ന്ന് കിടന്ന് വീണ്ടും ഉറക്കം തുടങ്ങി. മൊബൈൽ ഫോൺ തോറ്റ് കൊടുക്കാതെ വീണ്ടും വീണ്ടും ശബ്ദം തുടർന്നു. അതവന് അസ്വസ്ഥമായി തോന്നി. അവൻ കിടന്നുകൊണ്ട് തന്നെ ഫോൺ കൈയിലെടുത്ത് നമ്പർ നോക്കി. ആ നശിച്ചവളാണ്, റോഷ്നേര. അവൾക്കറിയാം താൻ എഴുന്നേൽക്കാൻ കുറച്ചുകൂടി സമയമെടുക്കുമെന്ന്. എന്നിട്ടും ഈ സമയത്ത് അവൾ വിളിച്ചുകൊണ്ടേയിരിക്കുന്നത് എന്തിനാണ്. അവന് അവളോട് തീർത്താൽ തീരാത്ത അരിശം തോന്നി. ഫോണെടുത്ത് ഞാൻ ഉറങ്ങട്ടെയെന്ന് മാത്രം പറഞ്ഞ് ഫോൺ മെത്തയിലേക്ക് വലിച്ചെറിഞ്ഞു. രാവിലെ ഉണരുന്നതിന് മുമ്പ് വിളിക്കുന്നവരോട്, ഉണർന്നാൽതന്നെ എഴുന്നേൽക്കുന്നതിന് മുമ്പ് വിളിക്കുന്നവരോട് അവന് കടുത്ത ദേഷ്യമാണ്. കാശുകൊടുത്ത് വാങ്ങിയ ഒരു വിവരക്കേട് പോലെ ഈ സാധനം ഒരു വലിയ പ്രശ്നം തന്നെയാണ്.

ഇരുപത്തിനാല്

മലർന്ന് പറക്കുന്ന കാക്കകൾ

മുമ്പോട്ടു പോകുംതോറും ദുസ്സഹമായിതീരുന്ന വഴികളിൽ നിന്നും, പിൻവലിഞ്ഞ് നട്ടെല്ല് നിവർത്തി നിൽക്കാനാവാശ്യമായ ഒരു സന്ദേശമെങ്കിലും വീണ് കിട്ടിയിരുന്നെങ്കിൽ. സംഗീത സാന്ദ്രമായ ഈ വെളുത്ത കൊട്ടാരത്തിൽനിന്നും തിളക്കങ്ങൾ വലിച്ചെറിഞ്ഞ് ഓടിമറയുകയല്ലാതെ നിങ്ങൾക്കു വേറെ വഴിയില്ലെന്ന് എനിക്ക് വിശ്വസിക്കാനാവില്ല

വയലും ചിറകും റോഷ്നേരയെ ഒറ്റയ്ക്ക് ജീവിക്കാൻ പഠിപ്പിച്ചിരുന്നു. ചെറിയപ്രായത്തിൽ ആരും ഇല്ലെങ്കിലും വെറുതെ നടന്നുതീർക്കൽ തന്നെ ആയിരുന്നു അവൾക്ക് ജീവിതം. ആരും ഇല്ല. നിലവിളിച്ചാൽ പോലും ആരും കേൾക്കാനുമില്ല. ആരുമില്ലെന്നതിന്റെ ആഴം അപകടങ്ങളിലാവും നമ്മൾ തിരിച്ചറിയുക. ചിലപ്പോൾ അപകടങ്ങൾ പോലും നമ്മെ വഞ്ചിക്കും. ബാല്യത്തിൽ ഒരു കൂട്ടുകാരിയുമൊത്ത് വയൽവരമ്പിലൂടെ നടക്കുമ്പോൾ അറിയാതെ കാൽ വഴുതി അവൾ വലിയ കുഴിയിലേക്ക് വീണു. നിലവിളിക്കാൻ പോലും കഴിയത്തത്ര നിലയില്ലാക്കുഴിയിലേക്ക്. ചിലപ്പോഴൊക്കെ നമ്മുടെ മരണം നാം സ്വയം തീരുമാനിക്കും. ദേ ഞാൻ മരിച്ചു കഴിഞ്ഞു. അവൾക്ക് അവിടെ നിന്ന് വലിഞ്ഞു കയറാനോ കൂട്ടുകാരിക്ക് അവളെ വലിച്ചു കയറ്റാനോ കഴിയതെ പോയ സമയം. ജീവിതത്തിനും മരണത്തിനും ഇടയിലുള്ള ഏതാനും നിമിഷങ്ങൾ. വരമ്പിൽ കൈയെത്തി അള്ളിപിടിച്ചവൾ കുറെ നേരം അങ്ങനെ തന്നെ കിടന്നു. കൂട്ടുകാരി നിലവിളിച്ചുകൊണ്ട് ഓടി പോയി. ശരീരത്തിന്റെ കഴുത്തൊപ്പം ഭാഗം വെള്ളത്തിൽ. പിടി വിട്ടാൽ ഒക്കെയും കഴിഞ്ഞു. കാലിൽ വൈക്കോൽ കുരുങ്ങി അനങ്ങാനാവാത്ത വണ്ണം കാലുകൾകെട്ടു പിണഞ്ഞ് കിടന്നു. കുറെ പരിശ്രമത്തിന് ശേഷം എങ്ങനെയോ അവൾ രക്ഷപ്പെട്ടു. കുരുങ്ങിയ കാലുകൾ അഴിച്ച്, ആത്മവിശ്വാസത്തോടെ കരയിലേക്ക് വലിഞ്ഞു കയറി. മരിക്കുന്നതിനു മുമ്പുള്ള ഒരു പരിശ്രമംപോലെ മാത്രമേ ആദ്യമവൾ അതിനെ കണ്ടിരുന്നുള്ളുവെങ്കിലും പതിയെ വരമ്പിലെത്തിയപ്പോൾ ചുറ്റും നോക്കി. നനഞ്ഞു കുതിർന്ന്

പായൽ പിടിച്ച ശരീരം മരിച്ചു ജീവിച്ചതിന്റെ ഒരു യാഥാർത്ഥ്യം പോലെ പിന്നെ അവൾ കൂടെക്കൊണ്ട് നടന്നു. പക്ഷേ ഈ സംഭവം ആരോടും അവൾ പറഞ്ഞില്ല. അതെന്തുകൊണ്ടെന്ന് വളർന്നതിനുശേഷം പലപ്പോഴും അവൾ ആലോചിച്ചിട്ടുണ്ട്. ആ സംഭവം അവളിൽ നിന്നും കേൾക്കുന്ന ഒരേയൊരാൾ മുകുന്ദനാണ്.

കുറേക്കാലമായി തേയ്മാനം സംഭവിക്കാത്ത ഒരു അച്ചുതണ്ടിന്റെ ബലത്തിലാണ് ഭൂമി കറങ്ങുന്നതെങ്കിൽ നമ്മളെന്തിന് ജീവിതത്തിൽ ഇത്ര ആകുലരാകണം? ജീവിതം ജീവിച്ചുതീർക്കാനുള്ള നിരുത്തരവാദത്തിന്റെയും ആഘോഷത്തിന്റെയും ഒരിടം മാത്രമായി നിസ്സാരമെന്നവണ്ണം സ്വീകരിക്കാവുന്നതേയുള്ളൂ. ഊറിച്ചിരിക്കുന്ന അയകൾ കരിപിടിച്ച് അയഞ്ഞു പോയ ഉറികൾക്കിടയിലേക്ക് വലിച്ചെറിയപ്പെട്ടതിൽ പിന്നെ എന്തുണ്ട് കറുത്തിരുണ്ടതായി നമ്മുടെ ജീവിതത്തിൽ. മഞ്ഞിന്റെ മണം തന്നെയാണ് മരണത്തെയും ഓജസ്സുള്ളതാക്കുന്നതെങ്കിൽ ഇരുണ്ട് പോകാത്ത ഒരു പകലാണ് ജീവിതമെന്ന് തറപ്പിച്ച് പറയാം. ചുണ്ടു നിവർത്തി നാവ് നനച്ചുകൊണ്ട് കൈകൾ വീശി സംസാരിക്കാൻ കഴിഞ്ഞിരുന്ന നമ്മുടെ തലകൾ. ഒരു ചെറിയ വെടിയൊച്ചപോലും സഹിക്കാനാവാതെ അതിന്റെ കാതുകൾ ഒരു പാമ്പിന്റെ മാളത്തിൽ ഒളിച്ചതും മൂക്കിന്റെ ഗന്ധത്തെ കാക്ക കൊത്തികൊണ്ട് പോയതും കണ്ണുകളെ കാഴ്ചയില്ലാത്ത കഴുകന്മാർ പരസ്പരം കൊത്തിവലിച്ചതും ആരൊക്കെയോ ചേർന്ന് പറഞ്ഞ് പരത്തിയ കടങ്കഥയല്ലെങ്കിൽ എന്റെ തല ഞാൻ എവിടെ തിരയണം? ചിതറിപ്പോയ ഓർമ്മകൾപോലെ കൂട്ടി യോജിക്കാനാവാത്തവിധം അവ അഴികളിലേക്കും ആഴികളിലേക്കും വീണ് പോയിട്ടുണ്ടാവാം. പെട്ടെന്ന് ഒരു സ്വപ്നത്തിന്റെ കൃത്രിമത്വത്തിൽ നിന്നും കള്ളം പറയാൻ അറിയാത്ത ജീവിതത്തിലേക്ക് റോഷ്നേര ഉണർന്നു. ആരാണ് ഇത്രയും നേരം ഇതൊക്കെ സംസാരിച്ചത്.

സ്ത്രീയാക്കാനും അങ്ങനെ കീഴ്പ്പെടുത്താനുമുള്ള കാഴ്ചയുടെയും ശബ്ദത്തിന്റെയും മനസ്സിന്റെയും ചുറ്റുപാടുകൾക്ക് മുന്നിൽ ചിലപ്പോഴെങ്കിലും അവൾ ഒരിക്കലുമൊടുങ്ങാത്തവിധം അസഹിഷ്ണതയിലേക്കും അസ്വസ്ഥതയിലേക്കും വലിച്ചെറിയപ്പെട്ടു. ഓരോ കണ്ണുകളും സ്ത്രീയിൽ നിന്നും ലൈംഗികത മാത്രം പ്രതീക്ഷിക്കുന്നത് പോലെ. അന്നവൾ ഇളം പച്ചനിറത്തിലുള്ള മിഡിയും വയലറ്റ് നിറത്തിലുള്ള ടോപ്പുമായിരുന്നു ധരിച്ചിരുന്നത്. വ്യത്യസ്ത വേഷങ്ങൾ അവൾക്ക് ഏറെ ആനന്ദം നൽകുന്നു. ഒരു സുഹൃത്ത് അവളോട് പറഞ്ഞു ഈ വേഷം നിന്നെ വളരെയധികം സുന്ദരിയാക്കുന്നു. സോ ബ്യൂട്ടിഫുൾ.... വേറൊരാൾ പറഞ്ഞു ഈ വേഷം നിനക്ക് നന്നായി ഇണങ്ങും... നിന്നെ കണ്ടിട്ട് എന്തോ പോലെ.... ശരീരത്തിലേക്ക് തുളച്ച് കയറുന്ന നോട്ടങ്ങൾ. ഒളിഞ്ഞും തെളിഞ്ഞും മറഞ്ഞും തുറിച്ചുമുള്ള നോട്ടങ്ങൾ.... സ്നേഹത്തോടെയുള്ള ആഴ്ന്നിറങ്ങലുകൾ....സ്വന്തം ശരീരം തന്നെയാണോ ഒരു സ്ത്രീക്ക്

ആദ്യത്തെ ശത്രു? പണ്ട് കോളേജിൽ പഠിക്കുമ്പോൾ ഒരു അദ്ധ്യാപക-വിദ്യാർത്ഥി യോഗത്തിൽ റോഷ്നേര ചോദിച്ച ചോദ്യം വീണ്ടും അവളുടെ മനസ്സിലേക്ക് ഓടിയെത്തി. ഇവിടെ പെണ്ണിന്റെ മുലയ്ക്ക് നോക്കാതെ പഠിപ്പിക്കുന്ന, സംസാരിക്കുന്ന എത്ര പുരുഷ അദ്ധ്യാപകരുണ്ട്?

തിരക്കുള്ള റോഡിൽ കൂടി ശരീരത്തെ രക്ഷിച്ചങ്ങനെ തട്ടിയും തെറിച്ചും നീങ്ങി കൊണ്ടിരുന്നു അവൾ. മദ്യവിൽപ്പനശാലയുടെ നീണ്ട ക്യൂവിൽ നിന്ന് ഒരുത്തൻ വിളിച്ച് പറഞ്ഞു. "നല്ല ഇറച്ചിയാ മോനേ......"

മധുരം ചുവയ്ക്കുന്ന മയിലാട്ടിക്കുന്നിൽ നിന്നും ദശപുഷ്പങ്ങൾ മണ്ണിറങ്ങി പോയി. മരങ്ങളൊക്കെയും വരണ്ട് തുടങ്ങി. താഴെ വയൽ ചുട്ടുപഴുത്തു. ദൂരെ പുഴ മണൽ പരപ്പായി. നഷ്ടപ്പെട്ട് പോകുന്നതിനെയൊക്കെ എന്ത് നിർവചനം കൊടുത്താണ് നമ്മൾ നാളെ തലമുറകളെ പഠിപ്പിക്കുക? വയലിന്റെ ചിത്രം വരച്ച് അരപ്പേജിൽ കവിയാതെ ഉപന്യസിക്കാൻ പറയാൻ നമുക്കു സ്വന്തമായ ഒരു ഭാഷ ഉണ്ടാവുമോ? റോഷ്നേര വലത്തേ നെഞ്ചിൽനിന്നും മയിലാട്ടിക്കുന്നും ഇടത്തേ നേഞ്ചിൽ നിന്നും പൂക്കൈതപ്പാടവും മായ്ച്ചകളഞ്ഞു. ചുട്ടുപൊള്ളുന്ന മണൽപരപ്പിലൂടെ അവൾ നഗ്നപാദയായി കാലുറപ്പിച്ചു നടന്നു. കാടുകളൊക്കെ സൂര്യന്റെ നിഴലിനു പിന്നിലെവിടെയോ ഒളിച്ചു. കൊഴിഞ്ഞു വീഴാൻ മലയോ ഇടിഞ്ഞ് വീഴാൻ പാറകളോ ഇല്ലാതെ അവൾ ഒറ്റയ്ക്കു നടന്നു. കണ്ണുകളിൽ നിന്നും ഊർന്ന് വീഴാൻ ഒരു മഴത്തുള്ളിയും അവശേഷിച്ചില്ല. മനസ്സിലൊക്കെ വെയിൽ പരന്നു കിടന്നു. കുഴികളല്ല വഴികളാണ് നമ്മെ ദിശ തിരിച്ചു വിടുന്നതെന്ന് എങ്ങനെ എനിക്കിനി ആത്മാർത്ഥമായി എന്നോട് പറയാനാവും? ഒക്കെയും നിറദോഷം പിടിച്ച ചോരപ്പാടുകൾ... ഒക്കെയും നിറദോഷം പിടിച്ച ചോരപ്പാടുകൾ... ഒക്കെയും നിറദോഷം പിടിച്ച ചോരപാടുകൾ...

എലി പൂച്ചയെ ഒരു കോടതിവരാന്തയിലേക്ക് കൊണ്ടു പോയി.

നിനക്ക് തീർച്ചയായും നിന്റെ അമ്മയായ എനിക്ക് എതിരെയും നിന്റെ അച്ഛന് അനുകൂലമായും കോടതിയിലെത്തി മൊഴി കൊടുക്കാവുന്നതാണ്. കപ്പലണ്ടിമിഠായി പോലെ ചെറിയ പാറക്കഷ്ണങ്ങൾ അടുക്കിയ ചരലിട്ട റോഡിലൂടെ വർഷങ്ങൾക്ക് മുമ്പ് നിന്റെ ചെറിയ വിരലും പിടിച്ച് ഞാൻ നടന്നത് നിനക്ക് ഇപ്പോൾ ഓർമ്മയുണ്ടാവില്ല. അന്ന് നിനക്ക് ഞാൻ അമ്മയായിരുന്നെങ്കിൽ ഇന്ന് നിനക്ക് ഞാൻ വേശ്യയും വ്യഭിചാരിയും വൃത്തികെട്ടവളുമാണ്. അങ്ങനെയാണല്ലോ നീ എന്റെ കണ്ണിലേക്ക് നോക്കാതെ കോടതിയിൽ കയറി നിന്ന് ജഡ്ജിയോട് പറഞ്ഞത്. ഞാൻ നീ പറഞ്ഞതൊക്കെ ആയത് നിന്നെ വളർത്താൻ വേണ്ടിയാണെന്ന് പറഞ്ഞപ്പോൾ നീ തിരിച്ച് ചോദിച്ചത് എന്തിന് അങ്ങനെ വളർത്തി എന്നാണ്? കഴുത്ത് ഞെരിച്ച് കൊന്ന് കളയാൻ പാടില്ലായിരുന്നോ എന്നാണ്. ഹും... വേണമെങ്കിൽ അതും ആവാമായിരുന്നു. ഉറുമ്പും പുഴുവും എരിച്ച്

തീർന്നേക്കാമായിരുന്ന ഒരു ജന്മത്തെ അങ്ങനെ വിടാൻ ഒരമ്മയ്ക്കാവില്ലെന്ന കാര്യം നിനക്ക് ഇപ്പോൾ മനസ്സിലാവില്ലെന്ന് നന്നായി അറിയാവുന്നത് കൊണ്ട് ഞാൻ കോടതിയിൽ ഒന്നും പറഞ്ഞില്ല. ഈ വൃത്തികെട്ട അമ്മയുടെ കൈയിൽ നിന്നും വാങ്ങിയെടുത്ത പണത്തിനും സ്വത്തുവകകൾക്കും അയിത്തം ഇല്ലാതാവാൻമാത്രം ബോധം നിനക്കുള്ളതു കൊണ്ട് പഴയ ചില കാര്യങ്ങളിലേക്ക് ഞാൻ നിന്നെ കൊണ്ട് പോകാം.

വളരെ ചെറിയ പ്രായത്തിലേ നിന്നെ ഇട്ടേച്ച് പോയ അച്ഛനോടുള്ള പകയും പിണക്കവും വളർന്ന് കഴിഞ്ഞപ്പോൾ രണ്ട് ഗ്ലാസുകൾ തമ്മിൽ കൂട്ടി തട്ടിച്ച് നീ പറഞ്ഞ് തീർക്കുന്നതിനും മുമ്പുള്ള ചില കാര്യങ്ങൾ. എല്ലാ രാത്രികളിലും നിന്റെ അച്ഛന്റെ തെറിയും ചവിട്ടും കുത്തും സഹിക്കുന്നത് അപ്രായോഗികമാണെന്ന് മനസ്സിലാക്കുകയും ജീവിതത്തിലൊരിക്കലും തൊഴിലെടുക്കാൻ പോവാത്ത അച്ഛനെന്ന് പറയുന്ന ആ പൊലയാടിമോൻ നിനക്ക് പ്രയോജനപ്പെടില്ലെന്ന് ഉറപ്പാകുകയും ചെയ്തതിനു ശേഷമാണ് അയാളുടെ അടുത്തു നിന്ന് നിന്നെയും കൊണ്ട് ഞാൻ ഇറങ്ങിപ്പോയത്. നല്ലൊരു കാറ്റുവന്നാൽ പറന്ന് പോവുന്ന മേൽക്കൂരയുള്ള ഒരു ഓലയിട്ട വീട്ടിൽ, പഞ്ചായത്ത് വക പുറംപോക്കിൽ നിന്നെയും നെഞ്ചോട് ചേർത്ത് കിടന്നുറങ്ങുന്ന രാത്രികൾ. ദിവസവും ഉടുത്തിരിക്കുന്ന മുണ്ടു അഴിച്ച് തലയിൽ കെട്ടി വീടിന്റെ മുന്നിൽ വന്നു നിന്ന് തെറി വിളിക്കുന്ന നിന്റെ അച്ഛൻ. ആ ശല്യം ഒഴിവാക്കാൻ ഒരു രാത്രിയിൽ ഞാൻ ഇരുട്ടടി കൊടുക്കാൻ തീരുമാനിക്കുകയും അതിന് ഒരാളെ ഏർപ്പാടാക്കുകയും അയാളത് ഭംഗിയായി ചെയ്ത് അർദ്ധരാത്രിയിൽ വീട്ടിലെത്തിയപ്പോൾ പ്രതിഫലമായി ഞാൻ കൊടുത്ത വിയർപ്പിന്റെ മണം മാറിയിട്ടില്ലാത്ത നോട്ടുകൾ തിരിച്ച് എന്റെ കൈയിൽ തന്നെ പിടിപ്പിച്ച് ഒരു രാത്രി എന്നോടൊപ്പം കിടന്നുറങ്ങുകയും ചെയ്തപ്പോഴാണ് ജീവിക്കാൻ ഇങ്ങനെയും ഒരു വഴിയുണ്ടെന്ന് ഞാൻ തിരിച്ചറിഞ്ഞത്. പിന്നീട് ഞാൻ ഒത്തിരി പേരോടൊപ്പം കിടന്നിട്ടുണ്ട്. എന്റെ ആ ജീവിതത്തിൽ എനിക്ക് തെല്ലും കുറ്റബോധമില്ല. പിന്നീട് ഞാൻ ലൈംഗികതൊഴിലാളികളുടെ സംഘടനയിൽ ചേരുകയും പ്രവർത്തിക്കുകയും ചെയ്തപ്പോഴാണ് മുന്തിരിക്കുലകൾ പോലെ ഞങ്ങൾ നിരവധിപേരുണ്ടെന്ന് ഞാൻ തിരിച്ചറിഞ്ഞത്.

നീ വിവാഹം കഴിച്ച് വേറെ വീട്ടിൽ താമസിച്ചതിനുശേഷം ഒരു രാത്രിയിൽ നിന്റെ അച്ഛൻ വീണ്ടും വന്നു നിന്നു തെറി വിളിച്ചപ്പോൾ ഞാൻ ഇറങ്ങിച്ചെല്ലുകയും, എന്റെ പറമ്പിൽനിന്നും ഇറങ്ങാൻ ഉറക്കെ പറയുകയും ചെയ്തു എന്നത് ശരിതന്നെയാണ്. അന്ന് എനിക്കയാൾ ഭർത്താവായിരുന്നില്ല. അരിശം മൂത്ത് എന്നെ തല്ലിയ അയാളെ ഞാൻ പിടിച്ചു തള്ളുകയും ഒടുവിൽ അയാൾ പാരയെടുത്ത് എന്റെ തലയ്ക്കടിക്കുകയും ചെയ്ത കേസിലാണ് നീ ഇന്ന് കോടതിയിൽ കയറിനിന്ന് നിന്റെ പ്രിയപ്പെട്ട അച്ഛനു വേണ്ടി മൊഴി പറഞ്ഞത്. ഞാൻ അടി കൊള്ളാൻ

അർഹയാണെന്ന്. നീ അവിടെ നിന്ന് ഉറക്കെ വിളിച്ചു പറഞ്ഞത് ഇപ്പോഴും എന്റെ ചെവിയിൽ നിന്നും പോയിട്ടില്ല. ഒരു മകനെന്ന നിലയിൽ എന്നെ പുനരധിവസിപ്പിക്കുവാൻ നീ ഒരു പാടുതവണ ശ്രമിച്ചതാണെന്നും ഞാൻ വഴങ്ങുന്നില്ലെന്നും ഈ വയസ്സു കാലത്ത് തന്റെ പ്രായമുള്ള മറ്റൊരാളോടൊപ്പം ഞാൻ ജീവിക്കുന്നുവെന്നും. നീ അവിടെ പറഞ്ഞത് ശരിയാണ് എന്നോടൊപ്പം അവിടെ ഒരാൾ ജീവിക്കുന്നുണ്ട്. പക്ഷേ അയാൾക്ക് എന്നിൽ നിന്നാവശ്യം ലൈംഗികതയല്ലായിരുന്നു. കേൾക്കാനും കാണാനും ഒരിടമായിരുന്നു.

പുനരധിവാസമെന്ന വാക്കിനോട് എനിക്ക് പുച്ഛമാണ്. ഞങ്ങളെ പോലുള്ളവരെ പുനരധിവസിപ്പിച്ചാൽ നമ്മുടെ നാട്ടിലെ ബാക്കിയാവുന്ന ലൈംഗികത ഇനിയെന്ത് ചെയ്യുമെന്ന് തൃപ്തികരമായ ഒരു മറുപടി നീ ഇന്ന് ഉണ്ടാക്കി വച്ചിരിക്കുന്ന കുടുംബത്തിനോ നിന്റെ ജഡ്ജിക്കോ തരാൻ കഴിയുമെന്ന് എനിക്ക് തോന്നുന്നില്ല. എങ്കിലും നിന്നെ ഞാൻ ശപിക്കുന്നില്ല. നിനക്ക് പോകാം. ഈ കോടതി വരാന്തയിൽ ഈ പൊട്ടിപൊളിഞ്ഞ ബഞ്ചിലിരുന്ന് ഞാൻ അൽപ്പനേരം കരയട്ടേ. ഒരു കാര്യം തീർച്ചയാണ് ആ കണ്ണുനീരിൽ ചവിട്ടിയല്ലാതെ നിന്റെ ജഡ്ജിക്ക് കോടതിയിൽ നിന്നും പോകാനാവില്ല. ഞങ്ങളുടെ കൂട്ടത്തിലുള്ള നളിനിജമീല എഴുതിയ ആത്മകഥയുടെ മാഹാത്മ്യമൊന്നും മലയാളത്തിലെ ഒരുപക്ഷേ, ഞാൻ വായിച്ച ഇന്ത്യൻ സാഹിത്യത്തിലെ ഒരു സാഹിത്യകാരനും ചെയ്തിട്ടില്ലെന്നാണ് എന്റെ വിശ്വാസം. അതുകൊണ്ട് മാഹാത്മ്യവും പുനരധിവാസവും സദാചാരവും എല്ലാം നീ എവിടെ നിന്ന് എടുത്തോ അവിടെ തന്നെ വച്ചേക്കുക.

ഇരുപത്തിയഞ്ച്

മരണത്തിന്റെ ആനുകൂല്യം എനിക്കാവശ്യമില്ല

സർഗാത്മകമായ പ്രതിഷേധത്തെയാണ് നിഷേധാത്മകമായ പ്രതിഷേധത്തേക്കാൾ അധികാര സ്ഥലങ്ങൾ ഭയപ്പെടുന്നത്. ഒരു രാത്രിയിൽ എന്നെ ഒറ്റയ്ക്കാക്കി നിലാവിന്റെ തോളിൽ കൈയിട്ടിറങ്ങിപോയ കൂട്ടുകാരിയുടെ ഓർമ്മയാണ് ഈ വാക്കുകൾ.

അച്ചടക്കത്തിന്റെ മതിൽക്കെട്ടുകൾ പൊട്ടിച്ചെറിഞ്ഞ് കുറെ കുട്ടികൾ സ്വപ്നത്തിന്റെ പൂന്തോട്ടത്തിലേക്ക് പോയി. അവിടം നിറയെ അവർ തന്നെ ആയിരുന്നു. ഓരോ പൂവിലും അവർ മുഖംനോക്കി മുടി ചീകുകയും പേനെടുക്കുകയും മുറിപ്പാടുകൾ മൂടുകയും ചെയ്തു. ചെമ്പരത്തിയുടെ ഇതളുകളിൽ ചുവപ്പിനിടയിൽ വാട്ടം വീണുപോയ ചാരനിറപ്പാടുകൾ അവർ കണ്ടു. റോസാദളങ്ങളുടെ നിഴൽ വീണ ദ്വാരങ്ങളിൽ ഉറുമ്പെരിക്കുന്നു. ചോരുന്ന ദളങ്ങളിൽ നിന്നും കണ്ണീർ പൊടിയുന്നു. മഞ്ഞനിറമുള്ള ഇതളുകളിൽനിന്നും ചുവപ്പ് പൊടിയുന്നു. കുട്ടികൾ അവരുടെ ഉടുപ്പുകൾ ഊരി പൂക്കൾക്കിട്ടു കൊടുത്തു. മഞ്ഞ, വെള്ള, ചുവപ്പ്...... ദാഹിച്ചെത്തിയ കുരുവിയ്ക്കും പൂമ്പാറ്റയ്ക്കും ഇത്തിരി തേൻനീരുമായി തെച്ചിപൂങ്കുല ആടിയുലഞ്ഞു. പൂക്കളൊക്കെയും കുട്ടികളെ പോലെ കരയുന്നു. മൊട്ടുകളിൽ ഏൽക്കുന്ന ക്ഷതങ്ങൾ വിടരവേ ഒരു തെന്നലിനും ഉണക്കാനാവില്ല പോലും. പൊട്ടിച്ചിരികൾ നഷ്ടപ്പെട്ട യാന്ത്രികതയുടെ പൊടിപടലങ്ങൾ മാത്രം മൂടിയ- ഈ ഭൂമിയിൽനിന്നും ഒരു തുള്ളി ശുദ്ധവായു എങ്ങനെ കണ്ടെടുക്കാൻ? വാടിപ്പോയ പൂക്കളും കുട്ടികളും ഓടിതളർന്നാണ് പോലും നാട്ടിൽ ഇത്രയധികം പൂന്തോട്ടങ്ങൾ ഉണ്ടായത്.

വൈകുന്നേരം മുകുന്ദനെ തേടി ക്യാമ്പസിൽ പോലീസെത്തി. അതൊരു വാർത്തയാവുന്നത് അപ്പോഴാണ്. പൊലീസിനോടൊപ്പം അവളുടെ അച്ഛനും ഉണ്ടായിരുന്നു. “നീ പഠിക്കാൻ വന്നതാണോ പെൺകുട്ടികളെ കൂട്ടികൊടുക്കാൻ വന്നതാണോ?” “ഇവിടെ ആരും ആരെയും കൂട്ടികൊടുത്തിട്ടില്ല. അവൾ പ്രായപൂർത്തിയായ പെൺകുട്ടിയാണ്. അവൾക്ക് സ്വന്തമായ തീരുമാനം എടുക്കാൻ അവകാശമില്ലേ.” “നുണ

പറയുകയാണ് സർ, ഇവരെല്ലാം കൂടി എന്റെ മകളെ പ്രലോഭിപ്പിച്ച് തട്ടിക്കൊണ്ടുപോയതാണ്. എവിടേക്കാണ് കൊണ്ടുപോയതെന്നെങ്കിലും അവനെ കൊണ്ട് പറയിക്കൂ." "അതൊക്കെ സ്റ്റേഷനിൽ ചെന്നിട്ട് പറയിച്ചോളാം. കയറടാ വണ്ടിയില്." "എന്റെ ഒരു ചോദ്യത്തിന് മറുപടി കിട്ടിയാൽ എവിടേക്ക് വേണമെങ്കിലും വരാം. ഒരാളുടെ ഭാര്യ അയാളോടൊപ്പം പോകുന്നതിനെ ഏത് നിയമമാണ് എതിര് നിൽക്കുന്നത്." "ഭാര്യയോ? നുണ പറഞ്ഞാൽ കൊല്ലും നിന്നെ ഞാൻ." ആ വൃദ്ധൻ മുകുന്ദന് നേരെ തിരിഞ്ഞു. "നിന്നെ ഇന്ന് ഞാൻ കൊല്ലും... എല്ലാം ചെയ്തു വച്ചിട്ട്." മുകുന്ദൻ അക്ഷരാർത്ഥത്തിൽ ഞെട്ടിപ്പോയി. എസ്. ഐ അവന്റെ കൈയിൽ പിടിച്ചു. "ഞാൻ കള്ളം പറയുകയല്ല. സർ ഇത് നോക്കൂ..." ക്ഷേത്രത്തിൽ നിന്ന് കിട്ടിയ വിവാഹ സർട്ടിഫിക്കറ്റ് എടുത്ത് വന്ന് അവൻ അയാളുടെ കൈയിൽ കൊടുത്തു. വായിച്ചിട്ട് അത് തിരിച്ച് നൽകികൊണ്ട് എസ്.ഐ വൃദ്ധനോട് പറഞ്ഞു. "ഞങ്ങൾക്ക് ഇതിലൊന്നും ചെയ്യാൻ കഴിയില്ല. നിങ്ങളുടെ മകൾ രണ്ട് മാസം മുമ്പേ വിവാഹം കഴിച്ചിട്ട് നിങ്ങളറിഞ്ഞില്ലെന്ന് പറഞ്ഞാൽ എന്താണ് അതിനർത്ഥം?" നെഞ്ചത്ത് കൈ വച്ച് ആ വൃദ്ധൻ ഒരു മരത്തിന്റെ ചുവട്ടിലിരുന്നു. പൊലീസുകാർ പോയി. മുകുന്ദന് അയാളുടെ മുഖത്ത് നോക്കാനുള്ള ശക്തി ഉണ്ടായിരുന്നില്ല.. അവൻ നടന്ന് വന്ന് ഒരു കുന്നിന്റെ മുകളിലിരുന്നു. അൽപ്പം കഴിഞ്ഞപ്പോൾ ഒരു കൈ അവന്റെ തോളിൽ സ്പർശിച്ചു. അവൻ തിരിഞ്ഞ് നോക്കിയപ്പോൾ ആ വൃദ്ധനായിരുന്നു അത്. "അച്ഛൻ പോയില്ലായിരുന്നോ." "അച്ഛൻ! ആ വാക്കിന് എന്തർത്ഥം! ഞാൻ ഒരു റിട്ടേർഡ് വില്ലേജ് ഓഫീസ്സറാണ്. എന്റെ മക്കളെല്ലാം നല്ല നിലയിലാണ്. അവൾക്ക് താഴെ ഇനി ഒരു അനുജത്തി കൂടിയുണ്ട്. അവളുടെ ഭാവിയെന്താകും? എനിക്ക് ഒന്നും അറിയില്ല. ഇതുവരെ എന്റെ വീട്ടിലാരും ഇതുപോലെ നാണക്കേട് ഉണ്ടാക്കിയിട്ടില്ല. മുകുന്ദന് അതൊന്നും അപ്പോൾ മനസ്സിലാകുമായിരുന്നില്ല. "സത്യത്തിൽ നീയാണോ രാവിലെ ഫോൺ വിളിച്ചത്." "അതേ... വീടിനു മുന്നിൽ ഇടയ്ക്കിടയ്ക്ക് വണ്ടി വന്ന് പോകുന്നതു കണ്ടപ്പോൾ എനിക്കു സംശയം ഉണ്ടായിരുന്നു. ഞാൻ രാവിലെ മുതൽ ഒന്നും കഴിക്കാതെ ആ കസേരയിൽ തന്നെ ഇരിക്കുകയായിരുന്നു. എന്നാൽ കുറേ ദിവസം മുന്നേ മനുവിന്റെ അച്ഛൻ വിളിച്ചിരുന്നു. ഞാൻ എന്റെ വിഷമം പറഞ്ഞപ്പോൾ അവനോട് സംസാരിച്ചിട്ട് ഇന്നലെ വിളിക്കാമെന്നു പറഞ്ഞിട്ടുണ്ടായിരുന്നു. അതാണ് ഞാൻ അയാളാണെന്ന് വിചാരിച്ച് ആ ഫോൺ എടുക്കാൻ ഓടിവന്നത്. നീ എന്നെ ചതിക്കുകയായിരുന്നൂ..." "അവർ വിവാഹം കഴിച്ച വിവരം എല്ലാം കഴിഞ്ഞാണ് ആ വിഡ്ഢി എന്നോടു പറയുന്നത്. അല്ലെങ്കിൽ നിയമപരമായി തന്നെ അവളെ വിളിച്ചു കൊണ്ട് പോകാമായിരുന്നു." "അതിനു വേണ്ടി ആരെങ്കിലും ആ വീട്ടിൽ കയറിയിരുന്നെങ്കിൽ ആ കാല് ഞാൻ വെട്ടിയേനെ." മുകുന്ദൻ ഒന്നും മിണ്ടിയില്ല. "നോക്ക് നിന്റെ സഹോദരിക്കാണ് ഈ ഗതി വന്നതെങ്കിലോ. നീ

പറഞ്ഞാൽ അവൻ കേൾക്കില്ലേ. അവന് എത്ര പൈസ വേണമെങ്കിലും കൊടുക്കാം. അവളെ ഞങ്ങൾക്ക് വേണം. അധികം ആരും ഇതറിഞ്ഞിട്ടില്ല. നീ എന്നെ സഹായിക്കില്ലേ." "എനിക്ക് അതിൽ ഒന്നും ചെയ്യാനില്ല." അയാൾ മുകുന്ദന്റെ കാൽക്കൽ വീണ് കരഞ്ഞു. "അങ്ങനെ പറയരുത്. എന്നെ നിനക്ക് മാത്രമേ ഇനി സഹായിക്കാൻ കഴിയൂ. അവരെവിടെ യെന്നെങ്കിലും ഒന്ന് പറ. വിവാഹ സർട്ടിഫിക്കറ്റൊക്കെ എനിക്ക് ഒരു ഫോൺ കോൾ കൊണ്ട് പരിഹരിക്കാവുന്ന പ്രശ്നമേയുള്ളൂ. അവർ എവിടെയുണ്ട്. അത് മാത്രം നീ പറഞ്ഞാ മതി. നിനക്ക് എത്ര പൈസ വേണമെങ്കിലും ഞാൻ തരാം." "എനിക്കതൊന്നും അറിയില്ല. ദയവു ചെയ്ത് നിങ്ങളൊന്ന് പോകൂ." "എന്റെ മകന്റെ പ്രായമല്ലേ നിനക്ക്. നിന്റെ അച്ഛനാണ് ചോദിക്കുന്നതെന്ന് കാണരുതോ?" അയാൾ അവന്റെ തോളിൽ കൈ വച്ചു. ആ കൈ തട്ടിമാറ്റി മുകുന്ദൻ എഴുന്നേറ്റു നടന്നു. "ദ്രോഹീ... നീയൊന്നും ഒരിക്കലും ഗുണം പിടിക്കില്ല..." പിന്നെയും എന്തൊക്കെയോ പിറുപിറുക്കുന്നുണ്ടായിരുന്നു.

അന്നു രാത്രി മുകുന്ദൻ നന്നായി മദ്യപിച്ചതിനു ശേഷം കിടക്കുന്നതിനു മുമ്പ് ഒരു വെള്ളപേപ്പറിൽ ഇങ്ങനെ എഴുതി. 'ഒറ്റയടിപ്പാതകളിൽ നിന്നും കൈയിൽ കരുതിയ കുരുത്തം കെട്ട കല്ലുകൾ അങ്ങെത്തും വരെയും ഒരു തണലായി കൂടെ ഉണ്ടാവും. ഒറ്റയ്ക്ക് പോവുകയെന്നത് ഒരു കലഹ ത്തിനു ശേഷമുള്ള മറ്റൊരു കലഹമാണ്. ഓരോ നിമിഷവും ലഹരി നുരയ്ക്കുന്ന ഗ്ലാസുകളിൽ കൂട്ടിമുട്ടി മുടന്തി നടക്കുന്നത് ആ കലഹത്തിനു വേണ്ടിയും അതിന്റെ നിലനിൽപ്പിനു വേണ്ടിയും ആണ്. നിങ്ങൾ ചെയ്യു ന്നതുപോലെ ടിവി കണ്ട് സമയം കളയാനോ ചീട്ട് കളിച്ച് കളയാനോ വെറുതെ ഇരിക്കാനോ ആവാത്തതുകൊണ്ടാണ്. കലഹത്തിന്റെ ഗ്ലാസു കളെ മനസുമായി കൂട്ടിമുട്ടിക്കുന്നത്. വിഷമിക്കേണ്ടതില്ല. ഒരേ അരാജകത്വ ത്തിലേക്കു തന്നെ നമ്മെളെല്ലം ഒരുമിച്ചു മടങ്ങിയെത്തും. ഒട്ടുതാമസി ച്ചിട്ടാണെങ്കിലും നിങ്ങളും. അതുകൊണ്ട് ഇപ്പോൾ കല്ലെറിഞ്ഞ് കൈകൊട്ടി ചിരിക്കാൻ വരട്ടെ. കത്തിതുടങ്ങിയ ചുവടുകളാണ് ആദ്യം പൊള്ളിക്കാൻ തുടങ്ങിയത്. അത് നിങ്ങളുടെ അടുത്ത് എത്തിക്കഴിഞ്ഞു. ചുവന്ന നിറമുള്ള പൂക്കൾ പോലെ... ചുവന്ന നിറമുള്ള പൂക്കൾ പോലെ....'

ആരെയും അത്ഭുതപ്പെടുത്തുന്ന ആത്മബന്ധമായിരുന്നു മനുവും രശ്മിയും തമ്മിൽ. പ്രണയത്തിന്റെ ആവേശം മാത്രമായിരുന്നില്ല അവരുടെ ബന്ധം. തീർത്തും ജൈവികവും യാഥാർത്ഥ്യപൂർണവുമായ സൗഹൃദം. അതിന്റെ ആധികാരികത കേവലവൈകാരികതയ്ക്കപ്പുറം അവരുടെ ബന്ധത്തിനുണ്ടായിരുന്നു. മരണത്തിനുപിന്നിൽ പോലും അവർ പിരിയാ തിരുന്നത് അതുകൊണ്ടാണ്. സ്നേഹം കൊണ്ട് മാത്രം ജീവിക്കാൻ കഴിയാത്തത് കൊണ്ട് നാടകം മറന്ന് അവൻ പല സ്ഥലത്തും ജോലി അന്വേഷിച്ചു. മുകുന്ദനും മനുനായരും തമ്മിൽ പഠനകാലം മുതൽ തന്നെ ഒരു ദൃഢമായ സൗഹൃദം നിലനിന്നിരുന്നു. അവന്റെ വ്യാധഭാരതം എന്ന

നാടകത്തിൽ കർണ്ണന്റെ വേഷമായിരുന്നു മനുവിന്. മനുവിന്റെ വീട്ടുകാർക്ക് അവരെ കളയാൻ താൽപ്പര്യം ഉണ്ടായിരുന്നില്ല. രണ്ടു ദിവസം കഴിഞ്ഞപ്പോൾ അവർ അവന്റെ വീട്ടിലെത്തി. ജീവിതം തുടങ്ങിയപ്പോഴെ മുകുന്ദൻ പറഞ്ഞത് ശരിയാണെന്ന് അവന് തോന്നി. വിവാഹം കഴിഞ്ഞ് കാര്യങ്ങൾ അത്ര എളുപ്പമല്ല. മനു ഏത് ജോലിചെയ്യാനും തയ്യാറായി. പത്രത്തിൽ കണ്ട പല സ്ഥലത്തും അപേക്ഷകൾ അയച്ചു. എല്ലാ അപേക്ഷയോടൊപ്പവും ബാച്ചിലർ ഇൻ തിയറ്റർ ആർട്സ് എന്ന ഗതി കിട്ടാത്ത സർട്ടിഫിക്കറ്റും പിൻ ചെയ്തു വച്ചു. ഒരു ദിവസം സർട്ടിഫിക്കറ്റുകളും പെറുക്കി കൂട്ടി അവൻ എറണാകുളത്ത് ഒരു മാളിലേക്ക് യാത്ര തിരിച്ചു. അവിടെ സെയിൽസ്മാന്റെ പോസ്റ്റിന് അവൻ അപേക്ഷിച്ചിരുന്നു. മോഡേൺ കരിയറിസ്റ്റുകൾ സർട്ടിഫിക്കറ്റുകൾ 'വെരിഫൈ' ചെയ്തു. "ആഹാ... നാടകം പഠിച്ച ആളാണല്ലോ. അഭിനയം എങ്ങനെയാ പഠിപ്പിക്കുന്നത്? അവിടെ പഠിച്ചാൽ സിനിമയിലൊക്കെ അഭിനയിക്കൻ പറ്റുമോ? ഏതെങ്കിലും ട്രൂപ്പിൽ വർക്ക് ചെയ്യാൻ പാടില്ലായിരുന്നോ?. കരകുളം ചന്ദ്രൻ, വക്കം ഷക്കീർ, അഡ്വ. മണിലാൽ സതീഷ്, സംഘമിത്ര ഇവരെ ആരെയെങ്കിലും അറിയുമോ?" "ഞങ്ങൾ കൊമേഴ്സിയൽ നാടകാഭിനയമല്ല പഠിക്കുന്നത്. ശാസ്ത്രീയമായി അഭിനയം പരിശീലിക്കുന്നു. നിങ്ങൾ പറഞ്ഞ പേരുകൾ ഞാൻ കേട്ടിട്ടേ ഉള്ളൂ അവരെയൊന്നും അറിയില്ല." "അറിയില്ലേ അപ്പോൾ നിങ്ങളെ ആരാ അഭിനയം പഠിപ്പിച്ചത്? എസ്. രാമാനുജം, നരിപ്പറ്റ രാജു, വയലാവാസുദേവൻ പിള്ള.... ഇവരൊക്കെ ഏത് ട്രൂപ്പിലാ വർക്ക് ചെയ്യുന്നത്?" "ഞാനിവിടെ നാടകം അഭിനയിക്കാൻ വന്നതല്ല." മനുവിന് ഒടുവിൽ പറയാതിരിക്കാൻ ആയില്ല.

നിങ്ങൾക്ക് അഭിനയം അറിയാവുന്നതുകൊണ്ട് സെയിൽസ്മാനായി ജോലി ചെയ്യണമെന്നില്ല. അതിനേക്കാൾ ശമ്പളമുള്ള ഒരു ജോലി തരാം. അയാൾ ഇത് പറഞ്ഞിട്ട് വിരൽ പുറത്തേക്കു ചൂണ്ടി. കണ്ണാടിയിലൂടെ പുറത്തേക്കു നോക്കുമ്പോൾ അങ്ങു ദൂരെ ഒരു ബൊമ്മ. മനു ഞെട്ടിപ്പോയി. അതാവുമ്പോൾ നിങ്ങളുടെ ക്രിയേറ്റിവിറ്റി ഉപയോഗിക്കുകയും ചെയ്യാം. എന്തു പറയുന്നു? അവൻ പഠിച്ച അഭിനയ സിദ്ധാന്തങ്ങളെല്ലാം ഒരുമിച്ച് വന്നു പല്ല് കാട്ടി ചിരിക്കുന്നത് അവൻ തിരിച്ചറിഞ്ഞു. മേയർഹോൾഡും സ്റ്റാനിസ്ലാവ്സ്ക്കിയുമെല്ലാം വന്ന് നെഞ്ചത്ത് ആഞ്ഞടിക്കുന്നു. മനസ്സിലെവിടെയോ ജി. ശങ്കരപിള്ളയുടെ ദയനീയ മുഖം... ആംഗികം, വാചികം, ആഹാര്യം, സ്വാത്വികം ഒക്കെയും വന്ന് ക്യൂ നിൽക്കുന്നു. അവന്റെ മുന്നിൽ, പരിഹസിക്കാൻ. "എന്തു പറയുന്നു." "ഞാൻ തയ്യാറാണ്. മൂന്നു വർഷം അഭിനയം പഠിച്ചവന് കിട്ടാവുന്ന ഏറ്റവും നല്ല ജോലിയാണിത്. നന്ദി സർ..."

പക്ഷേ അവൻ ആ ജോലിക്ക് പോവണ്ടി വന്നില്ല. കുറേക്കാലം മുന്നേ എഴുതിയ ഒരു പി.എസ്.സി ലിസ്റ്റിൽനിന്നും ഹെൽത്ത് ഇൻസ്പെക്ടറായി അവനു ജോലി കിട്ടി. നാടകത്തിൽ അഭിനയിക്കാൻ വേണ്ടി മൂന്നുമാസം ലീവെടുത്ത് റിഹേഴ്സലിനെത്തി. അതിനിടയിലാണ് ഹൃദയസ്തംഭനം

ഒട്ടും വേദനിപ്പിക്കാതെ അവനെ വിളിച്ചുകൊണ്ടുപോയത്. അവൻ ഇത്തിരി വിഷമത്തിലായിരുന്നെന്ന് രഹസ്യമായി അറിയാനും കഴിഞ്ഞിരുന്നു. എപ്പോഴോ ഒരു ദുർബ്ബല നിമിഷത്തിൽ അവന്റെ അച്ഛൻ അവളോട് ലൈംഗികമായി ഇടപെട്ടു. അയാൾ വീണ്ടും അവളെ അതിനു നിർബ്ബന്ധിച്ചു കൊണ്ടിരുന്നു. കുറെക്കാലം അവൾ ഇത് മനുവിൽ നിന്നും മറച്ച് വച്ചു. സഹിക്കാൻ കഴിയാതെ ആയപ്പോൾ അവനോട് പറഞ്ഞു. അവൻ എറ്റവും കൂടുതൽ സ്നേഹിക്കുകയും ബഹുമാനിക്കുകയും ചെയ്തിരുന്നത് അച്ഛനെയായിരുന്നു. ഒരുപക്ഷേ, ആ വേദന അവനെ തകർത്തു എന്ന് തന്നെ പറയാം. അവൻ അവളെ അവന്റെ അടുത്തേക്കുതന്നെ കൊണ്ട് വന്ന് താമസിപ്പിച്ചിട്ട് കുറച്ചേ ആയിരുന്നുള്ളൂ.

ഇപ്പോൾ അവളും! അവൻ മരിച്ച് ഒരാഴ്ച കാത്തിരുന്നു. അനുയോജ്യമായ സമയത്ത് ജീവൻ അവസാനിപ്പിച്ചു. മുകുന്ദൻ രണ്ട് പേരെയും ഒരു ചിതയിൽ അടക്കി. ആത്മാവിന്റെ ചൂടിൽ സ്നേഹത്തിന്റെ സൗഹൃദത്തിന്റെയും നെരിപ്പോടിൽ ആ അസ്ഥികൾ ഉരുകി. ആംഗികവും സ്വാത്വികവും വാചികവും ഒടുവിൽ ആഹാര്യവും വന്ന് വേറെ വേറെ രഥത്തിലേറി ആകാശത്തിലേക്കു യാത്ര ചെയ്യുന്നത് അവൻ കണ്ടു.

ആംഗികം ഭുവനം യസ്യാ.. വാചികം സർവ്വവാങ്മയം... ആഹാര്യം ചന്ദ്രാതരാദി.... ത്വം നമ: സ്വാത്വികം ശിവം.......

ഒരു കർക്കിടകമഴയുടെ കുളിരിൽ എലി പൂച്ചയെ കുളത്തൂർ ഗ്രാമത്തിന്റെ ഹൃദയഭാഗത്തേക്ക് കൊണ്ടുപോയി. അവിടെയാണ് ശശിമേശിരിയുടെയും അപ്പുവണ്ണന്റെയും വിജയണ്ണന്റെയും കുമ്മായം തേച്ച് ഓടിട്ട പഴയ കട മുറികൾ. തലയ്ക്കു മുകളിൽ ഒരു വേഴാമ്പൽ കാത്തിരിക്കുന്നതുപോലെ കണ്ണിനുള്ളിൽ ഒരു മഴ പെയ്തു തുടങ്ങിയിരുന്നു. ചെറു...തറു... ചെറുതറു......ചെ.....റു.... തറു..... ചെറുതറൂ.. അങ്ങനെ ചെവിയുടെ ഓരം ചേർന്ന് അരികത്ത് ടാർപോളിൻ ഷീറ്റിലേക്ക് പെയ്തിറങ്ങുന്ന മഴയുടെ നീർവീഴലുകൾ നോക്കി ഇത്തിരി നേരം മേശിരി ഇരുന്നു. പിന്നീട് തയ്യൽ മെഷീനിലെ കാലുകൾ ചലിക്കാൻ തുടങ്ങി. പഴയ മൂന്നുമുറി കടയുടെ മുന്നിൽ പരന്ന് കിടക്കുന്ന വയൽനിരകളിലേക്കു കണ്ണോടിച്ച് അപ്പുവണ്ണനും മേശിരിയും വിജയണ്ണനും അവരവരുടെ മുറിയിലേക്കു തന്നെ തിരികെ എത്തും. മേശിരിയെ സംബന്ധിച്ചിടത്തോളം കാഴ്ചയുടെ ഈ മടക്കയാത്രകൾ വെള്ളത്തിൽ പൊങ്ങി കിടക്കുന്ന ചില ഓർമ്മകളിലേക്കുള്ള വഴികളാണ്. നിശബ്ദമായ ഒരു സംഗീതത്തിന്റെ ആർജവത്തിന് കുടിയൊഴിപ്പിക്കുന്നവരുടെ ആരവം പോലെയോ തലമുറകളുടെ സ്വാതന്ത്ര്യപ്രഖ്യാപനങ്ങൾ വല്ലപ്പോഴുംമാത്രം ഉണ്ടാവുകയും ചില നിമിഷങ്ങളിൽ മാത്രം ജീവിച്ചിരിക്കുകയും ചെയ്യുന്നതു പോലെയോ ആയ ഒരു മടക്കയാത്ര. മടിയുടെ മാറിടത്തിലേക്ക് ഒരു ഉൾവലിയൽ. ചരിത്രത്തിന്റെ അനിവാര്യത പോലെ അത് നിസ്സംശയം സംഭവിച്ചു കൊണ്ടിരിക്കുന്നു. അത്രയ്ക്ക് രാഷ്ട്രീയപ്രാധാന്യമുള്ള ഒരു സ്ഥലമായിരുന്നു

അപ്പുവണ്ണന്റെ മൂന്നുമുറികടയുടെ മുന്നിലുള്ള ജംഗ്ഷൻ. അപ്പുവണ്ണന്റെ പലചരക്ക് കടയുടെ തൊട്ടടുത്ത് മേശിരിയുടെ തയ്യൽ കടയും മൂന്നാമതായി പടേ... പടേന്ന് ഏതാണ്ട് ആഞ്ഞടിക്കുന്നത് പോലെയുള്ള ശബ്ദവും കേൾക്കുന്ന മുറി, വിജയണ്ണന്റെ സൈക്കിൾ റിപ്പയർ കേന്ദ്രവും അതാണെന്ന് മാത്രമല്ല, മൂന്നുംകൂടി സംഭവിക്കുന്നതിന്റെ മുന്നിൽ ഒത്തിരിപേർ കുത്തിയിരിക്കാൻ എത്തുകയും ഒബാമ മുതൽ പിണറായി വിജയൻ വരെ അവിടെ ചർച്ച ചെയ്യപ്പെടുകയും ചെയ്യുന്നു. മദ്യം അകത്ത് ചെന്നതിന്റെ വിടുവായത്തവും വെല്ലുവിളിയും തെറിവിളിയും മദ്യത്തിന്റെ രുചിയറിഞ്ഞിട്ടില്ലാത്ത അപ്പുവണ്ണൻ സഹിക്കാൻ തുടങ്ങിയിട്ട് കാലം കുറെ ആയി. ഒക്കെ നമ്മടെ പിള്ളേരല്ലേ... എന്താ പറയുക എന്ന വാക്കിൽ കൊരുത്തിട്ട ഒരു രാഷ്ട്രീയം ഒരുപക്ഷേ കമ്യൂണിസ്റ്റ് പാർട്ടി ഓഫ് മാർക്സിസ്റ്റിന്റെ സംസ്ഥാന സെക്രട്ടറിക്ക് പോലും ഇല്ലാത്ത കാലത്തും അപ്പുവണ്ണൻ ഇതു തന്നെ തുടരുന്നു.

നീർവീഴ്ചയിലുണ്ടായ ഒരു പനിപോലെ തുമ്മി തീരാനാവാത്ത ഓർമ്മകളിലാണ മേശിരിയെപ്പോഴും. നൂലുകൾ വസ്ത്രങ്ങളിലൂടെ സഞ്ചരിച്ച് വെട്ടിയെടുത്ത തുണി കൂട്ടികെട്ടപ്പെടുമ്പോൾ, പലപ്പോഴും ആ യാന്ത്രികത മറികടക്കപ്പെടുന്നത് ഉച്ചവെയിൽപോലെ പൊള്ളുന്ന ഓർമ്മകൾ കൊണ്ടാണ്. പുറംച്ചുറ്റിക്കാവിൽ നിന്നും കേൾക്കുന്ന സർപ്പംപാട്ടിലെ പാമ്പുകൾ തലച്ചോറിലൂടെ ഇഴഞ്ഞ് മേശിരിയുടെ ഓർമ്മകളെ കലക്കി മറിക്കുന്നു. ജീവിതത്തിന്റെ നല്ലൊരു ഭാഗം തയ്ച്ചും ഇരുന്നും തീർക്കുമ്പോൾ മനസ് നിയന്ത്രണങ്ങളേതുമില്ലാതെ സഞ്ചരിച്ചുകൊണ്ടിരിക്കുന്നു. തയ്യൽക്കാരനായി തീർന്നതിന്റെ പിന്നിലെ കഥകളിലേക്ക് മേശിരി അറിയാതെ പൂച്ചയും എലിയും കയറിപ്പോയി. ഒരു നീണ്ടകാലം പ്രവാസത്തിന് നീക്കിവച്ച ചെറിയ കുട്ടി കുടുംബത്തിന്റെ മുഴുവൻ തണലായി മാറിയതിന്റെ അനുഭവം. ആ യാത്രകൾ അടരുകൾ പോലെ ഇന്നും മേശിരിയുടെ തൊട്ടുപിറകെയുണ്ട്. ഒരുപക്ഷേ ഇന്നിന് അന്യമായ അത്തരം ധാർമ്മികതകളിൽ നിന്നും ഒട്ടൊരു അമ്പരപ്പോടെ ഇടയ്ക്ക് പുറകിലേക്കു നോക്കുന്നു മേശിരി. മരണം വന്നാലും ജനനം വന്നാലും സഹായത്തിന് തയ്യാറായി അപ്പുവണ്ണൻ എപ്പോഴും കൂടെയുണ്ട്. ചരിത്രത്തിന്റെ പോരാട്ടങ്ങൾ മടിക്കെട്ടിൽ ഒതുക്കി ഒരു കൂട്ടം മനുഷ്യർ ചുവന്ന കൊടിയും കൊടിയിലെ അരിവാൾ ചുറ്റിക നക്ഷത്രത്തെയും പേറി ജാഥയ്ക്ക് പോകുന്നു. മുന്നിൽ കയറി എലിയും പൂച്ചയും മുദ്രാവാക്യം വിളിക്കുന്നു. ഇ.എം.എസ് നായനാര്, ജ്യോതിബസു സിന്ദാബാദ്....' സി.പി.എം സിന്ദാബാദ്. കെ.പി.എ.സിയുടെ വാഹനത്തിൽ എത്തി മധുസൂദനൻനായർ എന്ന മാടമ്പിയെ വെട്ടിക്കൊന്ന കോടാകുളങ്ങരയെ വെറുതെ വിടാൻ ആവശ്യപ്പെടുന്ന മുദ്രാവാക്യങ്ങൾ മുഴങ്ങി കേൾക്കുന്നു. മണിക്കൂർ സൂചിയും മിനിട്ട്സൂചിയും നിന്നു പോയിട്ടും കറങ്ങികൊണ്ടിരുന്ന ക്ലോക്കിലെ സെക്കന്റ് സൂചിക്കകമ്പടിയായി ഒരു എഫ്.എം. റേഡിയോ ശബ്ദിച്ചുകൊണ്ടിരിക്കുന്നു വിജയണ്ണന്റെ മനസിൽ.

ഇരുപത്തിയാറ്

എഴുതാനല്ലാതെ മറ്റൊന്നിനും ആവാത്ത രാത്രികൾ

അവൾ ജനലിലൂടെ പുറത്തേക്കു നോക്കിയപ്പോൾ മഞ്ഞ വെളിച്ചം വിതറി നിൽക്കുന്ന ഇലക്ട്രിക് പോസ്റ്റ് കാണാമായിരുന്നു. ചുറ്റും പാറിനടക്കുന്ന ഇയ്യാംപാറ്റകളുടെ ചിറകുകൾ വായിച്ചുകൊണ്ടിരുന്ന പുസ്തകതാളുകളിലേക്ക് കൊഴിഞ്ഞുവീഴാൻ തുടങ്ങി.

റോഷ്നേരയ്ക്ക് കിട്ടിയ ആദ്യത്തെ ആൺസുഹൃത്തായിരുന്നു കേശുവെന്ന് അവൾ സ്നേഹത്തോടെ വിളിക്കുന്ന അവളുടെ മുത്തച്ഛൻ. വാർദ്ധക്യത്തിന്റെ ഏകാന്തതയും ബാല്യത്തിലെ ഒറ്റപ്പെടലും അവർ പരസ്പരം പങ്ക് വച്ചു. അമ്മയും അച്ഛനും ജോലിക്ക് പോവുന്നതുകൊണ്ട് തന്നെ അവൾക്ക് തന്റെ വിശേഷങ്ങൾ പറയാൻ ആകെയുണ്ടായിരുന്നത് കേശുവാണ്. ഉറക്കെ സംസാരിച്ചാൽ മാത്രം കേൾക്കാൻ കഴിയുന്ന കേശുവിനോട് തന്റെ ഭാഷയിൽ തന്റെ ലോകത്തിൽനിന്നുകൊണ്ട് ലിറ്റിൽ റോഷ്നേര സംസാരിച്ചു. ഇടയ്ക്ക് കേശു ഓരോന്ന് ചോദിക്കും. അവൾ അതിനു ഉത്തരം കൊടുത്തുകൊണ്ടോ അല്ലാതെയോ സംസാരിച്ചുകൊണ്ടിരിക്കും. തൊടിയിലെ ഗ്രാമ്പൂ മരത്തിന്റെ താഴെനിന്ന് പൊഴിഞ്ഞുവീണ ഗ്രാമ്പൂ പെറുക്കുവാനും കിളിമരത്തിന്റെ ചില്ലയിൽ വലിഞ്ഞ് കയറി മുല്ലമൊട്ട് പറിച്ചിടുമ്പോൾ അത് പെറുക്കി കൂട്ടുവാനും കേശു അവളോടൊപ്പം കൂടിയിരുന്നു. അയാളുടെ മരുന്നുകളുടെ എണ്ണവും സമയവും അവൾക്കും അവളുടെ കുഞ്ഞുമനസ്സിലെ ആവശ്യങ്ങൾ അയാൾക്കും മനഃപാഠമായിരുന്നു. അഞ്ചാം വയസ്സുമുതൽ അവൾക്ക് ഒറ്റയ്ക്ക് ഒരു മുറിയിൽ കിടക്കാൻ ധൈര്യം നൽകിയത് കേശു കിടക്കുന്നതും ഒറ്റയ്ക്കാണല്ലോയെന്ന ചിന്തയായിരുന്നു. തന്റെ വിരസമായ ഓരോ പകലും അയാൾ തള്ളിനീക്കിയത് വൈകുന്നേരങ്ങളിൽ സ്കൂൾവിട്ട് തന്റെ കൈയിലെ മിഠായി വാങ്ങാൻ ഓടി എത്തുന്ന അവളുടെ മുഖം ഓർത്തായിരുന്നു. അച്ഛന്റെ അരാജകത്വത്തിന്റെയും മദ്യത്തിന്റെയും ലോകത്തെ അവൾ വെറുക്കാതെ പോയത് കേശുവിന്റെ സാമിപ്യം കൊണ്ടായിരുന്നു

എന്നത് വളർന്നപ്പോൾ അവൾ തിരിച്ചറിഞ്ഞു. ഒരച്ഛന് മകളോടുള്ള അധികാരം ഒഴിച്ച് ബാക്കിയെല്ലാം കേശു അവൾക്ക് നൽകിയിരുന്നു. അവളുടെ സ്വതന്ത്രമായ ചലനങ്ങൾക്ക് തടയിടാതെ അവളുടെ ലോകത്ത് അയാൾ നിശ്ശബ്ദം അവളുടെ തോളുചേർന്ന് നിന്നു. ഒടുവിൽ കാലത്തിന്റെ അനിവാര്യതയിൽ നീണ്ട നിശ്ശബ്ദതയിലേക്ക് അയാൾ നടന്ന് നീങ്ങിയപ്പോൾ അവൾ തിരിച്ചറിഞ്ഞു, തനിക്ക് തന്റെ അച്ഛൻ എന്താകാതെ പോയോ അതായിരുന്നു കേശുവെന്ന്.

മുന്തിരിക്കുലയുടെ നിറമുള്ള കാലുകൾ പനിനീർപൂവുകളിലൂടെ മാത്രമേ നടക്കുകയുള്ളൂ. ഈണം മറന്ന തംബുരുവിൽ കൂടി പരുപരുത്ത കൈകൾ സഞ്ചരിക്കുമ്പോൾ മധുരമുള്ള സംഗീതത്തിന്റെ ചുവട്ടിൽ നീലനിറമുള്ള പൂക്കൾ വിരിയും. കിനാവുകൾ കാൽ തെറ്റിവീഴുന്ന സന്ധ്യയിൽ സ്വകാര്യം പറയാൻ കൊതിച്ച രണ്ട് നക്ഷത്രങ്ങൾ അടിതെറ്റി ഓലപ്പുരയുടെ മുകളിലേക്കു വീണു. ശബ്ദം കേട്ട് ഉറക്കമുണർന്ന കുട്ടി കൈവെള്ളയിലെ മൊട്ടവലിപ്പത്തിൽ നക്ഷത്രവെളിച്ചം കണ്ടു. തന്നെ ഉണർത്താൻ വന്ന കുറുക്കന്റെ കണ്ണുകളാണ് അതെന്ന് അവളോട് അമ്മ പറഞ്ഞു. നക്ഷത്രങ്ങൾ എത്ര അടുത്താണ് നമ്മുടെ മുന്നിൽ നിൽക്കുന്നത്. കേശു ഒരിക്കൽ ഒരു നക്ഷത്രത്തെ പിടിച്ച് റോഷ്നേരയുടെ കൈവെള്ളയിൽ വച്ചു കൊടുത്തു. അവൾ കൈകൾ മുറുക്കി പിടിച്ചു. വിരലുകൾക്കിടയിലൂടെ വെളിച്ചം പുറത്തേക്കു ചാടി. ഒടുവിലൊരു വലിയ കുഴിയുണ്ടാക്കി നക്ഷത്രത്തെ അവൾ അതിലിട്ടടച്ചു. ഏതോ വെളുത്ത ഒരു രാത്രിയിൽ അടികൊണ്ട് കാഴ്ച്ച നഷ്ടപ്പെട്ട ഒറ്റക്കണ്ണൻ വാവച്ചി അവളറിയാതെ കുഴിച്ചിട്ട നക്ഷത്രത്തെ കടലിലെറിഞ്ഞു. ഉപ്പുവെള്ളത്തിൽ കുതിർന്നു പോയ നക്ഷത്രത്തെ അധികം നീളമില്ലാത്ത ഒരു കടൽപാമ്പ് വിഴുങ്ങി. തിരകൾ തറയിലേക്കു അടിച്ചു കയറ്റിയ പാമ്പിന്റെ മുട്ടയിൽ നിന്നും പുറത്തേക്കു വെളിച്ചം വരുന്നത് നാട്ടുകാർ കണ്ടു. ആവേശം മൂത്ത ഏതോ ഒരു കുട്ടി മുട്ടയടിച്ച് പൊട്ടിച്ചപ്പോൾ അതിൽ നിന്നും കുറേയധികം മിന്നാമിനുങ്ങുകൾ പറന്നുയർന്നു. ഒക്കെയും നക്ഷത്രക്കുഞ്ഞുങ്ങളായി ആകാശത്തിലേക്കു പോയി. അവിടെ തിളക്കമാർന്ന കണ്ണുകളോടെ സ്ഥിരതാമസമാക്കി. അതിനു ശേഷം റോഷ്നേര നക്ഷത്രക്കുഞ്ഞുങ്ങളെ നോക്കി നിലാവുള്ള രാത്രിയിൽ മുറ്റത്തെ പുൽപരപ്പിൽ മലർന്നു കിടക്കാൻ ശീലിച്ചു. ഒരു ദിവസം അർദ്ധരാത്രിയിൽ നക്ഷത്രത്തെ കാണാൻ പോയ റോഷ്നേരയെ അമ്മ വഴക്കു പറഞ്ഞു. "അസത്തിന് നേരവും കാലവും സ്ഥലവും ഒന്നും ഒരു പ്രശ്നമല്ല... ഒരു പെൺകുട്ടിയാ നീയെന്ന് ഓർമ്മ വേണം." അമ്മ പോയിക്കഴിഞ്ഞപ്പോൾ അവൾ ഡ്രസ്സുകൾ മുഴുവൻ ഊരിക്കളഞ്ഞ് പുൽപരപ്പിൽ ആകാശത്തെ നക്ഷത്രങ്ങളൊടൊപ്പം നീന്തിക്കളിച്ചു. അമ്മയുടെ കൂർക്കംവലികൾക്കിടയിൽ എപ്പോഴോ മടങ്ങിവന്ന് അമ്മയെ കെട്ടിപിടിച്ചു കിടന്നു. അവളുടെ ശരീരം മുഴുവനും നക്ഷത്രക്കുഞ്ഞുങ്ങളായിരുന്നു.

കേശു പോയതിനു ശേഷം ഒരു ചെമ്പകത്തെ അവൾ വീട്ടിൽ കൊണ്ടു വന്നു നട്ടു. പുറത്ത് പറമ്പിൽ കിളയ്ക്കാൻ വന്ന ആരോ പറഞ്ഞു. “മോളേ ആ മരം ആരും വീടിനോട് ചേർന്ന പറമ്പിൽ നടില്ല. മരിച്ചവരുടെ അത്മാവ് അതിലുണ്ട്.” കേശു ആ മരത്തിൽ ഉണ്ടാവുമോ?

അവൾക്ക് വളരെയധികം സന്തോഷം തോന്നി. പുറത്ത് കാവിൽ നിൽക്കുന്ന വെള്ളയും ഇളം മഞ്ഞയും കലർന്ന ചെമ്പകപ്പൂക്കളെ അവൾ വളരെയധികം ഇഷ്ടപ്പെട്ടിരുന്നു. പിന്നീടവൾ തന്റെ വഴികൾ തേടി യാത്രയായപ്പോൾ ആ മരം വളർന്നുകൊണ്ടിരുന്നു.

പാദങ്ങൾ ഒന്നുമില്ലെങ്കിലും ഒരു പന്ത് ആ മൈതാനത്തിൽ എപ്പോൾ വേണമെങ്കിലും ഉരുളാനുള്ള സാധ്യതകളുമായി കാലുകൾ നിലത്ത് വയ്ക്കാനാവാതെ കിടന്നു. അങ്ങനെ നോക്കി നിന്നപ്പോൾ അസന്ദിഗ്ദ്ധ മായ കുറേ ഉരുൾച്ചകൾ പന്തിനുള്ളിൽ അവൾ കണ്ടു. ഒരുപക്ഷേ ലൈസൻസില്ലാത്തവന് ഇൻഷുറൻസ് ഇല്ലാത്ത വണ്ടി പോലെ. പതിയെ ചിലച്ചു കൊണ്ട് ഒരു കറുത്തിരുണ്ട പക്ഷി ആ പന്തിനു മുകളിൽ വന്നി രുന്നു. ഉരുളുംതോറും കാലുയർത്തി പൊന്തി അത് വീണ്ടും പന്തിലേക്ക് തന്നെ ഇരുന്നു. പന്തിന്റെ ഉരുൾച്ച ബാക്കിയാക്കി, കിളി പറന്നുയരുന്നത് വരെയും ഇരുളാനാവാതെ ഒരു പകൽ മിഴിച്ചു നിന്നു. ഒടുവിൽ കറുത്ത ചിത്രങ്ങൾ ബാക്കിയാക്കി വെയിൽ രാത്രിയിൽ അലിഞ്ഞു ചേർന്നു. ഇനിയും നിലച്ചിട്ടില്ലാത്ത എന്റെ ഹൃദയം ഒരു നിമിഷത്തേക്കെങ്കിലും ഒരു ഇണയെ തേടി ഇരുട്ടിന്റെ ഇടവഴിയിൽ നടക്കാനിറങ്ങി. നിന്റെ ഓർമകൾ ബാക്കിയാക്കി കാൻസർ വാർഡിൽ നിന്നും ഞാൻ പുറത്തേക്കിറങ്ങി. എന്നോടൊപ്പം എലിയും പൂച്ചയും ഉണ്ടായിരുന്നു. എലി പൂച്ചയെ റോഷ്നേരയുടെ സുഹൃത്ത് മരിച്ചുപോയ ധന്യയുടെ അടുത്തേക്ക് കൊണ്ടു പോയി.

മരിച്ചതിനു ശേഷം ഒരെഴുത്തെഴുതൽ അത്രത്തോളം അസാധാരണ മല്ലായെന്നും ജീവിതത്തിനും മരണത്തിനും ഇടയിൽ അതിനൊരിട മുണ്ടെന്നും ഞാൻ നിങ്ങളോട് പറഞ്ഞ് തുടങ്ങുകയാണ്. ജീവിതത്തെപ്പറ്റി സംസാരിച്ച് തുടങ്ങി ഒടുവിൽ മരണത്തിലേക്ക് എത്തിച്ചേർന്ന കാക്കാത്തി യുടെ നാവിന്റെ പിഴപോലെ വേണമെങ്കിൽ നിസ്സാരമായി നിങ്ങൾക്കിത് ഒന്നു കണ്ണോടിച്ച് തീർക്കാം. പക്ഷേ, തീയുടെ അരികിൽ എത്തിയ ഒരു കട്ടുറുമ്പ് ചൂടിൽ നിന്നും ഓടി രക്ഷപ്പെടുന്നതുപോലെ എനിക്ക് ഈ വരികളിൽ നിന്നും രക്ഷപ്പെടാൻ ആവില്ല. ജീവിച്ചിരിക്കുകയെന്നത് ഒഴിച്ച് മറ്റെന്തും എളുപ്പമായിതീർന്ന എന്റെ മരണത്തിനു മുമ്പുള്ള ഈ നിമിഷ ങ്ങൾ. ശവസംസ്ക്കാരത്തിന്റേതു പോലെയോ അസ്ഥി പുഴയിലൊഴുക്കു ന്നതു പോലെയോ ആത്മാർത്ഥതയും യാന്ത്രികതയും ഒന്നിനുമുകളിൽ ഒന്നായി അടരുകൾ തീർത്ത യാഥാർത്ഥ്യങ്ങളെ എനിക്ക് പെട്ടെന്ന് അഭിനയിച്ച് തീർക്കാനാവുമായിരുന്നില്ല. തൊണ്ടയിൽ മരണം വന്ന്

കാത്തു നിൽക്കെ, എനിക്കു മുന്നേ നഷ്ടപ്പെട്ടു പോയ ശ്വാസനാളത്തിന്റെ ശൂന്യതയിൽ ഒന്നു കരയാനോ നിലവിളിക്കാനോ ആവാതെ ഞാൻ വേഗം പൊട്ടിത്തെറിച്ച് അവസാനിക്കുകയായിരുന്നു. മരിക്കുന്നതിനു മുമ്പ് ഒരു മാവിൻ തൈ തനിക്ക് സമ്മാനമായി തന്ന ഒരു അലിയാർകുഞ്ഞിനെപറ്റി കാൻസർ വാർഡിന്റെ മണമുള്ള ഡോ. നാരായണൻകുട്ടിവാര്യർ എന്നോട് പറഞ്ഞു. അയാളുടെ കറുത്ത കട്ടിഫ്രെയിമുള്ള കണ്ണാടിയിൽ അലിയാരു കുഞ്ഞ് നട്ട ചെറിയ മാവിൻ തൈ ഞാൻ കണ്ടു. ഡോക്ടർ പുറത്തേക്കു നോക്കിയപ്പോൾ ഒരാൾപൊക്കം വളർന്ന് ഒരു ചെറിയ വട്ടം തണലായി ദൂരെ നിൽക്കുന്നു, ആ മാവിൻ തൈ. ആ മാവിൻ കൊമ്പിലിരുന്ന് അലിയാർ കുഞ്ഞ് ഇപ്പോഴും തന്നോട് സംസാരിക്കാറുണ്ടെന്ന് ഡോക്ടർ പറഞ്ഞു തീർന്നതും ഞാൻ ജനലിലൂടെ വേഗം പുറത്തേക്കു നോക്കി. അവിടെ മാവിന്റെ സ്ഥാനത്ത് തലകീഴായി ഒരു മനുഷ്യൻ പ്രത്യക്ഷപ്പെടുന്നതും ആകാശത്ത് തീ പാറിച്ചുകൊണ്ട് ഒരു ഇടിമുഴക്കം കേൾക്കുന്നതും ഒരു മഴ മണ്ണിൽ നിന്നും ആകാശത്തിലേക്കു പെയ്തു തുടങ്ങുന്നതും അന്ന് തിരിച്ചറിഞ്ഞു. മരിച്ചവരെ കുറിച്ച് കുറച്ചു സംസാരിക്കുകയും ജീവിച്ചി രിക്കുന്നവരെ കുറിച്ച് കൂടുതൽ സംസാരിക്കുകയും ചെയ്യുന്ന വാര്യർ ഡോക്ടറുടെ റൂമിൽ നിന്നും ഞാൻ പുറത്തേക്കിറങ്ങി. ഒരുപക്ഷേ തന്നെ കുറിച്ച് കൂടുതലോ കുറവോ എങ്ങനെയാവും സംസാരിക്കേണ്ടി വരിക യെന്ന ആശങ്കയേയും അതിനെ പിൻപറ്റിയെത്തിയ വേദനയേയും പറിച്ചെടുത്ത് ഞാൻ എന്നെ സർജറിക്ക് വിധേയനാക്കിയ ഡോക്ടർ ദിലീപ് ദാമോദറിന്റെ അടുത്തെത്തി. നീണ്ട അഞ്ച് മണിക്കൂർ അനസ്തേഷ്യയുടെ മയക്കത്തിൽ ഞാൻ നീണ്ട് നിവർന്നു കിടക്കുമ്പോൾ അദ്ദേഹം പഴകി ദ്രവിച്ചു തീരാറായ എന്റെ തൊണ്ട തുറന്നു നോക്കി. അദ്ദേഹത്തിന്റെ കൈകൾ വിറയ്ക്കുന്നത് എനിക്കു നന്നായി കാണാമായിരുന്നു. ഈ തൊണ്ടയിൽ എന്താണ് ബാക്കി വയ്ക്കാനുള്ളതെന്ന് തിരിച്ചറിയാൻ കഴിയാതെ അന്നനാളവും ശ്വാസനാളവും വോക്കൽ കോഡും തൈറോ യിഡും പാരാതൈറോഡുമെല്ലാം മുറിച്ച് മാറ്റിയ ശേഷം കുറച്ചെങ്കിലും ബാക്കിവയ്ക്കാവുന്നത് മാത്രം അവിടെ ഇരുത്തി അന്നനാളത്തിന്റെ സ്ഥലത്ത് ഒരു കൃത്രിമ കുഴൽ വച്ച് വേഗം തുന്നികെട്ടി. സെക്കന്റ് ഗ്രോത്ത് വളരെ പെട്ടെന്ന് തന്നെ പ്രതീക്ഷിക്കാമെന്ന് ഒരുപക്ഷേ തകരുന്ന വേദനയോടെ അദ്ദേഹത്തെപ്പോലെ ഞാനും തിരിച്ചറിഞ്ഞു. ശ്വാസം മുടങ്ങാതിരിക്കാൻ കഴുത്തിനു തൊട്ട് താഴെ ഒരു ദ്വാരവും ഇട്ടു. മൂക്കിലൂടെ ശ്വസിക്കാനാവാതെ വായിലൂടെ രുചിക്കാനാവാതെ ശൂന്യമായ ഈ തൊണ്ടയിലേക്ക് ഞാൻ മടങ്ങിയെത്തിയപ്പോൾ നീരു വച്ച് വീങ്ങിയ തൊണ്ടയിൽ അറിയാതെ എന്റെ കൈകൾ സ്പർശിച്ച് പോയി. ഒരു കരിമ്പാറ പോലെ, ഒരു കോൺക്രീറ്റ് തൂണുപോലെ എന്റെ തലയ്ക്കും ശരീരത്തിനും ഇടയ്ക്ക് അത് നിലകൊണ്ടു. വളരെ കുറച്ചു കാലമേ ഞാൻ ജീവിച്ചുള്ളൂ. മരുന്നു മണം മാറാത്ത ശരീരങ്ങളുടെ മുന്നിൽ വികാരങ്ങളെ

എത് ചെപ്പിനുള്ളിലൊളിപ്പിച്ചാണ് ദിലീപ് ഡോക്ടർ നിൽക്കുന്നത്. അത്ര യാന്ത്രികമായി ചെയ്തു തീർക്കാവുന്നത്ര നിസ്സാരതയല്ലല്ലോ ഒരു മനുഷ്യ ശരീരം. നമ്മുടെ അനുമാനങ്ങളിൽ നിൽക്കാത്ത രക്തക്കുഴലുകളുടെ നീരൊഴുക്കിനെ കണ്ട് ഒന്നും ചെയ്യാനാവാതെ പഠിച്ച പുസ്തകങ്ങളെ ശപിച്ച് തലയിൽ കൈവച്ച് നിന്നിട്ടുണ്ടാവില്ലേ? ശരീരത്തിനുള്ളിലെ ജീവന്റെ തുടിപ്പ് അനുനിമിഷം കുറഞ്ഞു വരുന്നത് ഒരുപക്ഷേ മറ്റെന്തിനെ ക്കാളും ഹൃദയം കൊണ്ട് അറിയുന്നുണ്ടാവില്ലേ? പക്ഷേ, എല്ലാം മറച്ചും മൂക്കും വായയും മൂടിയും ഉയർന്ന് പൊന്തി നിന്ന ഒരു പനമരം കടപുഴകി വീഴുന്നതു പോലെ പറന്നുയർന്ന ഒരു പക്ഷി ചിറക് തളർന്നു കിതയ്ക്കുന്ന പോലെ ഇടിമിന്നലുകൾക്ക് ഹൃദയത്തെ തകർക്കാനാവില്ലെന്ന സത്യം പതിയെ മനസ്സിലാക്കുന്നത് പോലെ കട്ടിയുള്ള തൊണ്ടും ചകിരിയും ചിരട്ടയും കടന്നാൽ മാത്രം കിട്ടുന്ന ഇളനീർ പോലെ ഏത് ശാസ്ത്ര പുസ്തകത്തിനു പിന്നിലാണ് നമുക്ക് ഒളിപ്പിച്ചു വയ്ക്കാൻ കഴിയുന്നത്? മരിച്ചു ജീവിക്കുന്ന മനുഷ്യരുടെ വെളുത്ത നിഴലുകൾ, ഏത് ഇരുട്ടിനും മായ്ക്കാനാവാത്ത പ്രകാശം ഇതൊക്കെയും എവിടെയാണ് ഒന്ന് ഒളിപ്പിച്ചു വയ്ക്കുക?

വ്രണിതമായ ആ കണ്ഠത്തിൽ നീണ്ടകാലത്തെ റേഡിയേഷനും ശേഷം വേദന ഏറുകയായിരുന്നു. സത്യത്തിൽ സുഖമായി മരിക്കാനുള്ള അവകാശം, മൂന്നുമാസത്തേക്ക് ജീവിതം നീട്ടിക്കിട്ടിയപ്പോൾ എനിക്ക് ഇല്ലാതാവുകയായിരുന്നു. ഞാൻ കഠിനമായ വേദനയിലേക്കും നിശ്ശബ്ദത യിലേക്കും നിലവിളികൾ ഇല്ലാത്ത ഇരുട്ടിലേക്കും തെറിച്ചുവീഴുകയായി രുന്നു. ഉറ്റവരുടെ മുഖത്ത് പോലും ഞാൻ നോക്കിയില്ല. എന്റെ കുഞ്ഞിനെ കഴിഞ്ഞ കുറെ മാസമായി ഞാൻ ശ്രദ്ധിക്കാറേയില്ലായിരുന്നു. അത് മനഃ പൂർവ്വമായിരുന്നു. അവളുടെ ചിരിക്കുന്ന മുഖം കാണുമ്പോൾ വീണ്ടും ജീവിക്കണമെന്ന് എനിക്ക് തോന്നും. ചുറ്റുംകൂടിയവരും ഡോക്ടറും ഇനിയും പ്രതീക്ഷയുണ്ടെന്ന് പറയുമ്പോൾ എനിക്കറിയാമായിരുന്നു ഇനിയും ജീവിക്കാനാവില്ലെന്ന്. കാരണം മരണം അതിന്റെ വരവ് ആദ്യം സൂചിപ്പി ക്കുക മരിക്കാൻ പോവുന്ന വ്യക്തിയോടായിരിക്കും. നിരവധി തവണ ചെവിയുടെ ഓരം ചേർന്ന് സൂചനകൾ തന്നിട്ടല്ലാതെ അത് ഒരു ജീവനും തട്ടിയെടുക്കില്ല. അതുകൊണ്ട് എനിക്ക് എന്റെ മകളുടെ മുഖത്ത് നോക്കാൻ കഴിയില്ലായിരുന്നു.

എന്റെ ഭർത്താവെന്ന നിലയിൽ നിങ്ങളോട് എനിക്ക് യാതൊരു പരാതിയും ഇല്ല. എന്റെ വീട്ടുകാർ പറയുന്നത് പോലെ സ്ത്രീധനം ലഭിച്ച തുക ചിലവാക്കിയതിനോ എന്നെ വിഷമിപ്പിച്ചതിനോ (കാരണം അതിൽ കൂടുതൽ നിങ്ങൾ ഇപ്പോൾ തന്നെ അനുഭവിച്ച് തീർത്തിട്ടുണ്ട്) എനിക്ക് പരാതിയില്ല. എനിക്കറിയാം മരിച്ചാലും ഞാൻ അവസാനിക്കില്ലെന്ന്. മരിച്ചാലും വെറുതെ വിടാത്ത ഒരേ ഒരു ജീവിവർഗ്ഗം മനുഷ്യനാണ്. ശരീരത്തിന്റെ ചീഞ്ഞ് നാറി മണ്ണിൽ അടിയാനുള്ള അവകാശത്തെ

പോലും നിഷേധിക്കുന്ന ഏകജീവിവർഗ്ഗം മനുഷ്യനാണ്. ചന്ദനമുട്ടിയും പഞ്ചസാരയും എങ്ങനെ ആയാലും കത്തിച്ചുതീർത്താൽ, ഒരു പെട്ടിയിൽ അടച്ചാൽ, കല്ലറയിൽ ഒടുക്കിയാൽ സമാധാനമായി. ഏവർക്കും സന്തോഷമായി പിരിഞ്ഞ് പോവാം.

മരിച്ചാലും വിടില്ലെന്ന് പറഞ്ഞത് മറ്റൊന്നുമല്ല. ഇനി എന്റെ മകളുടെ പേരിൽ കോടതി വഴിക്ക് പിണക്കം. ഇതു വരെ ഉണ്ടായിരുന്നത് മുഴുവൻ ഇല്ലാതെയാക്കി. എന്നെ വീണ്ടും വീണ്ടും ഓർത്ത് വീണ്ടും വീണ്ടും വലിച്ചിഴച്ച്. നിങ്ങളെ ആരെയും ഞാൻ കുറ്റം പറയില്ല. മനുഷ്യർക്ക് ഇതല്ലാതെ മറ്റൊന്നും അറിയില്ല. സങ്കീർണമായതിനെ ചുമന്നല്ലാതെ ഇടിഞ്ഞ് വീണാൽ ചമ്മന്തിയാവുന്നതിനെ തലയ്ക്കു മുകളിൽ നിലനിർത്തിക്കൊണ്ടല്ലാതെ ജീവിക്കാൻ അവനറിയില്ല. എനിക്ക് മരിച്ചതിനു ശേഷം ഒരു ഭാര്യയെന്ന നിലയിൽ ഒന്നേ പറയാനുള്ളൂ... എന്നെ ഓർക്കാനുള്ള നിമിഷങ്ങൾ വെറുതെ ജീവിതത്തിൽ ഉണ്ടാക്കാതിരിക്കുക. അവളുടെ ശരീരം കെട്ടിപ്പിടിച്ചു കിടന്ന് എലിയും പൂച്ചയും നിലവിളിച്ചു.

ഇരുപത്തിയേഴ്

നിൽക്കുന്നത് കോടതിയിലാണെന്ന യാതൊരു ബോധവും അവരെ അലട്ടിയില്ല

നിശ്ശബ്ദതകൾകൊണ്ട് പാകിയ ചില്ലുപാത്രങ്ങളുടെ നിഴലുകൾ അവളുടെ ചുറ്റും വീണ് ഉടഞ്ഞുകൊണ്ടിരുന്നു. മറ്റാർക്കും കേൾക്കാനാവാത്ത ഒരു പുരുഷശബ്ദം ചോദ്യചിഹ്നംപോലെ ഗർഭപാത്രത്തിന് നേർക്കു തിരിഞ്ഞു.

ഒരിക്കലും വിട്ടുമാറാതെ പിന്തുടരുന്ന ഒരു ഞെട്ടലിലേക്ക് മുകുന്ദൻ ഇടയ്ക്കൊക്കെ വലിച്ചെറിയപ്പെടാറുണ്ട്. അങ്ങനെ നിസ്സാരമായി പറഞ്ഞ് അതവസാനിപ്പിക്കാനും അവനു കഴിയാറില്ല. അതിനെപ്പറ്റി ഓർക്കുമ്പോഴൊക്കെ അവൻ പിടിച്ചുലയ്ക്കപ്പെടുകയും ശരീരമാകെ വിറയ്ക്കുകയും ചെയ്യും. ഒരു പക്ഷേ വാക്കുകൾകൊണ്ട് ആരെയും പറഞ്ഞറിയിക്കാനാവാത്ത അനുഭവത്തിന്റെ തിരയിളക്കം. ഭയവും കുറ്റബോധവും ചിന്തയെ പ്രത്യക്ഷത്തിൽ തളർത്തുന്നില്ലെങ്കിലും വികാരങ്ങളുടെ പിന്നിൽ അത് ഒളിഞ്ഞിരിക്കുന്നു. ഇളംകാറ്റ് കൊടുങ്കാറ്റായി മെല്ലെ മെല്ലെ പരിണമിക്കുന്നതു പോലെ. ആൽമരച്ചുവട്ടിൽനിന്നും ജീവവായു ദുർലഭമായ ഒരു അടഞ്ഞ മുറിയിലേക്ക് വളരെ പെട്ടെന്ന് വലിച്ചെറിയപ്പെട്ട പോലെ. ചെയ്തത് ശരിയെന്ന് സ്വയം വിശ്വസിക്കുന്ന ഒരു അനുഭവത്തിന്റെ പിന്നിൽ എത്ര വിദഗ്ദ്ധമായിട്ടാണ് ഒരു മൊട്ടുസൂചി വലിപ്പത്തിൽ കുറ്റബോധം വേദനിപ്പിക്കുന്നതിനു വേണ്ടി ഒളിഞ്ഞിരിക്കുന്നത്. അവൾക്ക് തന്നോട് എന്നെങ്കിലും ക്ഷമിക്കാൻ കഴിയുമോ? തന്നെ ഒരു നൈർമ്മല്യത്തോടെ, മരിച്ചു പോയ ഒരു സുഹൃത്തിന്റെ ഹൃദയമിടിപ്പ് പോലെ തൊട്ടറിയാൻ കഴിയുന്നുണ്ടാവുമോ? വാസന്തി മറ്റൊരാളോടൊപ്പം ജീവിക്കുകയോ ഒരാളെ വിവാഹം കഴിക്കുകയോ ചെയ്തിരിക്കാം.

'കുറെക്കാലം ഒരുമിച്ച് ജീവിച്ച് കഴിയുമ്പോൾ ഇനിയെന്തിനാ ഒരുമിച്ച് ജീവിക്കുന്നതെന്ന ചിന്ത എല്ലാരിലും ഉണ്ടാവും. ഒരു മൊബൈൽ ഫോൺ മാറുന്നത് പോലെ അല്ലെങ്കിൽ പുതിയതൊന്നു വാങ്ങിക്കുന്നത് പോലെ അത്ര നിസ്സാരമാണ് അതും. അല്ല അത്ര നിസ്സാരമല്ലാത്ത മറ്റെന്തെങ്കിലും

സംഗതി ഉണ്ടെങ്കിൽ അത്തരം തോന്നലുകളിൽ നിന്നും പിൻമാറുന്നതാണ് നല്ലത്. പഴയതിന്റെ പരിഹാരമല്ല പുതിയത്. അല്ലെങ്കിൽ ഒന്നിൽ പരിഹാരം കാണാനാവാതെ പോവുന്ന അവസ്ഥ. ഒരു അപൂർണത. അത് മനുഷ്യ സഹജമാണ്. ചില ദൗർബ്ബല്യങ്ങൾ പ്രകൃതി സഹജമാണ്. കൂടുതൽ അഭിനയിച്ചിട്ടെന്ത് കാര്യം?' സെമിനാർ അവസാനിച്ചു. മുകളിൽ തൂങ്ങി ക്കിടന്ന ചിലന്തിവലയിൽ നിന്നും ഒരു ഇര രക്ഷപ്പെട്ട് പോയി. കറുത്തി രുണ്ട ആകാശത്തിലെ വെളുത്ത പറവകളെ പോലെ മനുഷ്യർ അങ്ങോട്ടും ഇങ്ങോട്ടും നടന്നു. താളം തെറ്റിപ്പോയ ഈണം തംബുരുവിൽ നിന്നും ഉരുണ്ട് നിലത്ത് വീണു. വാലുചുരുട്ടി എഴുന്നേറ്റ ഒരു മൂഷികൻ കാർബോർഡ് പെട്ടിക്കുള്ളിലെ തുണികൾക്കിടയിൽ ഒളിച്ചു. ചത്തു പോയി രുന്ന ക്ലോക്കിൽ നിന്നും മരണം സഞ്ചാരവഴി തുടങ്ങി

പതുക്കെ പതുക്കെ ജീവവായു ഇല്ലാതാവുന്നതും ഹൃദയം പിടയ്ക്കു ന്നതും മുകുന്ദൻ തിരിച്ചറിഞ്ഞു. വാക്കുകൾക്ക് ഇത്രമാത്രമേ ഇതിനെ പകർത്താൻ കഴിയുന്നുള്ളൂ. ഏത് വലിയ ശരിയുടെ പിന്നിലും അതിനെ പിൻപറ്റിയുള്ള ആത്മബോധത്തിന്റെ പിന്നിലും ക്രൂരതയുടെ ഒരു ഇലയനക്കം ബാക്കിയിരിക്കുന്നുണ്ടാവും. പക്ഷേ, അവളോടുണ്ടായിരുന്ന പ്രണയം അത് ഇനി ഏത് ശ്മശാന മൂകതയിലാണ് അടക്കം ചെയ്യണ്ടത്?

അതോ ഒരിക്കലുമവസാനിക്കാത്ത ഒരു ഒഴുക്ക് വേർപ്പെട്ടാലും ഒടുങ്ങാത്ത ദാഹവും തേങ്ങലും അതാണോ പ്രണയം? അനുസ്യൂതം തുടർന്നുകൊണ്ടിരിക്കുന്ന വേദനയുടെ സ്പുലിംഗങ്ങളാണോ അതിന്റെ അലങ്കാരം? ബന്ധങ്ങളുടെ വാതിൽ അടയ്ക്കുമ്പോൾ പ്രണയത്തെ നമ്മുടെ ലൈംഗികതയുടെ ഏത് പെട്ടിയിൽവച്ചാണ് അടയ്ക്കാൻ കഴി യുക? ലൈംഗികതയ്ക്കല്ലാതെ മറ്റെന്തിനാണ് പ്രണയത്തെ കുറച്ചെങ്കിലും ശമിപ്പിക്കാൻ കഴിയുക. രണ്ടുംകൂടി നൽകുന്ന ഓർമ്മകളുടെ അസുലഭത കളെ ഹൃദയത്തിന്റെ ഏത് കോണിൽ ഒളിപ്പിക്കും? ആ ബന്ധത്തിന്റെ അവസാന നിമിഷങ്ങൾ എത്ര ക്രൂരവും ഹീനവുമായിരുന്നിരിക്കണം. ഒരിക്കലും പിരിയേണ്ടി വരില്ലെന്ന് വിചാരിച്ച പ്രിയ സുഹൃത്ത് മുകളി ലത്തെ മുറിയിൽ മറ്റൊരാളോടൊപ്പം അന്തിയുറങ്ങുമ്പോൾ, ഒരു രാത്രിയുടെ ഭൗതികമാറ്റത്തിനുള്ളിൽ താൻ അവന്റെ ഹൃദയത്തിൽ നിന്നും വലിച്ചെറിയപ്പെടുകയും താഴെ തലയിണയിൽ മുഖമമർത്തി കരഞ്ഞ് കലങ്ങിയ കണ്ണുകളുമായി മലർന്ന് കിടക്കുകയും ചെയ്തു. ഉറക്കമില്ലത്ത ആ രാത്രികൾ എങ്ങനെ അവളിന്ന് ഓർത്തെടുക്കും? ജീവിച്ചുകൊണ്ട് മരിച്ച.... മരിക്കാതെ തീർത്ത വിളറി വെളുത്ത രാത്രികൾ..

മഴത്തുള്ളിമണികിലുക്കത്തിന്റെ നുരഞ്ഞ് പൊന്തുന്ന നീലരാത്രികൾ. പുഴയുടെ നിർമ്മലമായ ആരവം കാതുകളെ കുളിരണിയിച്ച ദിനങ്ങൾ. മുട്ടിയും ഉരുമ്മിയും അടങ്ങാത്ത ദാഹവുമായി നടന്നുനീങ്ങിയ വീഥികൾ. മണ്ണിലും മഴയിലും കെട്ടിപ്പിടിച്ച് വസ്ത്രങ്ങളോരോന്നും വലിച്ചെറിഞ്ഞ സ്വാതന്ത്ര്യത്തിന്റെ രാത്രികൾ. ഇനിയെവിടെയാണ് അവൾ ഈ

ഓർമ്മകളെ കഴുത്ത് ഞെരിച്ച് കൊല്ലേണ്ടത്? ഏതാണ് ശരി ഏതാണ് തെറ്റ് എന്ന് പറയാൻ കഴിയാത്ത ചില അനുഭവങ്ങളാണ് എപ്പോഴും അനിവാര്യമായ തകർന്നടിയലുകൾക്ക് സാക്ഷിയാവുക. അവർ ഒരിക്കലും പിരിയാൻ തീരുമാനിച്ചിരുന്നില്ല. ഇപ്പോഴും ഞാൻ അവളെ സ്നേഹിക്കുന്നു. ജീവിക്കാൻ വഴിയില്ലാത്ത രണ്ട് തെണ്ടികൾ ഇനിയുള്ള കാലം ഒരുമിച്ച് ജീവിക്കണ്ടെന്ന് തീരുമാനിക്കാൻ വേറെയും മാർഗങ്ങൾ ഉണ്ടായിരുന്നു. നിലനിൽക്കുന്ന ഒരു ബന്ധം തകരാനും തുടരാനും ബോധപൂർവമായ ഒരാഗ്രഹം മാത്രം പോരല്ലോ.

മുകുന്ദൻ വീണ്ടും എഴുതി. 'ഇന്നും ആത്മാവിന്റെ നട്ടെല്ലുകളിൽ കൊരുത്ത കറുത്ത നിറമുള്ള മുത്തുകൾ പോലെ നീ ശബ്ദമില്ലാത്ത സംഗീതവുമായി എന്നോടൊപ്പം തന്നെ ഉണ്ടാവാറുണ്ട്. ചില ജാഗ്രത യ്ക്കുള്ളിൽ നിന്റെ ഓർമ്മ ഇന്നും എന്നെ സുരക്ഷിതമായി ഒരു കൈകുമ്പിളിൽ മറുകരയെത്തിക്കുന്നു. തുളുമ്പി പോവാനാവത്ത വണ്ണം അത് നിന്റെ കൈയിൽ ഇന്നും ഒതുങ്ങുന്നു. മുളങ്കാടുകൾക്കുള്ളിൽ കുടുങ്ങിപ്പോയ ഒരു പരുന്തിൻ കുഞ്ഞിനെ അതിന്റെ അമ്മ കഷ്ടപ്പെട്ട് ആകാശത്ത് എത്തിക്കുന്നത് പോലെ. ചോര നിറമുള്ള നിന്റെ ചുംബനങ്ങൾ ഒളിപ്പിച്ചു വച്ചിരുന്ന ആ പാത്രത്തിന്റെ വാതിൽ ഞാൻ ഇന്ന് വീണ്ടും തുറന്നു. ഒരിക്കൽ കൂടി നിനക്ക് എന്നെതേടി വന്നൂടേ.... ഒരിക്കൽ മാത്രം എന്നെ കണ്ടെത്തി സ്നേഹിച്ചൂടെ.....' അവനെ പ്രണയിച്ച വാസന്തിക്ക് വേണ്ടിയുള്ള വരികൾ മാത്രമായിരുന്നോ അത്.

പൂച്ചയും എലിയും ഷോൾഡറിൽ കൈയിട്ട് നടന്ന് നൃത്തം ചവിട്ടിയ ഒരു രാത്രിയുടെ ഇടയിൽ ബാബറി മസ്ജിദിന്റെ മുകളിൽ ഒരു കാവിക്കൊടി ഉയർന്നു. മരിക്കാത്ത ഓർമ്മകൾ ബാക്കിയാക്കി ആ സ്ഥലം മുസ്ലീം ങ്ങൾക്ക് നഷ്ടപ്പെട്ടു. കുപ്പിച്ചില്ലുകൾ വാരിത്തിന്ന് സാഹസം കാട്ടിയ അച്ഛന്റെ ദുർമരണത്തിന്റെ മുന്നിൽ ശവത്തിന് കിടക്കാൻ ഒരിടം തേടി എട്ടുവയസ്സുമാത്രം പ്രായമായ ഒരു മകൾ നടന്നു. ഒടുവിൽ ഒന്നും ചെയ്യാ നാവാതെ അച്ഛനെ വലിച്ച് ഒരു ചെളിക്കുണ്ടിലേക്കെറിഞ്ഞിട്ട് ഒടുങ്ങാത്ത വേദനകൾ ബാക്കിയാക്കി സർക്കസ് ഉപകരണങ്ങൾ നെഞ്ചോട് ചേർത്തു പിടിച്ചു കിടന്നു. വഴിയമ്പലത്തിന്റെ ഭിത്തിയിലേക്കു മുഖമമർത്തി കിടന്ന ആ ബാലികയുടെ പാവാടയ്ക്കുള്ളിലേക്ക് മൂന്നു നാല് കൈകൾ ഇഴഞ്ഞ് നീങ്ങി. വായ പൊത്തിയ കൈയിൽ ചോരയുടെ മണം മണത്തു അവൾ. മിണ്ടാതെ കിടന്ന അവൾക്ക് ജീവൻ തിരിച്ചു കിട്ടി. അവർ പറഞ്ഞതൊക്കെ അനുസരിച്ചതുകൊണ്ട് അധികം മുറിവുകളും ദേഹത്ത് അവശേഷിച്ചില്ല. ബാക്കിയായ എരിമുളക് തേച്ചത് പോലെയുള്ള നീറ്റലുകൾ ക്ഷമിക്കാ വുന്നതേയുള്ളൂ! പിറ്റേന്ന് തന്നെ സർക്കസ് ഉപകരണങ്ങളും ചുമലിലേറ്റി മറ്റൊരു തെരുവിലേക്ക് അവൾ യാത്ര തിരിച്ചു. ചോരനിറംകൊണ്ട് ചുവന്ന

ഒരു കറുത്ത അടിവസ്ത്രം അവൾ അച്ഛനെ ഉപേക്ഷിച്ച ചെളിക്കുണ്ടിലേക്ക് തന്നെ വലിച്ചെറിഞ്ഞു.

നഗരത്തിന്റെ നാഴിക മണി ഒരു ദിവസം, ഒരു ഒറ്റദിവസം മാത്രം നിശ്ചലമായി. നിരത്തിലെ വാഹനക്കുരുക്കുകൾ അഴിക്കാനാവാത്തവണ്ണം സ്വയം കുടുങ്ങി കിടന്നു. ഒരു അണുവിട സ്ഥലമില്ലാതെ ഹോണുകൾ മാത്രം മുഴങ്ങി കേട്ടുകൊണ്ടിരുന്നു. നിരത്തുകൾക്ക് താങ്ങാനാവാത്ത വണ്ടികൾ നിരത്തുകളെ തന്നെ വിഴുങ്ങി. നടുവിൽപ്പെട്ടുപോയ വാഹനങ്ങളുടെ ഡോറുകൾ തുറക്കാനുള്ള ശ്രമങ്ങൾ പൂർണമായും പരാജയപ്പെട്ടു. രണ്ട് രാത്രിയും രണ്ട് പകലും ഉറക്കമില്ലാതെ ഭരണകൂടം ശ്രമിച്ചിട്ടും കുരുക്കുകൾ അഴിച്ചെടുക്കാനായില്ല. ഒടുവിൽ ഭരണകൂടം ആ സ്ഥലം ഉപേക്ഷിച്ചു. ഭൂപടത്തിൽ നിന്ന് പോലും ആ ചെറിയ നഗരം പൂർണമായും മായ്ച്ചു കളഞ്ഞു. കാൻസർ കോശങ്ങളെ പോലെ അത് തൊണ്ടയിലിരുന്ന് ചീഞ്ഞു നാറാൻ തുടങ്ങി. അന്നത്തിനും വെള്ളത്തിനും വേണ്ടിയുള്ള നിലവിളികൾ വാഹനങ്ങളിൽ നിന്നും കേട്ടു തുടങ്ങി. വലിയ ശബ്ദത്തിൽ മ്യൂസിക്സിസ്റ്റം സ്ഥാപിച്ച് ഭരണകൂടം നിലവിളികളെ മൂടി. അരികുകളിലെ വാഹനങ്ങളിൽ നിന്നു ചിലർ പുറത്തിറങ്ങി വേച്ച് വേച്ച് വാഹനങ്ങളുടെ മുകളിലൂടെ നടന്നു. ആരൊക്കെയോ എവിടെയൊക്കെയോ വച്ചു കണ്ടുമുട്ടി. അപരിചിതരായിരുന്ന ചിലർ പരിചിതരും പരിചിതരായിരുന്ന ചിലർ അപരിചിതരും ആയി. ഒടുങ്ങാത്ത വിശപ്പിനിടയിൽ ചിലർ കെട്ടിപ്പിടിച്ചു കിടന്നു. വാഹനങ്ങളിൽ നിന്നും ചീഞ്ഞു നാറിയ ശവങ്ങളുടെ നാറ്റം ചുറ്റും പരന്നു. ഉറുമ്പുകൾ വാതിലിലൂടെ അകത്തേക്ക് ഇഴഞ്ഞു തുടങ്ങി. ഒരു ചെറുവിരൽ വലിപ്പത്തിൽ പുഴുക്കൾ വാതിലുകളുടെ ഇടയിലൂടെ പുറത്തേക്കു വരാൻ തുടങ്ങി. ചിലർ വാഹനങ്ങൾക്കുള്ളിൽ കുടുങ്ങിയും മുകളിലേക്ക് തല ഉയർത്തിയും വായ പിളർന്നും കിടന്നു. ദുർഗന്ധം വമിക്കുന്ന ആ നഗരത്തിന്റെ ഒഴിഞ്ഞ മൂലയിൽ ബാലികസർക്കസ്സ് തുടങ്ങി. എല്ലാ അഴുക്കുകളെയും മൂടിവച്ച് മനുഷ്യർ അവിടേക്ക് കുടിയേറാൻ തുടങ്ങി.

രാത്രികളെ വായകൊണ്ടും കൈകൾകൊണ്ടും തുടകൾകൊണ്ടും നേരിട്ട അവൾ ഇന്ന് ഒരു വലിയ ചരടിലൂടെ നടന്ന് തുടങ്ങി. ആളുകൾ താഴെനിന്ന് കൈകൊട്ടി. ചുറ്റും ചീഞ്ഞ് നാറിയ ശവങ്ങൾക്കിടയിലും കാഴ്ചക്കാർ കൂടികൊണ്ടിരുന്നു. ചരടിന്റെ ഒത്ത നടുവിൽ എത്തിയപ്പോൾ അങ്ങ് ദൂരെ ചളിക്കുണ്ടിൽ കിടന്ന് പുഴുവരിക്കുന്ന അച്ഛന്റെ ശരീരം മകൾ കണ്ടു. ഒരു നിമിഷം, ജീവിതത്തിലാദ്യമായി കാലുകൾ തെറ്റി ആൾക്കൂട്ടത്തിന്റെ നടുവിലേക്ക് വീണ് അവൾ പൊട്ടിച്ചിതറി. അപ്പോഴും ആ വായിലേക്കും കൈയിലേക്കും തുടകളിലേക്കും ആർത്തിയോടെ ചിലർ നോക്കുന്നുണ്ടായിരുന്നു. അതിനിടയിലും അതിനു ശേഷവും ചില രാത്രികളിലെ നിർത്താതെയുള്ള നൃത്തം പൂച്ചയും എലിയും തുടർന്നുകൊണ്ടിരുന്നു. ഒരു മാവോയിസ്റ്റിന്റേതെന്ന് തെറ്റിദ്ധരിക്കപ്പെട്ട

ശബ്ദത്തെ പൊലീസുകാർ വലയിലാക്കി. ആ ശബ്ദം ഇതായിരുന്നു. 'നിശ്ചലമായ ഈ തൊണ്ടയിൽനിന്നും ഒരു വരണ്ട സംഗീതം പോലും പ്രതീക്ഷിക്കരുത്. അനുകമ്പയില്ലാത്ത ഒരു വർണ്ണക്കൂടിനുള്ളിൽ തളയ്ക്കപ്പെട്ടിരുന്ന എന്നിൽ ശ്വാസം നിലനിർത്താനാവശ്യമായ ശബ്ദം മാത്രമേ ഉള്ളൂ. ഹിമാലയത്തോളം ഉയരമുള്ള നിങ്ങളുടെ അഭിമാനത്തിന്റെ കൊടുമുടികൾ നോക്കി ഞാനൊന്നു വിരൽ ചൂണ്ടിയാൽ നിറചിരിയോടെ അതിന് തുടരാനാവില്ലെന്ന് മറ്റാരെക്കാളും നിങ്ങൾക്ക് അറിയാമല്ലോ. ചരിത്രപുസ്തകത്തിന്റെ വിഡ്ഢിത്തമെന്ന് വിളിക്കാവുന്ന കൊഴിഞ്ഞു പോകൽ സാധ്യമായില്ലെങ്കിലും എന്നും ഞങ്ങളുടെ പ്രതിരോധം നില നിൽക്കും. കാരണം ഞങ്ങൾ മരിക്കുന്നില്ല. ജനിച്ചുകൊണ്ടേയിരിക്കുന്നു. ചിറകുകൾ അറ്റുപോയതൊക്കെയും മുളച്ചു തുടങ്ങും. പല്ലിയെ പോലെ വാൽ കുടഞ്ഞെറിഞ്ഞ് ഞങ്ങൾ രക്ഷപ്പെടില്ല. നിന്റെ വായിൽ പൂർണ മായും അകപ്പെടുന്നതുവരെയും നിന്റെ തൊണ്ടയെ എനിക്ക് മുറിപ്പെടു ത്തേണ്ടതുണ്ട്. ഇനി അത്ര വേഗം മറ്റൊരു വിഴുങ്ങൽ സാധ്യമാവാത്ത വിധം അതിനെ വ്രണപ്പെടുത്തേണ്ടതുണ്ട്. അതുകൊണ്ടാണ് പറഞ്ഞത് മരിച്ച് പോവുകയല്ല, പിരിഞ്ഞ് പോവുകയല്ല... ജനിച്ചുകൊണ്ടിരിക്കുക യാണെന്ന്.'

ഇരുപത്തിയെട്ട്

മധുരം പോലെ ഇറക്കാനാവാത്ത ഒന്ന്

ഊമക്കത്തുപോലെ ചെടിച്ചട്ടിയിലേക്ക് വീണ വിത്തുകൾ മുളച്ച് തുടങ്ങി. ഹരിതാഭമായ കാടിനെ അന്വേഷിച്ച് ഒരു കരിയില ഭ്രാന്തിപെണ്ണിനൊപ്പം യാത്ര തുടങ്ങി

ആനന്ദിന്റെ പുസ്തകങ്ങളെ റോഷ്നേരയ്ക്ക് പരിചയപ്പെടുത്തി കൊടുത്തത് പ്രകാശ് ആയിരുന്നു. തന്റെ ഒരു സുഹൃത്ത് വഴിയാണ് പ്രകാശിന്റെ കൈയിൽ വായിക്കാൻ നല്ല പുസ്തകങ്ങൾ ഉണ്ടെന്നറിയുന്നതും അവനെ പരിചയപ്പെടുന്നതും. വായിച്ച പുസ്തകങ്ങളുടെ ചർച്ചകളിലൂടെയും കവിതകളുടെ പങ്കുവയ്ക്കലുകളിലൂടെയും കാമ്പസ് രാഷ്ട്രീയത്തിലൂടെയും അവർ നല്ല സുഹൃത്തുക്കളായി. തങ്ങളുടെ ബന്ധത്തെ എന്തെങ്കിലുമായി നിർവചിക്കണമെന്ന് പ്രകാശിന് നിർബന്ധമായിരുന്നു. അവൻ തന്നെയാണ് സഹോദരി എന്ന പദത്തെ അതിനുവേണ്ടി തിരഞ്ഞെടുത്തത്. അവനോടുള്ള സ്വതന്ത്രമായ ഇടപെടലിന് പക്ഷേ, റോഷ്നേരയ്ക്ക് ഒരു ബന്ധത്തിന്റെയും പേര് ആവശ്യമില്ലായിരുന്നു. ചിലപ്പോഴൊക്കെ അവൾ അവനെ താരാട്ട് പാടി ഉറക്കി. മറ്റു ചിലപ്പോൾ അവൻ അവൾക്ക് എറ്റവും പ്രിയപ്പെട്ട ജെസി പാടി കേൾപ്പിച്ചു. അവന് ദേവിയെന്ന പെൺകുട്ടിയോടുള്ള പ്രണയത്തെ കുറിച്ചും അവർ വിവാഹം കഴിക്കുന്നതിനെ പറ്റിയുമൊക്കെ അവൻ ഇടയ്ക്ക് പറയാറുണ്ടായിരുന്നു. എന്നാൽ ഇതിനിടയിലെപ്പോഴോ ബന്ധം കെട്ടിയിടാൻ കഴിയാത്ത വിധം പരിണമിക്കുന്നതും അവളറിഞ്ഞു. ആർക്കും ആരെയും സ്വന്തമാക്കാൻ കഴിയില്ലെന്ന് പറഞ്ഞിരുന്ന അവൻ വിധേയത്വത്തിന്റെ വഴികളിലൂടെ സഞ്ചരിക്കാൻ തുടങ്ങി. അവളെ സ്വന്തമാക്കാനുള്ള അവന്റെ ശ്രമങ്ങളെ തട്ടിത്തെറിപ്പിച്ച്, അവൾ ഒരുമിച്ച് നടന്ന വഴികളിൽ നിന്നും മാറി ഒറ്റയ്ക്ക് നടന്ന് തുടങ്ങി. കാരണം അങ്ങനെയൊരു പ്രകാശിനെ അവൾക്ക് സ്നേഹിക്കാൻ കഴിയില്ലായിരുന്നു.

നാടിനെപറ്റി പറയുമ്പോൾ മുകുന്ദന് എത്രത്തോളമാണ് ആനന്ദിക്കാൻ കഴിയുന്നത്? സർഗാത്മകതയുടെ ലോകത്തേക്ക് അവൻ വലിച്ചെറിയപ്പെടാൻ നാടിനെപ്പറ്റി എന്തെങ്കിലും അവനോട് ചോദിച്ചാൽ മതി. പക്ഷേ

റോഷ്നേരയ്ക്ക് എന്തായിരുന്നു നാട്? അവൾ എപ്പോഴും മറക്കാൻ ആഗ്രഹിക്കുന്ന സ്ഥലങ്ങളാണ് വീടും നാടും എല്ലാം. പുരുഷനെ സംബന്ധിച്ചിടത്തോളം അധികം വിച്ഛേദനം കൂടാതെതന്നെ സ്വാതന്ത്ര്യ പ്രഖ്യാപനങ്ങളിലേക്കും സ്വയം നിർണയാവസ്ഥയിലേക്കും പോകാൻ കഴിയുന്നു. വീടും നാടും ഉപേക്ഷിച്ചു കൊണ്ടല്ലാതെ ഒരു മോചനം പെണ്ണിന് അസാധ്യമാകുന്നു. അതിന് പല കാരണങ്ങളുണ്ട് അച്ഛൻ ഒരു പഴയ അദ്ധ്യാപകനായിരുന്നെങ്കിലും ഒരദ്ധ്യാപകന്റെ സർഗാത്മകത യൊന്നും അയാളിൽ അവശേഷിച്ചിരുന്നില്ല. ഒരു കമ്പ് ഉന്നം വയ്ക്കാതെ വലിച്ചെറിയുന്നത് പോലെയായിരുന്നു അയാളുടെ വാക്കും പ്രവർത്തി കളും. ക്ലാസ്സിൽ അയാൾ കുട്ടികളെ പഠിപ്പിക്കുമ്പോൾ പാഠഭാഗങ്ങളിലൂടെ യാന്ത്രികമായി ഇങ്ങനെ കടന്ന് പൊയ്ക്കൊണ്ടിരിക്കും. എല്ലാം മുൻകൂട്ടി തീരുമാനിച്ചത് പോലെ ക്ലാസ്സുകളും ജീവിതവും അയാൾക്ക് ആവർത്തന ങ്ങളായിരുന്നു. ക്ലാസ്സുമുറി അയാളുടെ ജീവിതത്തിന്റെ ഒരു പരിച്ഛേദ മായിരുന്നു. മഴയേയും കാറ്റിനെയും എന്തിന് പൂക്കൾ വിരിയുന്നത് പോലും അയാൾ ആ യാന്ത്രികതയിൽ നോക്കി കണ്ടു. തന്റെ ധാരണകൾക്കും വിശ്വാസങ്ങൾക്കും പുറത്ത് സംഭവിക്കുന്നതു മുഴുവൻ അയാൾ നിഷ്ക്ക രുണം തള്ളിപറഞ്ഞു. തന്റെ വിശ്വാസങ്ങളുടെ കുഴലിലൂടെ അയാൾ ലോകത്തെ കണ്ടു. എന്നിട്ട് ലോകം ഒരു കുഴലിനകത്താണെന്ന് പറഞ്ഞു. ജീവിതത്തെ അയാൾ പിരിയഡുകളാക്കി. ഇ.എം.എസ് നമ്പൂതിരിപ്പാടി നെയും എ.കെ.ജിയെയും ശ്രീകൃഷ്ണനെയും ഒരു ഭിത്തിയിൽ തൂക്കി അയാൾ ജീവിച്ചു. ഒടുവിൽ പിടിവാശികൾക്കുള്ളിൽ നിന്നും അയാൾ മദ്യത്തിന്റെ ലോകത്തേക്ക് രക്ഷപ്പെട്ടു. കുറേക്കാലം ജോലി നഷ്ടപ്പെട്ട് ജീവിച്ചു. പിന്നീട് സ്വകാര്യ കമ്പനികളിൽ പണിക്ക് പോവാൻ തുടങ്ങി. അപ്പോഴും ഇടയ്ക്കിടയ്ക്ക് അയാളുടെ ഉള്ളിൽ ഒരു മണി മുഴങ്ങി ക്കൊണ്ടിരുന്നു. അവൾ പറഞ്ഞു. ആയിരം ചോദ്യങ്ങളിൽ നിന്നുള്ള രക്ഷപ്പെടലായിരുന്നു എനിക്ക് നാട്ടിൽ നിന്നും ഉള്ള വേർപിരിയൽ. സന്തോഷത്തോടെ സ്വീകരിക്കാവുന്ന ഒരു വിസ്മൃതി. നീ ഇന്ന് പള്ളിയിൽ വരുന്നില്ലേ? പഠനം എവിടം വരെയായി? ഒരു ജോലി അടുത്തെങ്ങാനും കിട്ടുമോ? അല്ലാ... ഇങ്ങനെയങ്ങ് നടന്നാൽ മതിയോ ഒരു വിവാഹമൊക്കെ കഴിക്കണ്ടെ? ഇത്തരം ചോദ്യങ്ങളെ റോഷ്നേരയ്ക്ക് ഭയമായിരുന്നു. നിരന്തരം ഉത്തരം കൊടുത്തുകൊണ്ട് അതും അവർക്ക് തൃപ്തികരമായ ഉത്തരം കൊടുത്തുകൊണ്ട് നാടിന്റെ ഹൃദയത്തിലേക്ക് പോവുകയെന്നത് അദ്ധ്വാനമായി തോന്നി. സ്വസ്ഥമായി ഒരാളെയും ജീവിക്കാൻ വിടാത്ത ഒരു കൂട്ടം എപ്പോഴും അനാവശ്യമായി നമ്മുടെ കാര്യങ്ങളിൽ ഇടപെട്ടു കൊണ്ടിരിക്കും. പഴകി ദ്രവിച്ച അവരുടെ മോഡലുകൾ എടുത്ത് അണിഞ്ഞ് ജീവിക്കുകയെന്നത് മരണത്തിന് തുല്യമാണ്. ഓരോ വിശേഷം ചോദി ക്കലുകൾക്കും പിന്നിൽ മുനയുള്ള കൂരമ്പുകൾ ഒളിച്ചു വയ്ക്കാൻ വൈദ ഗ്ദ്ധ്യമുള്ളവരാണ് ഒരു പെണ്ണിനെ സംബന്ധിച്ചിടത്തോളം ചുറ്റുപാടുകൾ.

മുകുന്ദൻ.... നിനക്ക് ഇതെങ്ങനെയാണെന്ന് എനിക്കറിയില്ല...

ചെറുതാണെങ്കിലും മരണം ഒരു വലിയ അനുഭവം തന്നെയാണ്, അതിനെ പിൻപറ്റുന്ന പൊട്ടിത്തെറികളും. ടപ്പേ...ടപ്പേ...ന്ന് കൊതുകുകളെ ബാറ്റിൽ കടത്തി ചുട്ടെരിച്ചതിനു ശേഷമാണ് ഉറക്കത്തിൽ നിന്നുമെഴുന്നേറ്റ് അയാൾ അടുക്കളയിലേക്ക് കയറിയത്. ഇന്നലെ അയാൾ കണ്ട ചുവപ്പൻ സ്വപ്നങ്ങളെ പിൻപറ്റിയാണ് എലി അയാളുടെ പാസ്‌വേഡ് കണ്ടെത്തിയത്. ഉറക്കത്തിലും കൊതുകുകളെ കൊല്ലുന്ന വേഗത്തിൽ അയാൾ ബാറ്റു വീശി നീല ചിത്രത്തിന്റെ അരികുകളിലൂടെ യാത്ര ചെയ്തു. പച്ചമാംസം പൊട്ടിത്തെറിക്കുന്ന ഗന്ധത്തിനിടയിലും അയാൾക്ക് സ്ഖലിച്ചു. ടിവിയിൽ നിന്നും പാർട്ടി സെക്രട്ടറി കണ്ടെത്തി പുറത്തേക്ക് വിട്ട അമേരിക്കയ്ക്കും സാമ്രാജ്യത്വത്തിനും എതിരെയുള്ള ചിന്തയല്ല പ്ലാച്ചിമടയിൽ കൊക്കോകോളയെ എതിർക്കാൻ കാരണമെന്ന വാർത്തയും പുറത്തു വന്നു. മരണത്തിന്റെയും ശുക്ലത്തിന്റെയും മണം ആ മുറിയിൽ ബാക്കിയാക്കി അയാൾ അടുക്കള.. അടുക്കള.. എന്നലറികൊണ്ട് ചേന അരിയാൻ തുടങ്ങി. ചേന വെള്ളം തൊടാതെ അരിയണമെന്ന് അറിയാത്തതിനാൽ അയളുടെ കൈകൾ ചൊറിയാൻ തുടങ്ങി. വേവായാൽ ചൊറിച്ചിൽ മാറുമെന്ന് അയാൾ പ്രതീക്ഷിച്ചു. ചുട്ടു പൊള്ളുന്ന പാത്രത്തിൽ വെറും കൈകൊണ്ട് പിടിക്കാനാവില്ലെന്നും പൈപ്പ് തുറന്ന് വിട്ട് അതിന്റെ കീഴിൽ പിടിച്ചാൽ ചൂടുള്ളപാത്രം തണുക്കുമെന്നും അയാൾ പഠിച്ചു. ഓരോ നിമിഷവും പൂച്ച പൊട്ടിച്ചിരിക്കുകയും എലി പൂച്ചയുടെ വാ പൊത്താൻ ശ്രമിക്കുകയും ചെയ്തുകൊണ്ടിരുന്നു. ഏറെ ക്ഷീണിതനായ അയാൾ പൂച്ചയുടെയും എലിയുടെയും തോളിൽ കൈയിട്ട് ഒരു വിധം മടങ്ങി ഫെയ്സ്ബുക്കിലെത്തി. വിപ്ലവം ബാധ്യതയായി തീർന്ന കൊടിക്കൂറകൊണ്ട് ആരോ വിയർപ്പ് തുടച്ചു.

ഇരുപത്തിയൊമ്പത്

ഒടുവിലാണ് സ്വപ്നങ്ങളുടെ അർത്ഥം അവൾക്ക് മനസ്സിലായി തുടങ്ങിയത്

നിരന്തരം കലഹിച്ചുകൊണ്ടിരുന്ന ഒരു മനസ്സ് നിങ്ങളുടെ ഉപദേശം കൊണ്ടോ അധികാരംകൊണ്ടോ ഒന്ന് തണുപ്പിച്ച് നിർത്താൻ ശ്രമിക്കുന്നതുപോലെ വളരെ വേഗം വന്ന ഒരു പറവ മീനിനെയും കൊത്തി വെള്ളത്തിൽനിന്നും ചിറകടിച്ച് പറന്നുയർന്നു.

നമ്മുടെ ഇച്ഛയെ തകർക്കുന്ന എന്തോ ഒന്ന് നമ്മിൽ തന്നെ നില നിൽക്കുകയും നമ്മെ പിന്തുടരുകയും ചെയ്യുന്നില്ലേ? ഒന്ന് ഉണ്ടായി വരുമ്പോൾ അതിന്റെ നാശവും അതിൽ അടക്കം ചെയ്യപ്പെടും. സമയവും സ്ഥലവും മാത്രമേ തീരുമാനിക്കപ്പെടേണ്ടതുള്ളു. നമ്മുടെ തീരുമാനങ്ങളും ആഗ്രഹങ്ങളുമെല്ലാം നടപ്പിലാക്കപ്പെടുന്നത് നമുക്ക് പുറത്താണ്. അവിടെ നമുക്ക് നോക്കിനിൽക്കാനോ നിന്ന് കൊടുക്കാനോ മാത്രമേ കഴിയൂ. എങ്കിലും വാസന്തിയെ പിരിഞ്ഞത് ഏറെ ക്രൂരമായിരുന്നെന്ന് പലപ്പോഴും മുകുന്ദന് തോന്നിയിട്ടുണ്ട്. അവൾക്കെന്നല്ല ഒരു പെണ്ണിനും സഹിക്കാൻ കഴിയാത്ത വഴി. ഹൃദയത്തിനുള്ളിലെ നിർമ്മലമായ വഴിത്താരകളിൽ ഇളംകാറ്റ് കൊണ്ടിരുന്നവർ എങ്ങോട്ടോ ഓടിമറയാൻ വെമ്പൽ കൊണ്ട പ്പോൾ ഉണ്ടായ ശൂന്യത ദിവസങ്ങളോളം അവളെ ഉറക്കം കെടുത്തി. മറ്റൊരു പെൺകുട്ടിയെ പ്രണയിച്ച് കൊണ്ട് നിമിഷനേരത്തെ തമാശ പോലെ തന്നെ വലിച്ചെറിയുമെന്ന് ഒരിക്കലും അവൾ വിചാരിച്ചിരുന്നില്ല.

ശരീരമാകെ മുൾപ്പടർപ്പുകൾ ചുറ്റിവരിഞ്ഞതിന് ശേഷമുള്ള ഒരു സായാഹ്നം പോലെയോ മനസ്സിന്റെ തന്ത്രികളെ പരുന്തിന്റെ കൈകൾ കൊത്തിവലിക്കുന്നത് പോലെയോ നിദ്രാഭംഗം വന്ന രാത്രിയിലെ തുലാ വർഷമഴ പോലെയോ ഒരു നിമിഷത്തിന്റെ കൈപ്പിഴകൊണ്ട് അഗാധമായ ഗർത്തത്തിലേക്ക് വീഴുന്ന ആടിനെ പോലെയോ ചുറ്റികകൊണ്ട് ശീർഷാ സനത്തിൽ നിൽക്കവേ അടികൊണ്ട് പരന്ന ആണിയെ പോലെയോ മുകളിൽ നിന്നും തലകുത്തി വീണ് ചിതറിപ്പോയ മലവെള്ളം പോലെയോ ഉണർവിന്റെ തിരകളെത്തി മരണത്തെ സ്വീകരിക്കുന്നതു പോലെയൊ

ഇച്ഛാഭംഗം വന്ന മനസ്സിന്റെ നെരിപ്പോടിൽ ഉമിത്തീ നീറിപുകയുന്നതു പോലെയോ വെറും ശവമായിപ്പോയ ശരീരങ്ങൾ ചന്ദനമുട്ടിയിലും പഞ്ചസാരയിലും ഉരുകി ലയിക്കുന്നതു പോലെയൊ ശീർഷാസനത്തിൽ നിന്നും സാധാരണ ജീവിതത്തിലേക്ക് കടന്ന് വന്ന് നിലതെറ്റി വീണ കറുത്ത കാലുകൾ പോലെയൊ തലയ്ക്ക് ഏറുകൊണ്ട് പിടഞ്ഞ് തല ഭാരമായി മാറിയ നായിനെ പോലെയോ പൂച്ചമുഖത്തിന്റെ ഒത്ത നടുവിൽ പിച്ചാത്തികൊണ്ട് ആരോ നീട്ടിവെട്ടിയ പാടുകൾ പോലെയോ ഓർമ്മകൾക്ക് ചുറ്റും വലയം ചാർത്തി നിൽക്കുന്ന മറവി പോലെയോ അവൾ... വാസന്തി.

താഴത്തെ മുറിയിലെ തേങ്ങലുകളെ മുകളിലത്തെ മുറിയിലെ ശീൽക്കാരങ്ങൾ പിന്നെയും പിന്നെയും കഴുത്ത് ഞെരിച്ച് കൊന്നു. താഴെ അവൾ. മുകളിൽ അവനും അവന്റെ കാമുകിയുമായ പഴയ കൂട്ടുകാരി. ഒരുദിവസം കൊണ്ട് കലങ്ങിമറിഞ്ഞ ബന്ധങ്ങൾയ്ക്കിടയിൽ ഇടനാഴിയുടെ അകലം മാത്രം. അവൾ കരഞ്ഞു. ഇത്രയും കാലം ഞാൻ ഇവന്റെ കൈയാണോ നെഞ്ചോട് ചേർത്ത് പിടിച്ചിരുന്നത്? ഇത്രയും കാലം ഇവന്റെ ശരീരത്തെയാണോ താൻ സ്നേഹത്തോടെ തിരഞ്ഞത്? കാറ്റടിക്കുന്ന രാത്രിയിൽ ഇലകളുടെ അടയാളങ്ങൾക്കും മുളങ്കൂട്ടത്തിന്റെ ശീൽക്കാരങ്ങൾക്കും ഇടയിൽ താൻ അരക്കെട്ട് വച്ച് കിടന്നത് ഇവന്റെ പ്രണയത്തിലാണോ? അവന്റെ വികാരത്തെയാണോ കൈയിലെടുക്കുകയും സ്നേഹത്തോടെ വളരെ പതിയെ താഴേക്ക് വലിച്ച് ആകാശത്തിലേക്ക് പറന്നുയരുകയും ചെയ്തത്? ഒടുവിൽ ഇവന്റെ പ്രണയാർദ്രതയിലാണോ താൻ നനഞ്ഞ് ഊർന്ന് പോയത്? മുകുന്ദന് വിറയൽ സഹിക്കാനായില്ല. വെളിച്ചത്തെ ഭയന്ന് അവൻ പുതപ്പിനുള്ളിലേക്ക് കയറി. തിളച്ച എണ്ണയിൽ വീണ ജീവാംശത്തെ പോലെ പുതപ്പിനുള്ളിൽ കിടന്ന് അവൻ കുറ്റബോധം കൊണ്ട് പിടഞ്ഞു. അവസാനം കണ്ട സമയത്ത് ട്രെയിൻ ചലിച്ചു തുടങ്ങിയപ്പോൾ ഒരിക്കൽ കൂടി അവനെ നോക്കിയ അവളുടെ കണ്ണുകൾ എന്തിനാണ് നിറഞ്ഞിരുന്നത്. കണ്ണുകളിൽ നിറഞ്ഞ മൗനം സംസാരിച്ചതിങ്ങനെയാവുമോ? "എടാ...ദ്രോഹീ നിന്നെ ഞാൻ ഒത്തിരി സ്നേഹിച്ചിരുന്നില്ലേ. ഞാനില്ലാതെ നീയെങ്ങനെ ജീവിക്കും. എങ്കിലും നിനക്ക് നല്ലതേ വരൂ."

ഉച്ചകഴിഞ്ഞെത്തിയ വെയിൽ ഉച്ചയോളം തീക്ഷ്ണമായിത്തന്നെ തുടരുന്നു. മേഘങ്ങളെ കണ്ടെടുക്കാനാവാത്തവിധം സൂര്യൻ എരിയുന്നു. മാനവും മണ്ണും അടരുകളായി കുതിർന്ന് ഇറ്റിറ്റ് വീഴുന്നു. കണ്ണുകെട്ടിക്കളിച്ച കുട്ടികൾ ഇല്ലത്തിന് മുമ്പിലെ തുളസിത്തറയിലെ തുളസി പിഴുതെറിഞ്ഞ് പകരം കമ്യൂണിസ്റ്റ് പച്ച വയ്ക്കുന്നു. ആഴമുള്ള ചിന്തകളെ തേടി തിരകൾ കരയിൽനിന്നും കടലിലേക്കു വലിയുന്നു. ഇലപൊഴിയും കാലത്ത് ഒടിഞ്ഞു വീണ ശിഖിരങ്ങളുടെ തൊലിപ്പുറത്തെ ചുവരുകൾ മുഴുവൻ ചിതലെടുക്കുന്നു. മണ്ണ് മൂടിയ ഒരു മരം മരിച്ചു വീണ ഒരു കിളിയുടെ കൂട് നെഞ്ചോടു ചേർത്ത് വച്ചുറങ്ങുന്നു. ഒന്നിനും പിടികൊടുക്കാതെ ഒരു മാൻകുട്ടി കാടിന്റെ ആത്മാവിൽ കളിക്കുന്നു.

പൂച്ച ഉറങ്ങാൻ താമസിച്ച ഒരു പുലർച്ചയിൽ എലി ഒറ്റപ്പെട്ട ദ്വീപിലേക്ക് പോയി. അവിടെ ആകെ ഒരു വീട് മാത്രമേ ഉണ്ടായിരുന്നുള്ളൂ. നിരനിരയയി നിന്ന പാറകളുടെ ഇടയിലൂടെ ഊർന്നിറങ്ങുന്ന ഒരു ഇടവഴി. വള്ളി പടർപ്പുകളുടെ മേൽക്കൂരയ്ക്കിടയിലൂടെ പുലർകാലസൂര്യന്റെ കുഴൽ വെളിച്ചങ്ങൾ ചിന്നിച്ചിതറി വീണുകൊണ്ടിരുന്നു. എത്രയൊക്കെ ആഞ്ഞാലും ഓടിപ്പോവാനാവത്ത വിധം ഇടുങ്ങി, ചില എടുത്ത് ചാട്ടങ്ങളെ ആവശ്യപ്പെടുന്ന ഒട്ടും നിഷ്കളങ്കമല്ലാത്ത പാത. നിലവിളികൾ ദൂരെ നിന്ന് കേൾക്കാമായിരുന്നു. ഒരു മരത്തിന്റെ മറവിലിരുന്ന് എലി സുഖമുള്ള നിലവിളികളെയാകെ ആരും കാണാതെ പുണർന്നു. പുഴപോലെ ഒഴുകി യെത്തുന്ന കൂട്ടനിലവിളികൾ. ചിലപ്പോഴെങ്കിലും നമ്മളെ വലിച്ചടുപ്പിക്കുന്ന ഒരു സംഗീതം പോലെ അത് ഉയർന്നും താഴ്ന്നും കേട്ടുകൊണ്ടിരുന്നു. നിലവിളികൾ സർവ്വസാധാരണമാവുമ്പോൾ അത് അന്വേഷിക്കുക യല്ലാതെ മറ്റൊന്നും ചെയ്യാനില്ലല്ലോ. അതിലേക്ക് എത്തിച്ചേരുക. അതൊന്ന് കേട്ട് പോരുക അത്രമാത്രം. ആ നിലവിളി ഞാനും കേട്ടിട്ടു ണ്ടെന്ന് പറയുക. ഒന്നുകൂടി കേൾക്കാൻ ആഗ്രഹമുണ്ടെന്ന് പറയുക. അതിന് വേണ്ടി വേണമെങ്കിൽ ക്യൂ നിൽക്കുക. ഇങ്ങനെ നിരവധി ഗരിമകൾ ഈ യാത്രയ്ക്കിടയിൽ ഉള്ളിലൊളിപ്പിക്കുന്നത് അത്ര വലിയ തെറ്റല്ല. സംഘടിക്കുവിൻ ശക്തരാകുവിൻ എന്ന് ആരോ എഴുതിവച്ചിരുന്ന (നമ്പ്യാരു വടക്കേതിലെ പുഷ്പൻ ചേട്ടനാണെന്ന് ചിലർ പറഞ്ഞു കേൾക്കുന്നു.) നരച്ച ബോർഡിന്റെ ഇപ്പുറം ഹരിതാഭമായ നിറക്കൂട്ടുകളിൽ ചുവപ്പ് ബോർഡറിട്ട് മഞ്ഞനിറം കൊണ്ട് ഒരു വലിയ അണ്ടാവും ചെമ്പും ഇഡ്ഡലികുട്ടുവവും വാടകയ്ക്ക് കൊടുക്കപ്പെടുന്നതാണെന്ന് എഴുതി വച്ചിരിക്കുന്ന വലത്തേ അറ്റത്തെ മുറിക്കും, ഒട്ടും ചെറുതല്ലാത്ത നില വിളിയെ മായ്ക്കാനാവാത്ത ശബ്ദത്തിൽ ടിവിയുടെ ആരവം കേൾക്കുന്ന ഇടത്തേ മുറിക്കും നടുവിലുള്ള പച്ച, അല്ല ഇടകലർന്ന കാവി, അതുമല്ല ചുവപ്പും മഞ്ഞയും കറുപ്പും ഇടകലർത്തി ഒരു കൊളാഷ് പോലെ ചായം തേച്ചിരിക്കുന്ന നടുവിലെ മുറിയിൽ നിന്നാണ് ഇതുവരെ കേട്ട നില യ്ക്കാത്ത നിലവിളികൾ കേൾക്കുന്നത്. ഒരു ചെറിയ മേശപ്പുറത്ത് കമിഴ്ത്തി വച്ചിരിക്കുന്ന കൈകൾക്ക് മീതെ ചുറ്റികകൊണ്ട് ആരോ ആഞ്ഞടി ക്കുന്നുണ്ട്. ചോര മേശയിലൂടെ ഒഴുകി നിലത്തേക്കു വീഴുന്നു. തൊലിയും മാംസവും അസ്ഥികളും (അതൊന്ന് കാണണ്ടേ കാഴ്ച തന്നെ) പൊട്ടി ച്ചിതറി കൈവെള്ളകൾ ഇരുന്ന സ്ഥലം ശൂന്യമാവുമ്പോൾ കൈകൾക്ക് പിൻവലിയാം. വീണ്ടും യഥാസ്ഥാനത്ത് പത്ത് വിരലുകൾ പ്രത്യക്ഷ പ്പെടുന്നു. ചുറ്റിക അതിന്റെ പണി വൃത്തിയായി ചെയ്യുന്നു. അടിച്ചുകൊണ്ടി രിക്കുന്ന ആൾ കറുത്തനിറമുള്ള ദൃഢഗാത്രനായ ഒരാളാണ്. മുഖം വ്യക്ത മല്ല. കാലിനടിയിലൂടെ മലർന്ന് കിടക്കുന്ന ഒരുവളുടെ വായിലാണ്......

റോഷ്നേരയുടെ സ്വപ്നത്തിലൂടെയാണ് താൻ കടന്ന് പോവുന്നതെന്ന് എലി തിരിച്ചറിഞ്ഞത് അതിന്റെ കോണിൽ തേങ്ങാക്കഷ്ണം പോലെ

എന്തോ ഒന്ന് കിടക്കുന്നത് കണ്ടപ്പോഴാണ്. ചോരനിറം വീണ അത് ഒരു ചെങ്കൽ ചീള് പോലെയാണാദ്യം തോന്നിയത്. എലിക്ക് എത്രയൊക്കെ ശ്രമിച്ചിട്ടും ചുവന്ന മണത്തെ മറികടന്ന് വെള്ളനിറത്തിന്റെ ഈണം കാതുകളിൽ കേൾക്കാനേ ആയില്ല. വെള്ളമൂറുന്ന നാവിന്റെ തുമ്പിൽ ഒരു തരി ഉപ്പ് നുണഞ്ഞ് കോരിച്ചൊരിയുന്ന മഴയുടെ ഓരത്ത് ഒരു ചെറുതണലിൽ അവളുടെ മനസ്സിനുള്ളിൽ എലി ഒളിച്ചിരുന്നു. മൂന്നു എപ്പിസോഡുകളുള്ള സ്വപ്നത്തിലെ രണ്ടാമത്തെ എപ്പിസോഡിലേക്ക് എലി വലിഞ്ഞൊരു ചാട്ടം വച്ചുകൊടുത്തു. ഇവിടെ അവൾ വളരെ വേഗം കൂട്ടുകാരികളോടൊപ്പം സൈക്കിൾ ചവിട്ടുകയാണ്. രാത്രിപടം കാണാൻ തൊട്ടടുത്ത ടാക്കീസിലേക്ക്. പഞ്ചറായ സൈക്കിൾ ഒട്ടിക്കാനെടുത്ത സമയത്തെക്കാൾ വേഗത്തിൽ അവൾ ചവിട്ടി. ഒരു ഓലമേഞ്ഞ സിനിമാടാക്കീസിലേക്ക്. പുരുഷന്റെ ശരീരത്തെക്കുറിച്ച് സ്ത്രീകൾ സംവിധാനം ചെയ്ത് നിർമ്മിച്ച അഡൽസ് ഒൺലി ചിത്രത്തിന്റെ ആദ്യ പ്രദർശനം കാണാൻ.

അനുരഞ്ജനം സാധ്യമാവാത്തതുകൊണ്ട് എലി പ്രകോപിതനായി സൈക്കിളിൽ നിന്നും വേഗം പുറത്തേക്ക് ചാടിയിറങ്ങി. തൊട്ടടുത്ത മൂന്നാമത്തെ മുറിയിൽ നിന്നും (എപ്പിസോഡിൽ നിന്നും) ടിവിയുടെ ശബ്ദം മുഴങ്ങി കേട്ടു.... സവാളയും ഇഞ്ചിയും വെളുത്തുള്ളിയും ഏതാണ്ട് ചുവന്ന് വന്നിരിക്കയാണ്. ഇതിലേക്ക് അര ടീസ്പൂൺ മുളക് പൊടി, മുക്കാൽ ടീസ്പൂൺ മല്ലി പൊടി, അരടീസ്പൂൺ മഞ്ഞൾപ്പൊടി എന്നിവ ചേർത്ത് വീണ്ടും ഇളക്കണം. പച്ചമണം പോകുന്നതുവരെ വരട്ടി എടുക്കണം. രണ്ട് മിനിട്ട് ഇങ്ങനെ ഇളക്കിയാൽ തന്നെ പച്ച മണം പോയികിട്ടും. ഇപ്പോൾ ഒരു മൂത്തമണം വരുന്നുണ്ട്. ഇനി അരടീസ്പൂൺ ഗരംമസാല ഇതിലേക്ക് ചേർക്കുക. ഗരംമസാല അറിയാല്ലോ, ഏലയ്ക്ക്, പട്ട, ഗ്രാമ്പൂ എല്ലാം കൂടി പൊടിച്ചത്. അതിനു ശേഷം ഒന്നുകൂടി വരട്ടി ചുവന്ന നിറം കടുത്തതിന് ശേഷം, പ്രത്യേകം തയ്യാർ ചെയ്ത ഷക്കീലാ ചിക്കൻ കൂടി ചേർക്കുക. (അത് നേരത്തേ വേവിച്ച് വച്ചിരുന്നതാണ്. മുഴുവൻ എടുക്കുന്നില്ലെങ്കിൽ ഫ്രിഡ്ജിലേക്ക് വയ്ക്കാം. ഒരാഴ്ച വരെ ഇതുപയോഗിക്കാം) ഒരു അഞ്ചുമിനിട്ട് കഴിയുമ്പോൾ വേവിച്ച് ഉടച്ച് വച്ചിരിക്കുന്ന ചക്ക അതുകൂടി ഇട്ട് ഇളക്കി എടുക്കുകയും നേരത്തേ തയ്യാറാക്കി വച്ചിരിക്കുന്ന നീളമുള്ള പച്ചമുളക് ഒലത്തിയത് ഇതിലേക്ക് ചേർക്കുകയും ചെയ്യുക. ടപ്പേ.... അവൾ ഉറക്കത്തിൽ നിന്നും ഞെട്ടി ഉണർന്ന് വെള്ളമൂറിയിരിക്കുന്ന പൂച്ചക്കിട്ട് പേപ്പർവെയിറ്റുകൊണ്ട് ഒരേറ് വച്ചുകൊടുത്തു. നല്ല വയലറ്റ് നിറത്തിലുള്ള പേപ്പർവെയിറ്റ് നിലത്ത് വീണ് പൊട്ടിച്ചിതറി

മുപ്പത്

കുരുമുളക് വറവു ചട്ടിയിലെ എണ്ണയിലിട്ടാൽ കടുകാകില്ല

ഫാസിസത്തിന്റെ സ്വാതന്ത്ര്യം എന്ന വിഷയത്തിൽ അവൾ സമർപ്പിച്ച ഗവേഷണപ്രബന്ധം വേണ്ടത്ര കവിതയില്ലെന്ന പേരിൽ നിരസിക്കപ്പെട്ടു. ഒരിക്കലും മിണ്ടരുതെന്ന അച്ചടക്ക സന്ദേശം നൽകി അദ്ധ്യാപകരെ മുറിയിലിട്ട് പൂട്ടി കുട്ടികൾ മൂത്രമൊഴിക്കാൻ പോയി.

സത്യത്തിലിടയ്ക്കുള്ള ലൈംഗികത തന്നെയായിരുന്നു റോഷ്നേരയുടെയും മുകുന്ദന്റെയും ബന്ധത്തെ ഊഷ്മളമാക്കിയത്. സവിശേഷമായ ഒരു ബന്ധം ആയിരുന്നതുകൊണ്ടുതന്നെ രണ്ടുപേരുടെയും ഉള്ളിൽ ശരീരംകൊണ്ട് കെട്ടിമറിയാനുള്ള ആഗ്രഹം കുറേക്കാലമായി നിലനിൽക്കുന്നുണ്ടായിരുന്നു. മനസ്സിന്റെ ഇടനാഴിയിൽ ഒരു പൂച്ച ഉറക്കം തുടരുന്നത് പോലെ. കുറേക്കാലത്തേക്ക് മറ്റെല്ലാ നിലയിലും ബന്ധം സംഭവിക്കുമ്പോൾ അതുമാത്രം സംഭവിക്കാതെ പോയി. രണ്ടുപേർക്കും ആഗ്രഹമുണ്ടായിട്ടും ഏറെക്കാല നീട്ടിവയ്ക്കപ്പെട്ടു ആ കാട്ടരുവിയുടെ സ്പർശനം. ഒരു ദിവസം വളരെ യാദൃച്ഛികമായി ഒരു ഇലയനക്കത്തിൽ തുടങ്ങി ഇളം കാറ്റായി പരിണമിച്ച് ഒടുവിൽ ഇടിമുഴക്കത്തോടെയുള്ള കൊടുങ്കാറ്റായി അത് പെയ്ത് അവസാനിച്ചു. റോഷ്നേരയെ സംബന്ധിച്ചിടത്തോളം ശക്തമായ ഒരു സംവേദനോപാധി ആയിരുന്നു മുകുന്ദന്റെ ശരീരം. അവന്റെ ശരീരത്തിന്റെ ഓരോ കോശങ്ങളെയും സ്പർശിച്ചുണർത്തി അവന്റെ മുഖം തന്റെ അരക്കെട്ടിലെത്തിക്കാൻ അവൾ ചില സമയങ്ങളിൽ ഒരു വിറയലോടെ ആഗ്രഹിക്കുകയും പലപ്പോഴും വിജയിക്കുകയും ചെയ്തിരുന്നു. ഇവളിതെത്ര സമയമാ എടുക്കുന്നത്?

ഞരക്കത്തിനിടയിൽ അവൾ ഉറക്കെ ചിരിച്ചു. 'എടാ.... കള്ളത്തരം കാട്ടി... തിരിഞ്ഞ് കിടക്കാൻ നമ്മൾ ഭാര്യാഭർത്താക്കന്മാരല്ലല്ലോ!... ആ.... ഹാവൂ.......' നിന്റെ ഈ ശബ്ദം കേൾക്കുമ്പോൾ എനിക്ക് പേടിയാവുന്നു. നീ മരിക്കാൻ പോവുന്നത് പോലെ. ഇപ്പോൾ മരിച്ചാൽ അതിൽപ്പരം എന്താ

നമുക്ക് കിട്ടുക. അവനും പൊട്ടിച്ചിരിച്ചു. എങ്കിലും ആ ശബ്ദം അവന് ഒരു സംഗീതവും ആവേശവുമായിരുന്നു. അതു കേൾക്കുമ്പോൾ അവൻ ഒരേ സമയം ഒത്തിരി ഇടങ്ങളിലേക്ക് കടന്നു ചെന്ന് അവളിൽ ആഴ്ന്നിറങ്ങും. ഒടുവിൽ ഒരിക്കലും അവസാനിക്കരുതെന്നാഗ്രഹിക്കുന്ന ഒരു നിലവിളിയോടെ അവനെ കെട്ടിപ്പിടിച്ച് അവൾ വലിഞ്ഞ് മുറുക്കും. "നിന്നെ ആരാ ഇതിത്ര വിദഗ്ദ്ധമായി പഠിപ്പിച്ചത്." "ഇത് ആരും പഠിപ്പിക്കേണ്ടതില്ല. നിന്റെ ഓരോ ശബ്ദവും എനിക്ക് അടുത്തതിലേക്കുള്ള വഴികാട്ടിയാണ്."

വളരെ സാധാരണപ്പെട്ട ഒരു കുടുംബത്തിലെ പെൺകുട്ടിയെ സാമ്പത്തികം അൽപംകൂടിയ നല്ല പേരുള്ള ഒരു തറവാട്ടിലേക്ക് വിവാഹം കഴിച്ചു കൊണ്ട് പോയി. റോഷ്നേര ഏറ്റവും അധികം സ്നേഹിച്ചിരുന്ന അവരുടെ ബന്ധത്തിലെ ഒരു ചേച്ചിയായിരുന്നു ആ പെൺകുട്ടി. ഏറെ പ്രതീക്ഷയോടെ ആ വീട്ടിലേക്ക് ചെന്ന അവൾ ആദ്യദിവസം മുതലേ കണ്ണീരിന്റെ വഴിയിലേക്ക് നയിക്കപ്പെട്ടു. പുരുഷന്മാരുടെ മുഖത്ത് നോക്കാൻ പാടില്ല. രാവിലെ പാൽക്കാരൻ പാലുമായി വരുമ്പോൾ അറിയാതെ പോലും അയാളുടെ കൈയിൽ തൊടാൻ പാടില്ല. പുരുഷന്മാർ വന്നാൽ വീടിന്റെ മുന്നിലേക്കു വരരുത്. പുരുഷന്മാർ വരാൻ സാധ്യതയുള്ള വിവാഹം മറ്റ് ആഘോഷങ്ങൾ എന്നിവയിലൊന്നും പങ്കെടുക്കരുത്. കഴിവതും ഓട്ടോറിക്ഷയിൽ തന്നെ യാത്ര ചെയ്യുക. ഇല്ലെങ്കിൽ നടക്കുക. എന്തായാലും പുരുഷന്മാർ കൂടുതലുള്ള ബസ്സിൽ യാത്ര ചെയ്യരുത് തുടങ്ങി നിബന്ധനകളുടെ ഒരു പട്ടിക അദ്യരാത്രിയിൽ തന്നെ അവളുടെ മുന്നിൽ ഭർത്താവ് നിരത്തിവച്ചു. ആ വീട്ടിൽ ഒരു കോഴിക്കൂടുണ്ട്. ഒരിക്കലും കോഴികളെ തുറന്ന് പുറത്തേക്ക് വിടില്ല. ഭക്ഷണം കൂട്ടിലെത്തിക്കും. മുട്ട കൈയിട്ട് എടുക്കും. കോഴിക്കൂടിന്റെ അധികാരവും സംരക്ഷണവും അവിടെ അവൾക്ക് വേണ്ടി മാറ്റിവയ്ക്കപ്പെട്ടു. ഒക്കെയും നല്ല അച്ചടക്കവും സദാചാരവും മര്യാദയുമുള്ള കോഴികളായിരുന്നു. കൂട് തുറക്കുമ്പോൾ അവൾ ആ കോഴിക്കൂട്ടിനുള്ളിലേക്ക് നോക്കും. കോഴികളോരോന്നും ശബ്ദമുണ്ടാക്കി മൂലയിലേക്ക് മാറും. ഒരു ദിവസം മുറ്റം തൂത്തുകൊണ്ടിരുന്നപ്പോൾ അയാൾ ധൃതിപൂണ്ട് മുകളിലത്തെ നിലയിൽ നിന്നും ചാടി ഇറങ്ങി അവളുടെ അടുത്തെത്തി. തൂക്കുന്ന സൗകര്യത്തിന് വേണ്ടി മുകളിലേക്കു തിരുകി വച്ചിരുന്ന പവാട നേരയാക്കി കൈയിലൊരു നുള്ളു കൊടുത്തു. നീറിപ്പുകയുന്നതിനിടയിൽ അവൾ അയാളുടെ മുഖത്തേക്കു നോക്കി. അണച്ച് ഓടിത്തളർന്ന് മുഖമാകെ ചുവന്ന് തുടുത്ത് മാനസികവിഭ്രാന്തിയോടെ അയാൾ പറഞ്ഞു "ഞാൻ മുകളീന്ന് ഓടി വന്നതാ... ആരെങ്കിലും കണ്ടിരുന്നെങ്കിലോ?" അത് പറഞ്ഞിട്ട് തൃപ്തിയാകാത്തത് പോലെ ഒരു നുള്ളു കൂടി കൊടുത്തു. ഇങ്ങനെ ഓരോന്നിനും ഓരോ നുള്ളായിരുന്നു ശിക്ഷ. ദിവസങ്ങൾ കഴിഞ്ഞപ്പോൾ നുള്ളിയ പാടുകൾകൊണ്ട് അവളുടെ ശരീരം മുഴുവൻ

മുറിവുകളായി. കൂടാതെ ഉറക്കം വരാത്ത രാത്രികളിൽ അവളെയും അയാൾ വിളിച്ചുണർത്തി. നിരവധി ദിവസങ്ങൾ ഉറങ്ങാൻ കഴിയാതെ കൺപോളകൾ വീർത്ത് ക്ഷീണിതയായി. ആദ്യമൊന്നും അവൾ ആരോടും ഇതു പറഞ്ഞില്ല. കുറെ കഴിയുമ്പോൾ മാറുമെന്ന് വിചാരിച്ച് സഹിച്ചു. അസുഖം വന്നപ്പോൾ പുരുഷന്മാരില്ലാത്ത ആശുപത്രി അന്വേഷിച്ച് അവളെയും കൊണ്ട് നടന്നു. ഒടുവിൽ പൊട്ടിക്കരഞ്ഞുകൊണ്ട് ഒരു ദിവസം തന്റെ ശരീരത്തിലെ പാടുകൾ അവൾ റോഷ്നേരയെ കാണിച്ചുകൊടുത്തു. അയാളെ പിരിയുന്നതാണ് നല്ലതെന്ന് അവർ സംസാരിച്ച് തീരുമാനിച്ചു. നല്ലൊരു വക്കീലിനെ കണ്ട് ഗാർഹികപീഡനനിരോധന നിയമം അനുസരിച്ച് പരാതിയും കൊടുത്തു. അതുവരെ കതകിന് പിന്നിൽ ഒളിക്കാറുണ്ടായിരുന്ന അവൾ ജോലിക്ക് പോയി തുടങ്ങി. മനുഷ്യന്മാരോട് സംസാരിക്കാനും കരുതലോടെ ജീവിക്കാനും ആത്മവിശ്വാസത്തോടെ ജീവിതത്തെ നേരിടാനും പഠിച്ചു. ഇതിനിടയിൽ വച്ച് അവൾ ഒരു കുഞ്ഞിന് ജന്മംകൊടുത്തു. "സത്യത്തിൽ അതൊരു ബലാത്സംഗമായിരുന്നു." അവൾ റോഷ്നേരയോട് പറഞ്ഞു. ഒടുവിൽ അയാൾ പല പണിയും നോക്കിയെങ്കിലും ബന്ധം ഒഴിയുകയല്ലാതെ മറ്റൊന്നിനും അവൾ തയ്യാറല്ലായിരുന്നു. അവൾ ഒരിക്കലും തനിക്ക് വഴങ്ങില്ലെന്നും അവളെ ഉപദ്രവിച്ചതിന് ശിക്ഷ ലഭിക്കുമെന്നു ഉറപ്പായപ്പോൾ അയാൾ പുഴയിൽ ചാടി മരിച്ചു.

ചിലർ പറഞ്ഞു. 'നീ കാരണമാണ് അവൻ പുഴയിൽ ചാടിയത്.' അവൾ പറഞ്ഞു. "വേദനകൾ കൊണ്ട് കണ്ണുകാണാൻ കഴിയാതിരുന്ന എന്റെ നാളുകളിൽ എനിക്ക് ചാടിച്ചാവാൻ അടുത്ത് ഒരു പുഴപോലും ഉണ്ടായിരുന്നില്ല. മരിക്കാനുള്ള സ്വാതന്ത്ര്യവും തിരഞ്ഞെടുക്കാൻ ഒരു പുഴയും അയാൾക്ക് കൈയെത്തുന്നിടത്ത് ഉണ്ടായിരുന്നില്ലേ." അങ്ങനെ സംഭവിച്ചതിൽ യാതൊരു കുറ്റബോധവും അവൾക്ക് ഉണ്ടായിരുന്നില്ല. അയാളുടെ മൃതശരീരം ചെന്നുകണ്ടപ്പോൾ അവളുടെ കണ്ണ് നിറഞ്ഞതും ഇല്ല. അവൾ പതിയെ നടന്ന് വന്ന് ആ കോഴിക്കൂട്ടിലേക്ക് നോക്കി. അതിനുള്ളിൽ നിന്നും അസ്വാതന്ത്ര്യത്തിന്റെ നിലവിളികൾ അവൾ കേട്ടു. അവൾ ആ കൂട് തുറന്നു വിട്ടു. കോഴികൾ ഉച്ചത്തിൽ കൂവാൻ തുടങ്ങി. ചിലത് മതിൽ ചാടി അപ്പുറത്തെ പറമ്പിലേക്ക് പോയി. പോയവയൊന്നും പിന്നീട് തിരിച്ചു വന്നില്ല.

തീർത്തും പ്രയോജനരഹിതമായ ജീവിതങ്ങളായിരുന്നു ആ സ്വപ്നത്തിൽ റോഷ്നേരയ്ക്ക് ചുറ്റും. തലതല്ലിത്തകർക്കുന്ന തിരകളിലേറി പൂന്തേൻ പോലെ നനവാർന്ന ഒരു മനസ്സ് തിളച്ചു മറിഞ്ഞു. ചുറ്റും ധൃതിപൂണ്ട് നടന്ന ചില്ലുപാത്രങ്ങൾ ഒരു കോപ്പ കാപ്പി പോലും ബാക്കി വയ്ക്കാതെ ഒക്കെയും കുടിച്ച് തീർത്തു. തനിക്ക് ഇവിടെ നിന്നും തൊട്ടെടുക്കാൻ കഴിയുന്നത് കുറച്ച് ഇരുണ്ട അനുഭവങ്ങൾ മാത്രമാണെന്ന് അവൾ തിരിച്ചറിഞ്ഞു.

തിരക്കൊഴിഞ്ഞ് തിരയൊഴിഞ്ഞ് പിച്ചിചീന്തിയിട്ടും ബാക്കിയായ ജീവിതം. രാത്രി ഇറങ്ങി നടക്കുന്നത് പലവട്ടം വിലക്കപ്പെടുകയും പലതവണ വിചാരണചെയ്യപ്പെടുകയും ചെയ്തതിനാൽ രാത്രിസഞ്ചാരം ആർക്കും ഉത്തരം കൊടുക്കാൻ തയ്യാറല്ലാത്ത ഒരു ശൈലിയാക്കി മാറ്റി അവൾ. മുനയുള്ള ചോദ്യങ്ങൾ ഇരുട്ടത്ത് തട്ടിമറിഞ്ഞ് വീണു. ഉത്തരങ്ങളില്ലാത്തവർ വിചാരണയുടെ ഭാണ്ഡങ്ങൾ അഴിച്ചു. ഒരു പേപ്പട്ടിയെ തല്ലി കൊല്ലുന്നത് പോലെ ശിക്ഷിച്ചിട്ടും ഇഴഞ്ഞും മുടന്തിയും അവൾ നടന്നു കൊണ്ടിരുന്നു. അല്ലെങ്കിൽ അത് ഒരു രാഷ്ട്രത്തിന്റെ ഒരു തലമുറയുടെ പരാജയമാണെന്ന് അവൾ തിരിച്ചറിഞ്ഞു. ഭയപ്പെടുത്തുന്ന കാലൊച്ചകൾ പിന്തുടരുമ്പോഴും ഭീതി ഉള്ളിലൊതുക്കി അവൾ ഒരു മൂളിപ്പാട്ട് പാടി. അവളുടെ ആ നടത്തത്തിന്റെ തുടർച്ചയെ ഇല്ലാതാക്കിയത് ആ വാർത്ത യായിരുന്നു. ഗ്രാമത്തിൽ പുലിയിറങ്ങിയ വാർത്ത.

ഒരു ഗ്രാമത്തിന്റെ നടുക്ക് സ്ഥിതിചെയ്യുന്ന പഞ്ചായത്ത് കിണറിന്റെ സമീപമാണ് പുലിയെ ആദ്യമായി കണ്ടത്. കഴിഞ്ഞ ദിവസം പുലർച്ചെ റബ്ബർ ടാപ്പിങ്ങ് കഴിഞ്ഞെത്തിയ തൊഴിലാളികളാണ് പുലിയെ കണ്ടത്. ഇവരെ കണ്ടതും പുലി വേഗം കുറ്റിക്കാട്ടിൽ ഒളിച്ചുവത്രേ! ഇന്നലെ മുഴുവൻ നാട്ടുകാരും പോലീസുകാരും ഫോറസ്റ്റ് ഉദ്യോഗസ്ഥരും തൊഴി ലാളികളും വ്യാപകമായ തിരച്ചിൽ നടത്തിയെങ്കിലും പുലിയെ കണ്ടെ ത്താൻ ആയില്ല. ഫോറസ്റ്റുദ്യോഗസ്ഥർ എത്തി നടത്തിയ നഖപ്പാടുകളുടെ വിദഗ്ധ പരിശോധനയിൽ ഏകദേശം രണ്ട് വയസ്സുള്ള പുലിയാണെന്ന് സ്ഥിരീകരിച്ചു. വനത്തിനുള്ളിൽ ആടുകളുടെ എല്ലുകളും അവശിഷ്ടങ്ങളും പാറയിൽ പുലിയുടെ നഖപ്പാടുകളും കണ്ടെത്തി. ഈ പുലി പുതിയ പുലിയല്ലായെന്നും രാത്രിയിൽ ഇറങ്ങി നടക്കാറുള്ളപ്പോൾ മുമ്പും കണ്ടിട്ടുണ്ടെന്നും ആ പെൺകുട്ടി പറഞ്ഞു. മാത്രമല്ല അവസാനം കണ്ടത് രണ്ട് വയസ്സുള്ള പുലിയേയല്ലെന്നും പ്രായമായി അവശതയിലെത്തിയ ഒന്നായിരുന്നെന്നും അവൾ കഴിയും വിധം നാട്ടുകാരോട് പറഞ്ഞു നോക്കി. രണ്ട് കണ്ണുകളുടെ രൂപത്തിൽ കുറ്റിക്കാടുകൾക്ക് പിന്നിലും പല വലിപ്പ ത്തിലും പ്രായത്തിലും അവൾ കണ്ടിട്ടുണ്ട് പോലും. പക്ഷേ സ്വതവേ വട്ടു പിടിച്ച ഈ പെൺകുട്ടിയുടെ വാക്കുകൾ നാട്ടുകാരും പോലീസും മുഖവിലയ്ക്കെടുത്തില്ല.

ഇത്തരം പ്രചാരണങ്ങളിൽ വീഴരുതെന്നും പുലിയെ ആദ്യമായി കണ്ടത് വ്യാഴാഴ്ച രാവിലെ കൃത്യം ആറുമണിക്ക് ടാപ്പിംഗ് തൊഴിലാളി യായ നിജോ (32) ആണെന്നുള്ളത് ഔദ്യോഗികമായി സ്ഥിരീകരിച്ചു കഴിഞ്ഞുവെന്നും നിജോയുടെ ചീറിപ്പാഞ്ഞ് വന്ന ബൈക്കിന്റെ മുന്നിലേക്ക് പുലി പെട്ടെന്ന് എടുത്ത് ചാടുകയായിരുന്നുവെന്നും പൊലീസ് വ്യക്ത മാക്കി. പിന്നീട് ടാപ്പിംഗ് തൊഴിലാളിയായ സാജൻ കുറ്റിക്കാട്ടിൽനിന്നും ഇറങ്ങിപ്പോയ പുലിയെ കാണുകയും ചെയ്തുവത്രേ. കാടു വെട്ടിത്തെളിച്ച പ്പോൾ ആറ് ആടുകളുടെയും ഒരു പശുവിന്റെയും അവശിഷ്ടങ്ങൾ

കണ്ടെടുത്തു. ഇവിടുത്തെ റബ്ബർ പ്ലാന്റേഷനിൽ ഇടവിട്ട് ഇടവിട്ട് കുറ്റിക്കാടുകളുമുണ്ട്. വർഷത്തിൽ മൂന്നു പ്രാവശ്യം ഈ കാടുകൾ വെട്ടിതെളിക്കണമെന്നാണ് നിർദ്ദേശമെങ്കിലും അത് നടപ്പാക്കാത്തതിനാൽ പുലികൾ സൈ്വരവിഹാരം നടത്തുകയാണ്. പ്ലാന്റേഷൻ പരിസരത്ത് നൂറോളം വീടുകളാണ് ഭീതിയിൽ കഴിയുന്നത്. രാത്രിയിലും പകലും തിരച്ചിൽ ശക്തമാക്കിയതിനെ തുടർന്ന് മനുഷ്യനെ പേടിച്ച് അവൾ പുറത്തിറങ്ങിയതേയില്ല. ഒരു പ്ലാന്റേഷന്റെ ഒത്ത നടുവിലായിരുന്നു അവളുടെ വീട്. ഭയപ്പെടാനല്ലാതെ ഒന്നും ചെയ്യാനില്ലാത്ത ഒരു രാത്രി പെട്ടെന്ന് മുന്നിലെത്തിയപ്പോൾ ഉറക്കം നഷ്ടപ്പെട്ട അവൾ കടുത്ത ഭീതിയിലേക്ക് വലിച്ചെറിയപ്പെട്ടു. ഒരായുസ്സിന്റെ മുഴുവൻ ഭീതിയും മനുഷ്യന്റെ രൂപത്തിൽ ജനാലകളിൽ വന്ന് മുട്ടി. പുറത്തിറങ്ങാത്ത പുലിയും അവളും എന്തായിരിക്കും ഇപ്പോൾ ചെയ്യുന്നതെന്ന് ജനം ആലോചിച്ചു നടന്നു.

വളരെ പെട്ടെന്ന് തന്നെ മഴ ഒരുപാട് പേരിലേക്കും ഒരുപാട് വേരിലേക്കും പെയ്തു തുടങ്ങി. മണ്ണ് നനഞ്ഞു കുതിർന്നു. എങ്ങും പടരുന്ന പൂപ്പൽ. ഉണങ്ങാത്ത തുണികൾ. കൊഴിഞ്ഞ് വീഴുന്ന മാമ്പൂക്കൾ. അവൾ ജനലിലൂടെ പുറത്തേക്കു നോക്കിയിരുന്നു. ഇരുട്ടത്തും കോരിച്ചൊരിയുന്ന മഴയത്തും തല ഉയർത്തി നിൽക്കുന്ന റബ്ബർ മരങ്ങൾ. പൊടിപുരണ്ട പുലിയുടെ മേൽ മഴത്തുള്ളികൾ വീണു തുടങ്ങി. എത്രയൊക്കെ ഭദ്രമാക്കിയിട്ടും എവിടെയൊക്കെയോ ചോർന്ന് തുടങ്ങുന്ന മനസ്സ്. നീലയും പച്ചയും മഞ്ഞയും നിറങ്ങളിൽ അസാധാരണമാം വണ്ണം വെട്ടിതിളങ്ങുന്ന താഴ്‌വര. അപൂർവ്വമാവുന്നത് അനുഭവിക്കുമ്പോഴും അസാധാരണമാവുന്നത് കാണുമ്പോഴും അച്ചടക്കം തെറ്റുന്ന ഒരു കുട്ടി. ഈറൻ കാറ്റിൽ ഉലഞ്ഞ് പോവുന്ന ഒരു ശരീരവും മനസ്സും സ്വതവേ വിഷാദം കലർന്ന മഴയിൽ കുതിർന്ന ഒരു മുഖം. വേദനയുടെ കടൽ പോലെ നഷ്ടപ്രണയത്തിന്റെ നീരുപോലെ ഹർഷാരവങ്ങളോടെ വഴുതിവീഴുന്ന മഴ. വീടിന് ചുറ്റുമുള്ള മരങ്ങൾ അപകടമാം വണ്ണം വീടിന് മുകളിലേക്കു ചാഞ്ഞു നിൽക്കുന്നു. ഒരു കുത്തൊഴുക്കിന് തയ്യാറെടുക്കുന്ന ഉയരം കൂടിയ കുന്നിൻ ചെരുവുകൾ. ചാഞ്ഞ് ഒടിഞ്ഞ് വീഴാൻ തയ്യാറായി നിൽക്കുന്ന റബ്ബർ മരങ്ങൾ.

കളി കാര്യമാവുന്ന ഒരു രാത്രിയായിരുന്നു അത്. ആരും പുറത്തേക്കിറങ്ങാൻ തയ്യാറായില്ല. ഞാന്നു കിടക്കുന്ന ഉണങ്ങിയ ചെടികളുടെ നിഴലുകൾ ഒരു ചെറിയ കാറ്റത്ത് ആടിയുലഞ്ഞു. ആകാശത്തിൽ നിന്നും ഭീതിയുടെ നീർച്ചാൽ ഒഴുകി തുടങ്ങി. ചുറ്റും കുറുക്കന്മാരുടെ ഓരിയിടുന്ന ശബ്ദം പെൺകുട്ടികളുടെ കൂട്ടനിലവിളികൾ പോലെ മുഴങ്ങി കേട്ടു. ചില്ലിട്ട ഒരു പാത്രത്തിൽ കിടന്ന് ഒരു മത്സ്യം സ്വയം അലങ്കാരത്തിന്റെ അവശിഷ്ടങ്ങൾ വലിച്ചെറിഞ്ഞു. ഉണർന്നെണീക്കാനുള്ള സമയം മരണത്തിനുമുന്നേയുള്ള വിളികൾ പോലെ വാതിലിൽ വന്ന് മുട്ടി. ഇനിയും കൊഴിയാൻ മടിച്ച് നിന്ന വാടിയ ഇലകൾ ഒരു തേങ്ങലുപോലും ബാക്കിവെയ്ക്കാതെ

താഴേക്ക് ഉതിർന്നു വീണു തുടങ്ങി. കറുത്തിരുണ്ട കരിയിലകൾ ഈറനണിഞ്ഞ് കുതിർന്ന് തുടങ്ങി. നീർച്ചാലുകളിൽ നിന്നും ഉയർന്നുവന്ന കുമിളകൾ വീണു പൊട്ടിത്തെറിച്ച ഒരു ചിതൽപുറ്റ് തകർന്നു തുടങ്ങി. വേരുകൾ നഷ്ടപ്പെട്ട ഇത്തിളുകൾ മാവിന്റെ ചുവട്ടിലേക്ക് ഊർന്ന് വീണു. കുമിളിനടിയിലെ ഉറുമ്പിൻ കൂട്ടങ്ങൾ ചെറിയ മാളങ്ങളിലേക്കു പോയി. അഭയമാവാനാവാത്ത പുൽപ്പടർപ്പുകൾ വേരുകളിലൂടെ മണ്ണുകളിലേക്ക് ഓടിയൊളിച്ചു. ഇലക്ട്രിക് കമ്പിയിൽ തൂങ്ങി കിടന്ന് വവ്വാലുകൾ ഒരു ചിറകടികൊണ്ട് കത്തിക്കരിഞ്ഞില്ലാതെയായി. അർദ്ധരാത്രിയിൽ കൂട്ടുകാരിയെ തേടി ഇറങ്ങിയ കാക്ക ചെളിക്കുണ്ടിൽ തല താഴ്ത്തി മരിച്ചു കിടന്നു. ഉണങ്ങി വരണ്ട് വിണ്ട് കീറിയ വയൽപാതകളിൽ അവിചാരിത മായെത്തിയ മഴയിൽ നനഞ്ഞെണീറ്റ ചീവിടുകൾ ഒരു മഴത്തണലിലേക്കു ഓടിയൊളിച്ചു. പശുവിൻ തൊഴുത്തിൽ നിന്നും ചാടിയിറങ്ങിയ ചാണക മണം മഴയത്ത് തെറിച്ചുതെറിച്ച് നടന്നു. ചോർന്നൊലിക്കുന്ന മേൽക്കൂര യിൽ നിന്നും അമ്പലപ്രാവുകൾ ഇലക്ട്രിക് ശ്മശാനത്തിന്റെ കോൺക്രീറ്റ് തണലിലേക്ക് ചേക്കേറി. വിശ്വാസം നഷ്ടപ്പെട്ട ഒരുകൂട്ടം പൂണൂലുകൾ സ്നേഹമുള്ള ഒരു ചെകുത്താനെ തേടി. കൈകൾ ഒടിഞ്ഞ വാഴകൾ കൂട്ടത്തോടെ നിലവിളിക്കാൻ തുടങ്ങി. ഒന്നും രണ്ടും കൂട്ടിയാൽ മൂന്നാ ണെന്ന് പഠിപ്പിച്ച കണക്ക് മാഷ് ഒന്നിനെയും രണ്ടിനെയും തേടി ഗുണന പട്ടികയിലൂടെ മുന്നു തവണ നടന്നു. ഒരു കാലൻ കുട ചോദ്യചിഹ്നം പോലെ ചെളിവെള്ളത്തിൽ ഒഴുകിനടന്നു. പ്രേതബാധയേറ്റതുപോലെ യുള്ള ആ രാത്രിയിൽ ഇനിയും തോരാത്ത മഴയ്ക്കിടയിൽ മറ്റൊന്നു കൂടി പെയ്തു തുടങ്ങി. ഇടിഞ്ഞ് വീഴാറായ ആ വീടിനുള്ളിൽ അവൾ ഒറ്റയ്ക്ക് മഴയേത് മനസ്സേതെന്ന് അറിയാതെ ഭയന്നിരുന്നു.

അവൾ പതിയെ വാതിൽ തുറന്നു. നിലാവത്ത് അങ്ങ് ദൂരെ കുറ്റി ക്കാട്ടിൽ തന്നെ നോക്കിയിരിക്കുന്ന രണ്ട് പുലിക്കണ്ണുകൾ തിളങ്ങി. കുളി കഴിഞ്ഞ് വന്ന് ഒരു തവള വീടിന്റെ ഉമ്മറത്തും വരാന്തയിലും തുള്ളി ത്തുള്ളി നടന്നു. സംവിധായകൻ കട്ട് പറഞ്ഞു. ഇരുട്ടും മഴയും തീർന്നു. വെളിച്ചം തെളിഞ്ഞു. നടി അണിയറയിലേക്ക് പോയി.

മുപ്പത്തിയൊന്ന്

ആർക്കും ഒന്നും ചെയ്യാൻ കഴിയാത്ത വിധം അവൾ ഇരുട്ടിന് വഴിമാറികൊടുത്തു

ഉന്മാദത്തിന്റെ ചില്ലുപാത്രങ്ങൾ പാകി മെഴുകിയ ഒരു മൺപാത്രമായിരുന്നു അവൾക്ക് ജീവിതം. ചെളിയും ചേറും ചേർന്ന് ഊർന്നു വീഴുന്ന ഒരു കറുത്ത പ്രതലം.

മുകുന്ദൻ അവൾക്കെഴുതി. നീ എനിക്കാരാണെന്ന ചോദ്യം കൃത്യവും പ്രസക്തവുമാവുന്ന കാലം വരാനിരിക്കുന്നതേയുള്ളൂ. എങ്കിലും നിന്നിലൂടെ യാത്രചെയ്യുമ്പോൾ നനച്ചുകൊണ്ടല്ലാതെ പോവാത്ത ഒരു മഴ പെയ്തുകൊണ്ടേയിരിക്കുന്ന ഹൃദ്യത എനിക്ക് അനുഭവിക്കാൻ കഴിയുന്നുണ്ട്. എന്തായാലും നീ എനിക്ക് കാമുകിയല്ല, സുഹൃത്തുമല്ല. ഇവർക്കൊന്നും നീയെന്ന ഈറൻ വയലറ്റ് പുഷ്പത്തിന്റെ, ഇതളുകൾ പോലും ആവാൻ കഴിയില്ല. ഒരു മറയുമില്ലാതെ പടരാനും ആഴ്ന്നിറങ്ങാനും എന്റെ സിരയിലൂടെ ഇളം ചൂടുള്ള മണൽ വാരി വിതറാനും നിനക്ക് കഴിയുന്നത് എനിക്ക് നീ ഒരു മഞ്ഞുകണം ആയതുകൊണ്ടുകൂടിയാണ്. എന്റെ ശരീരത്തിന്റെ ഓരോ അണുവും നിന്നെ തിരിച്ചറിയുന്നത് ഏറെ വ്യത്യസ്തമായിട്ടാണ്. തളരുമ്പോൾ ഒന്ന് ചാഞ്ഞിരുന്നുറങ്ങാൻ തണൽ വിരിച്ച് നിൽക്കുന്ന ഒരു ചെറിയ മരമാണ് നീ. ദാഹിക്കുമ്പോൾ എന്നിലേക്ക് ഒഴുകിയെത്തുന്ന തണുത്ത ഒരു കൈക്കുമ്പിൾ ജലം. ഒരു അപസ്വരം പോലും ഇല്ലാത്ത സംഗീതമായി നീ എന്നിൽ നിറഞ്ഞു നിൽക്കുന്നു. ഒരു ചോദ്യചിഹ്നം പോലും ആവാതെ നീയെനിക്ക് നിരവധി ഉത്തരങ്ങൾ തന്നുകൊണ്ടിരിക്കുന്നു. നിന്നിലേക്ക് പടർന്നിറങ്ങുമ്പോൾ നിർമലമായതിനെയൊക്കെ ഹൃദയത്തിൽ ഏറ്റുവാങ്ങിയത് പോലെ എനിക്ക് തോന്നുന്നു. ലൈംഗികതയ്ക്കിടയിലെ നിന്റെ ശബ്ദം എനിക്ക് സംഗീതവും ആവേശവുമാകുന്നു. ആർക്കും ആവാൻ കഴിയാതെ പോയതാണ് എനിക്ക് നീ. നിന്നിലെ എല്ലാ വേദനകളുടെ നിഴലുകളെയും നഷ്ടബോധത്തിന്റെ ഛായകളെയും എനിക്ക് നിമിഷനേരംകൊണ്ടു മായ്ച്ചു കളയാനാവും. അച്ഛന്റെ കൈ പിടിച്ചിരിക്കുന്ന കുട്ടിയെ പോലെ നീയെന്റെ കൈപിടിച്ച് നടക്കുന്നു. അമ്മയുടെ മാറിലെന്നവണ്ണം നിന്റെ മുലകൾക്കിടയിൽ ഞാൻ കിടക്കുന്നു.

ഒരുപക്ഷേ നീ എനിക്കൊരു കാട്ടരുവിയാണ്. നീ എന്നിലേക്ക് എത്തുന്നത് വരെ ഞാൻ കാത്തിരിക്കുന്നു. നീയാണെന്റെ ഉറക്കവും ഉണർവ്വും.

ചില പിണക്കങ്ങൾക്കുള്ളിൽ ചില ഇണക്കങ്ങളും ചില ഇണക്കങ്ങൾ ക്കുള്ളിൽ ചില പിണക്കങ്ങളും പതിയിരിക്കുന്നുണ്ടാവും. അച്ചടക്കത്തിന്റെ അരാജകത്വത്തിൽ നിന്നും എലി ഇറങ്ങി ചെന്നത് ഏകാന്തതയുടെ മൂകത യിലേക്കാണ്. ഇനി ജീവിതത്തിന്റെ ദിവസങ്ങൾ കഴിഞ്ഞു. മരണത്തിന്റെ ദിവസങ്ങൾ തുടങ്ങുകയായി. പക്ഷേ, മരിച്ചു ജീവിച്ച മനുഷ്യരുടെ ഓർമ്മകൾ വെള്ളത്തിന്റെ അടിയിൽ വെള്ളാരം കല്ലുകളുടെ മുകളിൽ തെളിഞ്ഞ് നിൽക്കുമ്പോൾ എങ്ങനെ ഒരു പുഴയ്ക്ക് ഒഴുകാനാവും? നിശബ്ദമായ ഓളങ്ങളിൽ അത് കലങ്ങിമറിയാതെ തരിച്ച് നിൽക്കുന്നു. ആരോ ഇറച്ചി മണക്കുന്ന പ്ലാസ്റ്റിക്ക് കവറിൽ കണ്ണ് വിരിഞ്ഞിട്ടില്ലാത്ത എട്ട് (പെൺ) പട്ടിക്കുഞ്ഞുങ്ങളെ വലിച്ചെറിഞ്ഞതിന്റെ മൂന്നു ദിവസ ങ്ങൾക്ക് ശേഷം, വിരിയാത്ത കണ്ണുകളിൽ നിന്നും പുഴുവരിച്ചിറങ്ങി മുഴുവൻ കുഞ്ഞുങ്ങളും ചത്തെന്ന വാർത്തയറിഞ്ഞ് പൂച്ച മൂന്നു മാസ ങ്ങൾക്ക് മുമ്പ് തനിക്ക് നഷ്ടപ്പെട്ട മൂന്നു പൂച്ചകുഞ്ഞുങ്ങളെ ഓർത്ത് ഇടവഴികൾ നടവഴികൾ പെരുവഴികളെന്ന് വിളിച്ച് കൂവിക്കൊണ്ട് ഓടി മറഞ്ഞു. മൂന്നു പൂച്ച കുഞ്ഞുങ്ങളും ഒരു വികൃതി ചെറുക്കൻ എടുത്ത് കൊണ്ടുപോയി ഒരു കൊന്നത്തെങ്ങിന്റെ മുകളിലേക്ക് വലിച്ചെറിഞ്ഞ് തല പൊട്ടിത്തെറിച്ചാണ് മരിച്ചത്. അതിനും മുമ്പ്, ഒരു ദിവസം അവർക്ക് സ്വയം ചാടി ഇറങ്ങാൻ ആവാത്ത വിധം ഉയരത്തിൽ മുന്നു കുഞ്ഞുങ്ങളെയും കൊരുത്തിടുകയും നിലത്ത് കിടന്ന ഒരു കമ്പെടുത്ത് കാലുകളിൽ ആഞ്ഞടിക്കുകയും ചെയ്തു. അടിയുടെ വേദന സഹിക്കാനാവാതെ നിലവിളിച്ചുകൊണ്ട് നിലത്ത് വീണ കുഞ്ഞുങ്ങളെ വീണ്ടും നനച്ച തോർത്തിനുള്ളിൽ മുറുക്കി ചുറ്റിയാണ് മുകളിലേക്ക് വലിച്ചെറിഞ്ഞതെന്ന് ഒരു ഉറക്കത്തിന്റെ നിലവിളിക്കാത്ത ഉണരലിനുള്ളിൽ എലി കണ്ട് തീർത്തെങ്കിലും അത്ര വിശദമായി പൂച്ചയോട് അത് വിവരിച്ചില്ല. കുറേ കാലം കഴിഞ്ഞ് ഏതാണ്ട് വൈകുന്നേരം നാലുമണിയോട് കൂടി ഒരു തെങ്ങിൻ ചുവട്ടിൽ നിന്നും മൂന്നു പൂച്ച കുഞ്ഞുങ്ങളുടെ അസ്ഥികൂടം തള്ളപൂച്ച കണ്ടെടുത്തപ്പോൾ മൂന്നിന്റെയും വയറിനുള്ളിൽ ഇത്തിരി പ്ലാസ്റ്റിക് കഷണങ്ങളും ഉണ്ടായിരുന്നു. അസ്ഥിക്കൊപ്പം ഒരിക്കലും നശി ക്കാത്ത പച്ചയും മഞ്ഞയും നീലയും ഇടകലർന്ന പ്ലാസ്റ്റിക് ചരടുകൾ ചുറ്റി വരിഞ്ഞ് ഒരവയവം പോലെ തന്നെ തിളങ്ങുന്നുണ്ടായിരുന്നു.

അതിന് ശേഷം എലി പൂച്ചയെ തന്റെ സുഹൃത്തായ ഒരു എഴുത്തു കാരിയുടെ അടുത്തേക്ക് കൊണ്ടുപോയി. സ്റ്റാലിന എന്നായിരുന്നു അവ ളുടെ പേര്. അവൾ ഉറക്കെ കവിതകൾ ചൊല്ലിക്കൊണ്ടിരുന്നു. ആരോ അവളുടെ ഫെയ്സ്ബുക്ക് പേജിൽ ഒരു മെസേജ് ഇട്ടു. ഞാനൊരു വിഡ്ഢി യാണെന്ന് നിങ്ങൾ വിലയിരുത്തിയതിൽ പിന്നെ എനിക്കുറങ്ങാൻ കഴിഞ്ഞില്ല. മദ്യപാനിയും അരാജകവാദിയും മാത്രമായി എന്റെ ജീവിതം ഒടുങ്ങുമെന്ന് നിങ്ങൾ പ്രഖ്യാപിച്ചതിൽ പിന്നെ എനിക്ക് ചിരിക്കാനും കഴിഞ്ഞില്ല. പൂച്ച

എലിയെ ഒന്ന് കണ്ണിറുക്കി കാണിച്ചു. അതിന്റെ അർത്ഥം എലിക്കല്ലാതെ ആർക്കും മനസ്സിലായില്ല. സ്റ്റാലിന അവളുടെ കവിത തുടർന്നു. ഞാൻ കുറ്റവാളിയെന്ന് സ്വയം പ്രഖ്യാപിക്കുന്നു. നിങ്ങളുടെ മാന്യതയുടെ വെളുത്ത നിറമുള്ള കുപ്പായത്തിൽ ഞാൻ അഹങ്കാരത്തിന്റെ ചെളി തെറിപ്പിക്കും. നോവുകളെ പൂവുകളെ പോലെ സ്നേഹിച്ച ഒരു തെരുവു തെണ്ടിയുടെ പിന്മുറക്കാരിയാണ് ഞാൻ. ഫെയ്സ്ബുക്കിന്റെ മതിലിനു മുകളിലിരുന്ന് എലിയും പൂച്ചയും ബോർഡിലേക്ക് നോക്കി. വെളുത്ത പ്രതലത്തിൽ കറുത്ത അക്ഷരങ്ങളായി ആ വരികൾ തെളിഞ്ഞ് വരാൻ തുടങ്ങി.

തമോഗർത്തങ്ങൾ
കയത്തിലൊളിപ്പിച്ച്
കനൽച്ചാലുകൾക്ക്
കാതോർക്കുമ്പോൾ
നിലവിളികൾ
പാഴിലകളായി
തണുത്ത് വിറയ്ക്കുമ്പോൾ
വേദനയും വെളിച്ചവും
കൈക്കോർക്കുന്ന
ചിത്രത്തിൽ നിന്ന്
നഗ്നയാകുന്ന
ഒരു വരി
രാത്രിയുടെ
ഉടുപ്പ് മോഷ്ടിച്ച് കൊണ്ട്
ഇറങ്ങിപ്പോവുന്നു.

അങ്ങ് ദൂരെ വിജനമായ ഒരു കുന്നിൻചെരുവിലായിരുന്നു അവളുടെ വീട്. എലിയോടും പൂച്ചയോടും ഒപ്പം അവൻ അവളുടെ കൈ പിടിച്ചു കൊണ്ട് ഒരു യാത്രയ്ക്ക് പോയി. വീണ്ടെടുപ്പുകളുടെ മുൾപടർപ്പുകളിലൂടെയുള്ള ഒരു സർഗയാത്ര. കാടും വീടും പരസ്പരം കാണുമാറ് ഒരു പുഴയുടെ ഓരം ചേർന്ന്, ചെറിയ ചരലുകൾ നിറഞ്ഞ വെട്ടുപാതയിലൂടെ നടന്നാൽ ആ കുന്നിൻ ചെരുവിലെത്താം. ഓർമ്മകളും സ്വപ്നങ്ങളും വീണ്കിടക്കുന്ന വഴുവഴുപ്പുള്ള പാറക്കൂട്ടങ്ങൾ. പാറക്കൂട്ടങ്ങൾക്ക് നടുവിലൂടെ കൽച്ചരലുകളാൽ മൂടപ്പെട്ടിരിക്കുന്ന ഒരു നടപ്പാത. മുളങ്കൂട്ടങ്ങളെയും വാടാത്ത മരങ്ങളെയും ചുറ്റിയെത്തുന്ന ഉണർവുള്ള, ഹൃദയത്തിൽ നിന്നും സൗന്ദര്യം ചുരത്തുന്ന, ഒരു നിറയരുവി. നീലനിറമുള്ള ആകാശത്തിന്റെ നിഴൽ താഴെ ഭൂമിയിൽ നിരന്ന് കിടക്കുന്നു. മണ്ണിലേക്ക് സംഗീതം ചുരത്തുന്ന മണവുമായി ഒരു തുള്ളി മഞ്ഞുകാറ്റ് മരങ്ങളെ തഴുകി പുറപ്പെട്ട് തുടങ്ങുന്നു. ഉറക്കം കെടുത്തിയ രാത്രികളിൽ ഒന്നിൽ ഉറക്കെ ചിരിച്ചു കൊണ്ട് ചെവിയോരത്തെ ചെറിയ നിശ്വാസം പോലെ നാവിന്റെ തണുത്ത തലോടൽ പോലെ നീ അവനെ കൈപിടിച്ച് കൊണ്ട് പോകുന്നു. അനന്തവും അഗാധവുമായ കാട്ടിലേക്ക്. തീർച്ചയായും അവന് എത്തേണ്ടി

യിരുന്ന ഒരിടത്തേക്ക്. നീർച്ചുഴികൾ വീണ മനസ്സിൽ നിന്നും അവൾ പിടഞ്ഞെഴുന്നേറ്റു. ത്യാഗങ്ങൾക്ക് അടിമത്തത്തിന്റെ മാത്രം വിലയുള്ള കലണ്ടറിൽ ഒരു കവിതയെഴുതി. നിശ്ശബ്ദതയിൽ നൃത്തം ചവിട്ടുന്നവന്റെ മനസ്സ് പോലെ അക്ഷരങ്ങളൊക്കെയും ശൂന്യം. ഹൃദയത്തിൽ മൗനത്തിന്റെ സംഗീതമുള്ള അക്ഷരങ്ങൾക്ക്, കള്ളിമുൾച്ചെടിയുടെ നിഴൽ പോലെ അവൻ കൂട്ടുകാരനായി. തിളച്ചുമറിയുന്ന വിയർപ്പുതുള്ളികളുടെ ഉപ്പ് രസം... സ്വയം പൊള്ളിയെഴുതുന്ന സൂര്യൻ.... മരണം മണക്കുന്ന മൗനം... സ്വാതന്ത്ര്യത്തിന്റെ രക്തം കൊണ്ട് അവൾ എഴുതിയ വാക്കുകൾക്ക് കറുത്ത നിറമായിരുന്നു. അവളുടെ ഇഷ്ടദേവത യക്ഷിയായിരുന്നു. കറുത്ത മുടികൾ അഴിഞ്ഞ് കിടന്നു. അവനെന്ന ഒറ്റപ്പെട്ട മണൽപരപ്പിലേക്ക് ഒരു പന്തവുമായി അവൾ എത്തി. ഉണങ്ങുന്നതിനുമുമ്പ് പൊട്ടിമുളച്ച് തുടങ്ങുന്ന ജീവന്റെ ചെറിയ മുകുളം പോലെ, നിലാവുള്ള രാത്രിയിൽ ഒരു ചെറിയ മഴ അടർന്ന് വീഴാൻ തുടങ്ങിയപ്പോൾ അവൾക്ക് ഒരു കൂട്ടുകാരനെ കിട്ടി. ഉറക്കം കെടുത്തുന്ന രാത്രിയുമായി അവൻ അവളെ നിരന്തരം വേട്ടയാടിക്കൊണ്ടിരുന്നു. നിദ്രാഭംഗം വന്ന കാഴ്ചയുടെ നിഴലുകൾ കൊണ്ട് അവളുടെ പകലുകൾ മങ്ങി തുടങ്ങി. ഒടുങ്ങാത്ത സ്നേഹത്തിൽ കുടുങ്ങിപ്പോയ ഒരു ബന്ധം ആകാശത്തേക്ക് നോക്കി കാത്തിരുന്നു. ഇരുണ്ട മഴയുടെ അടിവസ്ത്രം പോലെ നീലാകാശം ഒളിച്ചുവയ്ക്കപ്പെട്ട നിഗൂഢതകൾ തുറന്ന് കാട്ടി. നഗ്നതയുടെ അഹങ്കാരവുമായി ആകാശം അവരെ വെല്ലുവിളിച്ചു. എങ്കിലും ഭൂമിയിൽ നിന്നും ആകാശത്തിലേക്ക് നോക്കുമ്പോൾ കാണുന്ന നക്ഷത്രങ്ങളും ആകാശത്തിൽ നിന്നും ഭൂമിയിലേക്ക് നോക്കുമ്പോൾ കാണുന്ന പൂക്കളും ഒരു പോലെ ഭയപ്പെടുത്തിയ ഒരു രാത്രിയിൽ അവർ പ്രണയമെന്ന ഭ്രാന്തിന്റെ കലണ്ടർ കത്തിച്ചു കളഞ്ഞു. ഒന്നും ചെയ്യാനാവാത്തവണ്ണം നാം നമ്മളിൽ തുടങ്ങി നമ്മളിൽ തന്നെ അവസാനിക്കട്ടെ.

താഴെ പറയുന്ന ഈ വരികൾ വായിച്ച് സന്ദർഭവും അർത്ഥവും പറഞ്ഞ് ഉപന്യസിക്കാൻ നിൽക്കാതെ അവളുടെയും അവന്റെയും മുഖത്തേക്ക് കാർക്കിച്ച് തുപ്പികൊണ്ട് പൂച്ചയും എലിയും ഇറങ്ങിപ്പോയി.

The routine lives
Rocks of stagnation
Melt in the -
roars of whirl winds
wandering in minds
And my eyes meet
My reflections
Mud coloured
shades of madness
In which violent
Dreams lie restless.

മുപ്പത്തിരണ്ട്

കടലിലേക്ക് കൈനീട്ടിനിന്ന നിലാവിന്റെ കൈകൾ ചിത്രശലഭങ്ങളെ നൃത്തം പഠിപ്പിക്കുന്നു

> എനിക്ക് ആഘോഷിക്കാനും നിങ്ങൾക്ക് പുച്ഛിക്കാനും ഒരിടം വേണമായിരുന്നു. എനിക്ക് സ്നേഹിക്കാനും നിങ്ങൾക്ക് തള്ളിക്കളയാനും ഒരിടം വേണമായിരുന്നു. എനിക്ക് കൂടുകൂട്ടാനും നിങ്ങൾക്ക് വീടുവയ്ക്കാനും ഒരു മരം വേണമായിരുന്നു എങ്കിൽ പിന്നെ സുഹൃത്തേ... എന്തിന് കാത്തുനിൽക്കണം, നിങ്ങളുടെ അത്ര വിവരം ഇല്ലാത്ത ഈ മരം മുറിച്ചോളൂ.

അന്ധരായ കുട്ടികൾക്ക് വേണ്ടിയുള്ള ഒരു ക്യാമ്പിൽ വച്ചാണ് അവർ ആദ്യമായി പരിചയപ്പെടുന്നത്. തോന്നുന്നതെല്ലാം വിളിച്ചുപറയുന്ന തുറന്ന് പ്രകൃതം ഉള്ള ആളായിരുന്നു പ്രസന്നൻ. അവന്റെ തർക്കുത്തരങ്ങൾക്ക് റോഷ്നേരയും ഉരുളയ്ക്ക് ഉപ്പേരി പോലെ മറുപടി പറഞ്ഞു കൊണ്ടിരുന്നു. ഒരു വിചിത്രമായ സൗഹൃദത്തിലേക്ക് വഴിമാറാൻ അധികം താമസമുണ്ടായില്ല. അവന്റെ ശരീരഭാഷ നിരീക്ഷിക്കുന്നത് അവൾക്ക് താൽപ്പര്യമുള്ള വിനോദമായിരുന്നു. ചിലപ്പോഴൊക്കെ അവൾക്ക് തോന്നി ഒരു മുഖംമൂടിക്കുള്ളിലിരുന്നാണ് അവൻ പെരുമാറുന്നത്. മുമ്പുണ്ടായിരുന്ന പ്രണയബന്ധങ്ങളിൽ അവന് സംഭവിച്ച പരാജയങ്ങളും സ്ത്രീയെ സംബന്ധിക്കുന്ന വികലമായ കാഴചപ്പാടുകളും അവന്റെ മുഴുവൻ അഭിപ്രായങ്ങളെയും ബാധിക്കുന്നതും അവൾ തിരിച്ചറിഞ്ഞു. സ്ത്രീകളോടൊപ്പം ഒരുമിച്ച് ജീവിക്കുന്നത് വലിയ അബദ്ധമാണെന്നായിരുന്നു അവന്റെ കണ്ടെത്തൽ. പക്ഷേ അവന്റെ ഉള്ളിൽ അവൻ സ്ത്രീയുടെ സാന്നിദ്ധ്യം ആഗ്രഹിക്കുകയും ചെയ്യുന്നു. പക്ഷേ, അത് ഒരുമിച്ചുള്ള ജീവിതത്തിലേക്ക് കൊണ്ട് പോകാത്തത് തന്ത്രപരമായ ഒരു നയമായിട്ടാണ് അവൾക്ക് തോന്നിയത്. ഇതെല്ലാം തിരിച്ചറിഞ്ഞുകൊണ്ട് തന്നെ നല്ലൊരു സുഹൃത്തായി പ്രസന്നനെ സ്വീകരിക്കാനും റോഷ്നേരയ്ക്ക് കഴിഞ്ഞിരുന്നു. താൻ അവനെ വിമർശിക്കുന്നതിൽ അവന് തെല്ലും വിരോധം ഉണ്ടായിരുന്നില്ല. അവൻ മാറ്റണമെന്ന് ആഗ്രഹിച്ചിട്ടും മാറാതെ കിടക്കുന്ന പുരുഷാധിപത്യത്തിലൂന്നിയ അധികാര ശബ്ദമാണ് തെല്ലു മാറ്റത്തിന്

വിധേയമക്കാത്ത വിധം നിരീക്ഷണങ്ങൾ രൂപപ്പെടുത്തിയത്. എങ്കിലും അവൻ അവളിൽ നിന്നും ഒന്നും ഒളിച്ചു വച്ചിരുന്നില്ല. ഒരേ സമയം കേവല പരിചയം മാത്രമുള്ളത് പോലെ നടന്നുപോകാനും വളരെയധികം സ്നേഹമുള്ളവരെ പോലെ ചിരിച്ചുല്ലസിച്ചു നടക്കുവാനും അവർക്ക് കഴിഞ്ഞിരുന്നു. ജീവിതത്തിൽ അവർ പിന്നിട്ട വഴികളിൽ സമാനതകൾ ഏറെ ഉണ്ടായിരുന്നതും (അവനും ചെറിയ പ്രായത്തിലേ അച്ഛനെ പിരിയേണ്ടി വരികയും ഒറ്റപ്പെടുകയും ചെയ്തിട്ടുണ്ട്.) അതൊക്കെ അവരെ കൂടുതൽ അടുപ്പിച്ചു. മാത്രമല്ല അവളുടെ അമ്മയ്ക്കും അവനെ വലിയ കാര്യമായിരുന്നു. എന്നാൽ ആ സ്വാതന്ത്ര്യത്തിൽ ബന്ധം വളർന്നപ്പോൾ അവന് താൻ പ്രണയിച്ചു പോകുന്നുണ്ടോ എന്ന ഭയം പിടികൂടി. അവനെ പ്രണയിക്കുന്നുണ്ടോ എന്ന ചോദ്യത്തിന് അവൾക്ക് കൃത്യമായ ഒരു ഉത്തരം കണ്ടെത്താനും ആയില്ല. പിരിയുമ്പോഴും കാണുമ്പോഴും അവർ ചുംബിക്കാറുണ്ടായിരുന്നു. ഇതിനിടയിൽ പ്രണയമോ പിന്നീടത് വിവാഹമോ ആവുമോയെന്ന ഭയത്താൽ അവൻ ബന്ധത്തിന് അവധി കൊടുക്കാൻ തുടങ്ങി. ഒരു ദിവസം നിശബ്ദതയുടെ നീണ്ട നാളുകൾക്ക് ശേഷം അവൻ അവളെ തേടിയെത്തി. അപ്പോഴേക്കും ബന്ധത്തെ അതിന്റെ വഴിക്ക് വിടാനും ഒരു പേരിലും വിളിക്കാതിരിക്കാനും അവൻ തീരുമാനിച്ചിരുന്നു. മാത്രമല്ല റോഷ്നേര അതിനു മുമ്പു കടന്നു പോയിരുന്ന വൃത്തികെട്ട പ്രണയത്തിന്റെ ഓർമ്മകൾ അവന്റെ ബന്ധം വളരെ സർഗാത്മകമായ ഒരു സ്ഥലത്ത് പ്ലെയിസ് ചെയ്യാൻ സഹായമായി. പ്രണയത്തിന്റെ സ്വാർത്ഥതയെയും ജീർണിച്ച അവസ്ഥയെയും മറികടന്ന് സൗഹൃദത്തിന്റെ, യാതൊരു ബാധ്യതയുമില്ലാത്ത ഒരു സ്ഥലമായി ആ ബന്ധത്തെ അവൾ പുനർവിന്യസിപ്പിച്ചു. പുനർനിർണ്ണയിച്ചു.

സംസ്കാരത്തിനുള്ളിൽ നിൽക്കുമ്പോൾ തന്നെ അതിൽനിന്നും കുതറിമാറാനുള്ള ഒരു വെമ്പൽ ബന്ധങ്ങൾക്കുണ്ട്. ബന്ധങ്ങൾ ഒരു കൂടുപോലെയാണ്. അതിനുള്ളിൽ അത് വിശ്രമിക്കുന്നത് അതിനുള്ളിൽ തന്നെ തളച്ചിടപ്പെടാനല്ല. നിർവചനങ്ങളുടെ അതിരുകളെയും മൂല്യബോധത്തിന്റെ ധാരണകളെയും ചവിട്ടിമാറ്റിയോ തലോടൽ കൊണ്ട് മയക്കിയോ ബന്ധങ്ങളുടെ ഉള്ളിൽനിന്നും ഓരോ മനുഷ്യനും സ്വയം വിമോചിപ്പിച്ചുകൊണ്ടിരിക്കും. ചില്ലകൾ പൂവിടുന്നത് കാണുമ്പോൾ വെള്ളാരംകല്ലുകളെ തഴുകി പുഴ ഒഴുകുന്നത് കാണുമ്പോൾ വിദൂരതയിലെവിടെയോ ഒരു മേഘം മഴക്കുട്ടികളെയും ചുമലിലേറ്റി നൃത്തം വയ്ക്കുന്നത് കാണുമ്പോൾ നിലാവിനെ കീറിമുറിച്ചും കരിയിലകൂട്ടങ്ങളെ ചുറ്റിയടിച്ചും കാറ്റ് വന്ന് മനസ്സിന്റെ വീണക്കമ്പികളെ തൊട്ട് ഉണർത്തുമ്പോൾ ആർക്കാണ് അതിനെയൊന്ന് സ്പർശിക്കാതിരിക്കാൻ കഴിയുക. ബന്ധങ്ങളിൽ നിന്നും കുതറിമാറി ചെറുചിരിയോടെ അവർ യാത്രതുടങ്ങും. തേടിയെത്തുന്ന ഊഷ്മളതയിൽ അവർ കാൽ വഴുതി വീഴും. ആഴ്ചയിൽ ഒരിക്കൽ നമുക്ക് ഈ ബന്ധങ്ങൾ മഹത്തരമാണെന്ന് പറഞ്ഞാൽ

മതിയല്ലോ. എല്ലാവർക്കും സന്തോഷമാവാൻ അത്രയും മതിയല്ലോ. ഒരിക്കലും തഴുകാത്ത ആർദ്രതയും നൈർമല്യവും അതിനുള്ളിലെ വിടെയൊ ഒളിപ്പിച്ചു വയ്ക്കപെടുന്നു. വികാരങ്ങൾ അവധിയെടുത്ത് മുട്ട തോടിനുള്ളിലെ വായു അറയിൽ ഒളിച്ചിരിക്കുന്നു. കിനാവുകൾ കറിക്കല ത്തിനുള്ളിലും മോഹങ്ങൾ അരിക്കലത്തിനുള്ളിലും വഴുക്കലുകളെ തേടുന്നു. സ്വപ്നങ്ങളെ പുതിയ ശക്തിയേറിയ ഡിറ്റർജന്റ് കൊണ്ട് തേച്ച് മാറ്റപ്പെടുന്നു. അഗ്രഹങ്ങൾ അമ്മിക്കല്ലിലരഞ്ഞും കുറ്റിച്ചൂലിലൊടിഞ്ഞും നടുമുറ്റത്തലഞ്ഞും സന്ധ്യാനേരത്തിനായി കാത്തിരിക്കുന്നു.

തലേന്ന് ഭയപ്പെടുത്തുന്ന ദൃശ്യങ്ങളെ അച്ഛന്റെ മുഖത്തെ ചിരിയും സന്തോഷവും വന്നു മായ്ക്കുന്നത് വരെ ഒട്ടൊരു ഉൾക്കിടിലത്തോടെ കതകിന്റെ മൂലയിൽ ഒളിച്ചിരിക്കുന്ന മുകുന്ദനും പെങ്ങളും. പെങ്ങൾ വാശിക്കാരിയായിരുന്നെങ്കിലും ആ വാശിയുടെ മുന അടിച്ചുടയ്ക്കാൻ മാത്രം ശക്തമായിരുന്നു അച്ഛന്റെ ആട്ടക്കലാശങ്ങൾ. കൈ നിറയെ മീനും പച്ചക്കറികളുമായി എത്തി പിറ്റേന്ന് തമാശപറയുകയും പൊട്ടിച്ചിരി ക്കുകയും ചെയ്യുന്ന അച്ഛനെ കെട്ടിപ്പിടിച്ച് മുകുന്ദൻ ഉമ്മ കൊടുക്കും. ആ മടിയിൽ കയറിയിരുന്ന് ലോകത്തെ സംഭവങ്ങളും പ്രകൃതിയും രാഷ്ട്രീയ വുമെല്ലാം ചെറിയ കാതുകൾ കൊണ്ട് കേൾക്കും. അടങ്ങാത്ത സംശയ ങ്ങളും ജിജ്ഞാസയും ആയി അവൻ അച്ഛന്റെ നെഞ്ചിൽ ഓടിക്കളിക്കും. ഒരു വസ്തു തന്നെ നന്നാവുകയും ആ വസ്തു തന്നെ നശിക്കുകയും ചെയ്താൽ എന്താകുമോ. ഒരാൾ തന്നെ സുഹൃത്തും ശത്രുവും ആയാൽ എന്തു സംഭവിക്കുമോ അതായിരുന്നു മുകുന്ദന് അച്ഛൻ. ചിലപ്പോൾ പേടിപ്പെടുത്തുന്ന ഇടിമുഴക്കങ്ങൾ. മറ്റു ചിലപ്പോൾ ഹരിതാഭമായ സ്ന്ദിഗ്ദ്ധതയുമായി എത്തുന്ന നനവാർന്ന ഒരു മഴ. ആർത്തുല്ലസിച്ചെത്തി മരണമുഖം കാട്ടിതന്ന് സ്നേഹത്തിന്റെയും വിശുദ്ധിയുടെയും ലോക ത്തേക്ക് വീണ്ടും വലിച്ചെറിയുന്ന ഉത്തരം കിട്ടാത്ത ചോദ്യം. വായിക്കു കയും എഴുതുകയും പ്രസംഗിക്കുകയും ചെയ്യുന്ന പുസ്തകങ്ങളെ സ്നേഹിക്കുന്ന അച്ഛനെ എങ്ങനെയാണ് മദ്യരാത്രിക്ക് മനുഷ്യരെ കരയിക്കുന്ന ഒരാളായി മാറ്റാൻ കഴിയുന്നത്. എല്ലാവരും നിലവിളിക്കു മ്പോൾ അച്ഛന് ആർത്തട്ടഹസിക്കാൻ കഴിയുന്നത് എങ്ങനെയാണ്? എങ്കിലും അച്ഛനെന്നും സ്നേഹത്തിന്റെ,- ഇടയ്ക്ക് പൊള്ളിക്കുന്ന- ഒരു ജലകണമായിരുന്നു.

മുകുന്ദൻ സത്യത്തിൽ ഈ സംഭവത്തിലേക്ക് വലിച്ചെറിയപ്പെടു ന്നതിനു മുമ്പ് ഒരു കിളിക്കുഞ്ഞിന്റെ ആത്മാവിലൂടെയും പിടച്ചിലിലൂടെയും യാത്ര ചെയ്യുകയായിരുന്നു. കുട്ടികൾ ക്രൂരമായ കൗതുകത്തിന് വേണ്ടി തകർത്ത ഒരു കിളിക്കൂട്ടിൽനിന്നും വീണു പിടയുന്ന ഒരു മുളംതത്ത കുഞ്ഞിനെ അവൻ എടുത്തുകൊണ്ട് അപ്പോൾ താമസിച്ചിരുന്ന വീട്ടിലേക്ക് പോന്നു. കണ്ണുകൾ പൂർണമായും വിടർന്നിരുന്നില്ല ആ കിളിക്കുഞ്ഞിന്.

കഴിഞ്ഞ ഒരാഴ്ചയായി അവന്റെ മനസ്സ് ഈ കിളിക്കുഞ്ഞിനെ തൊടാതെ തൊടുന്നുണ്ടായിരുന്നു. മുറിയോട് ഏറെ മാറിയല്ലാതെ നിന്ന ഒരു ഈന്തമരത്തിന്റെ പൊത്തിലാണ് കിളിക്കുഞ്ഞ് ഉണ്ടായിരുന്നത്. കഴുത്തും തലയും ഒഴിച്ച് എല്ലാം തത്തപച്ച നിറമുള്ളതുകൊണ്ട് ഇതിനെ വാഴതത്ത മുളംതത്ത എന്നൊക്കെ വിളിച്ചിരുന്നു. തള്ളകിളി തീറ്റ തേടിക്കൊണ്ടു വന്നു മരത്തിന്റെ കൊമ്പിലിരിക്കുകയും ചുറ്റും വിദഗ്ദ്ധമായ പരിശോധന നടത്തിയ ശേഷം ആരും കാണാതെ പൊത്തിനുള്ളിലേക്ക് കയറിപ്പോയി അധികം കഴിയുന്നതിനു മുമ്പ് തന്നെ പുറത്തേക്ക് പോവുകയും ചെയ്യുന്നു. വളരെ കുറച്ചു സമയത്തിനുള്ളിൽ അത് തിരിച്ചു വരികയും അത് തുടർന്നുകൊണ്ടിരിക്കുകയും ചെയ്യുന്നു. ആൺകിളിയും ഇടയ്ക്ക് ഇത് ആവർത്തിക്കുന്നുണ്ടായിരുന്നു. മുകുന്ദൻ ഒരാഴ്ചയായി ഇത് ആസ്വദിക്കുന്നുണ്ടായിരുന്നു. അവൻ ആ മരത്തിന്റെ ചുവട്ടിൽ നിന്ന് കാതോർത്തപ്പോൾ തള്ളയെ പ്രതീക്ഷിച്ച് കുഞ്ഞുങ്ങൾ ചിലയ്ക്കുന്ന ശബ്ദം കേൾക്കാമായിരുന്നു. മുകുന്ദന്റെ ആത്മാവിനുള്ളിലും ഒരു കിളി ക്കുഞ്ഞ് ജനിക്കുകയായിരുന്നു. ഒരു പ്രഭാതത്തിൽ കുട്ടികൾ മനഃപൂർവ്വം അതിനെ നിലത്തിട്ടു. അതുകണ്ട് കാക്കകൾ അടുത്തുകൂടിയപ്പോൾ അവന്റെ ഹൃദയത്തിനുള്ളിലെ കൂട് ആയിരുന്നു തകർന്നുവീണത്. രണ്ട് ദിവസമായി അതിന്റെ ജീവൻ സംരക്ഷിക്കാനള്ള ശ്രമത്തിലായിരുന്നു അവൻ. തള്ളക്കിളി കൂടിനടുത്ത് വന്നിരുന്നു കരയുന്നെങ്കിലും അവൻ എടുത്തു വച്ചു കാണിക്കുന്ന കിളിക്കുഞ്ഞിനെ അത് കാണുന്നുണ്ടായി രുന്നില്ല. പകരം അതു കൂട്ടിൽ തന്നെ നോക്കി കരച്ചിൽ തുടർന്നു. തൊട്ടടുത്ത മരങ്ങളിലും പറന്നിരുന്നു. രണ്ട് ദിവസം മുഴുവൻ അത് നിലവിളിച്ചു. രാത്രിയിലും അത് തുടരുന്നത് കണ്ടപ്പോഴവന്റെ കണ്ണ് നിറഞ്ഞു പോയി. പഴവും വെള്ളവുമെല്ലാം മുകളിലേക്ക് തല ഉയർത്തി നിലവിളിക്കുന്ന കിളിക്കുഞ്ഞിന്റെ വായിലേക്ക് അവൻ ഇട്ട് കൊടുത്തു. ഇടയ്ക്കൊക്കെ തള്ളക്കിളി വീണ്ടും കുട്ടികൾ വെട്ടുകത്തികൊണ്ട് വെട്ടിയ പൊത്തിന്റരികിലും മരത്തിന്റെ ചില്ലകളിലുമായി വന്നിരുന്നു നിലവിളിച്ചു. മുകുന്ദൻ കിളിക്കുഞ്ഞിനെ കൈയിലെടുത്ത് അത് സുരക്ഷിതയാണെന്ന് കിളി കാണാൻ പാകത്തിൽ പിടിച്ച് കാണിക്കാൻ ശ്രമിച്ചു. അതുകണ്ടപ്പോൾ അവൾ കൂടുതൽ ഭയചകിതയായാവുകയും അങ്ങോട്ടും ഇങ്ങോട്ടും പറന്ന് ഉയരുകയും ചിലയ്ക്കുകയും ചെയ്തു. ആ കിളിക്കുഞ്ഞിന്, തന്നോട് എന്തോ സംസാരിക്കാനുള്ളത് പോലെ മുകുന്ദനു തോന്നി. അത് പറന്നു പോയി കുട്ടികൾ നശിപ്പിച്ച കൂടിനകത്തേക്ക് ചുണ്ടിട്ടു. മരത്തടികൾ ഒടിഞ്ഞ് ആ വാതിൽ പൂർണമായും അടഞ്ഞിരുന്നു. മുകുന്ദൻ ആ കൂടിനടുത്തെത്തി ഒരു കസേരയിൽ കയറിനിന്നു ആ പൊത്തിനുള്ളിലേക്ക് നോക്കി. അതിന്റെ വഴികൾ തടസ്സപ്പെട്ടിരുന്നെങ്കിലും ഉള്ളിൽ നിന്നും ഒരു കിളിക്കുഞ്ഞിന്റെ കൂടി കരച്ചിൽ കേൾക്കുന്നുണ്ടാ യിരുന്നു. അവൻ ദൂരെ ഇരുന്നു ചിലയ്ക്കുന്ന തള്ളക്കിളിയെ നോക്കി.

അവൻ വഴി സുഗമമാക്കി ആ കിളിക്കുഞ്ഞിനെ കൂടി പുറത്തെടുത്തു. അതിനെയും അവൻ മറ്റേതിന്റടുത്ത് കൊണ്ട് വന്ന് ആഹാരം കൊടുത്തു. ഇത് ശ്രദ്ധിച്ചിരുന്ന തള്ളക്കിളി ചിലച്ചു കൊണ്ട് വിദൂരതയിലേക്ക് പറന്നു പോയി. ദൂരേക്ക് അത് പറന്ന് പോകുന്നത് മുകുന്ദൻ നോക്കി നിന്നു.

കുറേ കഴിഞ്ഞപ്പോൾ ഏതാണ്ട് ഇതുപോലെ ഒരു കോൾ റോഷ്നേരയുടെ മൊബൈലിൽ നിന്നും മുകുന്ദനെ തേടി എത്തി. മുകുന്ദൻ, കഴിഞ്ഞ കുറെ ദിവസമായി ഒരു പ്രധാനവിഷയത്തിലായിരുന്നു ഞങ്ങൾ. മാനസികമായി സമനില തെറ്റിയ ഏതാണ്ട് നാൽപത് വയസ്സ് പ്രായം വരുന്ന ഒരു സ്ത്രീയെ പോലീസ് കോടതിയിലെത്തിച്ചിട്ട് ഞങ്ങളെ ഏൽപിച്ചിരുന്നു. പലപ്പോഴും ഇവിടെ എത്തുന്ന അതിഥികളിൽ മാനസികപ്രശ്നമുള്ളവരാണെങ്കിലും ഒരു നിരീക്ഷണത്തിനു ശേഷം മാത്രമേ ഡോക്ടറെ കാണിക്കാറുള്ളൂ. അതും അവിടേക്ക് കൊണ്ടുപോകാറില്ല സൗഹൃദത്തിൽ പെടുന്ന ഏതെങ്കിലും ഒരു ഡോക്ടറെ ഇങ്ങോട്ട് വിളിച്ച് വരുത്തും. ഇവരുടെ കാര്യത്തിൽ അതും ചെയ്തിട്ടില്ല. ബോധത്തിനും അബോധത്തിനും ഇടയ്ക്കുള്ള സുരക്ഷിതമല്ലാത്ത ഒരിടത്താണ് അവളുടെ മനസ്സ്. പേരു ചോദിക്കുമ്പോൾ വേറെ വേറെ പേരുകളാണ് പലപ്പോഴും പറയുന്നത്. വാസന്തി. ആമിന, മേരി തുടങ്ങി വ്യത്യസ്ത മതത്തിൽപെട്ട മൂന്നു പേരുകൾ പറയുന്നു. വളരെ ബോധപൂർവ്വം പറയുന്നതു പോലെ.

എവിടെ നിന്നാണ് അവരെ കിട്ടിയത്? ഏതോ കടത്തിണ്ണയിൽ മദ്യപിച്ച് പരസ്യമായി പുരുഷന്മാരോടൊപ്പം കിടന്നതിനും ബഹളം കൂട്ടിയതിനും പോലീസ് കസ്റ്റഡിയിൽ എടുക്കുകയായിരുന്നു. വേശ്യയാവാൻ സാധ്യതയുണ്ടെന്നാണ് പോലീസ് ഭാഷ്യം. പക്ഷേ, ഇന്നു രാവിലെ രസകരമായ ഒരു സംഭവം നടന്നു. നമ്മുടെ സ്ഥാപനത്തിന്റെ ഉദ്ഘാടനത്തിന്റെ അന്ന് നീയും ഞാനും കൂടി നിൽക്കുന്ന ഒരു ഫോട്ടോ ഉണ്ടല്ലോ. അതു കണ്ടതും ഏറെ നേരം നിന്നെ തന്നെ നോക്കി നിന്നു. ചോദിച്ചപ്പോൾ നിന്നെ അറിയാമെന്നാണ് പറഞ്ഞത്. നീ ഒന്ന് വന്നു കണ്ടാൽ...

'ഞാൻ ഇപ്പോൾ തന്നെ വരാം.' അവൻ സത്യത്തിൽ മനസ്സിൽ അവളെ തിരിച്ചറിഞ്ഞ് കഴിഞ്ഞിരുന്നു. വാസന്തി തന്നെയാവണം അത് ഉറപ്പിക്കുന്നതിനു വേണ്ടിയുള്ള ഒരു യാത്ര എന്ന പ്രസക്തിയേ ഉള്ളൂ. പക്ഷേ ആ കാട്ടാറിന്റെ ആരവവും കിളിക്കുഞ്ഞിന്റെ തേങ്ങലും ഒരുപോലെ ഉൾച്ചേർന്നിരുന്ന അവൾക്ക് ഭ്രാന്ത് ഒരെളുപ്പമുള്ള അഭയസ്ഥാനമായിരുന്നോ? മുകുന്ദൻ കുറ്റബോധത്തോടെയല്ലാതെ അവളെ ഓർക്കാറില്ല.

മുപ്പത്തിമൂന്ന്

മുള്ളുകളുള്ള ഇലകൾ

സ്വാതന്ത്ര്യസമരം നടന്നു എന്ന് ഇന്നും വിശ്വസിക്കാത്ത ഒരാൾ ഉണ്ട് പോലും ആ ചെറിയ ദ്വീപിൽ. ഞെട്ടില്ലാവട്ടയിലപോലെ അത്ര എളുപ്പമായ ഒരു ഉത്തരം ഒന്നിലും പ്രതീക്ഷിക്കാത്ത ഒരാൾ..

ഒരിക്കൽ റോഷ്നേരയും മുകുന്ദനും കോട്ടയത്ത് ഭർത്താവിന്റെ പീഡനങ്ങൾ സഹിക്കാൻ കഴിയാതെ ഒരു സ്ത്രീസുഹൃത്തിന്റെ വീട്ടിൽ അഭയം തേടിയ ഒരു അമ്മയെയും രണ്ട് പെൺകുട്ടികളെയും കാണാൻ വേണ്ടി ഒരുമിച്ചു ട്രെയിനിൽ യാത്ര ചെയ്തു. കുറച്ചു നേരം മുകുന്ദൻ റോഷ്നേരയുടെ മടിയിൽ കിടന്നുറങ്ങി. അവന്റെ ഉറക്കം കണ്ട് അസൂയ തോന്നിയ അവൾ അവന്റെ കണ്ണുകൾ പതിയെ പിടിച്ച് തുറന്നു. തുറന്ന് പിടിച്ചിട്ട് ആ കണ്ണുകളിലേക്ക് നോക്കി അവൾ ചോദിച്ചു. നീ ഇപ്പോൾ എന്നെ കാണുന്നുണ്ടോ? കൈവിടുമ്പോൾ കണ്ണുകൾ പതിയെ അടയും. അവൾ വീണ്ടും കണ്ണുകൾ പിടിച്ച് തുറക്കും. ഇടയിലെപ്പോഴൊ അവൻ ഉണർന്നു. “നിനക്കെന്തേ? കഴപ്പാ” “കുശുമ്പ്...” “നീ മുഖം കഴുകി വന്നേ എനിക്ക് ബോറടിക്കുന്നു.” മുഖം കഴുകാതെ തന്നെ അവൻ എഴുന്നേറ്റിരുന്നു. “എനിക്ക് വല്ലാത്തൊരു അസ്വസ്ഥത. കാര്യം എത്ര ആലോചിച്ചിട്ടും കിട്ടുന്നില്ല. നീ എന്തെങ്കിലും ഒന്ന് സംസാരിക്കൂ.” “ഞാൻ എന്ത് സംസാരിക്കണം.” അവൾ അവന്റെ മുഖത്ത് നോക്കി ചിരിച്ചു. “നിന്റെ നാടിനെ പറ്റി...”

നീ കരുതുന്നതു പോലെ നാട് എന്നതിനോട് വലിയ മമതയൊന്നും എനിക്കില്ല. ഏത് നാടിനെയും സ്വന്തം നാടെന്ന നിലയിൽ സ്നേഹിക്കാൻ എന്നെ പഠിപ്പിച്ചത് എന്റെ നാട് തന്നെയാണ്. ഒക്കെത്തിനും ഒരു അവധി കൊടുക്കണമെന്ന് തോന്നിയാൽ എനിക്ക് പോകാൻ ഒരിടം. അതിന്റെ എല്ലാ നന്മയോടും തിന്മയോടും കൂടി ഞാൻ അതിനെ സ്നേഹിക്കുന്നു. നിന്നെ എന്നപോലെ. ചിരിച്ചുകൊണ്ട് അവൻ അവളെ കെട്ടിപ്പിടിച്ച് അവന്റെ നാട്ടിലേക്ക് കൊണ്ടു പോയി. സ്ഥലം എസ്.ഐ എന്ന വിളിപ്പേരിൽ അറിയപ്പെടുന്ന ഒരാളെ പറ്റിയാണ് മുകുന്ദൻ അവളോട് പറഞ്ഞത്. മുകുന്ദൻ അയാളുടെ മകളെ കുറെ കാലം മുന്നേ ട്യൂഷൻ എടുത്തിട്ടുള്ളതു

കൊണ്ട് എവിടെ വച്ച് കണ്ടാലും സർ എന്ന് വിളിച്ച് സല്യൂട്ട് ചെയ്യും. ആളുകൾ കൂടുന്ന എല്ലാ പൊതുപരിപാടികളിലും സ്ഥലങ്ങളിലും എത്തുകയും നിയന്ത്രണം ഏറ്റെടുത്ത് ഓടി നടക്കുകയും ചെയ്യുന്നത് കൊണ്ട് എല്ലാവരും ഇയാളെ സ്ഥലം എസ്.ഐ എന്ന് വിളിക്കുന്നു. ഇയാളെ ആരും അത്ര ഗൗരവമായി ശ്രദ്ധിക്കാറില്ല. പക്ഷേ, ചെറുപ്പക്കാർക്കും കൗമാരക്കാർക്കും ഇയാൾ ഒരു ഹാസ്യകഥാപാത്രമാണ്. അവർക്ക് വട്ട് പിടിപ്പിക്കാനുള്ള ഒരിടം. മദ്യപിച്ച് കഴിഞ്ഞാൽ സ്ഥലം എസ്.ഐ എവിടെയാണോ നിൽക്കുന്നത്, അവിടെയെന്താണോ നടക്കുന്നത് അതിന്റെ നായകത്വം ഏറ്റെടുക്കും. ആർക്കെങ്കിലും അതിൽ എതിർപ്പുണ്ടോ എന്നത് അയാളുടെ പ്രശ്നമേ അല്ല. ഇടയ്ക്ക് കള്ളതൊണ്ടയാൽ ചുണ്ടുകൾ കോട്ടി ചില നിർദ്ദേശങ്ങൾ നൽകും. ആരും അനുസരിച്ചില്ലെങ്കിലും അയാൾ അത് തുടർന്നുകൊണ്ടിരിക്കും. അയാളൊരു കമ്യൂണിസ്റ്റ്കാരൻ ആയിരുന്നു. സഖാക്കളെ കണ്ടാൽ ഉടൻ തന്നെ ലാൽസലാം പറയും. ഉത്സവത്തിനും പറയെഴുന്നെള്ളിപ്പിനും വരവിനും എല്ലാം അയാൾ കൂടെയുണ്ടാവും. കൊറ്റംകുളങ്ങര ഉത്സവം തുടങ്ങുന്ന അന്ന് നാടുമുഴുവൻ കാണാനായി ദേവി ഇറങ്ങും. അതാണ് പറയെഴുന്നെള്ളിപ്പ്. എല്ലാ കരയിലും (കോട്ടയ്ക്കകം, കുളങ്ങരഭാഗം, പുതുക്കാട്, ചെറുശ്ശേരിഭാഗം, ചവറ) ദേവി എത്തുകയും നിവേദ്യമായി ഒറ്റപ്പറയും പൊലിപ്പറയും സ്വീകരിച്ച് മടങ്ങി പോവുകയും ചെയ്യും. ഇങ്ങനെ മടങ്ങി പോവുന്നതിനെ വരവ് എന്നാണ് പറയുക. കൊറ്റംകുളങ്ങര ദേവിയെ എല്ലാർക്കും ജാതിമതഭേദമന്യേ ഇഷ്ടമാണ്. അതുകൊണ്ട് തന്നെ ഹിന്ദുക്കളെക്കാൾ പറയുണ്ടാവുക മുസ്ലീംങ്ങളിൽ നിന്നാണ്. പ്രണയത്തിന് ജാതിയും മതവും ഇല്ലാത്തതു പോലെ ചില സമയങ്ങളിൽ വിശ്വാസത്തിനും അത് സംഭവിക്കുന്നു. വരവിനും പറയെടുപ്പിനും ദേവി ഉറഞ്ഞു തുള്ളിയാണ അനുഗ്രഹിക്കുക. ഒട്ടും ശല്യമുണ്ടാക്കതെ അവിടെയും ഇവിടെയുമെല്ലാം സ്ഥലം എസ്.ഐ. ഉണ്ടാവും. നടന്നുകൊണ്ടിരിക്കുന്ന പരിപാടിക്ക് യാതൊരു തടസ്സവും അയാൾ ഉണ്ടാക്കില്ല എത്ര മദ്യപിച്ചിരുന്നാലും. അങ്ങനെയല്ലാതെ തന്നെ ആൾക്കാർ ശ്രദ്ധിക്കുന്ന ഒരു സ്ഥാനം അയാൾ കണ്ടെത്തുന്നു. എത്ര മദ്യപിച്ച് തെറ്റിയിട്ടുണ്ടെങ്കിലും ഒരു വിഘ്നവും വരുത്താതെ തന്റെ ഇടം ഉറപ്പിക്കാനുള്ള അയാളുടെ വൈദഗ്ദ്ധ്യവും ആത്മാർത്ഥതയും മറ്റുള്ളവർക്ക് മാതൃകയാവേണ്ട പാകത്തിലായിരുന്നെങ്കിലും സമൂഹത്തിൽ അയാൾ ഒരു പരിഹാസകഥാപാത്രമായിരുന്നു. 'അൺപൊലി പറ' അഞ്ച് നിറപറകളുടെ ഒരു നിവേദ്യമാണ്. മുറ്റത്ത് വലിയ പന്തലൊരുക്കി തറയിൽ ചാണകം മെഴുകി ഇലയിൽ പറകൾ വച്ച് അതിന്റെ മുന്നിൽ ജീവിതം താഴ്ത്തിവച്ച് നിവേദ്യം നടത്തും. ഇഷ്ടകാര്യങ്ങൾ സാധിക്കുന്നതിനും പ്രത്യുപകാരമായി ആളുകൾ ഇത് നടത്തുന്നു. പൂവ്, മലര്, അരി, ചെറുപഴം, ശർക്കര ഇവയെല്ലാം പറയിൽ നിറയും. ഇവയെല്ലാം കണ്ട് ഉറഞ്ഞ് തുള്ളി അനുഗ്രഹിച്ച് ദേവി നിവേദ്യം

സ്വീകരിക്കുന്നു. വരവ് പോവുന്ന വഴിയിൽ എത്ര ഇരുട്ടിയാലും എല്ലാ വീടിന്റെയും മുന്നിൽ നിലവിളക്ക് കത്തിച്ച് വച്ചിട്ടുണ്ടാവും. ഓരോ വിളക്ക് കണ്ടും തൃപ്തിയടഞ്ഞും ദേവി നീങ്ങും. പോയെന്ന് ധരിച്ച് ആരെങ്കിലും വിളക്ക് ഊതി കെടുത്തിയാൽ ദേവി മടങ്ങിയെത്തും. വീണ്ടും ആ വീട്ടിൽ വിളക്ക് തെളിയും.

അത് വാസന്തി തന്നെ ആയിരിക്കുമെന്ന ഉറച്ച വിശ്വസത്തോടെ എത്തിയതുകൊണ്ട് അത് അവൾ തന്നെ ആയി തീർന്നാലും യാതൊരു അത്ഭുതവും പ്രതീക്ഷിക്കാനില്ല. മുകുന്ദൻ വരുമ്പോൾ അവൾ ബാത്റൂമിലായിരുന്നു. ഇടയ്ക്ക് ഇടയ്ക്ക് ബാത്റൂമിൽ കയറി കതകടച്ച് അരമണിക്കൂറോളം തലയിലും ദേഹത്തും വെള്ളമൊഴിക്കും. ബോധത്തിനു അബോധത്തിനും ഇടയിലാണ് പ്രവർത്തനമെങ്കിലും ഭാവനയുടെ ഒരു ലോകത്ത് ജീവിച്ച് അവിടെ ചെയ്യാനുള്ളതെല്ലാം അവൾ നിറവേറ്റുന്നുമുണ്ട്. ബാറിൽ കയറി മദ്യപിക്കും. പുകവലിക്കും. വളരെ കുറച്ചു കാലമേ ആയുള്ളൂ ഇത്തരം ഒരു സ്ഥലത്തേക്ക് അവൾ എത്തിയിട്ട്. അതുകൊണ്ട് തന്നെ ഈ കഥകളൊന്നും മുകുന്ദന് അറിയില്ലായിരുന്നു. റോഷ്നേര അവളെപറ്റി താൻ അറിഞ്ഞ കാര്യങ്ങളൊക്കെ മുകുന്ദനോട് പങ്കുവച്ചു. 'നേരത്തെയും ബാറിൽ കയറി മദ്യപിക്കാറുണ്ട്. അവരോടൊപ്പം നിരവധി തവണ ഞാൻ ബാറിലിരുന്ന് മദ്യപിച്ചിട്ടുണ്ട്. പിന്നെ അന്ന് ഒരുപക്ഷേ എന്നെ അവൾ എങ്ങോട്ടേക്കും വിടാറില്ല. ഒരു രാത്രി മുഴുവൻ കെട്ടിപ്പിടിച്ചു കിടക്കാനും സംസാരിക്കാനും ഉള്ള ആർജവത്തോടെയാണ് ഞങ്ങൾ അന്ന് കണ്ട് മുട്ടുക.' ബാറിൽ കയറുക എന്നതോ കടതിണ്ണയിൽ കിടക്കുക എന്നതോ സ്ത്രീയായത് കൊണ്ട് കഴിയാതെ പോവുന്ന സ്ഥലങ്ങളായി അവൾ തിരിച്ചറിഞ്ഞിരുന്നു. അതൊന്നും ഭ്രാന്തിന് മതിയായ കാരണങ്ങൾ അല്ലല്ലോ. ഭ്രാന്തും നിലനിൽക്കുന്ന വ്യവസ്ഥിതി തന്നെയാണല്ലോ ഡിഫൈൻ ചെയ്യുന്നത്. എങ്കിലും അസാധാരണമായ ഒരു പ്രവർത്തന രീതി അവൾക്കുണ്ട്. ഇടയ്ക്ക് ചിലപ്പോൾ നിയന്ത്രിക്കാനാവത്ത വിധത്തിലേക്ക് പോവും. അവസാനം ഞാൻ കാണുമ്പോഴും അവളിൽ ഇങ്ങനെ ഒരു മാറ്റം ഉണ്ടായിരുന്നില്ല.

സംസാരത്തിനിടയിലെപ്പോഴോ ബാത്റൂമിന്റെ വാതിൽ തുറക്കപ്പെട്ടു. പരിസരം ഒന്നും ശ്രദ്ധിക്കാതെ തന്നെ അവൾ വേഗം വന്ന് കണ്ണാടിയുടെ മുന്നിൽ നിന്ന് മുഖം വേണ്ടത്ര വൃത്തിയാവാത്തതുപോലെ തോർത്ത് കൊണ്ട് തുടയ്ക്കുകയും വിരലുകൾകൊണ്ട് അമർത്തുകയും ചെയ്തു. അവളുടെ സാരി എപ്പോൾ വേണമെങ്കിലും ഊർന്ന് താഴെ വീഴാവുന്ന വിധത്തിൽ ചുറ്റിയിട്ടേയുള്ളു. ബ്രായോ അടിവസ്ത്രമോ സാധാരണ അവസ്ഥയിൽ അവൾ ധരിക്കാറുണ്ടായിരുന്നില്ല. ബ്ലൗസ്സിന്റെ ഹുക്കുകൾ ഉണ്ടായിരുന്നിട്ടും ഇട്ടിരുന്നില്ല. കമ്മലോ ആഭരണങ്ങളോ ധരിച്ചിരുന്നില്ല. മുറുക്കിചുവന്ന ചുണ്ടുകളായിരുന്നു. റൂമിൽ മറ്റാരും ഉള്ളതായി അവൾ

ശ്രദ്ധിക്കുന്നേ ഉണ്ടായിരുന്നില്ല. അവൾ ബാഗ് തുറന്ന് ഒരു സിഗററ്റ് എടുത്തു കത്തിച്ചു. ഒരു തർക്കത്തിന് വേണ്ടിതന്നെ എന്ന വണ്ണം മനഃപൂർവ്വം റോഷ്നേര പറഞ്ഞു. “ഇവിടെ സിഗററ്റ് വലിക്കാൻ പാടില്ല.” അവൾ റോഷ്നേരയെ ശ്രദ്ധിക്കുക പോലും ചെയ്യാതെ തനിക്കിഷ്ടപ്പെട്ട ഒരു ഹിന്ദി പാട്ടിന്റെ ആദ്യ വരികൾ മൂളാൻ തുടങ്ങി. അതിനിടയിൽ ബാഗിൽ നിന്നും ഒരു നൂറുരൂപയെടുത്ത് മേശപ്പുറത്ത് വച്ചു. “ഒരു സിഗററ്റ് വലിച്ചതിന്റെ പെറ്റിയാണിത്. ഇതുകൊണ്ട് തൃപ്തിപ്പെടാവുന്നതെയുള്ളു നമ്മുടെ നാട്ടിലെ സിഗററ്റ് വിരോധത്തിന്. ഞാൻ പോവുകയാണ്.” “നിന്നെ അങ്ങനെ വിടാനാവില്ല പോലീസാണ് നിന്നെ ഇവിടെ കൊണ്ട് വിട്ടത്.” “പൊലീസുകാര് എന്നെ ഉണ്ടാക്കിയവരൊന്നും അല്ലല്ലോ?” മുകുന്ദൻ അവളെ തിരിച്ചറിഞ്ഞു കഴിഞ്ഞിരുന്നു. പക്ഷേ, ഇതുവരെ അവൾ അവനെ ശ്രദ്ധിക്കുക പോലും ചെയ്തിട്ടുണ്ടായിരുന്നില്ല. ഹൃദയത്തിൽ എവിടേയോ ഒരു ഭാരം ഒരു വശത്തേക്ക് താഴ്ന്ന് നിൽക്കുന്നത് പോലെ അവന് തോന്നി. അവൻ അവളെ വിളിച്ചു. വാസന്തീ... അവൾ ആ ശബ്ദം കേട്ടിടത്തേക്ക് തിരിഞ്ഞു. മുകുന്ദനെ കണ്ടതും എന്തെന്നില്ലാത്ത ആഹ്ലാദവും ഊഷ്മളതയും അവളുടെ മുഖത്ത് പ്രത്യക്ഷപ്പെട്ടു. അസാധാരണമായ വേഗത്തിൽ അവൾ മുകുന്ദന്റെ അടുത്തേക്ക് ഓടി വന്നു. ചുറ്റിക്കെട്ടിയിരുന്ന വസ്ത്രം അഴിഞ്ഞ് വീഴാനെന്നവണ്ണം കിടന്നു. അടുത്തെത്തിയതും മുകുന്ദനെ തന്റെ കരവലയത്തിലാക്കി. അമർത്തി മുഖമാകെ ചുംബിച്ചു. ആവേശത്തിന്റെ അസാധാരണമായ ഒരു ശബ്ദം അവൾ പുറപ്പെടുവിക്കുന്നുണ്ടായിരുന്നു. വളരെ യാന്ത്രികമായി നിശ്ചലനായി നിന്നുകൊടുത്ത മുകുന്ദന്റെ കണ്ണിൽ നിന്നും ഇഴമുറിയാതെ കണ്ണുനീർ ഇറ്റുവീണു. അവൾ ഒരു വെള്ളപ്പാച്ചിലിലേക്ക് വലിച്ചെറിയപ്പെടുകയായിരുന്നു. ആ ജലപ്രവാഹത്തിലെ ഒരു ഉറച്ച പാറ പോലെ അവനും. അവൾ കരിയിലകളിൽ ചവിട്ടി നൃത്തം വയ്ക്കുകയായിരുന്നു. അവനാകട്ടെ ചുട്ടുപൊള്ളുന്ന കനലാഴിയിലേക്ക് ഓരോ നിമിഷവും വലിച്ചെറിയപ്പെട്ടു. സാന്ത്വനവും ആശ്വാസവും ആഹ്ലാദവും ആവേണ്ട ഓരോ സ്പർശനവും അവനെ കൂടുതൽ പ്രതിസന്ധിയിലാക്കി. വേദനയുടെ ആഴങ്ങളിലേക്ക് അവൻ തള്ളിയിടപ്പെട്ടു. മഴയായും കാറ്റായും കടലായും നിലാവായും അവനെ തഴുകാൻ ശ്രമിച്ചിട്ട് ഒടുവിലവന്റെ തളർച്ച തിരിച്ചറിയുകയും തന്റെ മുഖത്തേക്ക് ഇറ്റിറ്റു വീണുകൊണ്ടിരുന്ന കണ്ണീർ മഴയുടെ തിരുശേഷിപ്പുകളിലെ വഴുവഴുപ്പുകൾ അവളെ ഉണർത്തുകയും ചെയ്തു. അവൾ കൈകൾ എടുത്ത് അവന്റെ രണ്ട് കവിളത്തും ആഞ്ഞാഞ്ഞ് അടിച്ചു. മുകുന്ദൻ അവളുടെ തോളിൽ കൈയിട്ട് പതിയെ റോഷ്നേരയുടെ മുറിയിലേക്ക് കൊണ്ട് പോയി. വാതിലുകൾ കുറ്റിയിടപ്പെട്ടു. അകത്തുനിന്നും രണ്ടുപേരും ഒരുമിച്ച് പാടുന്ന ഒരു റാപ്പ് സംഗീതത്തിന്റെ ഈരടികൾ കേൾക്കാമായിരുന്നു.

മുകുന്ദൻ അവളെപ്പറ്റി റോഷ്നേരയോട് സംസാരിച്ചു. കെട്ടിടത്തിന്റെ ടെറസ്സിന്റെ മുകളിൽ മലർന്ന് കിടന്നു. റോഷ്നേര അവന്റെ തുടകളിൽ

തലവച്ച് കിടന്നു. ആകാശം വളരെ വേഗം ഇരുണ്ട് വരുന്നത് സംസാര ത്തിനിടയിൽ അവർ തിരിച്ചറിഞ്ഞില്ല. കാർമേഘത്തിന്റെ കറുപ്പ് സൂര്യന്റെ ആകാശത്തെ മായ്ക്കാൻ മാത്രം ശക്തമായി തീർന്നു. വാസന്തി എന്നാണവളുടെ പേര്. അവൾ പിഎച്ച്.ഡി ചെയ്യുമ്പോൾ അതിന്റെ എന്തോ ആവശ്യത്തിന് വേണ്ടിയാണ് ആദ്യമായി മുകുന്ദനെ വന്നു കാണുന്നത്. അവൻ പഠിച്ച സ്ഥാപനത്തിലാണ് ഗവേഷണം ചെയ്തിരുന്നത്. ആ സൗഹൃദം വലിയ ബന്ധമായി വളർന്നു. സ്ത്രീ: ലൈംഗികത; കേരളം. എന്ന വിഷയമായിരുന്നു ഗവേഷണത്തിന് കണ്ടെടുത്തിരുന്നത്. ലൈംഗികതയെക്കുറിച്ചും വിവാഹത്തെക്കുറിച്ചും വളരെ വ്യത്യസ്തമായ അഭിപ്രായമായിരുന്നു അവൾക്ക് ഉണ്ടായിരുന്നത്. നമ്മുടെ കുടുംബങ്ങൾ കേവലം പ്രണയത്തിന്റെയോ ലൈംഗികതയുടെയോ സ്ഥാപനവത്ക്കര ണമല്ല. മറിച്ച് വെറും സാമ്പത്തിക താത്പര്യം മാത്രമാണ് അതിനെ ഭരിക്കുന്നത്. പ്രണയം വേണ്ടത്ര ഇല്ലാത്തതിന്റെ പേരിലോ ലൈംഗികത വേണ്ടത്ര കിട്ടാത്തതുകൊണ്ടോ നമ്മുടെ നാട്ടിൽ വിവാഹബന്ധങ്ങൾ വേർപ്പെടുത്തപ്പെടുന്നില്ല. ഏതെങ്കിലും കോടതിയിൽ ഒരു പെണ്ണിന് എനിക്ക് ആവശ്യത്തിന് ലൈംഗികത ഷെയർ ചെയ്യാൻ ഇയാൾക്ക് കഴിയുന്നില്ലാ യെന്നും അതുകൊണ്ട് ഇയാളോടൊപ്പം ജീവിക്കാൻ കഴിയില്ലെന്നും പറ യാൻ കഴിയുമോ? നമ്മുടെ കുടുംബത്തിന്റെ ഘടനയെയും താത്പര്യ ങ്ങളെയും നിയന്ത്രിക്കുന്നത് സമ്പത്തികം മാത്രമാണ്. എന്നിട്ടും സുരക്ഷിത മായ സ്ഥലം അത് മാത്രമാണെന്ന് തീരുമാനിക്കുന്നു. എന്തിനെയും അതിന്റെ വൃത്തികെട്ട അർത്ഥത്തിൽ മാത്രം സ്വീകരിക്കുന്ന മലയാളി കുടുംബത്തെയും അങ്ങനെ തന്നെ സ്വീകരിച്ചിരിക്കുന്നു. ആത്മാവ് നഷ്ട പ്പെടാത്തതായി എന്താണ് സംസ്ക്കാരത്തിൽ ഉള്ളത്. ഈ കുടുംബത്തി നുള്ളിൽ നമ്മൾ ഒരു നായ പോലും ആകാതെ വാലുപോലും ഇല്ലാതെ എല്ലാ സർഗാത്മകതയെയും അടിച്ചമർത്തി ചീഞ്ഞളിഞ്ഞുകൊണ്ടി രിക്കുന്നു. ഇത്തരത്തിലുള്ള കുറേ ആശയങ്ങളുടെ ആകുലതകൾ അവർ മുകുന്ദനോട് പങ്ക് വച്ചിട്ടുണ്ടായിരുന്നു. ഒരുപക്ഷേ തന്റെ കുടുംബവിരുദ്ധ ചിന്തകൾക്ക് കൂടുതൽ വ്യക്തത നൽകാൻ അഭിപ്രായങ്ങൾക്ക് കഴിഞ്ഞി രുന്നു. ഞങ്ങൾ നിരവധി തവണ ലൈംഗികത പങ്കുവച്ചിട്ടുണ്ട്. സാഡിസ മെല്ലാം കൂടിക്കലർന്ന ഒരു മഴനൃത്തം പോലെ. ഒരുപക്ഷേ, മറ്റൊരു ബന്ധത്തിന്റെ നടുവിൽ ഞാൻ അവളെ ഉപേക്ഷിക്കുകയായിരുന്നു. അവളിൽ അത് യാതൊരു ചലനവും സൃഷ്ടിച്ചില്ലെങ്കിലും തന്നിൽ അത് കുറ്റബോധത്തിന്റെ കണികകൾ വിതറി.

ഒടുവിൽ അവൾ പറഞ്ഞത് പോലെ തന്നെ ചെയ്തു, വീട്ടുകാരുടെ നിർബന്ധത്തിന് വഴങ്ങി വിവാഹം കഴിച്ച ഭർത്താവിനോട് മുഖത്ത് നോക്കി "നിനക്ക് ഞാനുമായി ലൈംഗികത പങ്കുവയ്ക്കാൻ നേരം ഇല്ലാത്തതുകൊണ്ട് നിന്നെ എനിക്ക് വേണ്ടെന്ന്" പറഞ്ഞിട്ട് അവൾ ഇറങ്ങിപ്പോന്നു. കുടുംബക്കോടതിയിലും ഇതാവർത്തിച്ചു. ജഡ്ജി ചോദിച്ചു.

“സെക്സിനിത്ര വലിയ പ്രാധാന്യമുണ്ടോ? അയാൾ ഒരു ബിസ്സിനസ്കാര നല്ലേ സമയം തികയാത്തതുകൊണ്ടല്ലേ.” “എനിക്കത് വേണം പകരം നിങ്ങൾ തരുമോ എനിക്കത്. അതല്ല ഇയാൾ ആരെയെങ്കിലും ഏർപ്പാടാക്കുകയോ ഞാൻ കണ്ടെത്തുകയോ ചെയ്താൽ ഇയാളും നിങ്ങളും അത് അംഗീകരിക്കുമോ?” ഒടുവിൽ ആ കോടതിയിൽ കൂടിയവർ മുഴുവൻ അവളെ വേശ്യയെന്ന് മുദ്രകുത്തി. പുറത്തിറങ്ങിയപ്പോൾ മൊബൈൽ ഫോൺ നമ്പർ ചോദിച്ച ഒരു വക്കീലിന്റെ മുഖത്ത് അവൾ ആഞ്ഞടിച്ചു. വീട്ടിൽ നിന്നും പുറത്താക്കപ്പെട്ടു. ഞാൻ അവസാനം കാണുന്നതുവരെ ഒരു വാടക വീട്ടിലായിരുന്നു താമസം. വളരെ സന്തോഷ വതിയുമായിരുന്നു. കറുത്തിരുണ്ട മേഘം പൊടുന്നനെ പെയ്യാൻ തുടങ്ങി. ഇടിമുഴക്കത്തോടെയുള്ള മഴ അവരെ എടുത്തുയർത്തുന്നതായും പെട്ടെന്ന് നിലത്തേക്ക് ഇടുന്നതായും അവൾക്ക് തോന്നി.

ഏറെ ദിവസങ്ങൾക്കുള്ളിൽ തന്നെ ആ കിളിക്കുഞ്ഞ് പറക്കാൻ പഠിക്കുകയും അവിടെ നിന്നും പറന്നുപോവുകയും ചെയ്തു. സ്വാതന്ത്ര്യ ത്തിന്റെ അനന്തവിഹായസ്സിലേക്ക് അത് പറന്നുയർന്നു. സൂര്യൻ അസ്തമി ക്കാറായി. കാർമേഘങ്ങൾ അതിന് ചുറ്റും പറന്നു നടന്നു. വയലിനെ കീറിമുറിച്ച് ഒരു നടപ്പാത. പാതയ്ക്കിരുവശവും തടികൾകൊണ്ട് ഉയർത്തപ്പെട്ട ഒരു വേലി. ആ പൂച്ച ആ എലിയെ നോക്കിയും ആ എലി ആ പൂച്ചയെ നോക്കിയും അങ്ങനെ ഇരുന്നു. നേരം വെളുക്കുന്നത് വരെ. ബോറടിച്ചപ്പോൾ എലി പൂച്ചയെ അടുത്തേക്ക് വിളിച്ചു. എലി പൂച്ചയുടെ മുന്നിൽ ചതുരത്തിൽ ഒരു വര വരച്ചു. ആ ചതുരം എഴുന്നേറ്റ് നിന്നപ്പോൾ ഒരു വലിയ സ്ക്രീനാവുകയും അതിൽ സിനിമ തെളിഞ്ഞ് വരികയും ചെയ്തു. നായകനെയും നായികയെയും നോക്കി പൂച്ച കണ്ണടച്ചു. നായകനും നായികയും പൂച്ചയ്ക്ക് പുറകെ ആ കുന്നിൻ മുകളിലേക്ക് ഓടിക്കയറുന്നു. വളരെ പെട്ടെന്നാണ് ഇടിവെട്ടിപെയ്ത ഒരു മഴയുടെ കാൽക്കീഴിൽ നിന്നും വില്ലൻ അവളുടെ അടിപ്പാവാടയുടെ ഉള്ളിലേക്ക് പ്രത്യക്ഷപ്പെട്ടെത്തിയത്. അവളുടെ ബ്ലൗസിനുള്ളിൽ നിന്നും ഒരു ചാട്ടത്തിന് നായകൻ പുറത്തേക്കും. അവന്റെ കഴുത്തിന്റെ പിന്നിലൂടെ കൈയിട്ട് അവളുടെ തുടയിൽനിന്നും വലിച്ചെടുത്ത വില്ലനെ പുറത്തേക്ക് ഒരേറ്. പിന്നെ രണ്ട് പേരും അരമണിക്കൂർ നേരം വെടിവയ്പ്പായിരുന്നു. ചുറ്റും ഉയർന്ന് കേട്ട വെടിയൊച്ചകൾക്കും പുകച്ചുരുളുകൾക്കും ഉള്ളിലൂടെ അവൾ മറ്റൊരുവന്റെ തോളിൽ കൈയിട്ട് ജീവിതത്തിലേക്ക് പോയി സ്ക്രീനിൽ വെടിയുതിർക്കുന്ന ശബ്ദം ഒരു പുകയിലവസാനിച്ചു. പൂച്ചയും എലിയും ഉറക്കം തുടങ്ങി.

മുപ്പത്തിനാല്

എത്രകാലം നീയെന്നെ കരയിക്കും

നിഴൽ വീണ റബ്ബർ മരങ്ങൾക്കിടയിലൂടെ ഇഴഞ്ഞ് നീങ്ങുന്ന അഗ്നിശലഭങ്ങളുടെ ഛായയുള്ള കറുത്ത കൈരേഖകൾ ഒന്നും നേരെയാവുന്നതിന്റെ സൂചനകളല്ല നൽകുന്നത്.

മുകുന്ദനും റോഷ്നേരയും കോട്ടയത്ത് ചെന്ന് ആ അമ്മയെയും മക്കളെയും കണ്ടു. അവസാനിക്കാത്ത പീഡനങ്ങൾ സഹിച്ചും നിരന്തരമുള്ള ദുഃഖം സഹിച്ചും അവർ ആകെ ഒരു പേക്കോലമായിരുന്നു. മൂത്തമകൾ പ്രീഡിഗ്രി പഠനം കഴിഞ്ഞ് നിൽക്കുന്നു. ഇളയവൾ പത്താംക്ലാസിൽ പഠിക്കുന്നു. അവർ അവരുടെ ജീവിതകഥ മുകുന്ദനോടും റോഷ്നേരയോടും പറഞ്ഞു. അവരുടെ ഭർത്താവ് മദ്യപാനിയായിരുന്നു. എന്നാൽ മദ്യപിക്കാത്തപ്പോഴും അയാളുടെ സ്വഭാവത്തിൽ വലിയ മാറ്റങ്ങളുണ്ടായിരുന്നില്ല. വീട്ടിലെത്തിയാൽ കുട്ടികളെ തല്ലുക, ചോറിന്റെയും കറിയുടെയും പാത്രം വലിച്ചെറിയുക, മക്കളുടെ പുസ്തകവും വസ്ത്രങ്ങളും ഏടുത്ത് തീയിടുക തുടങ്ങി ക്രൂരമായ രീതിയിൽ അയാൾ വീട്ടിൽ താണ്ഡവ നൃത്തം നടത്തി. നരകം എന്ന അവസ്ഥ അവർ ജീവിതത്തിൽ അനുഭവിച്ചറിഞ്ഞു. അയാൾ മദ്യപിച്ചെത്തുന്നതിനോ ചിലവിന് കൊടുക്കാത്തതിനോ അവർക്ക് പരാതിയില്ലായിരുന്നു. പക്ഷേ, വീടിന്റെ സമാധാനത്തെ മുഴുവൻ തകർക്കുന്ന അയാളുടെ അരാജകത്വം ഒന്ന് അവസാനിപ്പിച്ചാൽ മതിയായിരുന്നു. വിവാഹം കഴിഞ്ഞ് ഇത്രയും കാലം മക്കൾക്ക് വേണ്ടി ഇവർ ഇതെല്ലാം സഹിച്ചു. "എനിക്കാണെങ്കിൽ ഈ കുട്ടികളല്ലാതെ മറ്റാരും ഇല്ല." അവർ കരഞ്ഞുകൊണ്ട് പറഞ്ഞു.. മക്കളുടെ ഓർമ്മകളിൽ അച്ഛനെ കുറിച്ച് നല്ലൊരു നിമിഷമില്ല. "എന്തിനാണ് നിങ്ങളിത്രയും കാലം ഇത് സഹിച്ചത്?" മുകുന്ദൻ ചോദിച്ചു. "എന്റെ കുട്ടികൾക്ക് ഒരു അച്ഛൻ വേണ്ടേ" അവർ വിതുമ്പികൊണ്ട് പറഞ്ഞു. "എന്തിനാണിങ്ങനെ ഒരച്ഛൻ?" റോഷ്നേര ചോദിച്ചു. "എനിക്കറിയില്ല കഴിഞ്ഞാഴ്ച മദ്യപിച്ചെത്തി എന്റെ മോളുടെ മുന്നിൽ നിന്ന് ആ ദുഷ്ടൻ നഗ്നനൃത്തം ചവിട്ടുകയും സ്വയംഭോഗം ചെയ്യുകയും ചെയ്തു. പിന്നീട് അവർക്ക് കഴിക്കാൻ വച്ചിരുന്ന കറിപാത്രത്തിൽ മൂത്രം ഒഴിച്ചു വച്ചു. സത്യത്തിൽ

അതിന് ശേഷം വെട്ടുകത്തിയെടുത്ത് തലയിണയ്ക്ക് അടിയിൽ വച്ചാണ് കിടക്കുന്നത്.'' ഇത്രയും നീണ്ട് പോകുന്നതിനു മുമ്പേ അവസാനിപ്പിക്കേണ്ടതായിരുന്നു ആ ബന്ധം. നന്മയുടെ ലവലേശം അയാളിൽ അവശേഷിക്കാത്ത സ്ഥിതിക്ക് ആ വീട്ടിൽ താമസിക്കുന്നതും, ഒരു തീരുമാനമാകുന്നത് വരെ അപകടമാണ്. ഇപ്പോൾ അവർക്ക് അഭയം നൽകിയിരിക്കുന്ന വീടിന്റെ ഉടമസ്ഥ പറഞ്ഞു. "എനിക്ക് ഇവരെ അധികം ദിവസം ഇവിടെ നിർത്താൻ ആവില്ല. ചിലപ്പോൾ അയാൾ ഇവരെ തിരക്കി ഇവിടെയും എത്തും. എനിക്കാവുന്ന ബന്ധങ്ങൾ ഉപയോഗിച്ച് പല സ്ത്രീപ്രവർത്തകരെയും ബന്ധപ്പെട്ട് നോക്കി. ആരും ഇവർക്ക് ഒരു സംരക്ഷണം നൽകാൻ തയ്യാറല്ല.'' റോഷ്നേര പറഞ്ഞു. "ഞാൻ വക്കീലാണ്. എനിക്ക് ഇപ്പോൾ ഒരു സ്ഥാപനവും ഉണ്ട്. സ്ത്രീകൾക്ക് വന്ന് നിൽക്കാൻ കഴിയുന്നത്. അയാളുടെ ബന്ധം വേർപ്പെടുത്താൻ നിങ്ങൾ തയ്യാറാണോ? അവരൊന്നും പറഞ്ഞില്ല. അയാൾ മാറുമെന്ന പ്രതീക്ഷ നിങ്ങളിൽ അവശേഷിക്കുന്നതിനാലാണ് ഈ മൗനം. ഇവരൊന്നും ഒരിക്കലും മാറില്ല. മാറുമെന്ന പ്രതീക്ഷ സമൂഹം ഉണ്ടാക്കി തരുന്നതാണ്. പൊതു സമൂഹം പുരുഷന്റെ കൂടെയായതുകൊണ്ടാണ്. ഈ നാശത്തിൽ നിന്നും രക്ഷപ്പെടാനുള്ള ഏകമാർഗം നാശത്തിന് കാരണമായതിനെ ജീവിതത്തിൽനിന്നും മുറിച്ച് മാറ്റുകയെന്നതാണ്. ഒരു അവയവത്തിന് കേട് വരുമ്പോൾ പിന്നീട് രക്ഷിക്കാൻ മിനക്കെടാതെ ഒഴിവാക്കുന്നതു പോലെ. അതിന് നിങ്ങൾ തയ്യാറാണെങ്കിൽ നിങ്ങൾക്ക് എന്റെ കൂടെ വരാം. ഞാനൊരു ട്രസ്റ്റ് രജിസ്ട്രർ ചെയ്തിട്ടിണ്ട്. ടൗണിൽ ഒരു വീട് വാടകയ്ക്ക് എടുക്കുകയും ചെയ്തു. നിങ്ങൾക്ക് വേണമെങ്കിൽ ആദ്യ അതിഥികളാവാം. മറ്റു കാര്യങ്ങൾ നമുക്ക് അവിടെ നിന്ന് ആലോചിക്കാം." മുകുന്ദൻ ഇടയ്ക്ക് ഇടപെട്ടു. "അയാൾക്കെതിരെ ഗാർഹികപീഡനത്തിന് കേസ് കൊടുക്കണം. ജാമ്യമില്ലാത്ത വകുപ്പല്ലേ?" "വേണ്ട എന്തായാലും അയാൾ എന്റെ കഴുത്തിൽ താലികെട്ടിയ ആളല്ലേ? പൊലീസുകാർ അയാളെ തല്ലുന്നത് എനിക്ക് സഹിക്കാനാവില്ല. എന്റെ മക്കൾക്കും അത് വിഷമമാവും. ബന്ധം വേർപെടുത്താൻ ഞാൻ തയ്യാറാണ്." അവർ റോഷ്നേരയ്ക്കും മുകുന്ദനും ഒപ്പം പോയി.

"**ആ**രെങ്കിലും വിളക്ക് കത്തിക്കാതിരുന്നാൽ?" റോഷ്നേര ചോദിച്ചു. "അങ്ങനെ ഉണ്ടാവാറില്ല" എങ്കിലും ഒരിക്കൽ അത് സംഭവിച്ചത് മുകുന്ദന്റെ ഓർമ്മയിലേക്ക് വന്നു. ഒരു വീട്ടിൽ വിളക്ക് കത്തിച്ചില്ല. പനങ്ങോടിൽ എന്ന് അറിയപ്പെടുന്ന വീടായിരുന്നു. അത്. ഒരു പഴയ നായർ തറവാട്. അവിടത്തെ ഒരു സ്ത്രീ കോളേജ് അദ്ധ്യാപികയായിരുന്നു. ഭർത്താവ് ഒരു പാരലൽ കോളേജിന്റെ പ്രിൻസിപ്പളും. ആ വീട്ടിൽ അയാളുടെ അമ്മ ഉണ്ടായിരുന്നപ്പോൾ എപ്പോഴും വിളക്ക് കത്തിക്കാറുണ്ടായിരുന്നതാണ്. അവർ മരിച്ചതിനു ശേഷമുള്ള ആദ്യത്തെ വരവിന് ആരും വിളക്ക്

കത്തിച്ചില്ല. വെളിച്ചപ്പാട് അലറിക്കൊണ്ട് വീടിന് ചുറ്റും ഓടി. വീടിനു മുന്നിൽ നിന്ന് ഉറഞ്ഞ് തുള്ളി. "ജീവിതയും കുടയും" വാതിലിനു മുന്നിലെത്തി അലറി. "എന്തു വേണം" ഉറഞ്ഞ് തുള്ളുന്ന വെളിച്ചപ്പാടിനെ ശബ്ദംകൊണ്ട് പിടിച്ച് നിർത്തി അവർ ചോദിച്ചു. ദേവി തുള്ളലിനിടയിൽ ചില ശബ്ദങ്ങൾ പുറപ്പെടുവിച്ചു. കൂടെ നിന്നാ ആരോ വിളക്ക് കത്തിക്കാൻ അവരോട് ആവശ്യപ്പെട്ടു. അവർ ചോദിച്ചു "അത് ദൈവത്തിന് പറഞ്ഞൂടെ." "ദൈവത്തിന്റെ ഭാഷ കൂകലും വിളിയുമല്ലല്ലോ സംസ്കൃതമല്ലേ." വള്ളിരവിയണ്ണനും അയ്യനേഴ്ത്തെ കൊച്ചനിയണ്ണനും എന്ത് സംസ്കൃതം! (ഇവരാണ് സ്ഥിരം ജീവിതയും വെളിച്ചപ്പാടും കെട്ടുക). വിളക്ക് കത്തിക്കാൻ അവർ തയ്യാറായില്ല. വെളിച്ചപ്പാട് ട്രാൻസ് എന്ന് അവസ്ഥയിൽ ആയിരുന്നത് കൊണ്ട് ഭയപ്പെടുത്തുന്ന ശബ്ദത്തിൽ കൂടുതൽ ഉറഞ്ഞ് തുള്ളി. വീണ്ടും കല്ലുപോലെയുള്ള ആ സ്ത്രീ പറഞ്ഞു. "ഞാൻ ഇതിലും കൂടുതൽ തുള്ളൽ ദിവസവും എന്റെ കോളേജിൽ കാണുന്നതാണ്. എന്നെ ഭയപ്പെടുത്താൻ നോക്കണ്ട." അവർ വീട്ടിൽ കയറി വലിയ ശബ്ദത്തോടെ വാതിലടച്ചു. സ്ഥലം എസ്.ഐ. എവിടെ നിന്നോ ഒരു നിലവിളക്ക് കൊണ്ട് വന്ന് ആ വീടിന്റെ മുന്നിൽ വാഴയിലയിൽ വച്ച് തിരികൊളുത്തി. ദേവിയുടെ തോളിൽ കൈയിട്ട് കൂട്ടിക്കൊണ്ട് പോയി. ഒന്ന് രണ്ട് വർഷങ്ങൾക്കു ശേഷം ആ വീട്ടിൽ ഉണ്ടായ ഒരു ദുരന്തവുമായി ഈ സംഭവത്തെ നാട്ടുകാർ കൂട്ടിവായിച്ചു. പിന്നീട് അവരുടെ ഭർത്താവ് ട്രെയിനിന് കീഴിൽ തലവെച്ച് ആത്മഹത്യ ചെയ്തതായിരുന്നു ആ സംഭവം.

സ്ഥലം എസ്. ഐ പലപ്പോഴും ഒരു ഉപകാരിയുമാണ്. ഒരിക്കൽ ഒരു നായർ തറവാട്ടിൽ ആരോ ശബരിമലയിൽ പോകുന്നതിന്റെ ഭാഗമായ കഞ്ഞിസദ്യ നടത്തുന്നു. സ്ഥലം എസ്. ഐ അതിലേ പോയി. തൊട്ടടുത്തൊരു കള്ള് ഷാപ്പുണ്ട്. അയാൾ അങ്ങോട്ട് പോകുന്ന വഴിയിലാണ് ഈ വീട്ടിൽ ആളുകൂടി നിൽക്കുന്നത് കണ്ടത്. ഷാപ്പിൽ പോയി ഒരു കുപ്പി കള്ള് കൂടി വാങ്ങിച്ച് കുടിച്ചു മടങ്ങിവന്ന് വീടിന്റെ മുന്നിൽ സൈക്കിൾ നിർത്തി. വിവരം തിരക്കി. സദ്യയാണെന്നറിഞ്ഞപ്പോൾ സൈക്കിൾ തിരിച്ച് വീണ്ടും ഷാപ്പിലേക്ക് വിട്ടു. പിന്നീട് വരുന്നത് നടന്നാണ്. പിന്നെ അയാൾ മുഴുവൻ നിയന്ത്രണവും ഏറ്റെടുത്തു. എല്ലാവർക്കും കഞ്ഞി വിളമ്പിക്കൊടുത്തു. ഇയാളെ കണ്ട് ചെറുപ്പക്കാർ പോകാതെ അവിടെ തന്നെ കൂടിനിന്നു. ഒടുവിൽ ആളുകളെല്ലാം പോയിക്കഴിഞ്ഞിട്ടും എസ്.ഐ. പോയില്ല. റോഡിലൂടെ പോയ രണ്ട് പേരെ വിളിച്ചു നിർത്തി. അൽപം കഞ്ഞി കുടിച്ചിട്ട് പോകാം. ആളുകൾ അയാൾ വീട്ടുടമസ്ഥനാവുമെന്ന് ധരിച്ച് കയറി കഞ്ഞി കുടിക്കാൻ ഇരുന്നു. അയാളവർക്ക് കഞ്ഞി വിളമ്പി. കറി നോക്കിയപ്പോൾ കറിപാത്രം അകത്തേക്ക് ആരോ എടുത്ത് കൊണ്ടുവച്ചിരുന്നു. കറിപ്പാത്രം കാണാത്തതുകൊണ്ട് എസ്. ഐ ഉറക്കെ വിളിച്ച് ചോദിച്ചു. "ആരാ അവിടെ ഉള്ളത്." ഗൃഹനാഥൻ കറകളഞ്ഞ ദുരഭിമാനിയും നായർപ്രമാണിയും ആയിരുന്നു. ശബ്ദം കേട്ട് അയാൾ പുറത്തേക്ക് ഇറങ്ങി വന്നു. അയാളെ നോക്കി ചുണ്ട് കോട്ടി കടുത്ത

ശബ്ദത്തിൽ കള്ളതൊണ്ടയിൽ എസ്.ഐ. പറഞ്ഞു. “അളിയാ (അളിയാ എന്ന് സാധാരണ പെങ്ങളുടെ ഭർത്താവിനെയാണ് വിളിക്കുക) ആ കറിയിങ്ങെടുത്ത് കൊണ്ട് വാ.” പിള്ളേർക്ക് കഞ്ഞി കൊടുക്കട്ടെ. പ്രമാണി ‘അളിയാ’ എന്നുള്ള അയാളുടെ വിളികേട്ട് തകർന്ന് പോയി.

ദിവസങ്ങൾക്കു ശേഷം മുകുന്ദനെ റോഷ്നേര വിളിച്ചു. “ആ അമ്മയ്ക്ക് ഇവിടെ അടുത്ത് ഞാൻ ഒരു ജോലി ശരിയാക്കി കൊടുത്തു. ഇളയ മകളെ ഇവിടെ സ്കൂളിൽ ചേർത്തു. മൂത്ത മോൾക്ക് പ്രൈവറ്റായി ബി. എ എഴുതാനുള്ള ഏർപ്പാടും ചെയ്തു. ഒക്കെതിനും പണം വേണ്ടേ ഞാൻ സാമൂഹികബോധം ഉള്ള ചില മുതലാളിമാരുടെ പിറകെയാണ്. അതൊക്കെ പോട്ടെ നിന്നെ വിളിച്ചത് മറ്റൊരു കാര്യം പറയാനാണ്. നീ ‘പെണ്ണിട’ത്തിലേക്ക് ഒന്ന് വരണം. രണ്ട് സുഹൃത്തുക്കളെ കാട്ടി തരാം. രണ്ട് പേരെ കൂടി എനിക്ക് കൂട്ടിന് കിട്ടി.” “ഞാൻ വരാം” മുകുന്ദൻ പറഞ്ഞു.

മുകുന്ദനവിടെ ചെല്ലുമ്പോൾ രണ്ടതിഥികൾ കൂടി അവിടെ ഉണ്ടായിരുന്നു. റോഷ്നേര അവനെ അവർക്ക് പരിചയപ്പെടുത്തി ക്കൊടുത്തു. അതിൽ ഒന്ന് ഒരു ചെറിയ കുട്ടിയായിരുന്നു. അവൾ തമിഴ് നാട്ടിൽ നിന്നും വന്ന് തൃശൂർ റയിൽവേസ്റ്റേഷനിൽ വച്ച് പോലീസ് കസ്റ്റഡിയിൽ ആയ കുട്ടിയായിരുന്നു. മാലിനി. ഒരു വലിയ ബിസിനസ്സ് കാരന്റെ മകളായാണ് തമിഴ്നാട്ടിൽ ആ കുട്ടി ജനിച്ചത്. പൊലീസ് തമിഴ് പത്രത്തിൽ പരസ്യം കൊടുത്തപ്പോൾ അതു കണ്ട് അകന്ന ബന്ധത്തിലെ മാലിനി, ആമിയെന്ന് വിളിക്കുന്ന സ്ത്രീ വിളിച്ചിരുന്നു. അവസാനം അവളെ ഉപേക്ഷിച്ചത് അവരായിരുന്നു. അവർക്ക് ആ പെൺകുട്ടിയെ വളർത്തണ മെന്നുണ്ടായിരുന്നു. അവർ പറഞ്ഞ മാലിനിയുടെ കഥയുടെ ചുരുക്കം ഇതായിരുന്നു. എല്ലാ സുഖസൗകര്യങ്ങളോടും കൂടി അവൾ ജനിച്ച് വീഴുകയും വളരുകയും ചെയ്തു. ഹോർലിക്സും ചിക്കൻകറിയും അവൾക്ക് പ്രിയപ്പെട്ടതായിരുന്നു. ആ സുഖലോലുപതയുടെ നടുവിൽ അങ്ങനെ വളരുമ്പോൾ അവളുടെ അച്ഛന്റെ ബിസിനസ്സ് ചെറിയ രീതിയിൽ തകർച്ച നേരിട്ടു. അനുദിനം തകർച്ചയുടെ ആഴം കൂടി. ഒടുവിൽ ഒരു ജ്യോത്സ്യനെ വിളിച്ച് കാരണം അന്വേഷിച്ചപ്പോൾ നാശത്തിന് കാരണം മാലിനിയാണെന്നും ആ കുട്ടിയെ ഉപേക്ഷിക്കാതെ രക്ഷയില്ലെന്നും അയാൾ പറഞ്ഞു. അയാൾ അവളുടെ ജാതകം എഴുതി. ഇവൾ നിൽക്കുന്നിടം മുടിയും. അച്ഛനുമമ്മയ്ക്കും മരണം സംഭവിക്കും.

അവളെ ഭർത്താവ് വകവരുത്തുന്നതിനു മുമ്പ് അവളുടെ അമ്മ അകന്ന ബന്ധുവായ ആമിക്ക് നൽകി. അവൾ ഏതാണ്ട് രണ്ട് വർഷം ആ കുട്ടിയെ നോക്കി വളർത്തി. അങ്ങനെയിരിക്കെ അവരുടെ വീട്ടിലും ചില അനിഷ്ടസംഭവങ്ങൾ ഉണ്ടായി. അവളുടെ ഭർത്താവും ജാതകക്കുറ്റം പറഞ്ഞ് മാലിനിയെ വേദനിപ്പിക്കാൻ തുടങ്ങി. ആമിക്ക് മാലിനിയെ വലിയ ഇഷ്ടമായിരുന്നു. പക്ഷേ അവളെ നെഞ്ചോട് ചേർത്ത് പിടിച്ച് ഉറക്കാനും

വളർത്താനും ചുറ്റുപാടുകൾ അവളെ അനുവദിക്കാതെയായി. ഒടുവിൽ ആ കുട്ടിയോട് നുണ പറഞ്ഞ് കേരളത്തിലേക്കുള്ള ഒരു ട്രെയിനിൽ ഉറക്കി കിടത്തി ആ വളർത്തമ്മ നിറകണ്ണുകളോടെ ഓടിപ്പോയി. ഉണർന്നെണീറ്റ് ആമീ.. ആമീ ആമീ. എന്ന് നിർത്താതെ കരയുന്ന കുട്ടിയെ യാത്രക്കാർ തൃശൂർ റെയിവേസ്റ്റേഷനിലെത്തിയപ്പോൾ പൊലീസിനെ ഏൽപ്പിച്ചു. കോടതി അവളുടെ താൽക്കാലിക സംരക്ഷണം, റോഷ്നേരയുടെ സ്ഥാപനമായ 'പെണ്ണിട'ത്തെ ഏൽപ്പിച്ചു. ഇവിടെ എത്തിയതിന് ശേഷം അവൾ ചിക്കനും ഹോർളിക്സും കൊടുത്തപ്പോഴാണ് എന്തെങ്കിലും കഴിച്ചത്. ചിലപ്പോൾ പാത്രത്തിൽ നോക്കിയിരുന്ന് കരയും. ഇടയ്ക്ക് ഇപ്പോഴും അവൾ ആമി, ആമി എന്ന് നിലവിളിച്ചുകൊണ്ട് നിർത്താതെ കരയുന്നു. എങ്ങനെയാണ് എല്ലാവരും ഉണ്ടായിട്ടും ആ കുരുന്ന് ഒറ്റപ്പെട്ട് പോയത്? "പക്ഷേ, കുറച്ച് ദിവസമേ ആയുള്ളെങ്കിലും അവളും ഞാനും വല്ലാണ്ട് അടുത്തു. ചിലപ്പോൾ ആമിയെന്ന് അവൾ എന്നെ വിളിക്കുന്നു. രാത്രിയിൽ എന്റെയടുത്ത് കെട്ടിപ്പിടിച്ച് കിടന്ന് ഉറങ്ങുന്നു. അവളെ തമിഴ്നാട് സർക്കാർ ആവശ്യപ്പെട്ടിട്ടുണ്ട്. കോടതി എന്ത് തീരുമാനം എടുക്കുമെന്ന് അറിയില്ല. ഒരുപക്ഷേ തമിഴ്നാട് സർക്കാരിന് കുട്ടിയെ കൈമാറിയാൽ ആ വേർപെടൽ കൂടി അവൾക്ക് സഹിക്കാനാവുമോ?" റോഷ്നേര മുകുന്ദനോട് ചോദിച്ചു.

ആത്മാവിനുള്ളിലെ തീക്കനലുമായി കാർമേഘങ്ങൾ ഉരുണ്ട് കൂടി. തെന്നി തെറിക്കുന്ന, വഴുതി പിന്നോക്കം ആയുന്ന അക്ഷരങ്ങൾ സന്നി വന്നിട്ടെന്ന പോലെ നിലത്ത് കിടന്ന് ഉരുണ്ടു. ഓർമ്മകൾക്ക് മരണം സംഭവിച്ചിട്ടെന്നപോലെ ഒരു കറുത്ത ശവശരീരം വെളുത്ത ജലാശയത്തിൽ പൊങ്ങി വന്നു.. കണ്ണിമ വെട്ടാതെ ഹൃദയമൂളലുകൾ അടക്കി പൂച്ചയും എലിയും മുന്നിലേക്കും പിന്നിലേക്കും നീളുന്ന വഴികളെ നോക്കിയിരുന്നു. ജീവിതത്തിന്റെ പുറന്തോടായി എന്നും ഉണ്ടായിരുന്നതും വാഴയില പോലെ നീണ്ട് നിവർന്നതും ഹരിതവർണം നഷ്ടപ്പെട്ട് പോയതും നാട്ടിലാകെ പരതിയിട്ടും പുതിയതൊന്ന് കണ്ടെടുക്കാനാവാതെ പോയതും എലി പൂച്ചയുടെ ചെവിയിൽ പറഞ്ഞു. ചിറകുകളില്ലെങ്കിലും നമുക്ക് പറക്കാനാവും. നമ്മുടെ ജീവന്റെ കുതിപ്പിനുള്ളിൽ അത് അടക്കം ചെയ്തിരിക്കുന്നത് കണ്ടെത്തി നിവർത്തിയെടുക്കണ്ടതേയുള്ളു. ശബ്ദങ്ങളില്ലാത്ത ഒരിടത്തേക്കായിരുന്നു പോവേണ്ടിയിരുന്നത്. ചിറകുകൾ കണ്ടെത്തുന്നതും നിശബ്ദതയിൽ അത് എരിഞ്ഞ് തീരുന്നതും പൂച്ചയും എലിയും ഒരിഞ്ച് നടക്കാതെ തന്നെ ശവാസനത്തിൽ കിടന്ന് അനുഭവിച്ചു. ഒരു നീണ്ട ശീർഷാസനത്തിന്റെ തുടക്കവും ആയിരുന്നു അത്. മിണ്ടുന്നത് പോലെയല്ലാത്ത ഒരു ശബ്ദത്തിൽ എലി എന്നിട്ടും വിളിച്ച് പറഞ്ഞുകൊണ്ടിരുന്നു.

ശബ്ദമില്ലാത്തൊരിടത്തേക്കാണ് എനിക്ക് പോവേണ്ടിയിരുന്നത്.

മുപ്പത്തിയഞ്ച്

രണ്ട് അരുവികൾ കടന്ന് ഒരു മലയടിവാരം ഇറങ്ങിയാൽ അവളുടെ സ്ഥലമായി

പാലപ്പൂവിന്റെ മണവും താളനിബിഢമായ ഇളംകാറ്റും ചുറ്റി പിണഞ്ഞെത്തുമ്പോൾ അവൾ ദൈവത്തിന് അവധികൊടുത്ത് പിശാചുക്കളുടെ അടുത്തേക്ക് പോവും. പല്ലു തേക്കുകയും കുളിക്കുകയും ചെയ്യാതെ മദ്യപിച്ച് പിശാചുക്കളെ കെട്ടിപ്പിടിച്ച് കിടക്കും.

മുകുന്ദൻ വേദനയുടെ സംഘർഷത്തിലേക്ക് മനസ്സും ശരീരവും വലിച്ചെറിഞ്ഞിരുന്ന നാളുകളിൽ ഒന്നിൽ ഏതോ ഒരു നാടകക്യാമ്പിൽ വച്ച് ആശ്വാസത്തിന്റെ സംഗീത സ്പർശം പോലെ ദിവ്യാചന്ദ്രനെ പരിചയപ്പെട്ടു ചിലപ്പോഴെല്ലാം ബോധപൂർവ്വമുള്ള തീരുമാനത്തിന് വഴങ്ങികൊടുക്കാത്ത ഒന്നായി പ്രണയം സംഭവിക്കുന്നു. അങ്ങനെയാണ് അവരുടെ ബന്ധം നിരന്തരം ഇമെയിലുകളുടെ പുതുമഴയായി പെയ്യാൻ തുടങ്ങിയത്. ആത്മസംഘർഷത്തിന്റെ കണ്ണീർപ്പടവുകളും ദാമ്പത്യത്തിലെ പിഴവുകളും അവൻ ആ തണലിൽ മറികടക്കാൻ ശ്രമിച്ചു. അങ്ങനെ എങ്ങും എത്തിക്കാനാവാതെ പോയ മറ്റൊരു സമസ്യയുടെ വാതിലുകൾ തുറക്കപ്പെട്ടു.

ഇമെയിൽ 1

ഞാനിനി നിന്നെ കാണുമ്പോൾ കണ്ടമാത്ര കെട്ടിപ്പിടിച്ച് ആ നെറ്റിയിൽ ഒരു ഉമ്മ തരും. പിന്നെ കണ്ണിലും കവിളിലും തുരുതുരാ ഉമ്മവയ്ക്കും. ഇത്രദിവസം കാണാതിരുന്നതിന് വഴക്ക് കൂടും. ഇതൊക്കെ ഇമാജിൻ ചെയ്യാനല്ലേ നമ്മുടെ ലോകത്ത് കഴിയൂ. കാണുമ്പോൾ ഒന്ന് നോക്കി ചിരിക്കാം. കണ്ണിലൊന്ന് നോക്കാം. ഉള്ളിലൊരു വേദനയോടെ കണ്ണിലിത്തിരി നനവോടെ എന്തുണ്ട് എന്ന് ചോദിക്കാം.

രാവിലെ അനുജനുമായി പിണങ്ങി. എന്നോടവൻ ദേഷ്യപ്പെട്ടു. അവന്റെ ഐ.ഡി കാർഡ് കണ്ടില്ലെന്ന് പറഞ്ഞാ തുടങ്ങിയത്. ഞാൻ രാവിലെ ഡ്രസ്സ് തേക്കുകയായിരുന്നു. അതു നിർത്തി അവന്റെ ഐ.ഡി. കാർഡ് നോക്കണമെന്ന് പറഞ്ഞു. ഞാൻ കൂടുതലൊന്നും പറഞ്ഞില്ല.

എന്നിട്ടും അവൻ എന്നെ കുറ്റം പറഞ്ഞു കൊണ്ടേയിരുന്നു. ഞാനൊരു പെൺകുട്ടിയായതുകൊണ്ടല്ലേ ഇതൊക്കെ നടക്കുന്നത്.

പുതിയ അതിഥികളിൽ മാലിനിയെ കൂടാതെ ഉണ്ടായിരുന്നത് ഡാലിയാ എന്ന പെൺകുട്ടിയായിരുന്നു. അവൾ വിവാഹിതയും മൂന്നുകുട്ടികളുടെ അമ്മയും ആയിരുന്നു. ഡാലിയ ഡിഗ്രിക്ക് പഠിച്ചുകൊണ്ടിരിക്കുമ്പോൾ അവളുടെ ഏറ്റവും അടുത്ത സുഹൃത്ത് രമ്യ വഴി അനിൽ എന്ന ആളിനെ പരിചയപ്പെട്ടു. ഏതോ പ്രൈവറ്റ് കമ്പനിയിൽ ക്ലാർക്കായി അദ്ദേഹം ജോലി ചെയ്യുകയായിരുന്നു. ഡാലിയയുടെ കുടുംബം വലിയ സാമ്പത്തികമുള്ള കുടുംബമായിരുന്നു. അച്ഛൻ റിട്ടേർഡ് അദ്ധ്യാപകൻ. അമ്മ ബാങ്കിൽ ക്ലർക്ക്. അനിൽ നിരന്തരം ഫോണിലും നേരിട്ടും പ്രണയാ ഭ്യർത്ഥന നടത്തിക്കൊണ്ടിരുന്നു. എന്നാൽ ഡാലിയയ്ക്ക് അയാളെ സ്നേഹിക്കാൻ കഴിഞ്ഞില്ല. അല്ലെങ്കിൽ അത്തരം ഒരു പ്രണയത്തിന്റെ ആവശ്യം അപ്പോൾ അവൾക്കുണ്ടായിരുന്നില്ല. മാത്രമല്ല മറ്റൊരാളെ വിവാഹം കഴിക്കാൻ അവൾ ആരും അറിയാതെ ആഗ്രഹിക്കുന്നു മുണ്ടായിരുന്നു. അതുകൊണ്ട് തന്നെ അനിലിന്റെ സാന്നിദ്ധ്യവും സമീപ നവും ഫോൺകോളുകളും അവൾക്ക് തീരെ സഹിക്കാൻ കഴിഞ്ഞില്ല. ഒരു ദിവസം രമ്യ അവളുടെ വീടിന്റെ തൊട്ടടുത്ത പള്ളിയിൽ പെരുന്നാളു കൂടാൻ ഡാലിയയെ ക്ഷണിച്ചു. രമ്യയുടെ വീട്ടിൽ ചെന്നപ്പോൾ അവിടെ രമ്യയും അനിലും മാത്രമേ ഉണ്ടായിരുന്നുള്ളൂ. അച്ഛനും അമ്മയും അയൽ വീട് വരെ പോയതാണെന്നും ഇപ്പോൾ വരുമെന്നും അവർ ഡാലിയയോട് പറഞ്ഞു. വളരെ മാന്യമായാണ് അനിൽ അന്ന് അവളോട് പെരുമാറിയത്. അവർ ഡാലിയയ്ക്ക് പൈനാപ്പിൾ ജ്യൂസ് കുടിക്കാൻ കൊടുത്തു. എന്നിട്ട് രമ്യ അവളെ സ്വന്തം മുറിയിലേക്ക് കൂട്ടികൊണ്ട് പോയി. കട്ടിലിൽ ഇരുന്ന ഡാലിയയുടെ കണ്ണുകൾ അടഞ്ഞ് വന്നു. അവൾ പതിയെ ചാരിയിരുന്നു. പിന്നീട് അറിയാതെ കട്ടിലിലേക്ക് കിടന്നു. കുടിച്ച ജ്യൂസിലെ ഉറക്കഗുളിക അവളെ ഉണർത്തിയത് ഒത്തിരി നേരം കഴിഞ്ഞാണ്. “നീ നല്ല ഉറക്കമാ ഉറങ്ങിയത്.” ഡാലിയയ്ക്ക് ശരീരത്തിൽ എവിടെയൊക്കെയോ നീറ്റലും വേദനയും അനുഭവപെട്ടു. മുലകണ്ണുകൾ വല്ലതെ വേദനിച്ചപ്പോൾ അവൾ അറിയാതെ അവിടം പരതി. വേദനകൊണ്ട് കൈ പിൻവലിച്ചു. അതിന്റെ താഴെ പല്ലുകൾ താഴ്ന്ന് തെണുത്ത് കിടക്കുന്നു. അവൾ നിലവിളിച്ചു കൊണ്ട് ചാടിയെഴുന്നേറ്റു. “എനിക്കെന്താ പറ്റിയത്? പറയെടി.” അവൾ രമ്യയെ പിടിച്ച് തള്ളി. “എയ് എന്താ ഇത് നിനക്ക് ഒന്നും പറ്റിയില്ല.” ഡാലിയ രമ്യയുടെ മുഖമടക്കം ഒരടി കൊടുത്തിട്ട് ബാഗുമെടുത്ത് കരഞ്ഞു കൊണ്ട് ഓടിപ്പോയി. വീട്ടിലെത്തിയിട്ട് അവൾ ആരോടും ഒന്നും മിണ്ടി യില്ല. അച്ഛന്റെയും അമ്മയുടെയും അനുജന്റെയും മുഖത്ത് നോക്കാൻ അവൾക്ക് കഴിഞ്ഞില്ല. കുളിച്ചപ്പോൾ അവൾക്ക് ആ ശരീരത്തിനോടാകെ വെറുപ്പ് തോന്നി. മൂന്നു നാലു ദിവസങ്ങൾക്ക് ശേഷം അവളൊരു തീരുമാന മെടുത്തു. ട്രെയിനിനു തലവച്ച് മരിക്കുക. അച്ഛനോടും അമ്മയോടും

കള്ളം പറഞ്ഞ് അവൾ കോഴിക്കോട് റയിൽവേസ്റ്റേഷനിലെത്തി തലേന്ന് രാത്രി തന്റെ മരണത്തിന്റെ കാരണം കാണിച്ച് അവൾ ഒരെഴുത്തെഴുതി ബാഗിൽ വച്ചിരുന്നു. അതൊരിക്കൽകൂടി എടുത്തവൾ വായിച്ച് നോക്കി. അടുത്ത വണ്ടി എത്തുന്നതുവരെ അവൾ ഫ്ളാറ്റ്ഫോമിലിരുന്നു. വണ്ടിയെത്തുന്നതും മുന്നിലേക്ക് എടുത്ത് ചാടാൻ വേണ്ട ധൈര്യം അവൾ നേടി കഴിഞ്ഞിരുന്നു. അവസാനമായി അവൾ രമ്യയെ വിളിച്ച് വിവരം പറഞ്ഞു. നീയും അവനും സുഖിച്ചു ജീവിക്കാമെന്ന് ധരിക്കണ്ടെന്നും അവളോർമ്മപ്പെടുത്തി. ഫോൺ കട്ട് ചെയ്തു. നിമിഷങ്ങൾക്കുള്ളിൽ അനിലും രമ്യയും റെയിൽവേസ്റ്റേഷനിലെത്തി പിന്നെ ഒരു ചർച്ചയായിരുന്നു. ഡാലിയ ഒരു ഡിമാന്റ് മാത്രം മുന്നോട്ട് വച്ചു. തന്റെ കന്യകാത്വം കവർന്നെടുത്തവനല്ലേ. ഇനി എനിക്ക് മറ്റൊരാളോടൊപ്പം ജീവിക്കാനാവില്ല! ഒടുവിൽ ഗത്യന്തരം ഇല്ലാതെ അവൻ അതിന് സമ്മതിച്ചു. വീട്ടിൽ സമരം ചെയ്തും പട്ടിണികിടന്നും അവൾ അത് സാധിക്കുകയും ചെയ്തു. എന്തോ പിടിച്ചടക്കിയതുപോലെയായിരുന്നു അവൾക്ക് തോന്നിയത്. എന്നാൽ പതിയെ ആ തോന്നലുകൾ മാറി വന്നു. അവളുടെ ജീവിതത്തിൽ സമയവും സ്ഥലവും നോക്കാതെ ഭർത്താവ് എന്ന അധികാരത്തോടെ ബലാത്സംഗങ്ങൾ തുടർന്നു. മദ്യപാനിയായ അയാളിൽ നിന്നും ക്രൂരമായ മർദ്ദനങ്ങളും നിരന്തരം സഹിച്ചു. ഒടുവിൽ അയാൾക്ക് നിരവധി സ്ത്രീകളുമായി ബന്ധമുണ്ടെന്ന് അവൾക്ക് മനസ്സിലായി. ഓരോരുത്തരെയായി വീട്ടിലേക്ക് കൊണ്ട് വരാനും തുടങ്ങി. ജീവിതം എന്ന ഈ ബലാത്സംഗത്തിനിടയിൽ മൂന്നു കുട്ടികളും അവൾക്കുണ്ടായി. ആ കുട്ടികളെയും കൊണ്ട് അവൾ വീട് വിട്ടിറങ്ങി. സ്വന്തം വീട്ടിലേക്ക് പോകാൻ കഴിയുമായിരുന്നില്ല. അവൾ റോഷ്നേരയുടെ പെണ്ണിടത്തിൽ അഭയം തേടി. അവൾക്ക് തോന്നി ട്രെയിനിന് തലവയ്ക്കുന്നതായിരുന്നു അവനെ സ്വീകരിച്ചതിനേക്കാൾ നല്ലതെന്ന്.

ഒടുവിൽ ഏറ്റവും അടുത്ത സുഹൃത്ത് ജോസ്പ്രകാശ് ഗൾഫിൽ നിന്നും മുകുന്ദനയച്ച ഇമെയിൽ ഇതായിരുന്നു. മുകുന്ദൻ, നിനക്ക് സുഖമാണോ? ഇവിടെ എല്ലാ ദിവസവും ഒരേപോലെയാണ്. ഒരേപോലെയാവുന്ന ദിവസങ്ങളിൽ നിന്നുള്ള നമ്മുടെ മോചനം കൂടിയായിരുന്നില്ലേ നമുക്ക് നാടകപ്രവർത്തനം. ഇവിടെ സ്വന്തമെന്ന് പറയാൻ ഒന്നുമില്ല. സ്വന്തങ്ങളുടെ എണ്ണം കൂടുംതോറും ഇവിടേക്കുള്ള ദൂരം ഏറിവരുന്നു. നാട്ടിൽ ഏറെയൊന്നും സ്വന്തമായിട്ടില്ലാത്തവർക്ക് ഇവിടെ എല്ലാം മറന്ന് ജീവിക്കാം. ഓരോ ഇലയനക്കവും സ്വന്തമായി ആത്മാവിൽ ഏറ്റുവാങ്ങുന്നവർക്ക് ഹൃദയമിടിപ്പോടെയല്ലാതെ ഇവിടെ നിൽക്കാനാവില്ല. നിന്നെപ്പോലെ ഒരാളെ സംവദിക്കാൻ കിട്ടാത്തപ്പോഴാണ് നമ്മുടെ സൗഹൃദത്തിന്റെ വില ഞാനറിയുന്നത്. നാട്ടിലെത്തുകയെന്നത് ഒന്നാമത്തെ ലക്ഷ്യവും പണമുണ്ടാക്കുകയെന്നത് രണ്ടാമത്തെ ലക്ഷ്യവുമാകുന്ന മരവിച്ച അവസ്ഥ.

ഞാൻ എത്രയും വേഗം ഇവിടെ നിന്ന് മടങ്ങിവരാനുള്ള ആഗ്രഹത്തിലാണ്. നമുക്ക് എന്തെങ്കിലും ചെയ്യാൻ കഴിയുമോ എന്ന് ആലോചിക്കണം. എന്ത് ചെയ്യാൻ? പണമുണ്ടാക്കനറിയാത്ത നിന്നെ കൊണ്ട് എന്ത് ചെയ്യാൻ. നമ്മൾ രണ്ട് പേരും ചേർന്നാൽ ഒരുപക്ഷേ ഒരു നാടകം ചെയ്യുമായിരിക്കും. അതേ ഇനി എന്നാണ് നമുക്ക് ഒരു നാടകം ചെയ്യാൻ കഴിയുന്നത്? നിനക്ക് നന്മകൾ മാത്രം നേരുന്നു. നീ ജയന്റെ വീട്ടിൽ പോവാറുണ്ടോ? അമ്മയുടെ അവസ്ഥ എങ്ങനെ?

ജയൻ സ്വയം മരിച്ചതിനു ശേഷം അധികകാലം അവന്റെ അമ്മ ജീവിച്ചിരുന്നില്ല. മുകുന്ദനും അമ്മയെ കാണാൻ കഴിയുമായിരുന്നില്ല. എങ്കിലും ഒരു തവണ കണ്ടു. അവനെ കെട്ടിപ്പിടിച്ച് കരഞ്ഞു. ഓർമ്മകൾ പോലും നഷ്ടപ്പെട്ട് കുറച്ച് കാലം കിടന്നാണ് അമ്മ മരിച്ചത്. ഓർമ്മകൾ അവരെ കൂടുതൽ വേദനിപ്പിക്കുമെന്ന് ഒരുപക്ഷേ മരണത്തിനും അറിയാമായിരുന്നു.

ജോസ്പ്രകാശ് ഗൾഫിലേക്ക് പോയതിന്റെ പിറ്റേന്ന് രാത്രി ഉരുണ്ട് കൂടിയ ഒരു സ്വപ്നത്തിന്റെ ഒരു രേഖാചിത്രവുമായി പൂച്ച എലിയുടെ മുന്നിലെത്തി. പെട്ടെന്ന് ഓടിക്കൂടിയ ആൾക്കൂട്ടത്തിൽ ഏറ്റവും നീളം കൂടിയവൻ മുഖമമർത്തി പിടിച്ചുകൊണ്ട് താഴേക്ക് ചാടി. ഉയർന്നും താഴ്ന്നും ആൾക്കൂട്ടത്തിന് നടുവിൽ അവന്റെ ശരീരം പൊട്ടിത്തെറിച്ച് തെളിഞ്ഞു നിന്നു. ധൃതിപൂണ്ടെത്തുന്ന രാത്രിയോട് പിണങ്ങി മഞ്ഞനിറമുള്ള സന്ധ്യ ചേമ്പിലയുടെ മുകളിലൂടെ കടലിലേക്ക് നോക്കി. അനിവാര്യമായ ഒരു പിരിയലിനെ ഓർമ്മപ്പെടുത്തി ചുവന്ന സൂര്യൻ കോവണി ചാരി താഴേക്ക് ഇറങ്ങി തുടങ്ങി. അതിന് പിന്നാലെ മഴനൂലുകൾ മഴത്തൈകളാവുകയും ആകാശത്തേക്ക് വള്ളികൾ പോലെ മരവിപ്പിക്കുന്ന തണുപ്പുമായി പടർന്ന് കയറുകയും ചെയ്തു. മഴത്തുള്ളികൾ മഞ്ഞിമയുള്ള ഇളംവയലറ്റ് പുഷ്പങ്ങളായി വിടർന്ന് വന്നു. ആകാശം നീലിമയാർന്ന സ്വപ്നങ്ങൾ കൊണ്ട് പ്രകാശപൂർണമായി. താഴെ ഭൂമി നിലാവിനേക്കാൾ വെണ്മയാർന്ന് ഉടയാടകൾ ഊരിയെറിയാൻ വെമ്പൽ കൊണ്ടു. മറക്കാൻ ആഗ്രഹിക്കാത്തവർ മറയുടെ പിന്നിലേക്ക് വലിയുന്നതിന്റെ സൗന്ദര്യം ഒഴുകി ചില കാട്ടുചെടികളിലൂടെയും കടന്ന് പൂച്ചയുടെ അരികിലേക്ക് എത്തി. പൂച്ച വാലിന്റെ നിഴലിനെ ചുറ്റി ഒന്ന് കറങ്ങി വന്നു. എലി പതുക്കെ പൂച്ചയുടെ അടുത്തേക്ക് നടന്ന് നീങ്ങി. കാറ്റുപോയ ഒരു സൈക്കിളിന്റെ പെഡലുകൾ പോലെ പൂച്ചയും എലിയും സ്വയം കറങ്ങി. ആ നിശബ്ദതയ്ക്കുള്ളിലിരുന്നു പൂച്ച എലിയുടെ ചെവിയിൽ പറഞ്ഞു "ഓടിപ്പോവുന്ന ഓരോ ആംബുലൻസിലും ഞാനുണ്ട്. തല്ലിക്കൊല്ലുന്ന ഓരോ മോഷ്ടാവിലും ഞാനുണ്ട്. ബലാത്സംഗം ചെയ്യപ്പെടുന്ന ഓരോ പെണ്ണിലും ഞാനുണ്ട്. തൂണിലും തുരുമ്പിലും ഞാനുണ്ട്." മരിച്ച് വീഴുന്നതിന്റെ തോറ്റു പോവുന്നതിന്റെ പിന്നാക്കം ചേർന്ന് ഞാൻ കൊല്ലാനും ശിക്ഷിക്കാനും മാത്രമറിയുന്ന ഒരു തലമുറയുടെ ചിരികൾ കേട്ട് മൂന്നു ദിവസം എലി പുറത്തിറങ്ങിയതേയില്ല.

മുപ്പത്തിയാറ്

ഇപ്പോഴും നീ ഒറ്റയ്ക്കാണെന്നാണോ നിന്റെ വിചാരം

ഉയരമുള്ള കുന്നിന്റെ മുകളിലൂടെ നോക്കുമ്പോൾ ആകാശം വളരെ ദൂരെയല്ല. ഇമയനക്കങ്ങൾക്കിടയിൽ ഒലിച്ചിറങ്ങി വന്നേക്കാവുന്നത്ര അടുത്ത്...

റോഷ്നേര വീണ്ടും മുകുന്ദനെ വിളിച്ചു.

"മുകുന്ദൻ പ്രശ്നമാണെന്നാണ് എനിക്ക് തോന്നുന്നത്."

"നിന്നോട് അന്നു ഞാൻ ചോദിച്ചതാണ്."

"ഷട്ടപ്പ് നീ എന്താ വിചാരിക്കുന്നത്. എന്നെ പറ്റി."

"നീ ഒഴിവാക്കാനാണോ തീരുമാനിക്കുന്നത്?"

"അതേ."

"അതിനോട് എനിക്ക് യോജിപ്പില്ല. നമുക്ക് വേണമെങ്കിൽ കുറച്ച് കാലം ഒരുമിച്ച് നിൽക്കാം. ഞാനും ഷെയർ ചെയ്യാം."

"അതൊന്നും ശരിയാവില്ല. പത്തുമാസം അതിന്റെ വളർച്ച നിനക്ക് ഷെയർ ചെയ്യാനാവുമോ? പ്രസവവേദന ഷെയർ ചെയ്യാനാവുമോ?"

"പിന്നെ ഞാനെന്ത് ചെയ്യണം പ്രസവിക്കണോ?"

"ഇല്ല നിനക്ക് പ്രസവിക്കാനാവില്ല കാരണം നീ ഒരു പുരുഷനാണ്. പക്ഷേ, എനിക്ക് പ്രസവിക്കാതിരിക്കാനാവും. കാരണം നിന്റെ മുന്നിൽ കേവലം സ്ത്രീയാവാൻ എനിക്ക് താത്പര്യമില്ല."

"എന്താണ്... ബ്ലെഡി... നിന്റെ പ്രശ്നം!"

"ഇത് എത്ര പറഞ്ഞാലും നിനക്ക് മനസ്സിലാവില്ല. ഒരുപക്ഷേ ഒരു പെണ്ണിന് മാത്രമേ മനസ്സിലാവൂ. എനിക്ക് ഇപ്പോൾ ഒരു ജീവൻ പേറാനും അതിനെ വളർത്താനും കഴിയുന്ന മാനസികാവസ്ഥയല്ല ഉള്ളത്."

"എന്ന് പറഞ്ഞാൽ, ഒരു ജീവൻ."

"അതുകൊണ്ട് കൂടുതൽ വിശദീകരിക്കാൻ ഞാൻ ആഗ്രഹിക്കുന്നില്ല ഞാൻ വേദനയോടെയാണെങ്കിലും ഒഴിവാക്കുന്നു."

"നിന്റെ കണക്കുകൂട്ടലുകളാണ് തെറ്റിയത്."

"നിന്റെ നിന്റെയെന്ന് നീ അധികം ഉറക്കെ പറയരുത്. ഇത് നിന്നോട് ചോദിക്കണ്ട യാതൊരു ആവശ്യവും എനിക്കുണ്ടായിരുന്നില്ല. ഇനി നീ എന്നെ വിളിക്കരുത് ഇതെന്നല്ല ഒന്നും പറയാൻ. എനിക്ക് നിന്നെ സ്നേഹിക്കാൻ ആവില്ല. അടിവയറ്റിൽ നിന്നും ഇത് വലിച്ചെറിയുമ്പോഴുള്ള വേദനയ്ക്കൊപ്പം നിന്നെയും ഞാൻ വിസ്മൃതിയിലേക്ക് കളയുന്നു... ഗുഡ് ബൈ."

അന്ന് സ്വാതന്ത്ര്യദിനമായിരുന്നു. ഒരു ആഗസ്ത് പതിനഞ്ച്. എന്തോ സംഭവിക്കുന്നത് തിരിച്ചറിയാൻ കഴിഞ്ഞതുകൊണ്ട് അവൾ പൂർണനഗ്നയായി കണ്ണാടിയുടെ മുന്നിൽനിന്നു. തന്റെ ആ ചങ്ങാതിക്ക് ഇപ്പോൾ കണ്ണീരിന്റെ നിറമായിരുന്നു. അടിവയറ്റിൽ പതിയെ തലോടി. തനിക്ക് ഇപ്പോൾ പേറാൻ കഴിയാത്ത ഒരു ജീവന്റെ അംശത്തെ എന്തു ചെയ്യും. ഒരു അധികാരത്തിന്റെ കൈയൊപ്പ് പോലെ. ഇല്ലാതാകുന്നതിന് മുമ്പ്... അവൾ അവളുടെ തന്നെ കണ്ണുകളിലേക്ക് നോക്കി.... ചുണ്ടുകൾ... മുലകൾ... വയർ... അരക്കെട്ട്... കാലുകൾ.

നിന്നോട് ഞാൻ എന്താണ് പറയണ്ടത്. തിരയടങ്ങാറായ ഒരു കടൽ പോലെ ശാന്തയായല്ലാതെയും എനിക്ക് നിന്നോട് സംവദിക്കാനുണ്ട്. നിനക്ക് അധികകാലം എന്നെ തുടരാനാവില്ല. വളരെ കുറച്ചുകാലത്തെ ജനിക്കാത്ത ഒരു ബന്ധം. ഞാൻ മാത്രം അറിയുന്ന മറ്റാർക്കും അറിയാൻ കാലമായിട്ടില്ലാത്ത ഒരു ബന്ധം. ഞാൻ തകർക്കുന്ന നമ്മുടെ ഇടയിലെ പച്ചപ്പ് എവിടേക്ക് എവിടേക്ക് വലിച്ചെറിയും? എന്റെ കടലിന്റെ മാറിൽ നീ ഒരു ശവമായി ചീഞ്ഞ് നാറുന്നത് എനിക്ക് നിസ്സഹയമായിതന്നെ നോക്കി നിൽക്കേണ്ടിവരും. എനിക്കാവാത്ത ഒന്ന് മകളേ നിനക്ക് വേണ്ടി എനിക്ക് എങ്ങനെ നിർവഹിക്കാനാവും. വേർപെടുത്താനാവാത്തതായി ഇപ്പോൾ ഈ തുടക്കത്തിൽ നമ്മുടെ ഇടയിൽ എന്തെങ്കിലുമുണ്ടോ? അഭയത്തിലുള്ള ഹരിതാഭമായ ലയനം നീ എന്നിൽ നിന്നും അടർത്തിയെടുക്കു. ധാർമ്മികതയെ പറ്റി നീ എന്നോട് പറയരുത്..... മൂല്യത്തെ പറ്റിയും നീഎന്നോട് പറയരുത്.... ഒടുവിൽ അവൾ ആ കണ്ണാടിയിൽ എഴുതി. i hate you..... അവളുടെ ഈ വാക്കുകൾ ആരുടെയടുത്തേക്ക് പോകണമെന്നറിയാതെ ആ മുറിയാകെ നിറഞ്ഞു നിന്നു.

പ്രകൃതിയുടെ പാഠങ്ങളെ ഉള്ളിലൊളിപ്പിച്ചാണ് മനുഷ്യൻ എല്ലാം കണ്ടെടുത്തിരിക്കുന്നത്. നദി ഒടുവിൽ കടലിൽ എത്തിച്ചേരുന്നു. പക്ഷേ, അതിനു മുമ്പ് അതിനു നിഷേധത്തിന്റെയും സ്വാതന്ത്ര്യത്തിന്റെയും സങ്കീർണ്ണമായ പാതകൾ താണ്ടേണ്ടിയിരിക്കുന്നു. ചെറിയ പാറകളെ തഴുകി... മാനിനോടും സിംഹത്തോടും കിളികളോടും കിന്നാരം പറഞ്ഞ്

കല്ലുകളെ നെഞ്ചിലേറ്റി... ചിലപ്പോൾ ഒരു ചാട്ടമായി ആർത്തുല്ലസിച്ച്... ചിലപ്പോൾ ഒരു നീർച്ചാലായി തഴുകിതീർന്ന്... മേഘങ്ങളായി പറന്നു നടന്ന് മഴയായി പറന്നിറങ്ങി. പിന്നീട് വ്യത്യസ്ത പേരുകളിലും രൂപത്തിലും ഭാവത്തിലും തിരിച്ചറിയപ്പെടുമ്പോഴും നമുക്ക് അതിൽ ജലകണങ്ങളെ അതിന്റെ സ്ന്ദിഗ്ധതയിൽ കണ്ടെടുക്കാൻ ആവുമായിരുന്നു... കടലിലെത്തി ചേരുന്നതിനുമുമ്പുള്ള സ്വാതന്ത്ര്യത്തിന്റെ നിയോഗങ്ങളിൽ സ്നേഹത്തിന്റെയും തണുപ്പിന്റെയും കണികകളാണ് ഇവയ്ക്ക് ഊർജം നൽകുന്നത്. മേഘത്തിൽ തുടങ്ങി കടലിലൂടെ ഒടുവിൽ മേഘത്തിൽ തന്നെ അതവസാനിക്കുന്നു. തുടങ്ങിയിടത്ത് തന്നെ അവസാനിക്കുന്നതിനിടയിലെ സങ്കീർണമായ അനുഭവമാണ് സ്വാതന്ത്ര്യം. വേർപാടുകളാണ് സ്വാതന്ത്ര്യത്തിലേക്കുള്ള വഴി. ഒരാൾക്ക് സ്വയം നിർവചിച്ചു കൊണ്ടല്ലാതെ അതിനെ പുൽകാനാവില്ല. എങ്കിലും വേർപാടിനു വേണ്ടി ഓരോ നിമിഷവും കാത്തിരിക്കുകയെന്നത് അവസാന നിമിഷങ്ങളിൽ സ്വയം അറിയാതെ അതിനെ തേടുകയെന്നത് ദുസ്സഹമാണ്. വെട്ടാൻ വേണ്ടി കഴുത്ത് നീട്ടി ഇരിക്കുന്നത് പോലെ. സ്വന്തമാക്കിയതോരോന്നും ശരീരത്തിൽ നിന്നും മനസ്സിൽ നിന്നും കുടഞ്ഞെറിയുന്നതുവരെ ഈ വേദന തുടർന്നുകൊണ്ടിരിക്കും.

മുപ്പത്തിയേഴ്

ആത്മഹത്യ ജീവിച്ചിരിക്കാനുള്ള ശ്രമത്തിന്റെ ഭാഗമാണ്

ആകാശത്തുനിന്നും ഭൂമിയിലേക്ക് വന്ന ദേശാടനപക്ഷികൾ വയൽവരമ്പിലെ തവളകൾക്കൊപ്പം കുട്ടികളുടെ മടിയിലിരുന്ന് പട്ടം പറത്തി കളിച്ചു.

നാടുവിട്ട് പോകുന്നവന്റെ സഞ്ചാരപഥങ്ങളിലെന്നും ഒരു നാടു വീടും ഉണ്ടായിരിക്കും. ഹൃദയത്തിനുള്ളിലെ സ്പന്ദനങ്ങൾക്കും തേങ്ങലുകൾക്കും ഇടയിൽ യാത്രയുടെ ജാലകത്തിലൂടെ എന്നും അവൻ സ്വന്തം നാട് തിരഞ്ഞ് കൊണ്ടേയിരിക്കും. നാടിന്റെ മുന്നിൽ പക്ഷേ, പോയ വ്യക്തി പതിയെ മറവിയിലേക്ക് നീങ്ങിക്കൊണ്ടിരിക്കും. നാടിന്റെ ഓരോ അണുവിൽ നിന്നും അവനെ കുടഞ്ഞെറിഞ്ഞ് കളയാൻ അത് വെമ്പൽ കൊള്ളും. മടങ്ങിവരുന്നവന്റെ താളം, സംസ്കാരം, എന്തിന് നോട്ടം പോലും നാടിനെ അലോസരപ്പെടുത്തികൊണ്ടിരിക്കും. ഇനിയെന്നാണ് മടങ്ങി പോവുകയെന്ന ആശങ്കയോടെയുള്ള ചോദ്യം ഓരോ കണ്ണിൽ നിന്നും അവനിലേക്ക് എത്തും. പോയ സ്ഥലങ്ങളിലേക്കെല്ലാം സ്വന്തം സ്ഥലം കൂടെ കൊണ്ടുപോവുകയും പോയ സ്ഥലങ്ങളെയെല്ലാം സ്വന്തം സ്ഥലത്തിന്റെ ആത്മാവിനുള്ളിലേക്ക് ലയിപ്പിച്ച് ചേർക്കുകയും ചെയ്തു മുകുന്ദൻ. സ്വന്തം നാടിന് മുന്നിൽ അതിന്റെ പ്രതിരൂപമായി മറ്റൊരു നാടും ചുമലിലേറ്റി മുകുന്ദൻ നടന്നു. മാറിക്കൊണ്ടിരുന്ന കാലത്തിന്റെ ഒഴുക്കിനിടയിൽ ആത്മാവിലൊളിപ്പിച്ച നാടിനെയും മാറിയ നാടിനെയും മുകുന്ദൻ ഒരു ബഞ്ചിന്റെ രണ്ടറ്റത്തിരുത്തി. നടുവിൽ അവൻ ഇരുന്നു. രണ്ട് സ്ഥലങ്ങളിലേക്കും അവനൊരുപോലെ യാത്ര ചെയ്യണമായിരുന്നു.

ഒത്തിരി പുതിയ ആളുകൾ. അപരിചിതരായ കുട്ടികൾ. മുഖച്ഛായ മാറിയ സ്കൂൾ. സ്കൂളിന് പിന്നിൽ ഇന്ന് മനോജിന്റെ പഴയ ശിവമംഗലം വീടും നാടകകളരിയുമില്ല. ആ വീട്ടിലെ കിണറ്റിൽ നിന്നും വെള്ളം കോരിക്കുടിക്കാനും ചോറ്റുപാത്രം കഴുകാനും എത്തുന്ന പെൺകുട്ടികളില്ല. ആ ചോറ്റുപാത്രം കിണറ്റിൽ വീണാൽ എടുത്ത് കൊടുക്കാൻ കാത്തിരിക്കുന്ന

കമലില്ല. എവിടെ തിരിഞ്ഞാലും പുതിയ മുഖങ്ങൾ. കഴിഞ്ഞ കുറെ കാലമായി നാട് അതിന്റെ ആത്മാവിലേക്ക് മുകുന്ദനെ വലിച്ചടുപ്പിക്കുന്നു ണ്ടായിരുന്നു. സ്വന്തംനാട്ടിൽ നിന്നും വേറെ നാടുകളിലേക്കുള്ള യാത്ര ആത്മാവിൽനിന്നും ആത്മാവിലേക്കുള്ള യാത്രകളായിരുന്നു മുകുന്ദന്. ഒരു വ്യക്തിയെ സ്നേഹിക്കുമ്പോൾ നാടിനെ കൂടി സ്നേഹിക്കുന്ന ആഹ്ലാദ ങ്ങളായിരുന്നു അവന് സൗഹൃദവും പ്രണയങ്ങളും എല്ലാം. എത്രയൊക്കെ മനുഷ്യൻ മാറിയാലും ദൗർബ്ബല്യങ്ങളുടെ സ്വഭാവത്തിൽ നാട് അവരെ അനുഗമിച്ച് കൊണ്ടിരിക്കും. മടങ്ങിയെത്തിയ മുകുന്ദന് എവിടെ തുടങ്ങ ണമെന്ന് അറിയില്ലായിരുന്നു. ആരാവും തന്നെ ആദ്യമായി സ്വീകരിക്കുക. ജീവിക്കാൻ വേണ്ടി വ്യത്യസ്ത തുരുത്തുകളിലേക്ക് ചിതറിയോടിയവരിൽ ആർക്കാവും ആദ്യം തന്നെ നെഞ്ചോട് ചേർത്ത് പിടിക്കാൻ കഴിയുക. എവിടെയാണ് ഈ തിരക്കിനിടയിൽ ഒരിടം കണ്ടെത്തുക. നാട് നഷ്ടപ്പെട്ട് പോകാതിരിക്കാൻ നഗ്നപാദനായി ആ മണ്ണിന്റെ മാറിലൂടെ നടന്ന് കൊണ്ടി രിക്കുന്നു. പുറത്ത് നിന്നെത്തുന്ന ആരവങ്ങൾ ഹൃദയത്തിന്റെ വാതിലുകൾ വലിച്ചു തുറന്നപ്പോൾ അതിനുള്ളിലെവിടെയോ ഇരുന്ന് അവന്റെ ആ പഴയ നാട് അവനെ ഒളിഞ്ഞ് നോക്കുന്നു. ഒരു സൈക്കിളെടുത്ത് ആർത്തിയോടെ അവൻ ഓരോ ഇടവഴികളിലൂടെയും യാത്ര ചെയ്തു. ഓരോരോ വിശേഷങ്ങൾ കേൾക്കാൻ കിലോമീറ്ററുകളോളം അവൻ സഞ്ചരിച്ചു. കടൽത്തീരത്തെ കരിമണലിലൂടെ ഓടി നടന്നു. എങ്ങനെ യാണിതൊക്കെ ഒരിക്കൽ കൂടി സ്വന്തമാക്കാൻ കഴിയുക?

ഇടയ്ക്ക് വന്ന് പോവാറുണ്ടായിരുന്നെങ്കിലും അതൊന്നും മുകുന്ദന് നാട്ടിലേക്കുള്ള മടക്കയാത്രകളായിരുന്നില്ല. അതുകൊണ്ട് തന്നെ ഇത്തവണ നാടിന്റെ ഓരോ നിമിഷങ്ങളെയും മൺതരികളെയും താള ങ്ങളെയും പുതിയതായി എന്നവണ്ണം അവൻ നോക്കി കണ്ടു. ഇടവഴി കളൊക്കെയും റോഡുകളായി മാറിക്കഴിഞ്ഞു. എല്ലാ ചെറിയ റോഡു കളുടെയും ലക്ഷ്യം ഒന്ന് തന്നെ. പട്ടണത്തിലേക്കുള്ള പ്രധാന റോഡ്. സമുദ്രം പോലെ പരന്ന് കിടന്ന് നെൽച്ചെടിത്തുമ്പുകളാൽ ഓളം തുള്ളിയ വിശാലതകൾ എന്നെന്നേക്കുമായി മാഞ്ഞ് പോയിരിക്കുന്നു. വയലുകളുടെ നെഞ്ചിലൂടെ ടാറിട്ട റോഡുകൾ യാത്രതിരിക്കുന്നു. വയലിന് പിന്നിലെ മയിലാട്ടിക്കുന്ന് വയലിലങ്ങനെ പരന്നു കിടക്കുന്നു. എവിടെ പോയി എന്റെ മയിലാട്ടിക്കുന്നെന്ന പരിഭവത്തോടെ കിളികൾ പറന്ന് നടക്കുന്നു. എല്ലാവരും പട്ടണത്തിലേക്ക് യാത്ര ചെയ്തുകൊണ്ടിരിക്കുന്നു. വെറുതെ കിടക്കാനൊരിടമായി എന്റെ ഗ്രാമം മാറിക്കൊണ്ടിരിക്കുന്നു. നീണ്ടുനിവർന്ന പാടശേഖരങ്ങൾക്ക് മുകളിൽ കോൺക്രീറ്റ് കെട്ടിടങ്ങൾ ഉയർന്ന് നിൽ ക്കുന്നു. പഴയ ചായക്കടകളും ക്ലബ്ബുകളും സ്വയം മടുത്ത് പിന്മാറി ക്കഴിഞ്ഞു. കച്ചവടത്തിന്റെ പുതിയ രസതന്ത്രം ഇന്ന് ആരെയാണ് കുടുക്കുകയെന്ന ചിന്തയോടെ മനുഷ്യന്റെ രൂപത്തിൽ പ്രയാണം നടത്തുന്നു. ഈ നാടിന്റെയുള്ളിൽ ആ പഴയ സ്നിഗ്ധത അവസാന

ശ്വാസം വലിക്കുന്നതിനുവേണ്ടി എവിടെയൊക്കെയോ കാത്തുനിൽക്കുന്നു. കാലത്തിനൊപ്പം സ്വയം പുതുക്കാൻ കഴിയാതെ പോയ ആശയങ്ങൾ സ്വയം അടച്ച പെട്ടികൾക്കുള്ളിൽ അന്ത്യവിശ്രമം കൊള്ളുന്നു.

പൂച്ചയ്ക്കുണ്ടായിരുന്ന ചില സന്ദേഹങ്ങൾ എങ്ങനെ ചെയ്തു തീർന്നാലും ജീവിതം അവസാനമില്ലാത്ത ചില സംശയങ്ങൾ ബാക്കിയാക്കുമെന്ന് മനസ്സിലാക്കിക്കൊടുത്തു. ഉത്തരങ്ങൾ തേടിയല്ല മറിച്ച് ചോദ്യങ്ങൾ തേടിതന്നെ നമ്മൾ കടന്നുപൊയ്ക്കൊണ്ടിരിക്കും. എലി ഒന്നും മിണ്ടാതെ പൂച്ചയുടെ പ്രഭാഷണം കേട്ടു. അതൊരു ആകസ്മികതയല്ല മറിച്ച് അനിവാര്യമായ കൊഴിഞ്ഞു വീഴലുകളാണ്. രാവിലെ പുറത്തേക്ക് കണ്ണൊന്ന് പായിച്ചാൽ അവസാനമില്ലാത്ത കാഴ്ച കരളിനെ കുളിരണിയിക്കും. എത്തിപ്പിടിക്കാനാവാത്ത നിഗൂഢത... പ്രകൃതിയുടെ ശാന്ത നിമീലിതമായ ധ്യാനാത്മകത... ഹൃദയത്തിന്റെ ഓരം ചേർന്നിരിക്കുന്ന ഇളം ചൂടുള്ള ഈറൻ സ്വപ്നങ്ങൾ...

വൈകിട്ട് കടലിന് മുന്നിലിരിക്കുമ്പോൾ അതിന്റെ ആഴത്തിലെവിടെയോ ഒരഭയസ്ഥാനം ഉള്ളതു പോലെ പൂച്ചയ്ക്ക് തോന്നി. റോഷ്നേരയെ അനുഗമിച്ച് പൂച്ചയും എലിയും എത്തുകയായിരുന്നു. ഇത്രയധികം തിരമാലകളെ കടൽ എവിടെയാണ് ഒളിപ്പിച്ച് വച്ചിരിക്കുന്നത്. മനസ്സിന്റെ ഭിത്തിയെ തഴുകി ഉല്ലസിക്കുമ്പോൾ തിരകൾ മനസ്സിൽ വിതയ്ക്കുന്ന വിത്തുകൾ അനിർവചനീയമായ അനുഭൂതിയായി മഴത്തൈകളെ മുളപ്പിക്കുന്നു. നിലാവുള്ള ഒരു രാത്രിയിൽ ഇളംകാറ്റത്ത് അത് നമ്മെ നനയിക്കാതിരിക്കില്ല. ഇങ്ങനെ തിരകൾ ഹൃദയത്തിൽ വന്നിടിക്കുമ്പോൾ ഉണ്ടാകുന്ന അനുഭൂതി തന്നെയല്ലേ ധ്യാനം. എത്ര വലിയ ഭാരം തലയിലുണ്ടെങ്കിലും എത്ര കൈയൊതുക്കത്തോടെയാണ് കടൽ അതിനെ തഴുകി ഇല്ലാതാക്കുന്നത്. വിഴുങ്ങാനെന്ന പോലെ വന്ന് അത് കവർന്നെടുക്കുന്നതെന്താണ്. കൊച്ചുകുട്ടികൾ തിരയടിക്കുമ്പോൾ കാൽച്ചുവട്ടിലെ മണ്ണ് ഇളകിപ്പോവുന്നത് കണ്ടും തൊട്ടും ആസ്വദിക്കുന്നു. ഞാൻ നിന്നിലേക്കും നീ എന്നിലേക്കും യാത്ര ചെയ്തു തുടങ്ങുമ്പോഴും നമ്മൾ എത്തി ചേരുന്നത് ഇതേ കടലിന്റെ മുന്നിൽ തന്നെയാണ്. ആ മടിത്തട്ടിലാണ് നമ്മൾ ഇടയ്ക്ക് ഉറങ്ങാറുള്ളത്. അധികം കാണാൻ ശ്രമിക്കാത്ത, കണ്ടാലും കണ്ടാലും കൊതി തീരാത്ത അനുരാഗമായി കടലവളുടെ മനസിന്റെ മേൽക്കൂരയിൽ നിലാവെളിച്ചം വീശുന്നു.

പാറക്കെട്ടിന് മുകളിൽ നിന്നാൽ നുരഞ്ഞ് പൊന്തുന്ന കടൽപ്പാലിന്റെ മണം നുകരാം. സൂര്യൻ പോകുന്നതിനു മുമ്പ്, കടലിന്റെ ഭംഗി ഇരുട്ടിലമരുന്നതിന് മുമ്പ് അവൾ എഴുന്നേറ്റ് നടന്നു. സുന്ദരിയായ കടലും അവളോടൊപ്പം വീട്ടിലേക്ക് പോന്നു.

മുപ്പത്തിയെട്ട്

ഇടപെടാതിരിക്കാൻ അത്ര വ്യക്തിപരമാണോ നമ്മുടെയൊക്കെ ജീവിതം

ഉണക്കമരങ്ങൾ കടന്ന് ജലതുടിപ്പുകൾ വനത്തിന്റെ ആത്മാവി ലേക്ക് കുടിയിറങ്ങി പോയതിന് ശേഷമാണ് അത്ര വലുതല്ലാത്ത നിലവിളികൾ ഉയർന്ന് തുടങ്ങിയത്.

തീർച്ചയായും ജീവിച്ചിരിക്കുകയെന്നതിന്റെ ചില സമയത്തെ തെളിവ് എഴുതപ്പെട്ടതിനെ ലംഘിക്കുകയും തിരുത്തുകയും ചെയ്യുകയെന്നതാണ്. പ്രത്യേകിച്ച് ഒന്നും സംഭവിക്കാൻ പോവുന്നില്ലെങ്കിലും വിലക്കപ്പെട്ടത് തന്നെ ചെയ്തുകൊണ്ടിരിക്കുക. ഇതൊരു ജീവിതശൈലിയായി സുസുക്കി തിരഞ്ഞെടുത്തതിന്റെ പിന്നിലെ കാരണം അവന്റെ കുടുംബ പശ്ചാത്തലമാണെന്ന ന്യായമായ വാദത്തെ മുകുന്ദന് പക്ഷേ, അംഗീ കരിക്കാൻ കഴിഞ്ഞില്ല. അല്ലെങ്കിൽ ബോധപൂർവ്വം അവൻ അതിന് തയ്യാറല്ലായിരുന്നു. ഇഷ്ടപ്പെട്ടവരുടെ കാര്യമാവുമ്പോൾ കുറെയധികം ചിന്തിക്കാതെ ഒരു ഉത്തരം കണ്ടെത്താൻ തനിക്കാവുകയുമില്ല. ഒരുപക്ഷേ അതിന്റെ പാരമ്യതയിൽ അത് സാധ്യമാവുന്നതിൽ ചൂണ്ടിക്കാണിക്ക പ്പെടുന്ന കാരണങ്ങൾക്ക് പങ്കുണ്ടാവാം. പക്ഷേ, ഒരാൾ സാഹസികമായി ജീവിക്കാൻ തീരുമാനിക്കുന്നതിനു പിന്നിൽ തീർച്ചയായും കാരണങ്ങൾ കണ്ടെടുക്കാൻ ശ്രമിക്കുന്നത് മണ്ടത്തരമാണ്. ജീവിതത്തെ സംബന്ധിച്ചിട ത്തോളം അതൊരു തിരഞ്ഞെടുപ്പു മാത്രമാണ്.

വെറുതെ സുസൂക്കിയുടെ ചിന്തയിലേക്ക് പോയതല്ല. മറിച്ച് അത്യാ വശ്യമായി കാണണമെന്നും അത് സാധാരണ സംഭവിക്കാറുള്ളത് പോലെ ബാറിൽ വച്ചു വേണ്ട, നമ്മുടെ പഴയ ക്രിക്കറ്റ് മൈതാനിയിൽ പഴയ പിച്ചിരിക്കുന്ന സ്ഥലത്ത് മതിയെന്നും സുസുക്കി ഫോൺ വിളിച്ചു പറഞ്ഞപ്പോൾ സത്യത്തിൽ മുകുന്ദൻ ഒന്ന് പേടിച്ചു പോയി. രാത്രിയിൽ പന്ത്രണ്ട് മണി കഴിഞ്ഞ് പത്താം മിനിട്ടിൽ കാണണമെന്നു കൂടി പറഞ്ഞപ്പോൾ എന്താണ് ചെയ്യേണ്ടതെന്ന് ആലോചിച്ചു. കാരണം ആ പഴയ ക്രിക്കറ്റ് മൈതാനം ഇന്ന് ഒന്നര ഏക്കറോളം വരുന്ന ഒരു

ശവപ്പറമ്പിന്റെ ഉള്ളിലാണ്. പിച്ചാവട്ടെ ചെകുത്താന്മാരുടെ കേന്ദ്രമെന്ന് നാട്ടുകാർ പറയുന്ന ശ്മശാനത്തിന്റെ ഒത്ത നടുവിലും. കുറുക്കന്മാരുടെയും മരപ്പട്ടികളുടെയും പാമ്പുകളുടെയും ശല്യം സഹിച്ചാൽ തന്നെയും യുക്തിചിന്തയുടെയും പഴയ പുരോഗമന കലാസാഹിത്യചിന്തയുടെയും പേരിൽ പാതിരാത്രിയിൽ ശ്മശാനത്തിന്റെ ഒത്ത നടുവിൽ പോയി ഒരാളുമായി ചർച്ച നടത്തുകയെന്നാൽ അത്ര നിസ്സാരമല്ല. അവന്റെ സാഹസികതയിൽ പങ്കു ചേരുകയെന്നത് വളരെ പ്രധാനവുമാണ്. രാക്ഷസന്മാരുടെ നിലവിളി നിരന്തരം കേൾക്കുന്ന ഒരു സ്ഥലം തന്നെ അവൻ കണ്ടുമുട്ടലിന് തിരഞ്ഞെടുത്തതിൽ എന്തെങ്കിലും കാരണം ഇല്ലാതിരിക്കാൻ വഴിയില്ല. സുസുക്കി മുകുന്ദന്റെ വ്യത്യസ്തനായ ഒരു സുഹൃത്തായിരുന്നു. രാജേഷ് എന്നാണ് പേരെങ്കിലും എല്ലാവരും അവനെ സുസുക്കിയെന്ന് വിളിച്ചു. ആ നാട്ടിൽ ആദ്യമായി 'സുസുക്കി' ബൈക്കിൽ ചെത്തിനടന്ന ചെറുപ്പക്കാരനെ ആ ബൈക്കിന്റെ പേരിൽ തന്നെ നാട്ടുകാർ വിളിക്കുകയായിരുന്നു. ക്രിക്കറ്റ് കളിയും മദ്യപാനവുമായിരുന്നു അവന്റെ ഇഷ്ടവിനോദങ്ങൾ. (ജനിച്ചപ്പോഴെ മുലപ്പാലിനു പകരം അവന്റെ അമ്മ അവന് മദ്യം കൊടുത്ത് ശീലിപ്പിച്ചത് പോലെ) വളരെ കുറച്ച് സമയമേ സുസുക്കി ഗ്രൗണ്ടിൽ ഉണ്ടാവുകയുള്ളൂ. പക്ഷേ, ആ സമയത്തൊന്നും ബോൾ പിച്ചിൽ ഉണ്ടാവില്ല. മിക്ക ബോളുകളും സിക്സറുകളായിരുന്നു. ബോളോ താനോ ഏതെങ്കിലും ഒന്ന് മതി ഗൗണ്ടിലെന്ന അവന്റെ വാശി കാണികളെ ഹരം കൊള്ളിച്ചു.

സുസുക്കി ഒരു നല്ല മദ്യപാനിയായി ആ നാട്ടിലൊക്കെ അലഞ്ഞു നടക്കാൻ തുടങ്ങിയിട്ട് കുറേക്കാലമായി. അവന്റെ ഒരു ചെരുപ്പ് ശ്മശാനത്തിലും മറ്റേത് ഒരു വേശ്യയുടെ വീട്ടിലും ബോധപൂർവ്വം അല്ലാതെ അവൻ ഉപേക്ഷിച്ചതിൽ പിന്നെ ചെരുപ്പിടാൻ അവൻ തയ്യാറായിട്ടില്ല. അരയിൽ എല്ലായ്പ്പോഴും ഒരു കുപ്പി മദ്യവും ഒരു കെട്ടു ബീഡിയും കാണും. സ്നേഹമുള്ളവർക്കല്ലാതെ ഒരു തുള്ളി മദ്യം അവൻ കൊടുക്കുകയും ഇല്ല. കൈയിലെ പണം ഏതുണർവ്വിലും ആർക്കും എടുത്ത് കൊണ്ടുപോകാമെങ്കിലും മദ്യക്കുപ്പി ഒരിരുട്ടിലും ആർക്കും കൈയ്ക്കലാക്കാൻ കഴിയില്ല. ഒന്നര ഏക്കറോളം തന്നെ വരുന്ന അവന്റെ വീടും പുരയിടവും ശൂന്യമാക്കി(പട്ടിക്കും പൂച്ചയ്ക്കും വിട്ട് കൊടുത്ത്) അവൻ ദിവസവും ശ്മശാനത്തിൽ അന്തിയുറങ്ങി.

ഒരിടത്ത് ഒരമ്മയുടെ ഏക മകനായി വായിൽ വെള്ളിക്കരണ്ടിയും അതിൽ അൽപം വീഞ്ഞുമായി ഒരു ക്രിസ്തുമസ് രാത്രിയിൽ ഹിന്ദുവായ കുഞ്ഞു സുസുക്കി ജനിച്ചു. അച്ഛൻ ഐ. എസ്. ആർ. ഓയിലെ സീനിയർ സയന്റിസ്റ്റ്. അച്ഛന്റെ ഏറ്റവും അടുത്ത ഒരു സുഹൃത്ത് ഒരു സായിപ്പ് മിക്കപ്പോഴും അവന്റെ വീട്ടിൽ വരുമായിരുന്നു. വർഷങ്ങളായുള്ള അവന്റെ അമ്മയുടെ വിരസമായ സ്ഥലങ്ങളിൽ അയാൾക്ക് ഒരു തണലിടം ലഭിച്ചു. അയാൾ മുറിയൻ മലയാളത്തിലും അവൾക്കാറിയാവുന്ന ഇംഗ്ലീഷിലും

അവർ വിശേഷങ്ങൾ പറഞ്ഞു. ബ്രിട്ടണിൽ ഒരു നദിയുടെ തീരത്താണ് തന്റെ വീട്. ഒരു ചെറിയ വീട്. നദിയുടെ മുകളിലൂടെ വീട്ടിലേക്ക് തൂക്കു പാലമുണ്ട്. ചുറ്റും ശാന്തഗംഭീരമായ കാടാണ്. രാവിലെയും രാത്രിയിലും ആ നദിയിലെ തണുത്ത വെള്ളത്തിൽ നീന്താനും കുളിക്കാനും നല്ല സുഖമാണ്. ജീവിതം മടുക്കുന്നുവെന്ന് തോന്നുമ്പോൾ കാടുകയറാം. കാടിനുള്ളിൽ വെള്ളാരം കല്ലുകൾ ചുറ്റും നിരന്ന് കിടക്കുന്ന ഒരു മുളങ്കാടുണ്ട്. അവിടെ ഇത്തിരി നേരം ഇരുന്നു മയങ്ങിയാൽ ആ വെള്ളാരം കല്ലുകൾ നമ്മുടെ മനസിൽ ആഴത്തിൽ വിതറപ്പെടുന്നത് നമ്മൾ അറിയും. അവന്റെ അമ്മയുടെ വിരസമായ നിമിഷങ്ങളെ പതിയെ അയാളുടെ വരവ് കുളിരണിയിക്കുന്നത് ഒരു ദിവസത്തെ അയാളുടെ സ്പർശനത്തിൽ അവൾ തിരിച്ചറിഞ്ഞു. പിന്നീട് പലപ്പോഴും അയാൾ അവിടെയെത്തി. സത്യത്തിൽ ജീവിച്ചിരിക്കുന്നുവെന്ന് തോന്നുന്ന ആ അസുലഭനിമിഷങ്ങൾ ഇത്തിരി സാഹസികതയോടെ തന്നെ അവർ സ്വീകരിച്ചു. ആ ദിവസങ്ങളിൽ വരണ്ട ആകാശത്ത് പുതിയ നക്ഷത്രങ്ങൾ പ്രത്യക്ഷപ്പെട്ടത് ആ സ്ത്രീ കണ്ടു. മഴവില്ലിന് ഏഴായിരം വർണങ്ങളാണെന്ന് ചിലപ്പോൾ അവൾക്ക് തോന്നി. കുയിലുകൾ നിരന്തരം കൂവുന്നതും മഴ, ചാറ്റലായി തുള്ളി ക്കളിക്കുന്നതും അവൾ കണ്ടു. ചില ദിവസങ്ങളിൽ അവർ ലൈംഗികമായി ബന്ധപ്പെട്ടു. അയാളുടെ ഒരിക്കലും മടുപ്പ് നൽകാത്ത നാവ് അവൾ വാ പിളർത്തി കണ്ടു. ഇവർ തമ്മിലുള്ള അവരെ സംബന്ധിച്ച് അനിവാര്യവും അവരുടെ ഭർത്താവിനെ സംബന്ധിച്ച് അനാവശ്യവുമായ ലൈംഗിക ബന്ധം ഒരു ദിവസം ഓഫീസിൽ നിന്നും മടങ്ങി വരികയായിരുന്ന അയാൾ കണ്ടു. അയാൾ ആരോടും ഒന്നും പറഞ്ഞില്ല. പിറ്റെ ദിവസം ക്വാർട്ടേ ഴ്സിന്റെ വടക്ക് വശത്ത് ഒരു മൂലയിൽ നിന്ന ചെറിയ മാവിന്റെ കൊമ്പിൽ അയാൾ തൂങ്ങിക്കിടന്നു. കുറേ ശുക്ലവും മലവും അയാളുടെ വസ്ത്ര ത്തിലൂടെ ഒലിച്ചിരുന്നു. അഴിച്ച് താഴെയിട്ടപ്പോൾ സുസുക്കി ആ ശരീര ത്തിൽ കെട്ടിപ്പിടിച്ച് കിടന്ന് നിലവിളിച്ചു.

പൂച്ച റേഡിയോയുടെ ബാന്റിൽ ഒന്ന് തൊട്ടപ്പോൾ 2ജി സ്പെക്ട്രം എന്ന അഴിമതിക്കഥയുടെ അണിയറ രഹസ്യങ്ങൾ വ്യക്തമാവുന്ന ചർച്ചയിൽ നിന്നും ഒരു വലിയ അലർച്ചയിലേക്ക് ശബ്ദം വഴി തെറ്റിപോയി. അവ്യക്തമായ രീതിയിൽ ജോൺസൺ മാഷിന്റെ ഈ സിനിമാഗാനം ഉയർന്ന് കേൾക്കാനും തുടങ്ങി. ചിത്രാംഗനത്തിലെ കാവ്യം... കേട്ടു കേട്ടാൽ മനമലിയും ഹൃദയമന്ത്രചിന്ത്.... ശ്യാമാംബരം നീളെ.... ദൂരെ കണ്ടൂ കണ്ടാൽ മനമലിയും.... ഏതാണ്ട് ഇങ്ങനെ പോവുന്ന വരികൾ വറവ് ചട്ടിയിൽ വീണ അയില മൊരിഞ്ഞ് പൊട്ടിത്തെറിക്കുന്ന ശബ്ദത്തിനിടയിൽ നിന്നു ഉയർന്ന് കേട്ടു. അയിഷാത്ത റേഡിയോയുടെ ബാന്റ് ശരിയാക്കി പൂച്ചയുടെ തലയ്ക്ക് ഒരു കിഴുക്ക് വച്ചുകൊടുത്തു. കുട്ടിമോനിക്ക വരുന്ന വഴിയിലേക്ക് നോക്കി മുറുക്കാൻ ചെല്ലത്തിലെ വെറ്റിലയുടെ ദൂരം അളന്ന്

അയിഷാത്ത വീടിന്റെ ഉമ്മറത്ത് കുത്തിയിരിക്കാൻ തുടങ്ങീട്ട് നേരമേറെയായി. പൂച്ചയുടെ സന്തതസഹചാരി ദീപക്, കേരളത്തിൽ പനി ബാധിച്ച് മരിക്കുന്നത് മദ്യപാനികളാണെന്ന കേന്ദ്രസംഘത്തിന്റെ നിരീക്ഷണത്തെ തുടർന്ന് സ്വയം റീഅഡിക്ഷൻ സെന്ററിലേക്ക് പോയതിന്റെ പിറ്റേദിവസമാണ് കുട്ടിമോനിക്ക ജയിലിൽ നിന്നും ഇറങ്ങിയത്. അമ്പതോ നൂറോ രൂപയുടെ കഞ്ചാവ് കൈയിൽ സൂക്ഷിച്ചതിന്റെ പേരിൽ വർഷം മൂന്നു പ്രാവശ്യമെങ്കിലും കുട്ടിമോനിക്കയെന്ന കഞ്ചാവ് മുതലാളി ജയിലിലടയ്ക്കപ്പെടും. പുറത്ത് സ്വന്തം സഹോദരി അയിഷാത്ത ചോർന്നൊലിക്കുന്ന പലകവീടിന്റെ ഉമ്മറത്തിരുന്ന് മണ്ണിൽ വിരൽ കൊണ്ട് ഒരു വിലങ്ങിന്റെ വിറങ്ങലിച്ച നിഴൽ വരച്ചെടുക്കുമ്പോഴേക്കും കുട്ടിമോനിക്ക ജയിലിന്റെ അഴികളിൽ പിടിച്ച്, നട്ടപ്പകൽ ഉദിച്ച വിവരംകെട്ട പൂർണ ചന്ദ്രനെ തന്നെ നോക്കിനിന്ന്, പൊട്ടിച്ചിരിക്കും. കുടിക്കാൻ പാകമായിട്ടും തണുത്ത് കിട്ടാത്ത ഒരു കട്ടൻ ചായയും കവർ പൊട്ടിക്കാത്ത ബീഡിയും പോലെയായിരുന്നു കുട്ടിമോനിക്കയ്ക്ക് ജീവിതം. ഓട്ടവീണ ചട്ടിയിലൂടെ ആകാശത്തിലേക്ക് നോക്കുമ്പോൾ നക്ഷത്രങ്ങളും ചന്ദ്രനും എല്ലാം ഓട്ടയേക്കാൾ ചെറുതാവുന്നത് പോലെ. എപ്പോഴും കുറേ ഓട്ടയുള്ള തകിട് പാട്ടയായിരുന്നു മോനിക്കയ്ക്ക് ജീവിതം. കാൽവഴുതിയും തെന്നിയും നടക്കുന്ന പ്രേതങ്ങളായിരുന്നു ഇരുട്ടിൽ അയാൾക്ക് കൂട്ടുകിടന്നത്. ഒരു നിലവിളി ആരും കേൾക്കാതെ മുണ്ടിന്റെ തലപ്പത്ത് ഒരു വെള്ളിനാണയത്തിനൊപ്പം ചുരുട്ടിക്കെട്ടി കൈലി മാടി തൂകി കുട്ടിമോനിക്ക നടക്കുമ്പോൾ ആകാശം വഴിമാറിക്കൊടുത്തു. നക്ഷത്രങ്ങൾ താഴേക്ക് ഇറങ്ങിവന്ന് കറുത്ത കമ്പിളിയിലെ ഓട്ടകൾ പോലെ കുട്ടിമോനിക്കയെ മറച്ചു. പൊട്ടിയൊലിച്ചൊഴുകുന്ന ചുവന്ന വെള്ളത്തിലേക്ക് മഴവില്ലിന്റെ ഏഴ് നിറങ്ങളും അലിഞ്ഞ് ചേർന്നു. ചുണ്ടെത്തെരിഞ്ഞ ബീഡിയിൽ നിന്നും പുകച്ചുരുളുകൾ ഇറങ്ങി വന്ന് ഭ്രാന്ത് പിടിച്ച് ആത്മഹത്യ ചെയ്ത ഒരു പെണ്ണിന്റെ തലമുടികൾ പോലെ കടലിനു മുകളിൽ പൊങ്ങിക്കിടന്നു... നാഷണൽ ഹൈവേയിലെ സീബ്രാലൈനുകൾ പോലെ എന്തോ ഒന്ന് ആകാശത്ത് കണ്ട രാത്രിയിൽ കുട്ടിമോനിക്ക മലർന്ന് കിടന്ന് നക്ഷത്രങ്ങളെ എണ്ണി. ഒരിലപോലും അനങ്ങാത്ത, കാക്കയുടെ ചിറകടി ഒച്ചകൾ കൂട്ടികെട്ടപ്പെട്ട, രാത്രികളിൽ പത്തൊമ്പതാം നൂറ്റാണ്ടിന്റെ മധ്യകാലത്തിന് ശേഷം അറിഞ്ഞും അറിയാതെയും താൻ ചെന്നുപെട്ട സമരങ്ങളുടെ വരമ്പിലേക്ക് ഇടയ്ക്ക് കുട്ടിമോനിക്കയുടെ മനസ്സ് പോയി. പഴയ 'ട്രൗസർ പൊലീസിന്റെ' ബൂട്ടിന്റെ ശബ്ദം കറുത്ത പാറയിൽ ചവിട്ടിനിൽക്കുന്നതിന്റെ നേരിയ ചിത്രങ്ങൾ കണ്ണിമവെട്ടാതെ മുന്നിലൂടെ കടന്ന് പോവും. ചില രാത്രികളിൽ നെഞ്ചത്ത് ഒളിപ്പിച്ച ചുവന്ന കൊടിയിൽ നിന്നും ചിതലെടുത്ത സ്വപ്നങ്ങൾ കുടിയിറങ്ങി പോവുന്നത് വേദനയോടെ കണ്ടുനിൽക്കും. വിരിച്ചിട്ടും നിവരാത്ത കൈതോലപ്പാ, പോലെ കുട്ടിമോനിക്ക മഴയത്തങ്ങനെ പൊങ്ങിക്കിടക്കും. കള്ളും കഞ്ചാവും എഴുന്നേറ്റ് നിന്ന്

സല്യൂട്ട് ചെയ്യുന്ന രാത്രികളിൽ ഏകാന്തതയെ കൈവിട്ട് ശബ്ദഘോഷങ്ങളുടെ ഒരു മഹാസാഗരത്തിലേക്ക് അയാൾ പോയി വീഴും. അഗ്നിക്കിരയാക്കപ്പെട്ട പഴയ ചരിത്രപുസ്തകത്തിൽ നിന്നും ജീവനുള്ള ഒരു പല്ലി ചാടി പുറത്തേക്ക് വരുന്നതു പോലെ ഇസ്തിരിയിടാത്ത ചുവന്ന കൊടി കുട്ടിമോനിക്ക കൂടെ കൊണ്ട് നടന്നു. തലച്ചോർ നഷ്ടപ്പെട്ട് ഉണങ്ങിക്കരിയുന്ന പൈൻ മരങ്ങളിൽ കൂടുകൂട്ടുന്ന തത്തകളെപോലെ അയാളുടെ മനസ്സ് ചലിച്ചുകൊണ്ടിരുന്നു. തല ഉയർത്തി നിൽക്കുന്ന ഒരു പഴയ തെങ്ങ് ഇടിവെട്ടേറ്റ് പൊട്ടിത്തെറിക്കുന്ന പോലെ ചിലപ്പോൾ ഉറക്കെ സംസാരിച്ചും ഇനിയും ബാക്കിയായ വെളിച്ചത്തിന്റെ നീലക്കീറിലേക്ക് നോക്കി നിശബ്ദമായിരിക്കുന്ന എലിയെ പോലെ തലകീഴായി ശീർഷാസനത്തിലിരുന്നും കുട്ടിമോനിക്ക സഞ്ചരിച്ചു. ചെരിപ്പിടാത്ത രണ്ട് കാലുകൾ കാളവണ്ടിയുടെ വീലുകൾ പോലെ ഉയർന്നും പൊങ്ങിയും വേഗം കൂട്ടി. അന്യർക്ക് പ്രവേശനം ഇല്ലാത്ത ഒരു മതിൽക്കെട്ടിനുള്ളിൽ നിന്നും പുറത്തേക്ക് വളർന്ന് കിടന്ന ശവം നാറിപൂവ് അയാളെ നോക്കി കണ്ണുകാണിക്കുന്നു. വീട്ടിൽ ഒറ്റയ്ക്കായി പോവുന്ന ഒരു പൂന്തോട്ടത്തിലേക്ക് എത്രദൂരം പോയാലും അയാൾ മടങ്ങി എത്തിക്കൊണ്ടിരിക്കുന്നു. എപ്പോഴും അയിഷാത്തയുടെ നെറ്റിയിൽ ഒരു പ്രണയത്തിന്റെ ചന്ദനക്കുറി ഓർമ്മ പോലെ ഒരിക്കലും മരിക്കാത്ത ഒരു കവിതപോലെ കടലിനടിയിൽ ഒളിപ്പിച്ച് വയ്ക്കപ്പെട്ടു. ആർക്കും കാണാൻ കഴിയാത്ത വേരുകൾ കിളിർത്ത് പൂക്കുന്നതും കായ്ക്കുന്നതും അയിഷാത്തയെ പോലെ മോനിക്കയും അറിഞ്ഞു. അടിവേരുകൾ തകർന്നിട്ടും ചായാൻ കൂട്ടാക്കാത്ത ഒരു ഉണക്കമരത്തിൽ പെട്ടെന്ന് ഇലകളും കായ്കളും വരുന്നത് പോലെ ചിലപ്പോഴൊക്കെ കുട്ടിമോനിക്ക പുഞ്ചിരിക്കും. പൂച്ച തലയിട്ട കലം പോലെ മുന്നിൽ ഞെട്ടിത്തരിച്ച് കാലം നിന്നു കൊടുക്കുമ്പോൾ മഴയത്ത് തിറുത്ത് വച്ച നനഞ്ഞ ബീഡിയുടെ അറ്റത്ത് മോനിക്ക തീ കൊടുക്കും. അതിന്റെ ചൂടിലും ചൂരിലും തൊട്ടടുത്ത പറമ്പിലെ തോട്ടത്തിൽ ഒരു ജമന്തി വിരിയും.

പെട്ടെന്ന് വളവ് തിരിഞ്ഞെത്തുന്ന ഒരു വാഹനം പോലെ സൗഹൃദങ്ങൾ കുട്ടിമോനിക്കയുടെ ഓരം ചേർന്ന് ഒഴുകി പൊയ്ക്കൊണ്ടിരുന്നു. കായ്ക്കാത്ത തെങ്ങിൽ ഒളിപ്പിച്ചുവയ്ക്കപ്പെട്ട കരിക്കിൻ വെള്ളം തിരയുന്ന ഓലയുടെ അസ്ഥിപോലെ ചിലർ കുട്ടിമോനിക്കയ്ക്ക് ഒപ്പം നടന്നു. പകുതി തളർന്നു പോയ ഒരു മനുഷ്യൻ വിജനമായ ആ വഴിയിലൂടെ പൂർണമാവാത്ത ഒരു വൃത്തം വരച്ചു. പകുതിമാത്രം വിരിഞ്ഞുനിന്ന ആ മൊട്ടിനുള്ളിൽ എണ്ണിയാലൊടുങ്ങാത്ത പാലപ്പൂക്കൾ വിരിഞ്ഞു. ഒരു അഗാധമായ മരം മുന്നിൽപ്പെട്ടതറിഞ്ഞ് പൂച്ചയും എലിയും നിഗൂഢമായി കുട്ടിമോനിക്കാക്കൊപ്പം കാടിന്റെ ഉള്ളിലേക്ക് പോയി. താഴെ നിലത്ത് നിഴൽക്കാടുകളിൽ നിന്നും തല ഉയർത്തി നിന്ന് വെയിൽകാട്ടിലേക്കുള്ള ദൂരം അളന്ന് മുറിച്ച് നിഗൂഢതയുടെ നിശബ്ദതയിൽ അലിഞ്ഞ ഒരു ചെറിയ മഴയും വന്നു.

മുപ്പത്തിയൊമ്പത്

കണ്ണിലേക്ക് നോക്കരുത്

നിദ്രാഭംഗം വന്ന രാത്രികൾക്ക് പ്രിയപ്പെട്ടവർ തന്നെ കാരണവും കൂട്ടുമായി. ഉറക്കമില്ലാത്ത രാത്രികൾ ഉണർന്നെണീക്കുന്നവന് വെള്ളത്തിന് മുകളിലെ കരിയിലകൾ പോലെ.

ഒരേ പ്രായക്കാരല്ലെങ്കിലും മുകുന്ദന്റെ രണ്ട് സുഹൃത്തുക്കളുണ്ടായിരുന്നു. രണ്ട് പേരും ഇന്ന് ജീവിച്ചിരിപ്പില്ല. ജോസഫും രവിയും. മുകുന്ദനു അവരോട് അത്ര ബന്ധങ്ങളൊന്നും ഉണ്ടായിരുന്നില്ലെങ്കിലും അവർക്ക് ഒരു കലാകാരനെന്ന നിലയിൽ മുകുന്ദനെ കാര്യമായിരുന്നു. ആർക്കും മറക്കാനാവാത്ത ചില ഓർമ്മപ്പെടുത്തലുകളും ദുരൂഹതയും ആയി അവർ മരണം എന്ന വലിയ കർട്ടന്റെ പിന്നിലിരിക്കുന്നു. ജീവിച്ചിരുന്നപ്പോൾ രണ്ട് പേരുടെയും പ്രധാന ജോലി പരസ്പരം തെറിവിളിക്കുകയായിരുന്നു. ജോസഫും രവിയും ഇങ്ങനെ വഴക്കടിച്ചുകൊണ്ടിരിക്കുന്നത് എന്തിനു വേണ്ടിയാണെന്ന് ആർക്കും അറിയില്ലായിരുന്നു. ഏറക്കുറെ സമാനമായിരുന്നു രണ്ട് പേരുടെയും അവസ്ഥ. അവിവാഹിതർ. മത്സ്യത്തൊഴിലാളികൾ. നല്ല മദ്യപാനികൾ. ഒരേ പുരയിടം വാങ്ങിച്ച് രണ്ടായി പകുത്ത് കഴിയുന്നവർ. മുന്നേ താമസിച്ചിരുന്നതും ഇതുപോലെ ഒരേ പുരയിടത്തിലാണ്. പരസ്പരം അഭിമുഖമായ ഒരേ മാതിരിയുള്ള രണ്ട് വീടുകളിലായിരുന്നു അവർ താമസിച്ചിരുന്നത്. വീടിന് മുന്നിലിരുന്ന് പരസ്പരം തെറിവിളിക്കുന്നത് ഒരു വിനോദം പോലെ അവർ ചെയ്തുകൊണ്ടിരുന്നു. ഒരാൾ മദ്യപിക്കാതിരിക്കുന്ന സമയങ്ങളിൽ എല്ലാ തെറിവിളിയും കേട്ട് അയാൾ വീടിന്റെ ഉമ്മറത്തിരിക്കും. തീജ്വാല പോലെ പെയ്യുന്ന തെറികൾക്കിടയിലും അവർ തെറി പറഞ്ഞുകൊണ്ട് തന്നെ മദ്യം പങ്കു വയ്ക്കാറുണ്ടായിരുന്നു. ആരുടെയെങ്കിലും ഒരാളുടെ വീട്ടിൽ മദ്യം എപ്പോഴും ഉണ്ടാവും. ജോസഫ് രണ്ടെണ്ണം വിട്ടിട്ട് വീടിന്റെ മുന്നിലെത്തി അലറും "എടാ പുണ്ടച്ചീടെ മോനെ... കഴുവേറി... ഇന്ന് നിന്റെ കുണ്ണത്താളമൊക്കെ എവിടെപോയി?" അകത്ത് നിന്ന് രവിയിറങ്ങിവന്ന് ശാന്തനായി തെറി കേൾക്കാനെന്നവണ്ണം മുന്നിലെ പടിയിലിരിക്കും. ചിലപ്പോൾ താടിക്ക് കൈ കൊടുത്തു ചിലപ്പോൾ തലയിൽ കൈ വച്ച്. "എന്താടാ നിന്റെ

നാവിറങ്ങി പോയോ... തായോളി. നീ ഇന്നലെ എന്നെ എന്താ പറഞ്ഞെ. ഞാനൊരു തേഡ്റേറ്റ് ക്രിമിനൽ ആണെന്നോ, ആണേടാ ഞാൻ ക്രിമിനിലാടാ, പട്ടീടെ മോൻ." ഇതിനിടയിൽ റോഡിലൂടെ ആരെങ്കിലും പോയാൽ ജോസഫ് മുണ്ടിന്റെ തട്ടഴിച്ചിട്ട് സൗമ്യനായി ചോദിക്കും "എങ്ങോട്ടാണ് സർ?" അയാൾ എല്ലാവരെയും സർ എന്ന് വിളിക്കും. റോഡിലൂടെ പോകുന്നവർ ഒന്ന് ചിരിച്ചോ ചിലപ്പോൾ മിണ്ടാതെയോ കടന്നു പോവും. വിശേഷം അന്വേഷിച്ച ശേഷം ഒരു സെക്കന്റ് കളയാതെ മൂർഖൻ പാമ്പിനെ പോലെ വീണ്ടും മുണ്ടിന്റെ തട്ടുടുത്ത് രവിയുടേ നേരെ ജോസഫ് തിരിയും. കുറെയേറെ തെറി വിളിച്ചിട്ടും രവിക്ക് അനക്കമില്ലെന്ന് കാണുമ്പോൾ ജോസഫ് വീടിനകത്തേക്ക് കയറിപ്പോവും. ഒരു കുപ്പിഗ്ലാസ്സ് നിറയെ മദ്യവുമായി വന്ന് രണ്ട് വീടിന്റെയും മധ്യത്തിലുള്ള തോടിന്റെ സ്ലാബ്ബിന്റെ മുകളിൽ വയ്ക്കും. "എടുത്ത് മോന്തടാ... എരപ്പേ നായ്ക്കൾ മോന്തണ പോലെ മോന്ത്... നക്ക് എരെപ്പേ." രവി പതിയെ എഴുന്നേറ്റ് വന്ന് അതെടുത്ത് കുടിച്ച് വീണ്ടും പടിയിൽ പോയിരിക്കും. ജോസഫ് പിന്നെ നിർത്താതെ തെറിവിളിച്ചുകൊണ്ടേയിരിക്കും. അയാൾക്കറിയാം അരമണിക്കൂർ കഴിഞ്ഞ് ഇതിലും മനോഹരമായി തനിക്ക് ഇത് കേൾക്കേണ്ടിവരുമെന്ന്. "നിന്റെ തന്ത ഉണ്ടാക്കിയ വകയായിരുന്നോടാ ഗ്ലാസിലിരുന്നത്. അതുപോലെയാണല്ലോ എടുത്ത് മോന്തിയത്. ഈ കുടിച്ച കാശിന് ഞാൻ നിന്നെ കൊണ്ട് കാല് നക്കിക്കും. നോക്കിക്കോ നീ. അമ്മക്ക് പിറക്കാത്ത തെണ്ടി. നാണമില്ലാത്ത പട്ടി." എങ്കിലും ഒരു ഗ്ലാസു മദ്യം കൂടി കിട്ടുന്നത് വരെ രവി മിണ്ടാതിരിക്കും രണ്ടാമത്തെ മദ്യം കുടിച്ച് കഴിയുമ്പോൾ രവി ഗ്ലാസെടുത്ത് ജോസഫിന്റെ മുറ്റത്തേക്ക് വലിച്ചെറിയും ചിലപ്പോൾ അത് പൊട്ടിത്തെറിക്കും. "നീ കുറെ നേരമായല്ലോടാ പട്ടീ... കിടന്ന് കുരയ്ക്കാൻ തുടങ്ങിട്ട്. നിന്റെ കോപ്പ് കുടിച്ചിട്ടുണ്ടെങ്കിൽ അതിന്റെ ഇരട്ടി അങ്ങോട്ട് തന്നിട്ടും ഉണ്ട്. തന്നിട്ട് വിളിച്ച് പറയുന്നത് നിന്നെപോലുള്ള എരപ്പകളുടെ കഴപ്പാ... പൊലയാടിമോൻ അടിച്ച് ഞാൻ പൊളിക്കും നിന്നെയും നിന്റെ വീടിനെയും." ജോസഫ് ദൂരെ നിന്ന് കാല് പൊക്കി ചവിട്ടും. ജോസഫിന്റെ അത്ര നികൃഷ്ടമായ പദങ്ങൾ രവി ഉപയോഗി ക്കാറില്ല. അയാളുടെ ശകാരത്തിൽ വരുന്ന് ഏക തെറി പദം പൊലയാടി മോനാണ്. അത് അയാൾ ആവർത്തിച്ചുകൊണ്ടേയിരിക്കും.

ഒന്ന് രണ്ട് പ്രാവശ്യം പൊലീസ് സ്റ്റേഷനിൽ വരെ കാര്യങ്ങൾ പോയെ ങ്കിലും പിന്നീട് ആരും ഇവർക്കെതിരെ പ്രതികരിക്കാതെയായി. രവി ജോസഫിനെയും ജോസഫ് രവിയെയും അല്ലാതെ മറ്റാരെയും തെറി വിളിക്കില്ല. അവർ രണ്ടുപേരും ആരോടും അപമര്യാദയായി പെരുമാറു ന്നത് ഇതുവരെ ഒരാളും പറഞ്ഞു കേട്ടിട്ടുമില്ല. ഇങ്ങനെ തെറി വിളിച്ചു കിടന്നുറങ്ങിയ ഒരു രാത്രിയിൽ ജോസഫ് ഞെട്ടിയുണർന്ന് നിലവിളി ക്കാൻ തുടങ്ങി. അയാൾക്ക് ഇടത്തെ നെഞ്ചിൽ അതിയായ വേദനയും ശരീരത്തിന് നല്ല ചൂടും അനുഭവപ്പെട്ടു. കടുത്ത ഉഷ്ണത്തിൽ, ദാഹിച്ച്

വിയർത്ത് വലഞ്ഞ് വരണ്ട വായ കൊണ്ട് അയാൾ അലറി. "എടാ രവീ... പട്ടീ എനിക്ക് വയ്യെടാ... ഒന്നെഴുന്നേൽക്കടാ പട്ടീ.. എടാ പുണ്ടച്ചിമോനെ എനിക്ക് വയ്യടാ." ജോസഫിന്റെ നടുനെഞ്ച് ഒരു റബ്ബർപന്ത് പോലെ ഉയർന്ന് വരാൻ തുടങ്ങി. ശ്വാസംകിട്ടാതെ വലയുമ്പോഴും അയാൾ രവിയെ തെറി വിളിച്ചുകൊണ്ടിരുന്നു. വളരെ പ്രയാസപ്പെട്ട് രവിയുടെ കിണറ്റിൽ നിന്നും ഒരു തൊട്ടി വെള്ളം കോരിക്കുടിച്ചു. ശബ്ദം കേട്ടെങ്കിലും രവി വാതിൽ തുറന്നില്ല. "എടാ നായി..... തായോ.... പൊലയാടി....." ജോസഫിന്റെ വാക്കുകൾ മുറിഞ്ഞ് തുടങ്ങി. അയാൾ ആ തിണ്ണയിൽ(രവിയുടെ വീടിന്റെ) കമിഴ്ന്നുകിടന്ന്, കാലും കൈയും ഇട്ടടിച്ച് നിശ്ചലമായി. മരിക്കുന്നതിന് തൊട്ട് മുമ്പ് വരെയും രവിയെ തെറി വിളിച്ചുകൊണ്ടിരുന്നു. ജോസഫ് മരിച്ചതിന് ശേഷം രവി മദ്യപിച്ചില്ല. രണ്ട് ദിവസം പുറത്തേക്ക് പോലും ഇറങ്ങിയില്ല. ഒരു ദിവസം ജോസഫിന്റെ വീട്ടിലേക്കു നോക്കിയിരുന്നു. അതിനും മൂന്നു ദിവസത്തിന് ശേഷം അരലിറ്റർ മദ്യം വാങ്ങി കൊണ്ടുവന്ന് ഒരു ഗ്ലാസ്സുനിറച്ച് ആദ്യം തന്നെ ഒഴിച്ച് ജോസഫിന് വേണ്ടി സ്ലാബിന് പുറത്ത് വച്ചു. ബാക്കി മുഴുവൻ അയാൾ കുടിച്ച് തീർത്തു. പിന്നീട് നിശബ്ദനായി ഒരു കയറിന്റെ അറ്റത്ത് അയാൾ തന്റെ ജീവിതം അവസാനിപ്പിച്ചു. മരിക്കുന്നതിന് മുമ്പ് അയാൾ ഇത്തിരി കഞ്ഞി കുടിക്കുകയും കുറച്ച് ഒരു പാത്രത്തിൽ ജോസഫിനു വേണ്ടി മാറ്റിവയ്ക്കുകയും ചെയ്തു. ഒരുപക്ഷേ ആദ്യമായി മദ്യമല്ലാതെ നൽകുന്ന ഒരു സമ്മാനമായിരുന്നു അത്. തെറിയായിരുന്നു അവരുടെ സ്നേഹത്തിന്റേയും സൗഹൃദത്തിന്റെയും തത്ത്വശാസ്ത്രം.

പൂച്ചയും എലിയും സന്ദർശിച്ച മറ്റൊരു ഫെയ്സ്ബുക്ക്. പുരുഷപീഡനങ്ങൾക്കെതിരെ എന്ന തലക്കെട്ട് നമ്മളോട് കണ്ണിറുക്കി കാണിക്കുന്നു. കുവൈറ്റിൽ നിന്നും ഹംസ ഇട്ട പോസ്റ്റിനുള്ളിൽ എലി ഒരു കാഷ്ഠം ഇട്ടു. വൃത്തികെട്ട ആ കാഷ്ഠം തട്ടിമാറ്റി പൂച്ച അത് വായിക്കാൻ ശ്രമിച്ചു.

പുരുഷ പീഡനങ്ങൾക്കെതിരെയുള്ള കൂട്ടായ്മ കോഴിക്കോട് അങ്ങാടിയിൽ നടക്കുന്നു. എന്റെ ബക ആശംസകൾ അർപ്പിക്കുന്നു...! തുമ്മിയാലും തുപ്പിയാലും തൂറിയാലും ബഹളം വയ്ക്കുന്ന ഹമുക്കുകൾ പ്രശ്നം മനസ്സിലാക്കുക. പാതിരായ്ക്ക് വല്ലവന്റെയും കൂടെ മോട്ടോർ സൈക്കിളിൽ അഴിഞ്ഞാടുന്നവളെയും അനുകൂലിക്കുന്ന പീറനാറികൾ ഉള്ള മാമലനാട്! സദാചാര പൊലീസിന് എതിര് തന്നെയാണ് ഈ ഞാനും. എന്നാൽ ഇത് അഴിഞ്ഞാട്ടക്കാരിയായ ഒരുത്തിയെ അനുകൂലിക്കുന്നവരുടെ കൂട്ടത്തിൽ അല്ലെന്ന് മാത്രം. ഭാരതത്തിന് പവിത്രമായ ഒരു സംസ്കാരമുണ്ട്. അത് കളഞ്ഞുകുളിക്കുന്ന ഏത് ഒരാൾ ആണെങ്കിലും വിടമാട്ടേൺ... അല്ലാ...പിന്നേ!

നാസർ റിയാദ്; ഹംസക്കാാാ..... മാണ്ടാട്ടാാാ......

ഹംസാ കുവൈറ്റ് : നിസാറേ ബെറുതേ കച്ചറക്ക് നിക്കണ്ട...

വാക്കുതർക്കങ്ങൾ ചെവി അടപ്പിക്കുന്ന ശബ്ദങ്ങളായി ഫെയ്സ്ബുക്കിൽ നിന്നും ഒഴുകി ഇറങ്ങിക്കൊണ്ടിരുന്നു. ചെറിയ കേരളത്തിന്റെ വലിയ തലയിൽ നിന്നെന്നപോലെ ഒന്നിൽ നിന്നും ഒന്നിലേക്ക് എന്നപോലെ പൂച്ച ചാടിക്കളിച്ചു.

ചങ്ങായിന്റെ കൂടെ ബൈക്കി പോവാൻ നാട്ടിലെ കള്ളുകുടിയന്മാരുടെ സമ്മതം ബേണോ

അതിനൊക്കെ പരിധിയൊണ്ടേ

ആരാ ഈ പരിധി നിശ്ചയിക്കണെ

സമൂഹം

സമൂഹത്തെ ബോധ്യപ്പെടുത്തി തൂറുന്നവർ അങ്ങനെ തൂറട്ടേ. അല്ലതെയും മനുഷ്യേന്മാർക്കിബിടേ ജീവിക്കണ്ടേ

മര്യാദ ബേണേട്ടോ.. മര്യാദ.

എന്റെ കൂട്ടുകാരീടെ കൂടെ ഞാൻ പോവുമ്പോ... അത് ആരുടേയും നെഞ്ചത്തൂടല്ലെങ്കിൽ... ചോദ്യം ചെയ്യാൻ ഒരു കോപ്പനും അധികാരയില്ലാ...

ആഹാ... നീ കച്ചടയാ...

അതേ കച്ചടെങ്കീ കച്ചടാ...

മോശം പെൺകുട്ടികൾക്ക് ബേണ്ടിയാ നീ കച്ചടക്കാട്ടണേ?

ബൈക്കി പോന്ന പെൺകുട്ട്യോള് മോശക്കാരെന്നതിനെ എതിർക്കും

ഇബിടേ..മോനെ ബൈക്കല്ല. പാതിരയാണ് ബിഷയം.

അങ്ങനെ ആയാൽ എന്താ കുഴപ്പം

കൊയപ്പോണ്ട്

ആണും പെണ്ണും രാത്രിയില് ഒരുമിച്ച് പോയാല് ആകാശം ഇടിഞ്ഞ് വീഴുവോ? അങ്ങനെ പൊട്ടി വീഴണ കോപ്പോക്കെ വീഴട്ടെന്ന്.

ആഹാ... അപ്പോ സാമൂഹ്യബാധ്യതയോ...

തേങ്ങാക്കൊല. മറ്റുള്ളവർ എവിടെ പോവുന്നൂന്ന് നോക്കി ഇരിക്കാൻ ഈ മാന്യന്മാർക്ക് ആരാണ് ചുമതല കൊടുത്തേ?

കോപ്പിലെ മോനെ നിനക്കൊന്നും മനസ്സിലാവില്ല...

ദേ ക്കാ.... നിങ്ങള് ചൂടായി.... അതോണ്ട് ഞാൻ പോന്നു.

ഹേയ്.... ഇല്ല മോനെ.. ഞാൻ ഒരു കാര്യമൊഴിച്ച് ഒന്നിനും ചൂടാവില്ല. അത് അനീതി കണ്ടാ മാത്രം.

ഹാ...ഹാ...ഹാ... എന്തായാലും വിശക്കുന്നു ചോറുണ്ണട്ടേ.

ഞാനിപ്പോ ഷോപ്പിലാണ് ... ഇവിടേ 12.30 ആയിട്ടേയൊള്ള്.

വൈകിട്ട് കാണാം?

കാണണം...

അതുവരെ നല്ല നമസ്കാരം

നല്ല നമസ്കാരം

നാല്പത്

നിശ്ശബ്ദമായ പീഡനങ്ങൾക്ക് തെളിവുകൾ തേടി

രോദനങ്ങൾ കേട്ടുതുടങ്ങിയപ്പോഴേ നേരത്തിന് ഇരുട്ടു വീണു തുടങ്ങിയിരുന്നു. കൈതോലകൾക്കിടയിലൂടെ കുളക്കോഴികൾ അരികു ചേർന്ന് നടന്നു തുടങ്ങി.

അന്നു തുടങ്ങിയ ആ നിലവിളികൾ തുടർന്ന് കൊണ്ടിരുന്നു. സായിപ്പിന്റെയും സുസുക്കിയുടെ അമ്മയുടേയും പ്രണയത്തിന് അവൻ തടസ്സമായപ്പൊഴൊക്കെ അവരായിട്ടോ അവനായിട്ടോ കാരണമായി ആ വീട്ടിൽ നിലവിളികൾ മുഴങ്ങിക്കേട്ടു. നിലവിളികളുടെ പരമ്പരയ്ക്കൊടുവിൽ സായിപ്പും കാമുകിയും ഇന്ത്യയിൽനിന്നും അയാളുടെ നാട്ടിലേക്ക് പോയി. കുട്ടിയായ സുസുക്കിയുടെ പേരിൽ കുറച്ച് പണവും പതിനെട്ട് വയസ്സു തികയുമ്പോൾ ഐ.എസ്.ആർ.ഒ യിൽ ജോലിയും അതുവരെ അവനെ പഠിപ്പിക്കാനും നോക്കാനും ഒരാളെയും ഏർപ്പാടാക്കി ആ അമ്മ കാമുകനൊപ്പം പോയി. അമ്മയും അച്ഛനും ആരും ഇല്ലെങ്കിലും അവൻ വളർന്നു. വളർത്താൻ ആളില്ലാതിരുന്നതുകൊണ്ട് തന്നെ എന്തിനെയും വ്യത്യസ്തമായും മൗലികമായും നോക്കിക്കണ്ട് നിർഭയം അവൻ അലഞ്ഞ് തിരിഞ്ഞു. ഐ.എസ്.ആർ.ഒ യിൽ ജോയിന്റ് ചെയ്തെങ്കിലും അവന് പോവാൻ താൽപര്യം ഇല്ലാതെയായി. ഒരിക്കൽ അമ്മ വിളിച്ചപ്പോൾ അവൻ അവന്റെ ആഗ്രഹം പറഞ്ഞു. അവർ അത് സാധിച്ചുകൊടുക്കുകയും ചെയ്തു. എനിക്ക് അമേരിക്കൻ പട്ടാളത്തിൽ ചേരണം. ആറുമാസമേ അവൻ ആ ജോലി ചെയ്തുള്ളൂ. എന്താണ് സംഭവിച്ചതെന്ന് ആർക്കും അറിയില്ലെങ്കിലും മടങ്ങി വന്ന ശേഷമാണ് അവൻ മുഴുവൻ സമയമദ്യപാനി ആയത്.

രാത്രിയുടെ ചുട്ടുപൊള്ളുന്ന ഭയാശങ്കകളോടെ മുകുന്ദൻ ശ്മശാനത്തിലേക്ക് നടന്നു. പ്രേതങ്ങളും ഭൂതങ്ങളും ഒന്നും യാഥാർത്ഥ്യങ്ങളല്ലെന്ന് പൂർണമായും വിശ്വാസം ഉണ്ടായിട്ടും അവന്റെ മനസ്സ് ആ നിമിഷം അത് വിശ്വസിക്കാൻ തയ്യാറായില്ല. അവന് അവന്റെ രാഷ്ട്രീയബോധത്തിന്റെ പാപ്പരത്തത്തോട് അടങ്ങാത്ത വെറുപ്പ് തോന്നി. അവൻ പലതും സ്വയം

തിരിച്ചറിയാൻ ശ്രമിച്ചു. മനസ്സിൽ പറഞ്ഞു ഇത് പണ്ട് നമ്മൾ വെള്ള കുതിരയും പ്ലാവിലത്തൊപ്പിയും കളിച്ച പഴയ ഗ്രൗണ്ടാണ്. കുറച്ച് മുതിർന്നപ്പോൾ കുട്ടിയും കുറുങ്ങിയും ഫുട്ബോളും ക്രിക്കറ്റും കളിച്ച ആ പഴയ സ്ഥലം. ഇത്തരം സന്ദർഭങ്ങളിൽ പുറത്ത് യാതൊരു മാറ്റവും സംഭവിക്കാതെ തന്നെ നമ്മൾ ഭയപ്പെട്ടുകൊണ്ടിരിക്കുമെന്നത് ഒരു യാഥാർത്ഥ്യമാണ്. ഇടയ്ക്കെപ്പോഴോ ഒരു മരപ്പട്ടി മുകളിലൂടെ ചാടിയതും പൂച്ച നിലവിളിച്ചുകൊണ്ട് ഓടിയതും കറുത്തിരുണ്ട ഒരു മുടിക്കൂട്ടം ആ മരത്തിൽ നിന്നും നിലത്ത് വീണതും ഒഴിവാക്കിയാൽ! മറ്റൊന്നും സംഭവി ക്കാതെ തന്നെ മുകുന്ദൻ സുസുക്കി പറഞ്ഞ സ്ഥലത്തെത്തി. 12 പാറകൾ അവിടെ കിടക്കുന്നുണ്ടായിരുന്നു. ആരോ യോഗം ചേരാൻ വേണ്ടി ഒരുക്കിയത് പോലെ 12 പാറകൾ. വൃത്താകൃതിയിൽ അവിടെ കിടക്കുന്നു. വർഷങ്ങളായി. പ്രേതങ്ങൾ ഒത്തുകൂടുന്നതാണെന്ന് വിവരമില്ലാത്തവർ പറയുന്നു. മാത്രമല്ല അർദ്ധരാത്രികളിൽ ചില പിശാചുക്കളുടെ ശബ്ദവും അവിടെ നിന്ന് ഉയർന്ന് കേൾക്കുന്നുണ്ടെന്ന് പ്രചരിപ്പിക്കപ്പെട്ടു.

ദൂരെ നിന്നേ കാണാമായിരുന്നു. ഒരു പാറയിൽ സുസുക്കി പുറം തിരിഞ്ഞ് ഇരിക്കുന്നുണ്ട്. അടുത്തേക്ക് വരുംതോറും അവൻ ആരോടൊ സംസാരിക്കുന്നതു പോലെ മുകുന്ദനു തോന്നി. അവന്റെ പിറകുവശവു മായി വേഷം മാറി പിശാച് ഇരിക്കുകയാണോ? എന്നാൽ പിന്നെ പിശാചി നൊപ്പം തന്നെയാവട്ടെ ഇന്നത്തെ രാത്രിയെന്ന് തീരുമാനിച്ച് അവൻ മുന്നോട്ട് തന്നെ നടന്നു. ശബ്ദം പതിയെ ഉയർന്ന് വരികയും വ്യക്തമാവു കയും ചെയ്തു. ശബ്ദവും ശൈലിയുമെല്ലാം സുസുക്കിയുടേത് തന്നെ. ഇത്രയുമൊക്കെ തെളിവുകൾ മതി അത് സുസുക്കിയാണെന്ന് തീരുമാനി ക്കാൻ ഏത് കോടതിക്കുമെന്നിരിക്കെ താൻ മാത്രം എന്തിനിങ്ങനെ നിരന്തരം സംശയിക്കണം എന്ന തോന്നൽ മുകുന്ദനിൽ ജാള്യത ഉണ്ടാക്കി. അവന്റെ ശബ്ദം ഇപ്പോൾ നന്നായി ഉറക്കെ കേൾക്കാം. “നീ എവിടേക്കാണ് പോയത്? അല്ലെങ്കിൽ തന്നെ നീ പോയോ. ഇവിടെ ഇല്ലാത്തത് കൊണ്ട് ചോദിച്ചെന്നേയുള്ളൂ. നിനക്ക് എവിടെ വേണമെങ്കിലും പോവാം. പോവു ന്നതോ പോവാതിരിക്കുന്നതോ അല്ല പ്രശ്നം, പോവുമ്പോൾ അസ്വസ്ഥ മായി തീരുന്ന എന്റെ മനസ്സ് എന്നെ കഴുത്ത് ഞെരിക്കാൻ തുടങ്ങുന്നു എന്നതാണ്. അതുകൊണ്ട് എന്റെ ആകുലതകൾ ഇല്ലാതാക്കാൻ വേണ്ടി യെങ്കിലും നിനക്ക് പോവാതിരിക്കാം. തീർച്ചയായും നീ പോവാതിരിക്കാൻ വേണ്ടിയല്ല കേട്ടോ.” മുകുന്ദൻ ചുറ്റും നോക്കി. അവിടെയെങ്ങും ആരെയും കാണാനില്ല. ആകാശത്ത് നിന്നും മേഘങ്ങൾ നിലത്തിറങ്ങിവന്ന് ചുറ്റും നിറം ചാർത്തി നിൽക്കുന്നതൊഴിച്ചാൽ മറ്റ് വ്യത്യാസമൊന്നും അവിടെ യില്ല. പ്രേതത്തിന്റെ വളരെ ക്ലീഷേ ആയ ഒരു ലൈറ്റ് സംഗീതത്തിന്റെ സാന്നിദ്ധ്യം ബോധപൂർവ്വം വിചാരിച്ചാൽ യാഥാർത്ഥ്യമല്ലെന്ന് വിശ്വസിക്കാ വുന്നതേയുള്ളൂ. കിളികൾ ഉടുപ്പുകൾ ഊരിക്കളഞ്ഞ് ശവക്കല്ലറക്ക് പിന്നിലെ മരത്തിന്റെ ചില്ലകളിൽ ഇരുന്ന് ഒളിച്ചുനോക്കുന്നതും കാണാം.

പക്ഷേ, ഇതൊന്നും ഒരു അപരാധമല്ലല്ലോ. തന്റെ സ്ഥാനത്ത് യുക്തിചിന്ത കുറഞ്ഞ ആരായിരുന്നാലും പ്രേതമുണ്ടെന്നും അതൊരു ജീവിച്ചിരിക്കുന്ന യാഥാർത്ഥ്യമാണെന്നും വിചാരിക്കുമെന്നതിൽ സംശയമില്ല. തന്റെ കമ്യൂണിസ്റ്റ് പാരമ്പര്യത്തിൽ അവന് അഭിമാനം തോന്നി. ഇതെല്ലാം ഒഴിവാക്കിയാൽ അവിടം ശാന്തവും വിജനവും ആയിരുന്നു.

താൻ വന്നത് അറിയിക്കാൻ വേണ്ടി ഒന്ന് ചുമയ്ക്കുകയോ എന്തെങ്കിലും പറയുകയോ അവന്റെ തോളിലൊന്ന് തൊടുകയോ (അത്രയ്ക്ക് വേണോ) ചെയ്യാതെ സുസുക്കി സംസാരം നിർത്താൻ സാധ്യതയില്ല. നീ ആരോടാ ഈ സംസാരിക്കുന്നതെന്ന് ചോദിച്ച് തുടങ്ങുന്നതിന് തൊട്ട് മുമ്പ് അവൻ മുകുന്ദന്റെ സാന്നിദ്ധ്യം തിരിച്ചറിഞ്ഞിട്ടെന്ന വണ്ണം എഴുന്നേൽക്കുകയും തിരിഞ്ഞ് ഇരിക്കുകയും ചെയ്തു. സുസുക്കി ഒരു കഞ്ചാവ് ബീഡി തയ്യാറാക്കി ചുണ്ടിൽവച്ച് കത്തിച്ചു. ബാക്കി വന്ന കഞ്ചാവ് ഉണങ്ങിയ വാഴയിലയിൽ തന്നെ പൊതിഞ്ഞ് പോക്കറ്റിലിട്ടു.

"ആ... മുകുന്ദൻ നീ വന്നു അല്ലേ. ഞാൻ കുറെ നേരമായിട്ടും എന്നെ കാണാൻ വരാതിരിക്കുന്ന, കണ്ടിട്ടും കണ്ടില്ലെന്ന് നടിക്കുന്ന കാമുകിയോട് സംസാരിക്കുകയായിരുന്നു." അവൻ പുക ഒന്ന് കൂടി ആഞ്ഞ് വലിച്ചു. കാമുകിയോ ഈ ശ്മശാനത്തിൽ! എന്നിട്ടും മുകുന്ദൻ ഒന്നും പറഞ്ഞില്ല. പക്ഷേ, അത് കേട്ടതുപോലെ സുസുക്കി പറഞ്ഞു. "അതേ ആ പിച്ചി ചെടിയുടെ ചുവട്ടിൽ അവളുണ്ട്. ഈ ശ്മശാനത്തിൽ കിടന്ന് ശീലമായതിന് ശേഷമാണ് അവളെ ശ്രദ്ധിച്ച് തുടങ്ങിയത്. അവളുടെ നോട്ടം കണ്ടാൽ മരിച്ചതാണെന്ന് പറയുകയില്ല. അവളാണ് എനിക്ക് പ്രേതങ്ങളോട് സംസാരിക്കാനുള്ള മാർഗം പറഞ്ഞ് തന്നത്. (അവൻ പ്രേതങ്ങളോട് സംസാരിക്കാറുണ്ടെന്നത് നാട്ടിൽ സംസാരമായിരുന്നു) നമ്മൾ ഒരാളെ സങ്കൽപിക്കുകയും അയാളോട് സംസാരിക്കണമെന്ന് ആത്മാർത്ഥമായി ആഗ്രഹിക്കുകയും ചെയ്താൽ അതുമായി സാമ്യമുള്ള ഒരാൾ ഈ ശ്മശാനത്തിൽ അടക്കം ചെയ്യപ്പെട്ടിട്ടുണ്ടെങ്കിൽ അവരും നമ്മളെ കാണാൻ ആഗ്രഹിച്ചാൽ (വെറുതെയല്ല എല്ലാർക്കും കാണാൻ കഴിയാത്തത്) രണ്ട് പേർക്കും അത് സാധിക്കും. അവളുടെ കാര്യത്തിൽ ആദ്യം ആഗ്രഹിച്ചത് അവളാണ്. ഒടുവിൽ ഒരു കഞ്ചാവും അൽപം മദ്യവും രണ്ട് പാൻപരാഗും ഉള്ളിൽ ചെന്നപ്പോൾ എനിക്കും അവളെ കാണണമെന്ന് ഒരാഗ്രഹം തോന്നി. ആ കാണൽ ഒരു വല്ലാത്ത അനുഭവമായിരുന്നു."

പൂച്ചയും എലിയും അന്നൊരു രാത്രി മുഴുവൻ മുകുന്ദനോടൊപ്പം ആയിരുന്നു. സ്വാതന്ത്ര്യത്തിന്റെ ചിറകിലേറി ഭാര്യ ശോഭ യാത്രയായി. മുകുന്ദൻ ഒറ്റയ്ക്കായി. സ്വാതന്ത്ര്യത്തിന് വേണ്ടി പിരിയുകയെന്നത് സങ്കീർണമായ ഒരു പ്രശ്നമാണ്. രണ്ടിലും ശരിയുണ്ട്. മുകുന്ദന് എങ്ങനെ ആയാലും വ്യക്തികളുടെ സ്വാതന്ത്ര്യം ഹനിച്ചിട്ട് എന്ത് നേടിയിട്ടും ഒരു കാര്യവുമില്ല. സ്വാതന്ത്ര്യത്തെ നമ്മൾ എങ്ങനെ കണ്ടെടുക്കും, പക്ഷേ?

കണ്ണീരിന്റെ വഴിയിൽ അവൾ പോയില്ല. അത് അത്ര വലിയ കാര്യമായും തോന്നിയില്ല. ഒട്ടും ഉറപ്പില്ലായിരുന്ന ഒരു ബന്ധം അനിവാര്യമായ സാഹചര്യത്തിൽ കൈവിട്ടു. റോഷ്നേര മുകുന്ദനെ പിരിഞ്ഞപ്പോൾ മൂന്നു വർഷങ്ങൾക്ക് മുന്നേ ചിന്തിച്ചതങ്ങനെയാണ്. വേർപെടലുകൾ ആരോഗ്യകരമാണ്. മൂന്നാമതൊരാൾ ഇടയ്ക്കില്ലാത്തതുകൊണ്ട് തന്നെ ആരോഗ്യകരമാണ്. ബന്ധങ്ങളിൽ നിന്നും വിടുതൽ തേടുന്നത് മുന്നോട്ട് പോകാൻ കാംക്ഷിക്കുന്നതിന്റെ കൂടി തെളിവാണ്. മുകുന്ദനെ പിരിഞ്ഞ രാത്രി ശോഭ മകളെ കെട്ടിപിടിച്ച് കിടത്തി ഉറക്കിയശേഷം അന്ന് ഒരു നോട്ട് ബുക്കിൽ എഴുതി. കരിങ്കല്ലിൽ കൊത്തിയെടുത്ത ശിൽപ്പം പോലെയാണ് എന്റെ ശരീരമെന്ന് നീ ചിരിച്ചുകൊണ്ട് പറഞ്ഞ, നമ്മുടെ ആദ്യരാത്രി ആഘോഷിച്ച അതേ കട്ടിലിലാണ് ഞാൻ ഇരിക്കുന്നത്. ഇതിന്റെ കാലുകൾ ദ്രവിച്ചു തുടങ്ങിയിരിക്കുന്നു. ഇപ്പോൾ ഒരു ശരീരത്തെ താങ്ങാനേ ഇതിന്റെ തട്ടിന് ബലമുള്ളൂ. എന്റെ യോനീദ്രവവും നിന്റെ ശുക്ലവും വീണൊഴുകിയിട്ടുള്ള ഈ മെത്തയിൽ ഇപ്പോൾ നന്നായി കടിച്ച് രക്തം ഊറ്റിയെടുക്കുന്ന മൂട്ടകൾ മാത്രം. ചുറ്റും പറന്ന് നടക്കുന്നത് ചെവിയിൽ കയറാൻ തയ്യാറായി നിൽക്കുന്ന ചുക്കിവണ്ടുകൾ മാത്രം. വേണമെങ്കിൽ നമുക്ക് രണ്ടു പേർക്കും പതിയെ ഇരിയ്ക്കാം. പക്ഷേ, ഒന്നു കെട്ടിപ്പിടിക്കാനോ തോളിൽ ചാരാനോ ചുംബനം തരാനോ കഴിയില്ല. ഒന്നാം കാലിന്റെ താഴ്ഭാഗവും രണ്ടാം കാലിന്റെ നടുഭാഗവും മൂന്നാം കാലിന്റെ ഇടഭാഗവും നാലാം കാലിന്റെ മുകൾ ഭാഗവും ദ്രവിച്ചുതുടങ്ങിയിട്ട് നാളുകൾ ഏറെ ആയി. നമ്മൾ കുറെക്കാലമായി നല്ല നിറമുള്ള തുണി കൊണ്ട് അതെല്ലാം മറച്ച് വയ്ക്കുകയായിരുന്നല്ലോ. വേണമെങ്കിൽ ഇതു നോക്കി എനിക്കും നിനക്കും ഒരു ചിത്രം വരയ്ക്കാനും നല്ല കളർ കൊടുത്ത് ആദ്യരാത്രിയെ ഒരിക്കൽ കൂടി നിർമ്മിച്ചെടുക്കാനും ആവും. പഴക്കങ്ങളെ നമ്മുടെ സമ്പാദ്യത്തിന്റെ മോടികൊണ്ട് മറച്ചു പിടിച്ച് ഒരു യാത്രയും ആവാം. അത്രമാത്രമേ ഇപ്പോൾ സാധ്യമാവൂ. അപ്പോഴും നമുക്കൊന്ന് ചുംബിക്കാനോ തോളിലേക്ക് തല ചായ്ക്കാനോ ആവില്ല. എത്രയൊക്കെ ചലിച്ചാലും ചിത്രം നിശ്ചലം തന്നെയാണ്. ഭൂതകാലത്തിന്റെ നിഴൽ അതിൽ വീണ് പോയാൽ പിന്നെ ആർക്കും അതിനെ രക്ഷിച്ചെടുക്കാനാവില്ല. പിന്നെ നമ്മൾ ഇവിടെ കൂടിയത് അല്ലെങ്കിൽ നമുക്ക് ചെയ്യാനാവുന്നത് ചിരിച്ചുകൊണ്ട് യാത്ര പറയാം. ഇനിയും പോവാനുള്ള ദൂരങ്ങളിലേക്ക്. അപ്പോഴും ഈ നിഴലുകൾ നമ്മെ പിന്തുടാരാതിരിക്കട്ടെയെന്ന് പ്രാർത്ഥിക്കാം.

കൂട്ടിയിട്ട് കത്തിച്ചപ്പോൾ ചെടികളുടെ ഉണങ്ങിയ മുകുളങ്ങൾ പൊട്ടിത്തെറിച്ചു. നീണ്ടുനിവർന്നു വിടരുന്ന ശബ്ദങ്ങൾ കരിയിലകൾക്കിടയിൽ നിന്നും കല്ലുകളെ തട്ടിതെറിപ്പിച്ച് ചീറി വിടരുന്നു. തണുത്ത് മരവിച്ച ചില്ലകളിൽ ആവിയിൽ പുഴുങ്ങിയപോലെ പുകച്ചുരുളുകൾ നിവർത്തുന്നു. കത്തിക്കരിഞ്ഞ കണ്ണീരിന്റെ മറുവശം പോലെ മുഖപടം നോക്കി പതിയെ ചീറി പോയവർ മൗനത്തിന്റെ തെളിനീർ അഗ്നിവരമ്പുകളിലേക്ക് ഇറ്റിച്ചു

വീഴ്ത്തി. ചെല്ലികളും പല്ലികളും ചെമ്പല്ലികളും കുതിർന്ന സ്വപ്ന ങ്ങളുമായി പാറിപ്പറക്കവേ ചിറകെരിഞ്ഞ് ഒക്കെയും നേർത്ത തേങ്ങലു മായി തീക്കട്ടതറയിലേക്ക് വീണു. ഉരുകി വെന്ത മരണം അന്തരീക്ഷത്തിൽ ഓക്കാനം വരുത്താൻ പാകത്തിൽ നിറഞ്ഞു തുളുമ്പി. സന്ധ്യ കഴിഞ്ഞെത്തിയ ഒരു നാഴികയിൽ സ്വയം മുങ്ങിനിവർന്ന് ഇഴവിടർത്തിയ സ്വപ്നം പോലെ ശോഭ ദൂരെയെങ്ങോ കാഴ്ച മറച്ച് നീങ്ങി തീർന്നു. അവൻ ഒരിക്കലും കണ്ടിട്ടില്ലാത്ത മൺമെത്തകളിലൂടെ നഗ്നപാദനായി നടന്നു. കാലിനടിയിലെ മുള്ളുകൾ പുൽമെത്തകളിൽ നിന്നും ചോരതെറിപ്പിച്ച് ചുവപ്പ് പീലി നിവർത്തി. ചുവന്ന പാദങ്ങൾ സ്വാതന്ത്ര്യത്തിന്റെ നീറ്റൽ പോലെ ജീവിതത്തിന്റെയും ബന്ധത്തിന്റെയും അകപ്പൊരുളുകൾ അന്വേഷിച്ചു. ആത്മാവിൽ കറുത്ത മഷികൊണ്ട് ഒരു കളം വരച്ചു. ശനിയാട്ടിന്റെ ആ കളത്തിൽ നിന്നും നീളൻ ചുരുളുകൾ പത്തി നിവർത്തി ആടി. കൊട്ടിതീർന്ന പാമ്പിൻ പാട്ടിൽ നിന്നും ഒരു ഫണം പോലെ ഉള്ളിലേക്ക് വലിച്ച് ഒരു തല പൊട്ടിത്തെറിച്ചു.. ചെമ്പരത്തിപ്പൂവുകൾ നിരന്ന് നിന്ന കൽപ്പാതകളിൽ നിന്നും പറിച്ചെടുത്ത മൊട്ടുകളുമായി അവൻ താഴെ നിലംപരിശായികിടക്കുന്ന മണൽ പരപ്പിലേക്കിറങ്ങി. ചുറ്റും ചെണ്ട കൊട്ടുന്നത് പോലെയുള്ള ശബ്ദങ്ങൾ മുഴങ്ങി കേട്ടു. വിദൂരതയിൽ ഇരുന്ന് ഒരു കിളി ചിലച്ചു. മരുഭൂമിപോലെ മണ്ണിടിഞ്ഞ് കിടക്കുന്ന തരിശുനിലങ്ങളെ ചുറ്റി അവൻ വർണ്ണഭേദം വന്ന ഒരു കുരിശിലേറി. അസ്തമിക്കാറായ സൂര്യൻ വിളറി വെളുത്ത് ആകാശത്തിന് നിദ്ര പകർന്നു. നിലവിളികളിൽ കൊത്തിയെടുത്ത ചുവപ്പ് നിറം മങ്ങിയ പകലിനെ കടലിൽ താഴ്ത്തി. ചങ്ക് പറിച്ച് തിരിച്ചു വന്ന ഇലകൾ മരണം പകുത്തെടുത്ത മാവുകളെ തഴുകി. ആരും കൂട്ടിനില്ലെന്ന് മനസ്സിലായതിൽ പിന്നെ അവൻ നാട്ടിലേക്ക് മടങ്ങി പോന്നു. അവിടെ ചില ഓർമ്മകൾ തഴുകുമെന്നതൊഴിച്ചാൽ സൗഹൃദത്തിന്റെ നീരരുവികൾ വറ്റിവരണ്ടി രുന്നു.. ചിരിക്കാൻ മാത്രം അറിയുന്ന മതിലുകൾ കൊണ്ട് എന്റെ മണ്ണ് വിഭജിച്ചിരിക്കുന്നു. എത്ര ചോദിച്ചാലും ഉത്തരം കൊടുക്കാൻ കഴിയാത്ത വിധം ഇലകളിൽ നിന്നും ചെമ്പല്ലിക്കുത്തുകൾ ഇഴഞ്ഞിഴഞ്ഞ് അതിന്റെ ശിഖിരങ്ങളെ പൊതിഞ്ഞു. പനിച്ചു പോയ മൂക്കിന്റെ തുമ്പത്ത് വരയ്ക്കാൻ ഒരു ചിത്രവുമായി ഭൂമിയുടെ മുകളിൽ നിന്നും ചിറകു മുളച്ച ഉറുമ്പിൻ പ്രാണികൾ പറന്നുയർന്നു. ആടിതീർന്ന കഥകളിൽ നിന്നും സ്വന്തം വേഷം അന്വേഷിച്ച് ഒരാൾ ജീവിതത്തിന്റെ തിളച്ച പാത്രത്തിൽ കയ്യിട്ടു. ഒക്കെയും ഒരു സിനിമയിൽ എന്നവണ്ണം എലിയും പൂച്ചയും കണ്ടു.

നാല്പത്തിയൊന്ന്

ചെയ്ത നല്ല കാര്യവും മോശ കാര്യവും ചിലപ്പോൾ ഒന്ന് തന്നെയാവാം

ആ ഗ്രാമത്തിൽ ആറു പാവകൾ കൂട്ടുണ്ടായിരുന്ന ഏക പെൺകുട്ടി അവളായിരുന്നു. പാവകളൊയൊക്കെ താരാട്ട് പാടി ഉറക്കിയതിനു ശേഷം വേണം അവൾക്കുറങ്ങാൻ.

മുകുന്ദന് എന്ത് പറയണമെന്ന് ഉണ്ടായിരുന്നില്ല. ആ പിച്ചിച്ചെടിയിലേക്ക് നോക്കിയപ്പോൾ പതിയെ അതൊന്ന് ആടിയുലഞ്ഞു. ശ്മശാനത്തിൽ എങ്ങനെ ഒരു പിച്ചിച്ചെടി വന്നെന്ന ചോദ്യം അനാവശ്യമാണെങ്കിലും ഞാൻ അത് എന്റെ കാമുകിക്ക് നൽകിയ ആദ്യത്തെ ഉപഹാരമാണ് എന്ന് പറയാൻ ഉദ്ദേശിച്ചെങ്കിലും സുസുക്കിയും മുകുന്ദനും പരസ്പരം നോക്കുകയല്ലാതെ ഒന്നും മിണ്ടിയില്ല. കാരണം അത്തരം ലളിതവും യുക്തിസഹവുമായ ചോദ്യങ്ങളും ഉത്തരങ്ങളും പ്രേതത്തിന്റെ വർണ്ണാഭമായ ഭയപ്പാട് നൽകുന്ന അന്തരീക്ഷത്തെ തകർത്തുകളയും. ഭയപ്പെടുത്തുന്നതൊഴിവാക്കാനുള്ള ഏതൊരു സംഗതിയും പ്രേതത്തിന്റെ വിവരണത്തെ സംബന്ധിച്ചിടത്തോളം അനാവശ്യവും ഭാവനാത്മകവുമാണ്. അവളെയും അവനെയും സംബന്ധിക്കുന്ന ഏത് സംശയങ്ങളും ഒരു സംയുക്ത മനുഷ്യ-പ്രേതാവകാശപ്രശ്നം കൂടിയാണ്. ഇങ്ങനെ പോയ മുകുന്ദന്റെ പ്രേതസംബന്ധിയായ സന്ദേഹങ്ങളെ തകർത്തുകൊണ്ട് അവരുടെ കാമുകീകാമുകസംഗമത്തിന്റെ ഓർമ്മകളിലേക്ക് ഒരു പുകയും വലിച്ച് സുസുക്കി കാൽ വഴുതി വീണു. “അവൾ പൊടുന്നനെ അങ്ങ് പ്രത്യക്ഷപ്പെടുകയായിരുന്നില്ല. ഇലകൾക്ക് മുകളിലൂടെ ശിഖരങ്ങൾ വളഞ്ഞ് പുളഞ്ഞ് പോവുകയും അസ്ഥികൾ തൊലികളെ പൊതിയുകയും വേരുകൾ ഞരമ്പുകളിലൂടെ ആകാശത്തിലേക്ക് വളരുകയും ചെയ്ത് ഒരുപക്ഷേ അങ്ങനെയൊക്കെ ചെയ്യിച്ച് അവളൊരു വരവായിരുന്നു. ഇവിടെ ഒരു പെണ്ണുണ്ടായിരുന്നെങ്കിൽ എന്നും ഏതാണ്ടൊരു പെണ്ണെന്നതിലൂടെ അത് ഇവളായി തീരുന്ന തരത്തിലും ചിന്തിച്ച് പോയതും അവൾ ടപ്പേന്ന് ഒരു വരവായിരുന്നു.” ഞാൻ കണ്ണ് മിഴിച്ച് അങ്ങനെ നിൽക്കുമ്പോൾ നമ്മൾ നിൽക്കുന്ന ഇതേ ഭൂമി നമുക്ക് കാണാനാകും

വിധം അങ്ങ് ചെറുതായി ഒന്ന് കറങ്ങിവന്ന് പഴയപടി നിൽക്കുന്നു. തെങ്ങുകളും മാവുകളും തലകീഴായി വന്നു. ഞാൻ മുകളിലേക്ക് നോക്കിയപ്പോൾ ആകാശം അവിടെയില്ല. മേഘങ്ങൾ എനിക്ക് ചുറ്റും കരിവളകളുടെ നിറമുള്ള ചെറിപ്പഴങ്ങൾ മഴയായി കറങ്ങി നടന്ന് എന്നെ നനയിക്കുകയും കാൽക്കീഴിൽ വന്ന് മുഖത്തേക്ക് ചെളിതെറിപ്പിക്കുകയും ചെയ്തു. ഇത്രയും ആയപ്പോഴേക്കും നിലവിളിക്കാൻ തുടങ്ങിയ എന്റെ വായ പൊത്തി പിടിച്ച് ഇതിലൊന്നും പേടിക്കാനില്ലെന്നും പ്രേതങ്ങൾക്ക് ഇങ്ങനെ അല്ലാതെ വരാൻ കഴിയില്ലെന്നും ഇതൊക്കെ ലോകത്ത് കുറേ കാലമായി ഇങ്ങനെയാണെന്നും അതൊക്കെ വിട്ട് നമുക്കിവിടിരുന്ന് സംസാരിക്കാമെന്നും അവൾ പറഞ്ഞു. അവളൊരു എഴുത്തുകാരിയായിരുന്നു. പ്രസിദ്ധീകരിക്കാൻ വേണ്ടിയല്ലാതെ എഴുതിയ എഴുത്തുകാരി. അവളുടെ സ്വയം പ്രകാശനവും ആത്മവായനയും മാത്രമായിരുന്നു എഴുത്ത്. അവളുടെ അഭിപ്രായത്തിൽ എല്ലാവരും എഴുത്തുകാരാണ്. എഴുതാതെ മനുഷ്യന് ജീവിക്കാനാവില്ല. ഭക്ഷണവും ജലവും പോലെ അനിവാര്യവും ജൈവികവുമായ ഒരു പ്രവർത്തനമാണ് എല്ലാ മനുഷ്യർക്കും എഴുത്ത്. അവളെഴുതിക്കൊണ്ടേയിരുന്നു. ഒരു ഷെൽഫ് നിറയെ അവളുടെ വീട്ടിൽ അവളെഴുതിയ നോട്ടുബുക്കുകളും ഡയറികളും ആയിരുന്നു. പക്ഷേ, ഇങ്ങനെ ജീവിച്ചാൽ പോരല്ലോ എന്ന് കരുതി വീട്ടുകാർ അവളെ പിടിച്ച് വിവാഹം കഴിപ്പിച്ചു. വിവാഹപിറ്റേന്ന് അവൾ ഒരു പെട്ടിയോട്ടോ പിടിച്ച് എഴുതിയ ബുക്കുകളെല്ലാം ഭർത്താവിന്റെ വീട്ടിലെ അവളുടെ മുറിയിലെത്തിച്ചു. പൊടിയടിച്ച് ഒരാഴ്ചകാലം അമ്മായിയമ്മയും മകനും തുമ്മലും പനിയുമായി അനങ്ങാൻ പോലും കഴിയാതെ കിടന്നു. ഇനി കുറച്ച് ദിവസത്തേക്ക് തന്റെ പുറത്ത് കയറിക്കിടക്കില്ലല്ലോയെന്ന ധാരണയിൽ അവൾ ബുക്കുകൾ അടുക്കി പെറുക്കി വച്ചു. പൊടികളങ്ങനെ ഏറാനും തുമ്മലങ്ങനെ കൂടാനും തുടങ്ങിയപ്പോൾ അവൾ കുളിക്കാൻ കയറിയ നേരം നോക്കി ബുക്കുകളെല്ലാം ഭർത്താവ് തീയിട്ടു. അതേ തീയിൽ ആമയിരന്റെ താലിമാലയും അറുത്തിട്ട് അവളാ വീട്ടിൽ നിന്നിറങ്ങി. തിരിച്ച് സ്വന്തം വീട്ടിലേക്ക് തിരിച്ച് ചെല്ലാൻ കഴിയാത്ത വിധം ഗതിവിഗതികൾ മാറ്റിമറിക്കപ്പെട്ടിരുന്നത് കൊണ്ട് അവൾ ജീവിതത്തിന് ഒരു ഫുൾസ്റ്റോപ്പിട്ട് ഇനിമേലിൽ ശ്മാശാനത്തിൽ ജീവിക്കാമെന്ന് തീരുമാനിച്ചു. ജീവിതത്തേക്കാൾ സർഗാത്മകമായിരുന്നു അവൾക്ക് ശ്മശാനം. അപ്പോഴാണ് തനിക്ക് പറ്റിയ വിധത്തിൽ ഒരു വൃത്തികെട്ടവൻ ഈ ഭൂമിയിൽ ജീവിക്കുന്നുണ്ടെന്നും ലോകമവന് ശ്മശാനത്തിലാണ് ജീവിച്ചിരിക്കെ തന്നെ ഇടം നൽകിയിരിക്കുന്നതെന്നും തിരിച്ചറിഞ്ഞത്. ഇനിയിപ്പോൾ മരിച്ച് പോയതു കൊണ്ട് ഉണ്ടായേക്കാവുന്ന പരിമിതികളെ ജീവിച്ചിരിക്കുമ്പോഴുള്ള തിരിച്ചറിവുകൾ കൊണ്ട് മറികടക്കാൻ തീരുമാനിച്ച് രണ്ട് പേരും അങ്ങ് കൈകോർത്തു. പക്ഷേ, പ്രശ്നം അതല്ല. ലോകം രണ്ടും രണ്ടാണല്ലോ. ഇഹലോകവും പരലോകവും. രണ്ടിനും ഇടയിലൂടെ ഒരു പാലം അത്രയേ സാധ്യമാവൂ. അത് കേവലമായ ഒരു പാലമല്ല. ഒരു ആത്മാവ് ശരീരത്തിനുള്ളിലിരുന്നു ശരീരമില്ലാത്ത ഒരു ആത്മാവിനെ കണ്ടെത്താൻ

നടത്തുന്നതിൽ പരാജയപ്പെട്ട് പോയേക്കാവുന്ന ഒരു ശ്രമമാണിത്. ഒരു അവിശുദ്ധമായ കൂട്ടു കെട്ട്. പെൺജീവിതം പോലെ അദൃശ്യവും വേശ്യാവൃത്തി പോലെ പാപവുമാണത്. വേരുകൾ തായ്ത്തടി ഇല്ലാതെ ശൂന്യതയിലൂടെ ഇലകളെ കണ്ടെത്തുന്നതു പോലെ ഒരു പ്രവർത്തനം. സ്വാമി ശൂന്യവും കമ്യൂണിസ്റ്റ് നേതാവ് ഫൾഗുനൻ പിള്ളയും ഇതിനെപ്പറ്റി പുസ്തകം എഴുതിയിട്ടുണ്ട്. രണ്ട് പുസ്തകത്തിന്റെയും പേരുകൾ സുസുക്കി മുകുന്ദന് പറഞ്ഞ് കൊടുത്തു.

“ഹോ ഞാൻ ഇതൊന്നും പറയാനല്ല നിന്നെ വിളിപ്പിച്ചത്. നിനക്കും നിന്നെ സഹിക്കാൻ വയ്യതെ പിണങ്ങി പോയ ശോഭയ്ക്കും മകൾക്കും സുഖമല്ലേ?”

യഥാതഥമായ ഈ ചോദ്യം മുകുന്ദന്റെ മനസ്സിൽ തണുത്ത ജലം ഒഴിച്ചത് പോലെ മൃദുലമായ വികാരങ്ങൾ ഉണർത്തി. കണ്ണുകൾ തിരുമ്മി അവൻ ചുറ്റും നോക്കി തങ്ങളുടെ പഴയ കളിസ്ഥലം. സുഹൃത്ത് സുസുക്കി അടുത്തിരിക്കുന്നു. ചെറിയ നിലാവുള്ള ഒരു രാത്രി. ഇതിലിപ്പോ എന്തിത്ര പ്രശ്നം?

എലി പൂച്ചയ്ക്ക് കുറേ പഴകിപ്പോയ ബ്ലാക്ക് ആന്റ് വൈറ്റ് സ്ലൈഡുകൾ കാണിച്ച് കൊടുത്തു. ഒരു സ്ലൈഡിൽ പ്രകാശം വീണപ്പോൾ കുറ്റിരോമങ്ങളോട് കൂടിയ താടിയുള്ള നീളമുള്ള ഒരു മനുഷ്യൻ പ്രത്യക്ഷപ്പെട്ടു. ആൾക്കൂട്ടത്തിൽ നിന്നും മാറി ആത്മാവിനുള്ളിൽ ഒരു മുളങ്കാടുമായി അവൻ അങ്ങ് ദൂരെ നിന്നു. നിങ്ങളിൽ നിന്നും അപ്പുറത്ത് മാറിനിൽക്കുന്ന ആ മനുഷ്യന്റെ പേർ ദീപക് നാരായണൻ എന്നായിരുന്നു. പിന്നീട് കണ്ട സ്ലൈഡിൽ അവൻ കിടന്നുറങ്ങുകയായിരുന്നു. മദ്യത്തിന്റെ ഗന്ധത്തെ ഭേദിച്ച് മുഖം മൂടിയുമായി ഒരു മോഷ്ടാവ് അവന്റെ മുറിയിലെത്തി. വിലപ്പെട്ടതൊന്നും ഇല്ലാതിരുന്നിട്ടും അയാൾ എന്തൊക്കെയോ പെറുക്കിയെടുത്തു. അവൻ ഉറങ്ങുകയാണെന്ന് ഉറപ്പ് വരുത്തിയ അയാൾ മുഖം മൂടി നീക്കാൻ ശ്രമിക്കുമ്പോൾ ദീപക് വിളിച്ച് പറഞ്ഞു. “നിങ്ങളുടെ എന്റെ മുന്നിലെ മുഖം ഈ മുഖംമൂടിതന്നെയാവട്ടെ. ദയവു ചെയ്തു നിങ്ങളുടെ മുഖം എനിക്ക് കാട്ടിത്തരരുത്. എന്റെ ഏറ്റവും അടുത്ത സുഹൃത്തുക്കളിൽ ഒരാളാവുന്നതാണെനിക്കിഷ്ടം. അഴിച്ച് മാറ്റപ്പെടുന്ന മുഖമൂടികൾക്കുള്ളിൽ അതങ്ങനെ ആകാതെ പോയാൽ എനിക്കത് സഹിക്കാനാവില്ല.. ഇപ്പോൾ നിങ്ങൾ പോകൂ.” എലിയും പൂച്ചയും ആ സ്ലൈഡുകൾക്കുള്ളിൽ നിന്നും കണ്ണുകൾ പുറത്തേക്കെടുത്തു. അങ്ങ് ദൂരേ ആകാശം കടൽ പോലെ കാണപ്പെട്ടു. തിരകൾക്കുള്ളിലിരുന്ന് നക്ഷത്രങ്ങൾ ഭൂമിയിലേക്ക് നോക്കുന്നു.

നാല്പത്തിരണ്ട്

താഴെ ഇരുട്ട് മൂടിയ ഭൂമി

പ്രകൃതിയുടെ ഭൂപടത്തിൽനിന്നും മലയിറങ്ങി വന്ന ഒരു ആനഭ്രാന്തിനും ജീവിതത്തിനുമിടയിലെ വരമ്പിലൂടെ നടന്നു. ചെണ്ടയുടെ ശബ്ദവും തീയുടെ നാളവും ഒന്നിന്റെയും അരികു ചേരാനാവാത്ത വിധം അവനെ ഓരം ചേർന്ന് പിന്തുടർന്നു.

'ആംവേ ഏ ഷോർട്ട് ഇൻട്രഡക്ഷൻ' 'എങ്ങനെ പണമുണ്ടാക്കാം,' 'സ്വപ്നങ്ങൾ കാണാൻ ശീലിക്കൂ' തുടങ്ങിയ വിഷയങ്ങളിലായിരുന്നു ക്ലാസുകൾ. ഒരു ബോർഡിൽ വലിയ അക്ഷരത്തിൽ ഈ മൂന്നു കാപ്ഷനും മനോഹരമായി എഴുതി വച്ചിരുന്നു. മുകുന്ദനെ അങ്ങോട്ട് കൂട്ടിക്കൊണ്ട് പോയത് ശിവൻ സാറാണ്. പഴയ മാർക്സിസ്റ്റുകാരനാണ് അദ്ദേഹം. വിളിച്ചതാവട്ടെ ഒരു മാസികയുടെ കാര്യം പറയാനാണെന്ന വ്യാജേനയാണ്. സഖാക്കളുടെ ഒരു കൂട്ടം തന്നെയാണ് മുകുന്ദൻ അവിടെയും കണ്ടത്. ക്ലാസുകൾ ഓരോന്നായി അരങ്ങേറി. പണം ഉണ്ടാക്കാൻ വേണ്ട അടിസ്ഥാനപാഠങ്ങൾ പഠിപ്പിക്കപ്പെട്ടു. ഒടുവിൽ ശിവൻ വേദി കൈയടക്കി. നിർത്താതെ ആവേശത്തോടെ അയാൾ സംസാരിച്ചു. ആരെയും ഒരു നിമിഷത്തേക്കെങ്കിലും കുടുക്കുന്ന വാക്ചാതുരിയും തന്ത്രങ്ങളും. ഒരു മസ്തിഷ്ക പ്രക്ഷാളനം. സ്വപ്നങ്ങളാണ് മനുഷ്യന് വേണ്ടത്. കലാകാരന്മാരുടെ ദിവാസ്വപ്നങ്ങളല്ല മറിച്ച് തന്ത്രപരമായ സ്വപ്നങ്ങൾ ആ സ്വപ്നങ്ങളിലേക്കുള്ള വഴിയാണ് ആംവേ. സ്വപ്നം കാണാത്തവൻ ഒന്നും നിർമ്മിക്കുന്നില്ല. എന്നെ ചിലർ വക്കീലുകൂടി ആയതുകൊണ്ട് ആംവേ വക്കീലെന്ന് കളിയാക്കി വിളിക്കാറുണ്ട്. എനിക്ക് പരിഭവമില്ല. കാരണം ഞാൻ ആകെ തന്നെയും ഇന്ന് ആംവെയാണ്. ഞാൻ ഇന്ന് ആംവെയാൽ നയിക്കപ്പെടുന്ന ഒരു ഉത്പന്നമാണ്. വല്ലാത്ത ഒരാവേശത്തിലേക്ക് അയാൾ പോയി. ഐ ആം ഈറ്റിങ്ങ് ആംവേ ഐ അം തിങ്കിങ്ങ് ആംവേ... മുകുന്ദൻ അയാളുടെ മുഖത്തേക്ക് ഒന്ന് തുറിച്ച് നോക്കി വക്കീലിന്റെ തലയുടെ സ്ഥാനത്ത് ഒരു കഴുകന്റെ തല. അവന്റെ കണ്ണുകളെ അവന് വിശ്വസിക്കാൻ കഴിഞ്ഞില്ല. തുറിച്ച് നോക്കിയപ്പോൾ അത് ഒരു കടുവയുടെ തലയായി. അവൻ കണ്ണടച്ച് തലകുടഞ്ഞ് നോക്കി. അതൊരു

കാട്ടുപോത്തിന്റെ തലയായി മാറുകയായിരുന്നു. ഒടുവിൽ ഒരു പൂച്ചകുഞ്ഞിന്റെ തല. അവസാനമായി അവൻ ഒരിക്കൽ കൂടിനോക്കി. ഇപ്പോൾ തലയും ശരീരവുമാകെ ഒരു കരടിയായി മാറിയിരിക്കുന്നു. അവൻ ഉറക്കെ ചിരിച്ചു. ചിരികേട്ട് എല്ലാവരും നിശബ്ദമായി.

മുകുന്ദൻ പറഞ്ഞു. "വളരെ ഫ്രാങ്കായി ഞാൻ ചില കാര്യങ്ങൾ പറയുകയാണ്. ഞാൻ ഇവിടിരിക്കുന്നത് എനിക്കും നിങ്ങൾക്കും നഷ്ടമാണ്. മാർക്കറ്റിംഗ് മോശമാണെന്ന് വിശ്വാസമൊന്നും എനിക്കില്ല. പക്ഷേ അതിനും ഒരു സർഗാത്മകതയുണ്ട്. വിൽക്കാൻ വേണ്ടി മാത്രം ജീവിക്കുക. എന്നത് അസാധ്യമാണ്. നിലനിന്ന ഒരു സാമൂഹ്യബോധത്തെ അട്ടിമറിച്ചുകൊണ്ടാണ് നിങ്ങൾ ഈ യോഗങ്ങൾ കൂടുന്നത്. പരിചയപ്പെടുന്ന ഓരോരുത്തരും നിങ്ങളിൽ ഒരാളല്ലെന്ന് ഉറപ്പ് വരുത്തേണ്ട ഗതികെട്ട കാലം. അടുത്ത് വന്നിരിക്കുന്നത് നിങ്ങളിൽ ഒരാളാണെങ്കിൽ ദൂരേക്ക് മാറിയിരിക്കേണ്ട ഒരു കാലം. നിങ്ങളുടെ ഇടയിൽ നിന്നും എന്റെ കൂട്ടുകാരാ നിന്നെ ഞാൻ എങ്ങനെ കണ്ടെത്തും. പൊതു ഇടങ്ങൾ നഷ്ടപ്പെടുത്തിയ ഒരു തലമുറയിലാണ് ഈ കച്ചവടതന്ത്രങ്ങൾ എളുപ്പമാവുന്നത്. ഞാൻ നിങ്ങൾക്കെല്ലാവർക്കും ഒരു സമ്മാനം കൊണ്ടു വന്നിട്ടുണ്ട്. അവൻ സഞ്ചി തുറന്ന് നീളവും മൂർച്ചയുമുള്ള പത്ത് കത്തികൾ പുറത്തെടുത്തു. ദയവു ചെയ്ത് ഇത് സ്വീകരിച്ച് എന്നെ മോചിപ്പിക്കുക. ലാൽ സലാം സഖാക്കളേ." കച്ചവടം ഒരു മരണമണി മുഴക്കി കണ്ണുകെട്ടിയ മനുഷ്യരെ ആടുമാടുകളോടൊപ്പം തുറന്ന വാഹനത്തിൽ കൊണ്ട് പോകുന്നു. കണ്ണ് കാണാൻ കഴിയാതെ സൂര്യൻ പുളിച്ച കണ്ണുകൾ ഭൂമിയിലേക്ക് വലിച്ചെറിയുന്നു. തല തിരിഞ്ഞ പെരുംങ്കളിയാട്ടംപോലെ ഉരുകി ഉരുകി ജീവിതം ആത്മാവിനെ പൊള്ളിക്കുന്നു. മനുഷ്യനും മനസും മണ്ണും പെണ്ണും കഴപ്പിളകിയ പോലെ വെടിയുണ്ടകൾ ഉതിർത്ത് പുതിയ ശരീരങ്ങൾ തേടുന്നു. ഉദാരവും തുറന്നതുമായ കയറുകൾക്ക് മുന്നിൽ മൂന്നുവരയുള്ള പഴയ അണ്ണാൻ മടങ്ങിവന്ന് കടലിൽ മുങ്ങി കരയിൽ വെള്ളമെത്തിക്കുന്നു. ഉണങ്ങിക്കരിഞ്ഞ കരിമ്പിൻ തോട്ടങ്ങൾ കണ്ണുനീർ ഇറ്റിച്ച് പുഴയിലേക്ക് ചായുന്നു. തോടുകളുടെ ഓരം ചേർന്ന ചെമ്പരത്തി ച്ചെടികളും ചൂരൽവള്ളികളും പടർന്നു കിടന്ന് ചുവന്ന കോട്ട തീർക്കുന്നു. ചൂരൽച്ചെമ്പരത്തിയെന്ന് വിളിക്കാവുന്ന ഒരു വലിയ പടർപ്പൻ മരത്തിന്റെ മാറിടത്തിൽ കടന്നലുകൾ കൂടുവച്ച് തുടങ്ങുന്നു. നീറിപ്പുകയുന്ന വെയിൽ പരപ്പിൽ നിന്നും പുഴയെ കണ്ടെടുക്കാനാവാതെ വേരുകൾ പൊട്ടി ത്തെറിക്കുന്നു. അർദ്ധശരീരമാർന്ന ചന്ദ്രൻ മേഘങ്ങളുടെ ചുവന്നു തുടുത്ത അഴിമുഖത്ത് മുങ്ങിത്താഴുന്നു. ചോണനുറുമ്പുകളെ പുണർന്ന് ഇലകൾ ഞരമ്പ് തള്ളി തലകുത്തി വീഴുന്നു. ചുറ്റും പൊട്ടിച്ചിരികളും അട്ടഹാസ ങ്ങളും പരിഹാസങ്ങളും ക്രമം തെറ്റിയെത്തുന്നു. ഓരോ തലയും അളന്നെടുത്ത് വർഷങ്ങളുടെ സമ്പാദ്യത്തിൽ കൂട്ടികെട്ടി നല്ല വടിവൊത്ത ജീവിതങ്ങൾ നിർമ്മിക്കപ്പെടുന്നു. നിലവിളിച്ചുകൊണ്ട് കുറേ കുട്ടികളും

സ്ത്രീകളും വൃദ്ധരും തെരുവുകളിലൂടെ ഓടി മറയുന്നു. അവരെ വെടിവച്ച് കൊല്ലാനും തടങ്കലിലാക്കാനും വിലകൂടിയ ഗണ്ണുമായി പട്ടാളക്കാർ ഇന്ന് രാവിലെ റോഡിലിറങ്ങുന്നു.

എത്ര മനോഹരമായ സർഗാത്മകയതയാണ് സൈക്കിളിന്റെ കണ്ടുപിടുത്തത്തിന് പിന്നിലുള്ളത്. ഏത് ഊടുവഴിയിലൂടേയും ഒരു സുഹൃത്തിനെ പോലെ അത് കൂടെ വരുന്നു. മുകുന്ദന്റെ നാട് സൈക്കിളിന്റെ നാടാണ്. സൈക്കിൾ എല്ലാ വീടുകളിലും ഉണ്ടാവും. റോഡുകളിൽ എപ്പോഴും എട്ടോ പത്തോ സൈക്കിളെങ്കിലും കാണാം. ഏത് മാറ്റത്തിനും ആ നാട്ടിൽ നിന്നും സൈക്കിളിനെ ഇല്ലാതാക്കാൻ കഴിഞ്ഞിട്ടില്ല. അവന് ഏറ്റവും ഇഷ്ടപ്പെട്ട വാഹനമായിരുന്നു സൈക്കിൾ. സ്കൂൾ കുട്ടികൾ ആണും പെണ്ണും വ്യത്യാസമില്ലാതെ വീട്ടിലേക്കും സ്കൂളിലേക്കും സൈക്കിളിൽ യാത്ര നടത്തുന്നു.

ആംവേയുടെ മീറ്റിങ്ങിൽ നിന്നും സൈക്കിളിൽ അവൻ ആദ്യം ബാറിലേക്കും പിന്നീട് കടൽ തീരത്തേക്കും പോയി. തിരകൾ അവനെ കാത്തിരുന്നു. തന്റെ മകളെയൊന്ന് കണ്ടിട്ട് വിളിച്ചിട്ട് മൂന്നുമാസമാവുന്നു. ഭാര്യ പോയതിനു ശേഷം രണ്ടു പേരും വിളിക്കാറില്ല. ഒരുമിച്ച് നഷടപ്പെട്ട രണ്ട് കരകൾ പോലെ. സമയം സന്ധ്യയോട് അടുത്ത് കഴിഞ്ഞു. നിരവധി തവണ തിരകൾ അവന്റെ പാദങ്ങളെ തഴുകി കടന്നുപോയി. ആകാശത്ത് നക്ഷത്രങ്ങൾ കണ്ണടച്ച് കാണിക്കുന്നു. നിലാവിന്റെ കിരണങ്ങൾ അവന്റെ ഹൃദയത്തിലേക്ക് ഒഴുകിയിറങ്ങി. കടൽ കാറ്റടിച്ച് മണ്ടപോയ തെങ്ങുകൾ നൽകുന്ന കറുത്ത ചിത്രങ്ങൾ അവന്റെ മനസിനെ പിടിച്ചുലച്ചു. ഞണ്ടുകൾ പതിയെ അരികുചേർന്ന് തൊട്ടിയുരുമ്മി കളിച്ചു. കടലിന്റെ ശക്തി കുറഞ്ഞു കുറഞ്ഞു വന്നു. ഇപ്പോൾ തിരകൾ ഒരടി ദൂരെ വന്ന് മടങ്ങിപ്പോവുന്നു. ശരീരമാകെ ഉപ്പുതൈകൾ പറ്റി ചേരുന്നു. കറുത്ത മുത്തുകൾ പോലെ കരിമണൽ മനസിൽ പടരുന്നു. ആശങ്കകൾ കൊണ്ടും ആകുലതകൾ കൊണ്ടും മുകുന്ദന്റെ ചിറകുകൾ തളർന്നുപോയിരുന്നു. പിന്നിട്ട വഴികളെല്ലാം തന്നെ വീണ്ടും വീണ്ടും തളരാൻ പഠിപ്പിച്ചുകൊണ്ടിരിക്കുന്നു. ചുറ്റും ഒരില പോലും അനങ്ങുന്നില്ല. ഇലയനക്കങ്ങളെ പോലും നഷ്ടപ്പെടുന്ന മൂകതയെ കീറിമുറിച്ചുകൊണ്ട് ഒരു തിര വാശിയോടെ ആർത്തുലച്ചു വന്ന് അവനെ മുഴുവൻ നനച്ചു മടങ്ങിപ്പോയി. ആ നീലച്ചിത്രം ടിവിയുടെ സ്ക്രീനിൽ പടർന്ന് കയറുന്നതിനിടയിൽ പൂച്ച കൈകളും കാലുകളും നക്കികൊണ്ടിരുന്നു. എലി അയാളൂടെ തുടകളിലെത്തി ഇക്കിളിപ്പെടുത്തി. ലിംഗമെന്ന് കരുതി അയാൾ അതിനെ തഴുകി. ആ ടിവിസ്ക്രീനിൽ നിന്നും അയാൾ ആദ്യം ഉറക്കമില്ലാത്ത രാത്രിയിലേക്കും ഒടുവിൽ ഒരു മനോരോഗ വിദഗ്ദ്ധന്റെ മുന്നിലേക്കും വലിച്ചെറിയപ്പെട്ടു. കറങ്ങിയിട്ടും തീരാത്ത മൂളലുകൾക്കുള്ളിൽ അയാളുടെ തല വട്ടം ചുറ്റിക്കൊണ്ടിരുന്നു. ചോക്കുകൾ കറുത്ത ബോർഡുകളെ മായ്ച്ചുകൊണ്ടിരുന്നു.

കട്ടിലിൽ ഉരുണ്ട് മറിയുന്ന അയാളുടെ ശരീരത്തിലൂടെ എലി പൂച്ചയെ യാത്ര ചെയ്യിച്ചു. അയാളുടെ ഭൂമിശാസ്ത്രവും സാമൂഹ്യശാസ്ത്രവും നക്കിതുടച്ച് പൂച്ച ജനലിലൂടെ പുറത്തേക്ക് ഓടി. തലങ്ങനെയും വിലങ്ങനെയും ചാടിക്കളിച്ചുകൊണ്ട് എലി നിരന്തരം അയാളുടെ തലയ്ക്കുള്ളിലൂടെ പടർന്ന് കയറി. നിരന്തരം ചെറുതായി പോവുകയാണോ എന്ന ഭയപ്പാടിൽ നിന്നും അയാൾ മനശ്ശാസ്ത്രജ്ഞനോട് ഒരു കാര്യം ആവശ്യപ്പെട്ടു. ലിംഗം വലുതാക്കാൻ പറ്റുന്ന യന്ത്രം. തന്റെ ഉറക്കമില്ലാത്ത രാത്രികളെപ്പറ്റി അയാൾ ഡോക്ടറോട് പറഞ്ഞു. 11 ദിവസമാകുന്നു ഉറങ്ങീട്ട്. സ്വപ്നം കണ്ട് കിടക്കുന്നതല്ലാതെ ഉറങ്ങുന്നില്ല. കണ്ണടച്ച് കഴിഞ്ഞാൽ നഗ്നയായ ഒരു പെണ്ണ് കൺമുന്നിൽ വന്ന് നിൽക്കുന്നതു പോലെ. ചിന്തകൾ ഒന്നിൽ നിന്നും ഒന്നിലേക്ക് ചാടി കറങ്ങിയിട്ടും തിരിഞ്ഞു തീരാത്ത രാത്രികൾ. രാത്രി അസ്തമിക്കാറായതിന്റെ വെളുത്ത സൂചനകൾ. കാർമേഘങ്ങൾ അതിന് ചുറ്റും പറന്ന് നടക്കുന്നു. ഇലകളെല്ലാം കറുത്തുപോയ വയലിനെ കീറിമുറിച്ചു. ഒരു നടപ്പാതയുടെ ഇരുവശവും ഉയർത്തപ്പെട്ട് വേലികൾ. വഴിയിൽ, കട്ടിലിൽ ജീവിതത്തിൽ അയാൾ ഒറ്റയ്ക്ക്. കടുത്ത് മരുന്നുകൾക്ക് പോലും തകർക്കാനാവാത്ത വിഷാദവുമായി അയാൾ മദ്യത്തിനു മാത്രം ഉറക്കാൻ കഴിയുന്ന തലച്ചോറുമായി നിലവിളിച്ചു.

നാല്പത്തിമൂന്ന്

ഇനിയും ഒന്നുണരാനും കിതയ്ക്കാനുമാവുന്നില്ലെങ്കിൽ ഞാൻ ജീവിച്ചിരിക്കുന്നതെന്ത്

പൂർത്തീകരിക്കാൻ ആവാത്ത വാക്കുകളെ മണ്ണെണ്ണയൊഴിച്ച് കത്തിച്ചപ്പോൾ ഇറങ്ങിയോടിയ വാലിൽ തീപിടിച്ച കുറേ അക്ഷരങ്ങൾ കുറച്ചുകാലം കൂടി ജീവിക്കും.

വർഷം ആറ് കഴിഞ്ഞ് പോയി. റോഷ്നേര മുകുന്ദനെ കാണാൻ തീരുമാനിച്ചു. അവനെ പറ്റിയൊരു വിവരവും ലഭിക്കാതെയായിട്ട് കുറെ കാലമാവുന്നു. ആരാണ് തോറ്റുകൊടുക്കുന്നതെന്ന് അറിയാനെങ്കിലും ആ കാഴ്ച വളരെ പ്രധാനമാണ്. ഒരുപക്ഷേ ഒരു വ്യവസ്ഥാപിത ബന്ധത്തിലേക്കു അവൻ കടന്ന് പോയിട്ടുണ്ടാവാം. എങ്കിലും അവൻ തന്നെ തേടി വരുന്നതിന് മുമ്പേ അവനെ താൻ കാണണം. അതൊരു ചെറിയ വാശിയും പകരം വീട്ടലുമാണ്. അവൾ ലാപ്ടോപ്പ് തുറന്നു. തന്റെ ഷെൽഫിൽ നിന്നും ഒന്നു രണ്ട് പഴയ സീഡികൾ എടുത്തു. ഒന്ന് അവൻ അഭിനയിച്ച ഒരു നാടകത്തിന്റേതായിരുന്നു. ഒരു ഏകാംഗ നാടകത്തിന്റെ മനോഹരമായ ഓർമ്മപ്പെടുത്തൽ. മറ്റേത് അവൻ സംവിധാനം ചെയ്ത ഒരു നാടകത്തിന്റെ സിഡി ആയിരുന്നു. അതിൽ ഒന്ന് (അവൻ അഭിനയിച്ച നാടകം) ലാപ്ടോപ്പിൽ പ്ലേ ചെയ്തു. മാസ്ക്ക് എന്നായിരുന്നു ഒരാൾ മാത്രമുള്ള ആ നാടകത്തിന്റെ പേര്. അരങ്ങിൽ പലപല വേഷങ്ങൾ ചെയ്ത് ഒടുവിൽ സ്വന്തം മുഖം നഷ്ടപ്പെടുന്ന- അത് തിരയുന്ന ഒരു നടന്റെ ആകുലതകളെ കൈയൊതുക്കത്തോടെ ആ നാടകം കൈകാര്യം ചെയ്തിരിക്കുന്നു. സ്ക്രിപ്റ്റ് മുകുന്ദൻ തന്നെ ചെയ്തതായിരുന്നു. ഒരു സുഹൃത്ത് സംഗമത്തിൽ ചെറിയ പ്രേക്ഷകരുടെ മുന്നിൽ പരീക്ഷണാർത്ഥം ഒരു തവണ മാത്രമേ ആ നാടകം അവതരിപ്പിച്ചിട്ടുള്ളൂ. നടൻ മാറിമാറി നിരവധി മാസ്കുകൾ ഉപയോഗിക്കുന്നുണ്ട് ആ രംഗാവതരണത്തിൽ. ഒടുവിൽ വേദിയാകെ മാസ്കുകൾ കൊണ്ട് നിറയും. മാസ്കുകൾ വലുതായി മാറും. ഇതിനിടയിൽ തന്റെ മുഖം തിരിച്ചറിയാൻ നടന്

കഴിയാതെ പോവുന്നു. ഒരു മെറ്റാതിയറ്റർ വർക്ക്. ഒടുവിൽ നാടകാവസാനം അവൻ ആ നാടകത്തെ പറ്റി സംസാരിക്കുന്നതും റോഷ്നേര പകർത്തിയിരുന്നു. ഇതൊരു മണ്ടൻ ചിന്തയാവാം. പക്ഷേ എന്നെ അലട്ടുന്നു എന്നത് തള്ളിക്കളയാൻ ആവുന്നില്ല. നടന്റെ കഥാപാത്രത്തിലേക്കുള്ള രൂപാന്തരീകരണ (ട്രാൻസ്ഫോമേഷൻ) വും മടങ്ങിവരവും. ഇതിനിടയിലെ അതിര് എവിടെയാണ്? അഭിനയത്തിന്റെ സർഗാത്മകമായ ആഴങ്ങളിലേക്ക്, ഒരുപക്ഷേ ഒരു ട്രാൻസ് എന്ന അവസ്ഥയിലേക്ക് എത്തുകയും വീണ്ടും ഇടയ്ക്ക് അരങ്ങെന്ന സ്ഥകാല ബോധത്തിലേക്ക് മടങ്ങിവരുകയും ചെയ്യുന്ന നടൻ. അതിൽ അങ്ങേയറ്റം ആസ്വാദ്യത കണ്ടെത്തുന്ന അവന്റെ മനസ്സ്. അഭിനയം ലൈംഗികത പോലെ ഒന്ന് തന്നെയാണ്. ഒരു സ്ഖലനം പോലെ അത് തീവ്രവും മനോഹരവും മനസ്സിനെ വലിച്ച് മുറുക്കുന്നതുമാണ്. കഥാപാത്രം എന്നത് യാഥാർഥ്യമല്ല. അല്ലെങ്കിൽ ഏകശിലാധിഷ്ഠിതമായ ഒരു കഥാപാത്രം ഇല്ല. അത് സങ്കൽപ്പം മാത്രമാണ്. അതുകൊണ്ടാണ് ഷേക്സ്പിയർ, മാക്ബത്ത് എന്ന ഒരു കഥാപാത്രത്തെ സൃഷ്ടിച്ചപ്പോൾ പകരം ലോകത്ത് ഒത്തിരി മാക്ബത്തുകൾ ഉണ്ടായത്. യഥാർത്ഥമല്ലാത്ത ഒന്നിനെ എങ്ങനെ മനസിലാക്കുകയും വായിക്കുകയും ചെയ്യുമെന്നത് എല്ലാ സർഗാത്മകപ്രവർത്തനത്തിന്റെയും പ്രതിസന്ധിയാണ്. അരങ്ങത്ത് നടൻ തന്നെയാണുള്ളത്. പക്ഷേ, അത് മാത്രമായി അയാൾക്ക് അവിടെ നിലനിൽപ്പില്ല. ഇല്ലാത്ത ഒന്നിനെ നിർമ്മിച്ചെടുക്കലാണ് കല. പോകാനൊരിടം ഇല്ലാതെ തന്നിൽ തന്നെ നിൽക്കാനാവാതെ കുറച്ച് സമയത്തേക്ക് തന്നെ തന്നെ വലിച്ചു മാറ്റുന്ന ഒരു അനുഭവമാണ് അഭിനയം. താൻ തന്നെയാവാനും കഥാപാത്രമാവാനും കഴിയാത്ത ഒരു ഗതികേട്. ഒരു സ്വയംതകരൽ. രംഗത്ത് കയറുന്നതിന് മുമ്പ് തന്റെ സ്വത്വത്തെ അണിയറയിൽ ഒളിപ്പിച്ചുവച്ചാണ് ഓരോ നടനും അരങ്ങത്ത് കയറുന്നത്. സ്വയം നഷ്ടപ്പെട്ടവന്റെ സ്വത്വാന്വേഷണമാണ് അഭിനയം. കാഴ്ചയിൽ തറയിൽ നിൽക്കുമ്പോഴും അവൻ ശൂന്യതയിലാണ്. സമ്പൂർണവും സ്ഥിരവുമായ രൂപപരിണാമമെന്ന അപകടത്തിൽ നിന്നും കൂടി സ്വയം രക്ഷിച്ചെടുക്കണ്ട ദൗത്യം ഓരോ നടനും ഉണ്ട്.

എന്റെ നാട്ടിൽ ഒരു കാവിൽ രാമായണത്തിന്റെ ചെറിയ അവതരണം എല്ലാ വർഷവും നടക്കും. അവസാന രംഗത്ത് രാമൻ രാവണന്റെ തല വെട്ടുന്നുണ്ട്. തലവെട്ടി കിരീടം എടുത്ത് മാറ്റുന്നതോടെ അവതരണം കഴിയുന്നു. എന്നാൽ മുതിർന്ന നടനായ രാവണന്റെ വേഷം ചെയ്ത നടനെ അധികം വൈകാതെ തന്നെ രംഗത്ത് വച്ച് രാമന്റെ വേഷം ചെയ്ത നടൻ തൊഴുകയും കാലിൽ തൊട്ട് തലയിൽ വച്ച് നമസ്ക്കരിക്കുകയും ചെയ്യും. സത്യത്തിൽ ഇതു ചെയ്യുന്നത് രാമനോ വേഷം ചെയ്ത നടനോ?

ഏറെ ശ്രമിച്ചശേഷം അവൾ മുകുന്ദൻ പകുതിയാക്കി വച്ച ആ സ്ക്രിപ്റ്റും പൊടിതട്ടിയെടുത്തു. കാണുമ്പോൾ ഇതെല്ലാം അവന് കൈമാറുക എന്ന ഒരു അസാധാരണമായ ആഗ്രഹം മാത്രമേ അവളിൽ ഉണ്ടായിരുന്നുള്ളൂ. മഹാഭാരതത്തിലെ കർണ്ണനെ അടിസ്ഥാനമാക്കിയ ഒരു

നാടകത്തിന്റെ അവസാന രണ്ട് രംഗങ്ങളായിരുന്നു മുകുന്ദൻ എഴുതി വച്ചിരുന്നത്. കാലത്തെ അതിജീവിക്കുന്ന ഏകപുരാണകഥാപാത്രം കർണ്ണനാണ്, അതിനുള്ള ശക്തി ആ കഥാപാത്രത്തിനുണ്ടായിരുന്നു. അവസാനം വരെയും സ്നേഹിക്കുന്ന തന്റെ സുഹൃത്തിന് വേണ്ടി ജീവിതം മാറ്റി വയ്ക്കാൻ അവന് കഴിഞ്ഞു. പാണ്ഡവർ എപ്പോഴും കൃഷ്ണന് താഴെ നിന്നപ്പോൾ കർണ്ണൻ ദുര്യോധനന്റെ മുകളിലൊ താഴെയോ നിന്നില്ല. തോളോട് തോൾ ചേർന്ന് ഒപ്പത്തിനൊപ്പം നിന്നു. കർണ്ണന്റെ മരണത്തെ ഒരു ആത്മഹത്യയായി മുകുന്ദൻ നാടകത്തിൽ വിവരിച്ചു. അമ്മയെന്ന നന്ദികേടിന് കൊടുത്ത മധുരമുള്ള പ്രതികാരം. കർണ്ണനെ വധിക്കാൻ ശരീരത്തിലെങ്ങും ധാർമ്മികതയുടെ അടയാളമില്ലാത്ത അർജുനന് ആവുമായിരുന്നില്ല. മുകുന്ദന്റെ നാടകത്തിൽ ഒടുവിൽ തന്റെ കാഴ്ചയെ ഭേദിച്ച് അമ്പെയ്യാൻ ഭയപ്പെടുന്ന അർജുനന്റെ ആവനാഴിയിൽ നിന്നും ചിരിച്ചുകൊണ്ട് ഒരമ്പെടുത്ത് കർണ്ണൻ തന്റെ തന്നെ കണ്ഠം ഛേദിക്കുന്ന ഒരു രംഗം ഉണ്ട്. ആ കർണ്ണൻ കറുത്തിരുണ്ട ഒരു മനുഷ്യനായിരുന്നു. കർണ്ണൻ - ഒരു ആത്മഹത്യാക്കുറിപ്പെന്നായിരുന്നു അവൻ എഴുതി വച്ചിരുന്ന ടൈറ്റിൽ.

റോഷ്നേര ട്രെയിൻ ടിക്കറ്റ് ബുക്കു ചെയ്തു. വെയിറ്റിംഗ് ലിസ്റ്റിലാണ് അവൾക്ക് ടിക്കറ്റ് ലഭിച്ചത്. സ്ലീപ്പറിലെങ്കിലും സീറ്റ് കിട്ടാതിരിക്കില്ല. പോകാനുള്ള സാധനങ്ങളൊക്കെ അവൾ തയ്യാറാക്കി വച്ചു. ഈ യാത്രയുടെ ഒടുവിൽ രണ്ട് സാധ്യതകളാണ് ഉള്ളത്. വർഷങ്ങൾക്കു ശേഷം കാണുന്ന തന്റെ പ്രിയപ്പെട്ട സുഹൃത്തിനെ അൽപ്പം അമ്പരപ്പോടെയും അതിലേറെ സ്നേഹത്തോടെയും മുകുന്ദൻ സ്വീകരിക്കുക. രണ്ട് ദിവസം അവനോടൊപ്പമോ അവൻ പറയുന്ന സ്ഥലത്തോ ഒരുമിച്ച് നിൽക്കുക. അല്ലെങ്കിൽ തന്നോടുള്ള അവന്റെ താത്പര്യമില്ലായ്മ സ്വയം അറിഞ്ഞ് മടങ്ങി പോരുക. അവന് ഒരുപക്ഷേ കുട്ടികളുണ്ടെങ്കിൽ അവർക്ക് എന്ത് വാങ്ങികൊടുക്കും. ഒക്കെയും അവിടെ ചെന്ന് തീരുമാനിക്കുന്നതാണ് നല്ലത്. മാത്രമല്ല മുകുന്ദൻ മാത്രമാണ് ഉറപ്പിക്കാവുന്ന എക യാഥാർത്ഥ്യം. തന്റെ പകുതി മുറിഞ്ഞുപോയ സ്ക്രിപ്റ്റ് അവൻ കൊടുക്കാവുന്ന ഏറവും നല്ല സമ്മാനമായിരിക്കും. എങ്കിലും അതുമാത്രം പോരല്ലോ. അതുകൊണ്ട് തന്നെ ഒന്നിലധികം സാധനങ്ങൾ വാങ്ങിക്കാൻ അവൾ തീരുമാനിച്ചു. പുതിയ ഇംഗ്ലീഷ് പടത്തിന്റെ തനിക്ക് ഇഷ്ടപ്പെട്ട ഒന്ന് രണ്ട് സിഡി അവൾ വാങ്ങി. റിച്ചാഡ് ഷെക്നറുടെയും യൂജിനീബാർബയുടെയും സഫ്ദർ ഹശ്മിയുടെയും ഓരോ പുസ്തകങ്ങൾ വാങ്ങി. ഫത്തേഖ് അലീഖാന്റെ സൂഫി സംഗീതത്തിന്റെ രണ്ട് സിഡിയും അവൾ വാങ്ങി. ഇതിലൊന്നും അവൾ പക്ഷേ തൃപ്തിയടഞ്ഞതുമില്ല.

“**സു**ഖം തന്നെ. നീ എന്ത് പറയാനാ എന്നെ വിളിപ്പിച്ചത്” മുകുന്ദൻ സുസുക്കിയോട് ചോദിച്ചു. മൂന്നു കാര്യങ്ങൾ. മൂന്നു രഹസ്യങ്ങൾ. നീ അത് ആരോടും പറയരുത്.”

ഞാൻ കുറെക്കാലം അമേരിക്കൻ പട്ടാളത്തിൽ സേവനം നടത്തിയ വിവരം നിനക്കറിയാമല്ലോ, അമേരിക്കൻ പട്ടാളമെന്ന് പേരുണ്ടെങ്കിലും ഒരു അമേരിക്കകാരൻ പോലും യുദ്ധമുഖത്ത് ഉണ്ടാവില്ല. എല്ലാം ഇന്ത്യയെയും ആഫ്രിക്കയെയും പോലുള്ള മൂന്നാം ലോകരാഷ്ട്ര പൗരൻമാർ. ജോലി അമേരിക്കയിലല്ല അഫ്ഗാനിസ്ഥാനിൽ. അവർ പറയുന്ന പണി ചെയ്താൽ കൈനിറയെ ശമ്പളം. അവിടെ വച്ച് ഞാൻ ഒരു പെൺകുട്ടിയെ മൂന്നു തവണ ബലാത്സംഗം ചെയ്തു. പട്ടാളത്തിൽ ചേരാനുള്ള പരിശീലനത്തിന്റെ ഭാഗമായിരുന്നു മൂന്നു ബലാത്സംഗങ്ങളും. ആദ്യത്തെ തവണ സന്തോഷത്തോടെയും രണ്ടാമത്തെ തവണ ചാട്ടവാറിന്റെ അടി ഭയന്നും മൂന്നാം തവണ വേദനയോടെയും ഞാനത് ചെയ്തു. വെറും മൂന്നു മാസത്തെ പരിശീലനം മാത്രമേ ഞങ്ങൾക്കുണ്ടായിരുന്നുള്ളൂ. പീഡനം എങ്ങനെ നടത്താമെന്നതിന്റെ വിപുലവും വൈവിധ്യപൂർണവുമായ അനുഭവപാഠങ്ങളിലൂടെ കടന്ന് ഞാൻ അമേരിക്കൻ പട്ടാളക്കാരനായി. അഫ്ഗാനിസ്ഥാനിലെ ക്യാമ്പുകളിൽ മാറിമാറി അഭിമാനത്തോടെ ഞാൻ ഓടി നടന്നു. ഒരാളുടെ മേൽ ഒന്നിലധികം തവണ നടത്തുന്ന ബലാത്സംഗം ഒഴിച്ചാൽ എല്ലാം ആസ്വാദ്യകരമായിരുന്നു. സത്യത്തിൽ അമേരിക്കയിൽ കറങ്ങി നടക്കാനും സ്വാതന്ത്ര്യം ആഘോഷിക്കാനും വേണ്ടിയായിരുന്നു ഞാൻ അമേരിക്കൻ പട്ടാളത്തിൽ ചേരാൻ ആഗ്രഹിച്ചത്. അത് ഞാൻ കണ്ടത് അഫ്ഗാനിസ്ഥാനിലാണ്. സത്യത്തിൽ അമേരിക്ക ഒരു വല്ലാത്ത രാഷ്ട്രമാണ്. അവർക്ക് എവിടെയും എപ്പോഴും എങ്ങനെയും കടന്നു ചെല്ലാം. ചിലപ്പോഴൊക്കെ എനിക്ക് തോന്നിയിട്ടുള്ളത് അതൊരു രാഷ്ട്രമല്ല ഒരു വ്യക്തിയാണെന്നാണ്. നിങ്ങൾ അമേരിക്കയുടെ സുഹൃത്തായാലും ശത്രുവായാലും നിങ്ങളുടെ കുറച്ച് ഡി.എൻ.എ അവരെടുത്ത് വച്ചിട്ടുണ്ടാവും. നിങ്ങളെ കൊന്നിട്ട് അത് നിങ്ങൾ തന്നെയാണെന്ന് ഉറപ്പ് വരുത്താൻ. ആ ഡി.എൻ.എ ആണ് അമേരിക്കയുമായി ആർക്കും ഉള്ള സൗഹൃദത്തിന്റെയും ബന്ധത്തിന്റെയും അടിസ്ഥാനം. ബിൻലാദന്റെ ഡി.എൻ.എ അങ്ങനെ എടുത്ത് വച്ചിരുന്നതാണ്. അഫ്ഗാനിസ്ഥാനിൽ ഞങ്ങളുടെ പണി വളരെ എളുപ്പമായിരുന്നു. ഒരു സ്ഥലത്തേക്ക് ചെല്ലുക അവിടെ താമസിക്കുന്ന സാധാരണക്കാരായ ഭീകരരോട് ഒഴിഞ്ഞ് പോകാൻ പറയുക. അതിന് വേണ്ടി കുറച്ച് ദിവസങ്ങൾ കൊടുക്കുക. അവസാനം അന്ത്യശാസനവും കഴിഞ്ഞ് ഒഴിഞ്ഞ് പോവാൻ തയ്യാറാവാത്തവരെ പിടിച്ചു കൊണ്ട് വന്ന് ക്രൂരമായി പീഡിപ്പിച്ച് സമയം കളയുക. വെരി ഇൻട്രസ്റ്റിംഗ് ഗെയിം. പതിയെ പതിയെ ഭീകരരില്ലാത്ത സ്ഥലമായി ഭൂമിയാകെ മാറ്റി തീർക്കുക. പുരുഷന്മാരാണെങ്കിൽ കണ്ണുകൾ ചൂഴ്ന്നെടുത്തും സ്ത്രീകളാണെങ്കിൽ കാലുകൾ അകറ്റിയും തുടങ്ങണമെന്ന നിർബന്ധമേ മുകളിലുള്ളവർക്ക് ഉണ്ടായിരുന്നുള്ളു. പിന്നീട് അവർ ഉറങ്ങുമ്പോൾ പോലും നിലവിളികൾ ഉയർന്ന് കേൾക്കണം. ഇന്ന് സ്ഥലങ്ങൾ പിടിച്ചടക്കുകയാണെങ്കിൽ നാളെ പീഡിപ്പിക്കാം. ഇന്ന് പീഡിപ്പിക്കുകയാണെങ്കിൽ

നാളെ സ്ഥലങ്ങൾ പിടിച്ചടക്കാം. ഇങ്ങനെ ദിവസങ്ങളെ വ്യത്യസ്തമാക്കി കൊണ്ടിരിക്കാം. പക്ഷേ, എനിക്ക് അധിക ദിവസം അവിടെ തുടരാനായില്ല. എന്റെ പ്രാഗത്ഭ്യത്തിൽ അവർക്ക് സംശയങ്ങൾ തോന്നിത്തുടങ്ങി. അതിന് ന്യായമായ ചില കാരണങ്ങളുമുണ്ട്. അമേരിക്കയെ കുറ്റം പറയാൻ കഴിയില്ല. അത്ര ചെറിയ കാര്യങ്ങൾക്ക് പോലും അവർക്ക് തെറ്റ് പറ്റില്ല. ഒന്നിലധികം തവണ എനിക്ക് ഒരാളെ ബലാത്സംഗം ചെയ്യാൻ കഴിയാത്തതാണ് അവരിൽ ആദ്യം തന്നെ അരസികത്വം ഉണ്ടാക്കിയത്. കൂടാതെ എന്റെ ഒരു ബലഹീനത കൂടി അവർ പെട്ടെന്ന് പിടികൂടി. ശത്രുവിന് നേരെ തോക്ക് ചൂണ്ടുമ്പോൾ അടുത്ത നിമിഷം അത് വളഞ്ഞ് എന്റേ നേരെ തന്നെ നിൽക്കുന്നതായി എനിക്ക് തോന്നുന്നു. വളരെ കുറച്ചു സമയത്തേക്ക്. വെടിവയ്ക്കാൻ അഞ്ച് സെക്കന്റ് നേരത്തേക്ക് വൈകിപ്പോവുന്നു. അവർക്കത് സഹിക്കാൻ ആവില്ല. മരിക്കണമെന്ന് അവർ തീരുമാനിക്കുന്ന ശത്രുവിന് ഒരു അഞ്ച്സെക്കന്റ് കൂടി ജീവിതം കൊടുക്കുകയെന്നത് അമേരിക്കയ്ക്ക് ഒരിക്കലും സഹിക്കാനാവില്ല. ഒടുവിൽ അവർ എന്നെ വേണ്ടെന്ന് തീരുമാനിച്ചു. കൈനിറയെ പണവും തന്ന് എന്നെ പറഞ്ഞയച്ചു. അല്ലെങ്കിൽ പത്ത് വർഷത്തേക്ക് എഗ്രിമെന്റ് വച്ചാൽ അത് കഴിയാതെ അവിടുന്ന് പോരാൻ കഴിയില്ല. (ഇത് പൊതുവെ ഇന്ത്യക്കാരുടെ ഒരു പ്രശ്നമായിട്ടാണ് അവർ പറയുന്നത്. വെടിവയ്ക്കാൻ താമസിക്കുക. മൂന്നു തവണ ബലാത്സംഗം ചെയ്യാൻ വിമുഖത കാണിക്കുക. ഞാൻ പറഞ്ഞു അതങ്ങനെയല്ല. തോക്കിൻ കുഴലും ശത്രുവിന്റെ ശരീരവും തമ്മിലുള്ള അകലത്തിന്റെ പ്രത്യയശാസ്ത്ര സംബന്ധിയായ ചില കാര്യങ്ങൾ വെടിവയ്ക്കുന്നതിന് മുമ്പ് ഞങ്ങൾക്ക് ഉറപ്പിക്കാനുണ്ട്. അതാണ് കാര്യം. പിന്നെ ബലാത്സംഗത്തിന്റെ കാര്യത്തിലാവട്ടെ ഒന്ന് കഴിയുമ്പോൾ തന്നെ ഞങ്ങളുടെ നാട്ടിൽ പെണ്ണ് മരിച്ചിട്ടുണ്ടാവും.) ഒരു പുക കൂടി എടുത്ത് അവൻ പുറത്തേക്ക് വിട്ടു.

അവൻ ഒന്ന് ദീർഘനിശ്വാസം വിട്ടു. ഞാൻ നിന്നോട് പറയാൻ ഇരിക്കുകയായിരുന്നു. "എനിക്ക് പ്രേതങ്ങളോട് സംസാരിക്കാൻ കഴിയുന്നുണ്ട്. പിശാചുക്കളുടെ ഭാഷ ഞാൻ പഠിച്ചു. ഈ രഹസ്യങ്ങൾ നീ ആരോടും പറയരുത്." തീർത്തും അരക്ഷിതമായ അവസ്ഥയിലെ ഏറ്റവും ക്രൂരമായ ഒരു പരീക്ഷണം പോലെ മുകുന്ദന് വ്യക്തിപരമായി ഈ സംഭവം അനുഭവപ്പെട്ടു. അതുകൊണ്ട് തന്നെ മടക്കയാത്രയിൽ സുസുക്കി കൂടെ വന്നെങ്കിലും അവൻ നിരന്തരം പിശാചുക്കളോട് സംസാരിച്ചുകൊണ്ടിരുന്നു. കിടുകിട വിറയ്ക്കുന്ന നിശബ്ദതയുടെ പാരമ്യതയിൽ എല്ലാം ഒരു തോന്നലായിരിക്കട്ടെയെന്ന് മുകുന്ദൻ ആഗ്രഹിച്ചു.

പൂച്ചയും എലിയും ഒരു വാർത്താപത്രത്തിന്റെ പേപ്പറിലൂടെ ഓടിക്കളിച്ചു. കറുത്ത ചെല്ലികളുടെ ചിത്രം ആ പേപ്പറിൽ ചിതറിക്കിടന്നു. പേപ്പറുകളുടെ എണ്ണം കൂടിക്കൂടി വന്നു. ചെല്ലികൾ റൂമിലാകെ പറന്ന് നടന്നു. എലി

ഉരുണ്ടു മറിയുന്ന പൂച്ച കടിച്ചു വലിക്കുന്ന ഒരു പേപ്പറിന്റെ മൂലയിൽ ഇങ്ങനെ എഴുതപ്പെട്ടിരുന്നു. ആദിവാസികൂടിയായ പട്ടികവർഗമന്ത്രി അറിയാൻ. ഞങ്ങൾ കാട്ടിൽ നിന്നും സ്കൂളിലെത്തി പഠിക്കാൻ തുടങ്ങിട്ട് കുറേ കാലമായി. ഭക്ഷണവും താമസവും ഉള്ളതുകൊണ്ടാണ് അച്ഛനും അമ്മയും ഞങ്ങളെ നിങ്ങളുടെ സ്കൂളിൽ വിടുന്നത്. ഞങ്ങൾക്ക് ഇപ്പോൾ ഒരു നല്ല സ്കൂളും അവിടെ കളിക്കാൻ പൂമരമുള്ള ഒരു മുറ്റവുമുണ്ട്. എന്നാൽ ഇവിടെ പ്രവർത്തിച്ചിരുന്ന ഹോസ്റ്റൽ പതിനഞ്ചോളം കിലോമീറ്റർ ദൂരമുള്ള ഒരു പട്ടണപ്രദേശത്തേക്ക് ഇപ്പോൾ മാറ്റിയിരിക്കുകയാണ്. ഞങ്ങൾക്ക് ഇപ്പോൾ ഉച്ചഭക്ഷണം കിട്ടുന്നത് ഇവിടുത്തെ നല്ലവരായ അദ്ധ്യാപകർ പോക്കറ്റിൽ നിന്നും പണമെടുത്ത് അരി വാങ്ങി കരുണ കാണിക്കുന്നതുകൊണ്ടാണ്. ഞങ്ങൾ ഞങ്ങൾക്ക് ഏറ്റവും വിലപ്പെട്ട കാട് ഉപേക്ഷിച്ചാണ് പഠിക്കാൻ വന്നത് തന്നെ. എന്നിട്ടും എന്തുകൊണ്ടാണ് ഞങ്ങളുടെ വേദനകൾ ആരും കാണാത്തത്? ഞങ്ങൾക്ക് വേണ്ടി ഇത്തിരി പണം അനുവദിക്കുകയാണെങ്കിൽ ഞങ്ങൾക്ക് പ്രയോജനപ്പെടും വിധത്തിൽ ലഭിക്കാത്തത് എന്തുകൊണ്ട്? 100 രൂപ അവിടെ നിന്ന് ഇങ്ങോട്ട് അയക്കുമ്പോൾ 10 രൂപയെങ്കിലും ഞങ്ങൾക്ക് കിട്ടുന്നുണ്ടോ എന്ന് ഉറപ്പ് വരുത്താൻ എന്തെങ്കിലും സംവിധാനമുണ്ടോ? ഉരുണ്ട് മറിയുന്നതിനിടയിൽ വാർത്താപത്രത്തിന്റെ തലക്കെട്ട് പൂച്ചയുടെ നെറ്റിയിൽ ഒട്ടിപിടിച്ചു. വർഷങ്ങൾ പഴക്കമുള്ള അതിന്റെ അടയാളം എലി കരണ്ട് തിന്നു. ചെല്ലികളുടെ കറുത്ത ചിത്രങ്ങൾ പറന്ന് ചെന്ന് പൂച്ചയുടേ വെളുത്ത ശരീരത്തിൽ ഒട്ടിപിടിച്ചു. കുറെ അക്ഷരങ്ങൾ കാട്ടിലേക്ക് ഓടി മറഞ്ഞു.

റോഷ്നേരയും സുഹൃത്ത് ബിജു ഇബ്രാഹിമും എലിയെ വീഡിയോ ലാംഗ്വേജ് പഠിപ്പിച്ചതിന്റെ പിറ്റേദിവസം ആകാശത്തേക്ക് ചെറിയ ചിറകുകളോടുകൂടിയ ഒരു പക്ഷി പറന്നുയർന്നു. ലെൻസുകളിലൂടെ ലോകത്തെ കണ്ട അവൻ ഒട്ടും വൈകാതെ തന്നെ അതാരംഭിക്കുകയും ചെയ്തു. എലി നോക്കിനിൽക്കെ ക്യാമറ സൂമിൻ ചെയ്തു. പൂച്ചയെ തള്ളിമാറ്റി ലെൻസിൽ നിന്നും ഒരു പ്രകാശം സൂര്യനിലേക്ക് ഒഴുകി പോയി. ദൂരെ വെള്ളക്കീറുകളോട് കൂടി തെളിമയാർന്ന നീലാകാശം പാറക്കൂട്ടങ്ങൾക്കിടയിലൂടെ ഒരു ത്രികോണം പോലെ കാണപ്പെട്ടു. പെട്ടെന്ന് ചാടിവീഴുന്ന നിഴലുകളെ പിന്നിലാക്കി പൂച്ചയുടെ കാഴ്ച താഴ് വാരങ്ങളിലേക്ക് പോയി. തടാകത്തിന് ഓരം ചേർന്ന് തുരുത്തിലെ വെള്ളമണൽ മൂടിയ തീരത്തുള്ള ഒരു ചെറിയ വീടിന്റെ മുറ്റം. ബ്രായും പാന്റീസും അലക്കിയിട്ടിരിക്കുന്ന അയയിലേക്ക് തന്നെ അവൻ ഒളിഞ്ഞ് നോക്കികൊണ്ടിരുന്നത് അവൾ അറിഞ്ഞിരുന്നില്ല. ഒളിഞ്ഞുനോട്ടക്കാരന്റെ കണ്ണുകളിലേക്ക് ക്യാമറയിലൂടെ ബിജുഇബ്രാഹിമിന്റെ ഒരു തുറിച്ച് നോട്ടവും എലിയുടെയും പൂച്ചയുടെയും കടന്ന് കയറ്റവും. ഞെട്ടി ഉണർന്ന് അവിടെ നിന്ന് അവൻ പോയത് ഒരു കയറിന്റെ അടുത്തേക്കാണ്. ഒരറ്റം ഊരാക്കുടുക്കാക്കി

ലിംഗത്തിന്റെ കഴുത്തിലിട്ട് അവൻ അടുക്കളയിലേക്ക് കയറി. അടുപ്പിലെ ചാരത്തിനിടയിൽ നിന്നും കണ്ടെടുത്ത കരിക്കട്ടയുമായി പുറത്തേക്ക് ഓടി. അധികം ആരും വായിക്കാനില്ലാത്ത ഫെയ്സുബുക്കിന്റെ ഒരു ചുമരിൽ ഒരു മൊട്ടുസൂചിയിൽ കൊരുത്തിട്ട നിരോധിനും ബ്രായ്ക്കും സ്വന്തം തലയിണയ്ക്കിടയിൽ സ്ഥലം കൊടുക്കുന്ന മീശയില്ലാത്ത പുരുഷന്റെ ചിത്രത്തിന് താഴെ അവൻ എഴുതി. Meenakshi enikku nine onnu vENam, etrayaanenkilum taraan tayyaraanu. I WILL WAIT UR REPLAY! പൂച്ചയുടെ നിലയ്ക്കാത്ത നിലവിളിയിൽ നിന്നും എലി ക്യാമറ സ്യൂം ഔട്ട് ചെയ്തു.

നാല്പത്തിനാല്

മുറുക്കിപിടിച്ചിരിക്കുക കൈയും തലയും പുറത്തിടരുത്

> മദ്യപിച്ചെത്തിയ ഒരു രാത്രിയോടൊപ്പം ഒരിക്കൽ അവളൊരു യാത്രപോയി, ലഹരി പടിയിറങ്ങി പോകുന്നതിനു മുമ്പ് തനിക്കുള്ളിൽ താൻ ഒറ്റയ്ക്കല്ല മറ്റൊരാൾ കൂടിയുണ്ടെന്ന് അവൾ തിരിച്ചറിഞ്ഞു.

മനസ്സിന് വിഷാദം സംഭവിച്ചത് പോലെ. താൻ എടുത്ത തീരുമാനങ്ങളിൽ യാതൊരു തെറ്റും അന്ന് സംഭവിച്ചിട്ടില്ല. അതിൽ ലവലേശം കുറ്റബോധവുമില്ല. ഒരു പുരുഷന് പുരുഷനല്ലാതെ മറ്റൊന്നും ആവാൻ കഴിയില്ല. എങ്കിലും ഒരു നീലനിറമുള്ള വിഷാദം തന്നെ പിന്തുടർന്നത് എന്താണ്. ആത്മാവിൽ തേങ്ങലുകൾ ചിലങ്ക കെട്ടിനൃത്തം ചവിട്ടുമ്പോൾ ആത്മനൊമ്പരത്തിന്റെ ചില്ലയിൽ നിന്നും അത്ര വേഗം ഒരു വിടുതൽ സാധ്യമല്ലല്ലോ. വിഷാദം കൈകെട്ടി അച്ചടക്കം പാലിച്ച് നിൽക്കുമ്പോൾ സൂര്യനെയും ചന്ദ്രനെയും ഒരേ പകലിൽ കാണുന്നു. നാളെയാണ് യാത്ര. വെളുപ്പിന് നാലു മണിക്ക് തന്നെ എഴുന്നേൽക്കണം. ഇരുട്ടിന് വേഗം കൂടുതലായതുകൊണ്ട് പകലിനെ കൈ വിട്ട് നിശബ്ദത ശരീരത്തിലേക്ക് കയറുന്നു. ഇരുണ്ട് പോയ സ്വപ്നങ്ങൾ വായിച്ചുകൊണ്ടിരുന്ന പുസ്തകത്തിൽ നിന്നും ഇറങ്ങിവന്ന് പതിവിലും ശക്തിയോടെ വീശിയടിക്കുന്നു. ഊർന്ന് വീഴുന്ന മഴത്തുള്ളികളെ അത് വളയ്ക്കുകകയും അടർന്ന് വീഴുന്ന തൈമരക്കായകളെ വിളിക്കുകയും ചെയ്യുന്നു. ഒന്നിനും വിലയില്ലാത്ത വിധം മൗനം വിരഹത്തിന് വഴിമാറി കൊടുക്കുന്നു. അവൾ ഉറങ്ങാൻ കിടന്നു. രാത്രിയുടെ യാമങ്ങളിലെപ്പോഴോ ഒരു പൂച്ച ജനലിലൂടെ അവളുടെ മുറിയിലേക്ക് കയറി. ഏതോ കൂട്ടിൽ നിന്നും വഴുതി വീണ ഒരു കിളിക്കുഞ്ഞിനെയും കടിച്ചു പിടിച്ച് അത് മുറിയിൽ അങ്ങോട്ടും ഇങ്ങോട്ടും നടക്കാൻ തുടങ്ങി. മുറിയുടെ മൂലയിൽ ഇരുന്നുറങ്ങിയ എലി ശബ്ദം കേട്ട് ഞെട്ടി ഉണർന്നു. വായിലിരിക്കുന്ന ഇരയെ കണ്ടതും പൂച്ച തന്റെയും സുഹൃത്തല്ലെന്ന് എലി തിരിച്ചറിഞ്ഞു. ഭീതിയോടെ മുറിയുടെ നാലുപാടും

ചെറിയ ശബ്ദമുണ്ടാക്കി അത് ഓടാൻ തുടങ്ങി. അവിടെയെങ്ങും ഒളിച്ചിരിക്കാൻ ഒരു ഇടമുണ്ടായിരുന്നില്ല. എലിയുടെ ഓട്ടം പൂച്ചയിൽ അസാധാരണമായ മാറ്റത്തിന് കാരണമായി. ഇത്രയും കാലം താൻ കൂട്ടുകൂടിയത് ഒരു ശത്രുവിനോടായിരുന്നെന്നും വായിൽ ഇരിക്കുന്ന തിനെക്കൾ അടുത്തുള്ള അർഹതപ്പെട്ട ഭക്ഷണം തന്റെ സുഹൃത്ത് തന്നെയാണെന്നും പൂച്ചയും തിരിച്ചറിഞ്ഞു. കിളിയുടെ കഴുത്തിലുള്ള കടി അൽപ്പമൊന്ന് അയച്ച് ഓടുന്ന എലിയെതന്നെ പൂച്ച നിരീക്ഷീച്ചു. എലി തലങ്ങും വിലങ്ങും ഓടിക്കൊണ്ടിരുന്നു. എലി ഓടിതളരുന്നത് വരെ പൂച്ച കുതിക്കാൻ തയ്യാറെടുത്ത് ചലനരഹിതമായി ഇരുന്നു. വായിലിരുന്ന കിളിക്കുഞ്ഞിന്റെ തേങ്ങൽ കുറഞ്ഞ് കുറഞ്ഞ് വന്ന് പൂർണമായും ഇല്ലാതായി. കിളിയെ കാൽക്കീഴിലേക്കിട്ട് പൂച്ച റോഷ്നേരയുടെ മുകളിലൂടെ എലിയെ ലക്ഷ്യമാക്കി ചാടി. റോഷ്നേര നിലവിളിച്ചുകൊണ്ട് ചാടിയെഴുന്നേറ്റു. അവൾ വായിച്ചതിനു ശേഷം കമിഴ്ത്തി വച്ചിരുന്ന ഒരു പുസ്തകമെടുത്ത് പൂച്ചയ്ക്ക് നേരെ വലിച്ചെറിഞ്ഞു. ഏറുകൊണ്ട് ഒന്ന് പതിയെ മൂളിയ പൂച്ച വായ തുറക്കാതെ നിലവിളിച്ചുകൊണ്ട് ജനലിലൂടെ പുറത്തേക്ക് ചാടി. എലി റോഷ്നേരയുടെ ഓരം ചേർന്ന് ഇരുന്നു. ചോരയൊലിപ്പിച്ച് കിളിക്കുഞ്ഞ് ആ മുറിയിൽ ഒറ്റയ്ക്കായി. റോഷ്നേര എഴുന്നേറ്റിരുന്നു. തൊണ്ടയിലെ വരൾച്ച താനിപ്പോഴും ജീവിച്ചിരിക്കുന്നു വെന്ന യാഥാർത്ഥ്യത്തെ പോലും അസ്വസ്ഥമാക്കുന്നുവെന്ന് അറിഞ്ഞു. അവൾ കൈയെത്തി മൊന്തയിൽ അടച്ച് വച്ചിരുന്ന വെള്ളമെടുത്ത് കുടിച്ചു. പൂച്ച ചാടിപ്പോയ ജനലിലേക്കവൾ നോക്കി. താൻ നല്ല ഉറക്കത്തി ലായിരുന്നു. കണ്ടത് സ്പ്നമെങ്കിൽ പിന്നെ നേരിട്ട് കണ്ട യാഥാർത്ഥ്യം എങ്ങനെ സ്വപ്നത്തിന്റെ തുടർച്ചയായി? പുറത്ത് നിലാവുണ്ട്. റോഷ്നേര സമയം നോക്കി 3.10. വിദൂരതയിലെ ഒരു ചിത്രരൂപത്തെ പകുതി മറച്ചു കൊണ്ട് പൂച്ച നക്കിത്തുടച്ച് വീണ്ടും ജനലിൽ പ്രത്യക്ഷപ്പെട്ടു. റോഷ്നേര അതിന്റെ കണ്ണുകളിലേക്ക് നോക്കി. ഇത്രകാലവും മുട്ടിയുരുമ്മി കളിച്ച ഒരു സുഹൃത്തിനെ..... അസത്ത്. കുറ്റബോധം കൊണ്ട് പൂച്ച സ്വയം ഇല്ലാതാവുന്നപോലെ അവൾക്ക് തോന്നി. താനെറിഞ്ഞ പുസ്തകം അവളെ വേദനിപ്പിച്ചിരിക്കാം. പൂച്ചയുടെ കണ്ണുകൾ നിറഞ്ഞിരുന്നു. ഒട്ടൊരു ക്ഷമാപാണത്തോടെയുള്ള പൂച്ചയുടെ നോട്ടം അവളിൽ വൈകാരികമായ ചലനമുണ്ടാക്കി. ജൈവികമായ അതിന്റെ ആഗ്രഹത്തെ താൻ എന്തിനാണ് എതിർക്കുന്നത്. അവൾ പൂച്ചയെ നോക്കി പുഞ്ചിരിച്ചു. പതിയെ കൈ ആട്ടി വിളിച്ചു. എലി കൂടുതൽ അവളിലേക്ക് ചേർന്നിരുന്നു. പൂച്ച ജനലിൽ നിന്നും വീടിനുള്ളിലേക്ക് എടുത്ത് ചാടി. കാട്ടിൽ നിന്നെത്തിയ ശാന്തനായ കടുവയെ പോലെ റോഷ്നേരയുടെ കാൽക്കലേക്ക് അത് തല കുനിച്ച് നടന്നു വന്നു. തന്റെ കാൽ തൊട്ട് ക്ഷമാപണം നടത്താൻ എത്തുന്നതു പോലെ. സ്വയം അറിയാതെ അവൾ കാലുകൾ അൽപം പിൻവലിച്ചു. അവൾ സ്വയം ചൂളിപ്പോയി. അടുത്തെത്തി പൂച്ച അവളെ ശക്തമായി

ഒന്ന് നോക്കിയശേഷം അവളുടെ കാലിനരികിൽ കിടന്ന കിളിക്കുഞ്ഞിനെ കടിച്ചെടുത്ത് വേഗം ജനലിലൂടെ തന്നെ ചാടി പുറത്തേക്ക് പോയി. പിന്നീടൊരിക്കലും തിരിച്ച് വരാനില്ലാത്ത ഒരു യാത്ര പോലെ. ചന്ദ്രന്റെ തീക്ഷണത കുറയ്ക്കാൻ കറുത്ത മേഘങ്ങൾ ആകാശത്തിന് താഴെ ഒരു ഉടുപ്പ് തുന്നി.

ഓട്ടവീണ മേൽക്കൂരയിലെന്നപോലെ ചെറിയ മഴ ഇറ്റിറ്റു വീണു. ചുവന്ന നക്ഷത്രങ്ങൾ റെറ്റിനയിൽ പതിഞ്ഞു. കാൽ വഴുതിപ്പോയ കിഴവന്മാർ പടിഞ്ഞാറ് സൂര്യൻ അസ്തമിച്ചിടത്ത് കൂട്ടം കൂടി ബഹളം കൂട്ടി. കളിയും തമാശയും മറന്നു പോയ ചെറുപ്പക്കാർ പൊലീസ്‌വാനിന്റെ പിന്നിൽ ഒളിച്ചു. തെണ്ടികൾ തെണ്ടികൾ തെണ്ടികൾ എന്ന് മൂന്നു തവണ വിളിച്ചുകൊണ്ട് കനത്ത ഒരു ബോംബ് കടലിലെ വെള്ളത്തിലേക്ക് ആരോ വലിച്ചെറിഞ്ഞു. കിനാക്കളും കൊന്നപ്പൂക്കളും നഷ്ടപ്പെട്ട കന്യകമാർ കന്യാചർമം ഒരു കാൻവാസിൽ വരച്ച് അടിയിൽ മഴനൂലുകളെ കിടത്തി താരാട്ട് പാടി.

ആശങ്കകൾ ബാക്കിയാക്കി ഭീതിയെ പിൻപറ്റിയ ഒരു രാത്രി പൂച്ച യുടെയും എലിയുടെയും സ്വപ്നത്തിന് ഇരുണ്ട നിറം കൊടുത്തു. നിഗൂഢമായ സന്ധ്യകൾ ചിറകിനുള്ളിൽ ഒളിപ്പിച്ച് ഒരു പരുന്ത് ആകാ ശത്ത് നെടുകയും കുറുകെയും പറന്ന് തുടങ്ങി. തോക്കുകൾ പോലെ മൂർച്ചയുള്ള വാളുമായി നാടകക്കാരൻ ഡോ. മൊകേരി തെരുവിലേക്കിറങ്ങി. തുറന്നിട്ടും തുറന്നിട്ടും ബാക്കിയാവുന്ന പുസ്തകത്താളുകളിൽ നിന്നും യജമാനന്മാർ എഡിറ്റ് ചെയ്ത് നീക്കം ചെയ്ത അക്ഷരങ്ങളെ മുടിയേറ്റി രാത്രിയും പകലുമല്ലാത്ത ഒരരങ്ങിൽ 'തെണ്ടിക്കുത്ത്' ആരംഭിച്ചു. ആംഗികവും വാചികവുമായ നിലവിളികളായി ചിലരുടെ ഉറക്കറകളിൽ വരെ ചെന്നെത്തി. ചെകുത്താന്റെ ഭാഷ അയാൾക്ക് കൂട്ടായി ചെങ്കുത്തായ ഒരു മലയിൽ നിന്നും ഉരുണ്ട് ഉരുണ്ട് താഴേക്ക് വന്നു. ദൈവത്തിന്റെ പാദങ്ങൾക്കടിയിൽ മൊട്ടു സൂചി തറച്ചു തുടങ്ങി. ഒരു കോമാളിയുടെ ശബ്ദം പിശാചിന്റെ തോളിൽ കൈയിട്ട് ആകാശത്തേക്ക് ഉയർന്നു. നിലവിളികൾക്ക് താളം കെടുത്തിയ അപതാളവുമായി ഒരു ഗിത്താർ ശബ്ദിച്ചു തുടങ്ങി. ഒരിക്കലും ഒടുങ്ങാത്ത ദാഹവുമായി നടന്റെ മോഹങ്ങൾ ദേഹം വെടിഞ്ഞു. ഉറഞ്ഞു തുള്ളുന്ന ശരീരത്തിൽ നിന്നും ആത്മാവ് ഉയർന്ന് പൊങ്ങി. കുറ്റിരോമങ്ങളെയും കടന്ന് തൊലികളിൽ ചോര പൊടിപ്പിച്ച് ഒരു ബ്ലെയിഡ് രക്ഷകരുടെ മുഖം ക്ഷൗരം ചെയ്തു. പൂച്ചയും ആ വലിയ മനുഷ്യന്റെ തോളിൽ കൈയിട്ട് കസർത്ത് കാട്ടി. ആകാശവും പക്ഷിയും ചേർന്ന് ചിറകുകൾ അന്വേഷിച്ചു. ഓർമ്മകൾ വീണ്ടെടു ക്കാത്ത തെരുവിൽ ജനക്കൂട്ടം. കാലിടറുന്ന ആട്ടച്ചുവടുകൾക്കുള്ളിൽ മഴമേഘങ്ങളുടെ ഗർജനത്തിന് ഇടം കണ്ടെത്താൻ ഒരു കറുത്ത പൂച്ച ശ്രമം നടത്തി. ഒഴിഞ്ഞു പോയ കൂടുകളിൽ നിന്നും കൊഴിഞ്ഞ് വീണിരുന്ന തുവലുകൾ തലയിട്ട് പുറത്തേക്കു നോക്കി. ഒരു വട്ടവും ഒടുവിൽ ഒരു

ചോദ്യചിഹ്നവുമായി ജനം പിരിഞ്ഞ് പോയേക്കാം. അലങ്കാരങ്ങളി ല്ലാതിരുന്ന വേദിയിൽ കുളവും കരയും കളിക്കുന്ന കുട്ടികളെപ്പോലെ അല്ലെങ്കിൽ എട്ടും പൊട്ടും തിരിയാത്ത പൊട്ടനെ പോലെ അല്ലെങ്കിൽ ഒക്കെതിനെയും തിരിച്ചു വച്ചുകളയുമെന്ന് വാശിയുള്ള യോദ്ധാവിനെ പോലെ ഡോ. മൊകേരി തോറ്റുപോകുന്ന മനുഷ്യരെ അഭിസംബോധന ചെയ്തുകൊണ്ടിരുന്നു.

പൂക്കളെല്ലാം യോദ്ധാക്കളും യോദ്ധാക്കളെല്ലാം രക്തസാക്ഷികളും ആയി തീർന്നതിന്റെ പിറ്റേ ദിവസമാണ് ക്ലാസുകളെല്ലാം പിരിച്ചു വിട്ട് കുട്ടികളുമായി അയാൾ തെരുവിലേക്കിറങ്ങിയത്. സർവ്വശക്തനായ ദൈവം ഓടിയൊളിക്കുകയും പട്ടാളക്കാർ പരേഡ് നടത്തുകയും ചെയ്തു. മുഴങ്ങി കേൾക്കുന്ന വെടിയൊച്ചകൾക്കും ബൂട്ടിന്റെ നിർത്താതെയുള്ള ചലനങ്ങൾക്കും ഇടയിലൂടെ ഇല്ലാത്ത സ്വാതന്ത്ര്യദിനത്തിൽ അവൻ യാത്ര ചെയ്തു. 'ഈ ശവങ്ങൾ ഒന്ന് തിന്ന് തീർത്ത് തരുമോയെന്ന്' വെട്ടി നുറുക്കിയ ശവങ്ങൾക്കിടയിലിരുന്ന് അവൻ വിളിച്ച് ചോദിച്ചു. ഒറ്റചിറകു മാത്രമുള്ള ഒരു പക്ഷി അവന്റെ തോളിലേക്ക് വന്നിറങ്ങി. രണ്ട് കാടു കൾക്കിടയിലൂടെ ഒരു പുഴ ഒഴുകി. ആരവങ്ങൾക്കൊടുവിൽ വിജനമായ സ്ഥലത്ത് തൂത്തിട്ടും തൂത്തിട്ടും മാഞ്ഞ് പോവാത്ത കോമാളി വേഷം ബാക്കിയായി. പേയിളകിയ നായ്ക്കൾ നാലുപാടും ഓടി മറഞ്ഞു.

നാല്പത്തിയഞ്ച്

ഓടരുത് ആളറിയാം

മഴത്തുള്ളികൾ വെള്ളിമേഘങ്ങൾ പോലെ ജലത്തിൽ തിളക്കമാർന്ന ചിത്രങ്ങൾ വരയ്ക്കുമ്പോൾ ഒഴുക്കിനിടയിലെ വിടെയോ പൂഴിമണ്ണിൽ തല താഴ്ത്തി അവൾ നിദ്രയിലേക്ക് വീണു.

ഒരിക്കലും തടുക്കാനാവാത്ത ആവേശത്തിൽ കടലിന്റെ ആഴങ്ങളിലേക്ക് മുകുന്ദൻ നോക്കി. അഭയസ്ഥാനങ്ങളിൽ ഒന്നിൽ എത്തണം. ആത്മ ഹത്യയെന്ന് വിഡ്ഢികൾ പേരിട്ട് വിളിക്കുമായിരിക്കും. അവൻ കടലിന് നേരെ ഓടാൻ തുടങ്ങി. നിലവിളികൾ ഉയർന്നു കേട്ടു. അവനെ ഒരായിരം പേർ പിന്തുടരുന്നതിന്റെ ശബ്ദം മാത്രം കേൾക്കാം. തിരയിലേക്ക് പോകു ന്തോറും അതവനെ വലിച്ചെടുത്ത് വീണ്ടും കരയിലേക്കിട്ടു. വീണ്ടും അവൻ അതിന്റെ ഹൃദയത്തിലേക്ക് തന്നെ ഓടി. സമയം പൂച്ചയെയും കിളി ക്കുഞ്ഞിനെയും ഓർമ്മപ്പെടുത്തി. 3.10. സുസൂക്കി അവനെ പിന്തുടർന്നു. ഒടുവിൽ തിരകളെയും മറികടന്ന് പൊന്തി താഴുന്നതിനിടയിൽ ഒരാൾ മറ്റയാളെ കൈയെത്തി പിടിച്ചു. ശരീരം ചേർത്ത് കെട്ടിപ്പിടിച്ച് അവർ കട ലിൽ മുങ്ങി താണു. കൈ മുറുകെ പിടിച്ച് സുസുക്കി മുന്നേ നടന്നു. അവൻ പിറകെയും.

പൂച്ച ഒരു ബോട്ട് യാത്രയുടെ ദൃശ്യങ്ങളിലേക്ക് പോയി. പൂച്ച പ്രതി ഭാഗത്തും വാദി ഭാഗത്തും ഒരുപോലെ നിലകൊണ്ടു. നിശബ്ദത മാത്ര മായിരുന്നു അവർക്ക് അവിടെ ചെയ്യാവുന്ന മര്യാദ. എങ്കിലും ഒരു വിളക്കിന്റെ വെളിച്ചത്തിൽ ചിലപ്പോഴെങ്കിലും വ്യക്തമായ ആ കാഴ്ചകൾ അവർ കണ്ടു. ഖുർ-ആൻ-നും ബൈബിളും ഭഗവത് ഗീതയുമെല്ലാം ലൈബ്രറിയിലെ ഷെൽഫിനുള്ളിൽ ഊറാൻ കുത്തി ചിതലെടുത്ത് കഴിഞ്ഞതിനാൽ മണ്ണെണ്ണ വിളക്കിന്റെ തിളക്കത്തിന് വെളിച്ചം കുറവായിരുന്നു. കണ്ടെടുക്കാനാവാത്ത പിന്മടക്കാനാവാത്ത കുറെ ചോദ്യങ്ങളായി മൂർച്ചയുള്ള വാളുകൾ തിളങ്ങി. ആ രാത്രിയിലാണ് വർണ്ണ പൊലിമയില്ലാത്ത ചാരനിറമുള്ള കൊട്ടേഷൻ സംഘം പുറത്തിറങ്ങിയത്. ബോട്ടിൽ കെട്ടിയിട്ടിരുന്ന അവന്റെ കണ്ണുകളിലേക്ക് നോക്കാൻ അവർക്ക്

ഭയമായിരുന്നു. അതുകൊണ്ട് തന്നെ അഞ്ചുപേരും അവന്റെ പിറകിൽ മാറിയിരുന്ന് അവരവരുടെ പണികളിൽ ഏർപ്പെട്ടു. പറഞ്ഞുറപ്പിച്ച പോലെ അവനെ കൊന്നുകളയുകയെന്നതിൽ കവിഞ്ഞ് ഒരു ഉദ്ദേശ്യവും അവർക്കുണ്ടായിരുന്നില്ല. അതുകൊണ്ട് തന്നെ യാതൊരു വിധ ദേഷ്യവും അവർക്ക് അയാളോട് തോന്നിയില്ല. കൊലയാളിക്ക് യാതൊരു വൈകാരി കതയും ഇരയോട് ഇല്ലാത്തതിനാൽ അവിടെ തെളിവുകൾ അവശേഷിക്ക പ്പെടാനുള്ള സാധ്യതയും ഇല്ലായിരുന്നു. കൊല സ്വാഭാവികമായ ഒരു പ്രവർത്തനം പോലെ നിഷ്കളങ്കമായി സംഭവിക്കണം. ആരിലും ഒരു കുറ്റബോധവും അവസാനിപ്പിക്കാതെ ശത്രുതയുടെ കണികകൾ ഒട്ടും ബാക്കിയാവാതെ. ചെയ്യിക്കുന്നവർക്ക് താനല്ല ചെയ്തതെന്നും ചെയ്യുന്ന വർക്ക് തനിക്ക് വേണ്ടിയല്ല ചെയ്യുന്നതെന്നും ആസ്വദിക്കാൻ കഴിയുന്നത്ര നിഷ്കളങ്കമായത്.

നീണ്ട ബോട്ട് യാത്രയിൽ എന്താണ് ഇയാൾ ചെയ്ത കുറ്റമെന്ന് പലരും ആലോചിച്ചിട്ടുണ്ടാവും. അതും ഒരു ചായകുടിക്കുമ്പോഴോ മലവിസർജനം നടത്തുമ്പോഴോ മൂത്രമൊഴിക്കുമ്പോഴോ നടത്തുന്നത്ര ചെറിയ ഒരാ ലോചന. ഒരുപക്ഷേ അയാൾ ന്യൂനപക്ഷ മതതീവ്രവാദിയാകാം. അല്ലെങ്കിൽ രാഷ്ട്രീയ ശത്രുവാകാം. മതങ്ങൾക്കെതിരെ ക്വസ്റ്റ്യൻ തയ്യാറാ ക്കിയ അദ്ധ്യാപകനാവാം. ഭാര്യയുടെ ജോലിയുമായി ബന്ധപ്പെട്ട് ഒരു വലിയ രാഷ്ട്രീയ നേതാവിന്റെ നേതൃത്വത്തിൽ ഉള്ള മാനേജുമെന്റുമായി നിരന്തരം വഴക്കടിച്ചതുകൊണ്ടാവാം. ഒരുപക്ഷേ തന്റെ മകനെയോ സഹോദരിയെയോ കൂട്ടുകാരിയെയോ ക്രൂരമായി ബലാത്സംഗം ചെയ്തതു കൊണ്ടാവാം. ഒരു മുൻമന്ത്രിക്കെതിരായ സ്ത്രീപീഡനകേസ്സിൽ തെളിവ് കൊടുത്ത ആളാവാം. ഒരുപക്ഷേ പ്രമാണിത്വം വിട്ടുമാറിയിട്ടില്ലാത്ത ഒരു നായർ പെൺകുട്ടിയെ കണ്ണുകാട്ടി പ്രണയിച്ച് വഴിതെറ്റിച്ച താഴ്ന്ന ജാതി യിൽപ്പെട്ടവനാവാം. ഒരുപക്ഷേ ആരുടെയെങ്കിലും സുഹൃത്തും ബിസിനസ് പാർട്ട്നറും ആവാം. അച്ഛനോ ജ്യേഷ്ഠനോ ആവാം. വെറുതെ എങ്ങനെ ഒരാളെ കൊല്ലാമെന്ന് നോക്കി നടക്കുന്നവരുടെ നറുക്ക് പട്ടികയിൽ പേര് ചാടിയ ആളാവാം. ഒരു പൊലീസ് ഉദ്യോഗസ്ഥനാവാം. പൊലീസുകാർക്കെതിരെ വാർത്ത കൊടുത്ത പത്രപ്രവർത്തകനാവാം. എന്നു വച്ചാൽ കരിയിലകൾ തൂത്തുകൂട്ടി തീയിടുമ്പോൾ ഇലയുടെ വംശവും തലയിലെഴുത്തും അന്വേഷിക്കുന്നത് പോലെ ഒരു അസംബന്ധം ആണ് ഈ ചെയ്യുന്നതെന്നും വരാം

കടൽ ക്ഷോഭരഹിതമായും ശാന്തമായും കാണപ്പെട്ടു. ചെറിയ തിരകൾക്കാകട്ടെ ആ ബോട്ടിനെ ഒട്ടുംതന്നെ ഇളക്കാൻ ആയില്ല. അവർ അവന്റെ രണ്ട് കൈകളും പിടിച്ച് പുറകിലേക്കു വലിച്ച് മുറുക്കി കെട്ടി. കാലുകൾ കൂട്ടികെട്ടി. ഇതിനിടയിൽ അയാൾ സംസാരിക്കുന്നു ണ്ടായിരുന്നു. “എനിക്കൊരു മകളുണ്ട് എന്നെ വെറുതേ വിടു. ഞാൻ ഒരു

ദ്രോഹത്തിനും നിൽക്കില്ല.'' എന്നാൽ അവന്റെ വിലാപങ്ങൾ മുഖവിലയ്ക്കെടുക്കാൻ ആരും ഉണ്ടായിരുന്നില്ല. അയാളുടെ കണ്ണിൽ നിന്നും കണ്ണീർ ഇറ്റിറ്റു വീണു. ദയനീയമായ സ്വരത്തിൽ അയാൾ നിലവിളിച്ചു. തൊണ്ടയിടറി പറഞ്ഞു. "എന്നെ ജീവിക്കാൻ അനുവദിക്കൂ. എനിക്ക് വേണ്ടിയല്ല എന്റെ മകൾക്ക് വേണ്ടി. രണ്ടര വയസ്സുള്ള എന്റെ മോൾ വീട്ടിൽ ഇപ്പോൾ സുഖമായി ഉറങ്ങുകയാവും. നാളെ ഉണരുമ്പോൾ ഞാനവിടെ ഇല്ലെങ്കിൽ അവൾക്ക് സഹിക്കാനാവില്ല." അയാൾ യാചിക്കാൻ തുടങ്ങി. "മിണ്ടാതിരിയെടാ മിണ്ടാതിരിയെടാ"യെന്ന് മാത്രം ആരോ ലാഘവത്തോടെ പറയുന്നുണ്ടായിരുന്നു. ഇടയ്ക്ക് ആരോ അയാളുടെ തലക്ക് പിറകിലായി ആഞ്ഞടിച്ചു. അടികൾ കൊള്ളുന്നതുപോലെ അയാൾ ഭാവിച്ചതേയില്ല. അയാൾക്ക് അത് മാത്രമേ പറയാനുണ്ടായിരുന്നുള്ളൂ. അയാൾ കുറച്ചുനേരം നിലവിളിക്കാതെ കണ്ണുകൾ അടച്ചുനിന്നു. കരച്ചിൽ പതിയെ ഇല്ലാതായി. ഒരു ദീർഘശ്വാസം വലിച്ച് വിട്ടു. അപ്പോഴേക്കും പിറകിൽ ഒരു വലിയ പാറക്കഷ്ണം അയാളുടെ അരക്കെട്ടിൽ കൂട്ടിക്കെട്ടപ്പെട്ടിരുന്നു. അടഞ്ഞ കണ്ണുകളിൽ നിന്നും വീണ്ടും കണ്ണുനീർ വരാൻ തുടങ്ങി. പതിയെ പതിയെ അയാൾ വിതുമ്പി. അവ്യക്തമായ ശബ്ദത്തിൽ അയാൾ എന്തോക്കെയോ പറഞ്ഞു. നിർദ്ദാക്ഷിണ്യം അയാൾ വലിച്ചെറിയപ്പെട്ടു. അയാൾ പതിയെ കടലിൽ താഴ്ന്നു പോയി. സർവ്വശക്തിയുമെടുത്ത് കൈകൾ മോചിപ്പിക്കാൻ അയാൾ ശ്രമിച്ചു. മരണവെപ്രാളത്തിൽ അയാളുടെ മുഖം വീർത്തു വന്നു. മൂക്കിൽ നിന്നും ചോരയൊലിക്കാനും വെള്ളത്തിൽ പടരാനും തുടങ്ങി. കൈകൾ കൂട്ടി വലിച്ചുകൊണ്ട് അയാൾ അവസാനം നടത്തിയ ശ്രമത്തിൽ കൈപ്പത്തി മുറിഞ്ഞ് മാറി. ചോരയുടെ ചുവപ്പ് നിറം ഉപരിതലത്തിൽ തെളിഞ്ഞു വന്നു. വലിച്ചു പറിക്കപ്പെട്ട ഒരു കൈപ്പത്തി വെള്ളത്തിൽ പൊങ്ങിക്കിടന്നു. ചുറ്റും രക്തത്താൽ ചുറ്റപ്പെട്ട ഒരു കൈപ്പത്തി. വിരലുകളിൽ മീനുകൾ കൊത്താൻ തുടങ്ങി. വിജയാഘോഷത്തിന്റെ ആർപ്പുവിളികളുമായി കര ലക്ഷ്യമാക്കി ആ ബോട്ട് നീങ്ങി.

പൂച്ച മരണമൊഴി എഴുതി മുകുന്ദന്റെ കൈവശം കൊടുത്തിരുന്നു 'ജീവിതം എന്ന് വിളിക്കാവുന്ന യാതൊന്നും എനിക്കില്ല. കുറെപേർക്ക് കയറി ഇറങ്ങിപ്പോകാൻ വേണ്ടി നിർമ്മിച്ച ഒരു റെയിൽപ്പാളം പോലെ. നിരന്തരം കടകട ശബ്ദം കേട്ട് നിങ്ങൾ പുറത്തേക്ക് കളയുന്നതൊക്കെ ചതഞ്ഞരഞ്ഞ് വീഴുന്നത് കണ്ട്. അധികം ദൂരെയല്ലാതെ എന്നാൽ നിങ്ങളെ തേടുന്ന ശൂന്യത. സ്പർശിക്കാൻ കഴിയാത്ത തീപ്പൊള്ളൽ. കേൾക്കാൻ കഴിയാത്ത ഒരു ദൃശ്യം. രുചിക്കാൻ കഴിയാത്ത ഒരു ശബ്ദം. അറിയാനാവാത്ത ഒരു അനക്കം. കണ്ണുകൾ പൂട്ടി കാലും കൈയും സ്റ്റെഡിയാക്കി ഇതാ ഞാൻ നിന്നു തരുന്നു. ആ ശവംനാറുന്ന കുറ്റവാളികളുടെ കയർ

എന്റെയും കഴുത്തിലേക്കിടൂ. സ്നേഹത്തിന്റെ വറവുചട്ടിയിൽ നിങ്ങൾ പൊരിച്ചെടുത്ത മണലിന്റെ പുറത്ത് ഞാൻ പാദം ചവിട്ടാം. അങ്ങു ദൂരെ വലിച്ചെടുക്കുന്ന കയറിന്റെ അറ്റം ചുരുട്ടി ചുറ്റി മുറുക്കിക്കെട്ടൂ. ഒടുവിൽ കഴുത്ത് മുറുകുകയും എല്ലാവരും പൊട്ടിച്ചിരിക്കുകയും കൈയടിക്കുകയും ആർപ്പു വിളിക്കുകയും ചെയ്യും.

വിഡ്ഢിയുടെ മരണം ബുദ്ധിയുടെ പ്രയാണമാണ്. ഇനിയും താണ്ടാൻ കഴിയാത്ത ഗിരിശൃംഗത്തിലേക്കുള്ള പ്രയാണം. അടിച്ച് പൊളിക്കൂ... ആർത്തുല്ലസിക്കൂ... '

നാല്പത്തിയാറ്

മൊഴിവഴികൾ നഷ്ടപ്പെട്ട നമ്മുടെ ഇടയിൽ ജ്വലിച്ച് നിൽക്കുന്ന ഒരു നടവഴി

നിരനിരയായി ചെമ്പരത്തിപ്പൂവുകൾ വിരിഞ്ഞ് നിൽക്കുന്ന കുന്നിനും അപ്പുറം മഞ്ഞനിറമുള്ള പ്ലാവിലകൾ വീണുകിടക്കുന്ന ഒരു ചെറിയ ഇടവഴിയുണ്ട്. അവിടെ തെറ്റിദ്ധരിക്കപ്പെടാൻ പാകത്തിൽ തുറന്നു വയ്ക്കപ്പെട്ട ഒരു പുസ്തകം ഉണ്ട്. അതിനുള്ളിൽ ചിലരുടെ ജീവിതം നിരന്തരം ചോദ്യം ചെയ്യപ്പെട്ടു കൊണ്ടിരിക്കുന്നു. പേജുകൾ മറിക്കപ്പെടുകയും മറയ്ക്കപ്പെടുകയും മുറിക്കപ്പെടുകയും ചെയ്തെന്ന് വരാം. അതിൽ നിന്നുള്ള രക്ഷപ്പെടലാണ് മരണത്തിലേക്കുള്ള വഴി.

ട്രെയിൻ പതിയെ ചലിച്ച് തുടങ്ങി. പുറത്ത് ചെറിയ ചാറ്റൽ മഴയും തുടങ്ങി. മുകുന്ദന്റെ നാട് കാണുകയെന്ന സ്വകാര്യവും സ്വാർത്ഥവുമായ ഒരാഗ്രഹം ഈ യാത്രയ്ക്ക് പിന്നിൽ ഉണ്ടായിരുന്നു. യൂനുസ്സുമുതലാളിയെയും താച്ചി രവിയെയും സ്ഥലം എസ്. ഐ യെയും മേശിരിയെയും അപ്പുവണ്ണനെയും ഒക്കെ കാണുക. അവനോടൊപ്പം കുറച്ചു ദിവസം കറങ്ങിനടക്കുക. റോഷ്നേര ഉറക്കത്തിലേക്കും മഴയുടെ സംഗീതത്തിലേക്കും പോയി. സ്വപ്നത്തിൽ അവൾ ഒരു ചുവട്ടിൽ നിന്നും ഒരു ആലും മാവും ഒരുമിച്ച് എന്നാൽ വേർപെടുത്താനാവാതെ വളർന്ന് നിൽക്കുന്നത് കണ്ടു. ആത്മാവിന്റെ നിറച്ചാർത്തും കുരുത്തോലപന്തലുമായി അവർ ഒന്നിൽ നിന്നും ഒന്നിലേക്ക് ആഴ്ന്നിറങ്ങിയിരുന്നു. ആലിന്റെ ചുവട്ടിൽ മുട്ടിയുരുമ്മി വളർന്ന് തുടങ്ങിയത് മാവാണ്. ഒടുവിൽ ആൽമരത്തിന് മാവിന്റെ മാറിലേക്ക് ചായേണ്ടി വന്നു. എങ്കിലും ആൽ മാവിനെ വിടാൻ കൂട്ടാക്കിയില്ല. ഓരോ പ്രഭാതത്തിലും ശുഭദിനം പറഞ്ഞ് അവർ ഉണർന്നു. ഓരോ സന്ധ്യാ നേരത്തും രമിച്ചതിനുശേഷം രണ്ട് പേരും കെട്ടിപ്പിടിച്ചു കിടന്നുറങ്ങി.

മുകുന്ദന്റെ ഹൃദയത്തിനുള്ളിൽ ഒരു ഇലയനക്കം കേട്ടു കണ്ണുകളടച്ച് അവൻ തുരുത്തിലേക്ക് നോക്കി. വഴികാട്ടാൻ മുന്നേ പോയവരെ കണ്ടതേയില്ല. ചൂണ്ടുപലകകൾ ദ്രവിച്ച് തുടങ്ങിയത് അവൻ കണ്ടു.

തകർക്കുകയല്ലാതെ പുതുക്കുന്നതുകൊണ്ട് യാതൊരു ഗുണവും ഇല്ലാത്തതിനെ ചുമക്കുന്നതെന്തിന്? തുരുത്ത് പൂർണ്ണമായും ഇരുട്ടെന്നോ പകലെന്നോ പറയാൻ കഴിയാത്ത അവസ്ഥയിലായിരുന്നു. ചുറ്റും മരങ്ങളുള്ള ഒരു തുറസ്സായ സ്ഥലം അവടെയുണ്ടായിരുന്നു. ആൽമരത്തിലെ ഇലകൾ തുള്ളിക്കളിച്ചുകൊണ്ടിരുന്നു. കാറ്റ് ആൽമരത്തെ ചുറ്റിയടിച്ച് ഇടയ്ക്ക് മുകളിലേക്കും ഇടയ്ക്ക് താഴേക്കും പോയി. ചിത്രശലഭങ്ങൾ ആലിനു ചുറ്റും പാറി നടക്കുന്നുണ്ടായിരുന്നു. ആ മൈതാനത്തിന്റെ നല്ലൊരു ഭാഗവും ആൽമരത്തിന്റെ വേരുകൾ പടർന്ന് കഴിഞ്ഞിരുന്നു. ഒരു ഒറ്റമരക്കാട് പോലെ അത് വ്യത്യസ്തവും എന്നാൽ ലളിതവുമായി കാണപ്പെട്ടു. ആലിൽ നിന്നും വള്ളികൾ മണ്ണിലേക്ക് പടർന്ന് കിടന്നു. ഓരോ വള്ളികളും ഓരോ മരങ്ങളെപ്പോലെ അൽപം ഗർവ്വോടെ തന്നെ നിൽക്കുന്നുണ്ടായിരുന്നു. മണ്ണിനും ഇലയ്ക്കും ഇടയിലെ ദൂരം ഒരു പാലം പോലെ അത് ഏറ്റു വാങ്ങി. അത് ഇടയ്ക്ക് മണ്ണിലേക്കും ഇടയ്ക്ക് ഇലകളിലേക്കും ഉറ്റു നോക്കികൊണ്ടിരുന്നു. ആലിന് മുന്നിലായി ഒരു കുരുത്തോല പന്തൽ ഉയർന്ന് നിൽക്കുന്നുണ്ടായിരുന്നു. ചുറ്റും പഴുത്തതും പച്ചയും കരിഞ്ഞതുമായ ഇലകൾ കൂടിക്കിടന്നിരുന്നു. കുരുത്തോലകൾ ഒരു പ്രത്യേകരീതിയിൽ അലങ്കരിച്ചാണ് കുരുത്തോല പന്തൽ ഉണ്ടാക്കിയിരിക്കുന്നത്. കുരുത്തോലകൾ ഒടിച്ചും മടക്കിയും കൈവിരുതു കാട്ടിയിരിക്കുന്നു. കുരുത്തോലകളും വാഴകളും കൊണ്ട് ആണ് കുരുത്തോല പന്തൽ നിർമിച്ചിരിക്കുന്നത്. ശുഭ്രവസ്ത്രധാരിയായ ഒരു സുന്ദരിയെ പോലെ അത് തിളങ്ങുന്നു. കുരുത്തോല പന്തലിന്റെ പ്രഭ ആ മൈതാനമാകെ പരന്നു കിടന്നു. അതിനും മുന്നിലായി ഒരു ചെറിയ കുളമുണ്ടായിരുന്നു. പന്തലിലും ചുറ്റും നിറമുള്ള- കറുപ്പും മഞ്ഞയും വെള്ളയും ചുവപ്പും ചേർന്ന- കളങ്ങൾ വരച്ചിരുന്നു. ഒരു കൂട്ടം കുട്ടികൾ പൂർണനഗ്നരായി ആ ചായക്കൂട്ടിൽ കിടന്നുരുളുകയും കുളത്തിലേക്ക് ചാടുകയും ചെയ്തുകൊണ്ടിരുന്നു. മായുന്നതിനനുസരിച്ച് പുതിയ കളങ്ങൾ പ്രത്യക്ഷപ്പെട്ടുകൊണ്ടിരുന്നു. ഒരു സർപ്പം തലയുയർത്തി നിൽക്കുന്നത്, വലിയ രണ്ട് കണ്ണുകൾ, തല താഴ്ത്തിനിൽക്കുന്ന ഒരു മാൻ, ഉയർന്ന് പൊന്തിനിൽക്കുന്ന ഒരു കാലുമായി കുതിച്ചുയർന്ന് അന്തരീക്ഷത്തിൽ നിൽക്കുന്ന ഒരു കുതിര, ചെറിയ പക്ഷികൾ ഇങ്ങനെ പലതരത്തിലുള്ള ചിത്രങ്ങൾ ചായക്കൂട്ടുകൾ കൊണ്ട് വരയ്ക്കപ്പെടുകയും കുട്ടികൾ ഉരുണ്ട് ഉറഞ്ഞ് മായ്ക്കുകയും ചെയ്തുകൊണ്ടിരുന്നു. കുട്ടികളുടെ ആർപ്പുവിളികൾ ഉയർന്ന് കേൾക്കാം. ദൈവം കുരുത്തോലപ്പന്തലിന് മൂലയ്ക്കായി ഇരുന്ന് ഗിത്താർ വായിക്കാൻ തുടങ്ങി. ദൈവം പറഞ്ഞു. “നീ പല വഴികളിലൂടെ കടന്ന് പോയിരിക്കുന്നു. നീ തിരഞ്ഞെടുത്ത നിന്റെ വഴികളെല്ലാം നിന്നെ ഉപേക്ഷിക്കുകയായിരുന്നു. അതിനാൽ നീ എന്റെ വഴിയിലേക്ക് എത്തിക്കൊണ്ടിരുന്നു. ഇനി നീ അത് കണ്ടെത്താൻ അതിനെ പിന്തുടരാൻ സമയമായിരിക്കുന്നു.” മുകുന്ദൻ ബാല്യകാലത്തേക്ക് മടങ്ങിപ്പോയി ദൈവം

പറഞ്ഞതൊന്നും കേൾക്കാൻ അവൻ തയ്യാറായില്ല. അതിനെക്കാൾ അവൻ കുട്ടികളെ ശ്രദ്ധിച്ചു അവൻ കുട്ടികളോടൊപ്പം പോയി. ചായ ക്കൂട്ടുകൾ പറ്റിയ വസ്ത്രങ്ങൾ ഉരിഞ്ഞ് കളഞ്ഞു. പൂർണനഗ്നനായി കുളത്തിൽ മുങ്ങാംകുഴിയിട്ടു. പതിയെ തല ഉയർത്തി ആകാശത്തിലേക്ക് നോക്കി. മുകുന്ദൻ പൂർണനഗ്നനായി ആലിന്റെ ചുവട്ടിലേക്ക് ഓടി. അവിടെ ഇലകളിൽ കിടന്ന് അവൻ ഉരുണ്ട് മറിഞ്ഞു. കരിയിലക്കൂട്ടങ്ങൾ അവനെ പുണർന്നു. ശരീരമാകെ ഇലകൾ കൊണ്ട് മൂടപെട്ടു. ഇലകൾക്കിടയിലെ മണ്ണു ചെളികളായി ശരീരത്തിൽ പറ്റിപിടിക്കാൻ തുടങ്ങി. ഇലകൾക്കിട യിൽ അവൻ കിടന്നു. കരിയിലകളെ വാരി പുണർന്നു. ദൈവം ആകാംക്ഷ യോടെയും അൽപം കോപത്തോടെയും ഉറക്കെ പറഞ്ഞു. "സന്യാസം നിന്നെ വിളിക്കുന്നു അവിടേക്ക് പോവൂ." അവൻ മലർന്ന് കിടന്ന് സ്വയം ശരീരത്തിലൂടെ വിരലുകൾ ഓടിച്ചു. ഒരു സ്വയംഭോഗത്തിന് മുമ്പെന്ന പോലെ. അവന്റെ മണ്ണിൽ പൊതിഞ്ഞ ലിംഗം ഉണർന്നെണീറ്റു. ദൈവം ഉറക്കെ പറഞ്ഞു... ബാസ്റ്റഡ്...

നാല്പത്തിയേഴ്

ഇങ്ങനെ തോന്നിയിട്ടില്ലെങ്കിലും പരാതി ഒന്നും ഇല്ല കേട്ടോ

ചെളിയിൽ പൂന്തിപോയ ചെരുപ്പുകൾ തിരഞ്ഞ് നടക്കുന്നത് പോലെ വിഫലമായ വഴികൾ തേടുമ്പോൾ മറ്റൊന്നും ചെയ്യാനില്ലാതെ ചെന്ന് മുട്ടാവുന്ന ചിലവാതിലുകൾ ഇല്ലേ എല്ലാവരുടെയും മനസ്സിനുള്ളിൽ? കുറച്ച് നേരത്തേക്കെങ്കിലും ലാഭരഹിതമായ ഒരു ഇച്ഛയ്ക്ക് കൂട്ടുനിൽക്കുന്ന കുറ്റവാളിയെപ്പോലെ എല്ലാം സ്വതന്ത്രമാവുന്ന ചില നിമിഷങ്ങൾ.

റോഷ്നേര നല്ലേഴ്ത്തുമുക്കിൽ ഇറങ്ങി. അതാണ് മുകുന്ദന്റെ വീട്ടിലേക്കെത്തുമ്പോൾ ഒടുവിൽ വണ്ടിയിറങ്ങേണ്ട സ്ഥലം. സ്റ്റോപ്പിൽ ഇറങ്ങിയതും അവളുടെ മനസ്സ് ഒരു കടയുടെ മുന്നിലേക്ക് പാഞ്ഞു. നിരനിരയായി അടുക്കി വച്ചിരിക്കുന്ന സൈക്കിളുകൾ. തിരഞ്ഞെടുക്കാവുന്ന ഏറ്റവും നല്ല സമ്മാനം. അവനുവേണ്ടി വാങ്ങിയ സൈക്കിളിലായിരുന്നു റോഷ്നേരയുടെ പിന്നീടുള്ള യാത്ര. തനിക്ക് വഴി തെറ്റിയിട്ടുണ്ടാവുമോ? അവന്റെ വീട് ഒരു വ്യത്യസ്തമായ വീടായിരിക്കണം. പോകുന്നതിനിടയിൽ ഒരു മൂന്നുനില വീടിന്റെ മുന്നിൽ കുറേ പേർ കൂടി നിൽക്കുന്നുണ്ടായിരുന്നു. ആ വലിയ വീടിന്റെ കിഴക്കുഭാഗം മാറി പൂർത്തീകരിക്കപ്പെടാത്ത ഒരു ഹാളിന്റെ അടിസ്ഥാനം കാടുപിടിച്ച് കിടക്കുന്നുണ്ടായിരുന്നു. എന്തോ വിശേഷം നടക്കുന്ന ഒരു വീടായിരുന്നു അത്. ആളുകൾ അധികം ബഹളമില്ലാതെ കൂടിനിൽക്കുന്നു. അവൾ സൈക്കിൾ ചവിട്ടി മുന്നിലേക്ക് പോയി. മൂന്നു റോഡുകൾ കൂടിച്ചേരുന്ന ഒരു ജംഗ്ഷനിലെത്തി. റോഡിനോട് ചേർന്ന് ഒരു അർദ്ധനാരീശ്വരക്ഷേത്രവും അതിന്റെ ചിറയുമുണ്ടായിരുന്നു. ചിറയ്ക്കും ക്ഷേത്രത്തിനും ത്രികോണാകൃതിയിലുള്ള മതിൽക്കെട്ടായിരുന്നു ഉണ്ടായിരുന്നത്. ക്ഷേത്രത്തിന് പുറത്തായിരുന്നു കുളം. ആ സ്ഥലം അവൾക്ക് പിടികിട്ടി. മുകുന്ദൻ പറഞ്ഞിട്ടുള്ള പയ്യലക്കാവ് ക്ഷേത്രം. പെട്ടെന്ന് അവൾ ഒരു പാട്ട് കേട്ടു. കേട്ടമാത്രയിൽ തന്നെ ആ ശബ്ദം എവിടെയോ പരിചയമുള്ളത് പോലെ തോന്നി. ജംഗ്ഷനിൽ നിന്നും അൽപം തെക്ക് മാറി ഒരാൾ മദ്യപിച്ച് നിന്ന് പാടുന്നു. 'വാടാ വടക്കൻ കരടി മനോഹര... '

അങ്ങ് അധികം ദൂരെയല്ലാതെ റോഷ്നേര ഒരു പോസ്റ്റർ കണ്ടു. അവൾ അറിയാതെ സൈക്കിൾ ബ്രേക്ക് ചെയ്തു. മുകുന്ദന്റെ ചിരിച്ചുകൊണ്ടിരിക്കുന്ന ഒരു കളർ ഫോട്ടോ. താഴെ ഇങ്ങനെ എഴുതിയിരിക്കുന്നു. 'ഞങ്ങളുടെ പ്രിയപ്പെട്ട മുകുന്ദന് വിട.'

കണ്ണിൽ ഇരുട്ട് കയറി... അവളുടെ കാലുകൾ വിറയ്ക്കാൻ തുടങ്ങി... സൈക്കിളിന് പിന്നിൽ ഒരു കാർ വന്ന് നിന്ന് തുരുതുരെ ഹോണടിച്ചു. ആരോ തല പുറത്തേക്കിട്ട് അവളെ തെറി പറഞ്ഞു. ആ പോസ്റ്ററിൽ അവൾ ഒരിക്കൽ കൂടി നോക്കി. കണ്ണുകൾ നിറഞ്ഞിരുന്നതിനാൽ അവ്യക്തമായിരുന്നു കാഴ്ച. അവന്റെ ചിത്രത്തിന്റെ മുഖത്ത് അവളൊന്ന് തലോടി. കണ്ണുകളിൽ നിന്നും കണ്ണീർത്തുള്ളികൾ വിറയാർന്ന് അടർന്ന് വീണു...

പാട്ടിന്റെ ഈരടികൾ ഇഴ മുറിഞ്ഞവസാനിച്ചു.

ശരീരത്തിന് മുകുന്ദന്റെ നീളമുണ്ടായിരുന്നെങ്കിലും പായയിൽ പൊതിഞ്ഞ് വച്ച മുഖം വ്യക്തമല്ലായിരുന്നു. മുഖം നഷ്ടപ്പെട്ട ഒരു നടൻ മലർന്ന് കിടന്നു. ഏതൊരു മുഖത്തിന് വേണമെങ്കിലും ഒരു കൈനോക്കാൻ പാകത്തിൽ ശരീരം നീണ്ട് നിവർന്ന് കിടന്നു.

എലിയും പൂച്ചയും മുറിയിൽ തലങ്ങും വിലങ്ങും നടന്നു. അസ്തമിക്കാറായ സൂര്യൻ പുഞ്ചിരിച്ചു. ആകുലതകളും ആശങ്കകളും ആകാശത്ത് മേഘങ്ങൾ എന്ന പോലെ പരതി നടന്നു. ബാല്യകാലത്തിന്റെയും കൗമാരത്തിന്റെയും യൗവ്വനത്തിന്റെയും പൊടിപിടിച്ച ബ്ളാക്ക് ആന്റ് വൈറ്റ് ചിത്രങ്ങൾ ഫോട്ടോഗ്രാഫറുടെ വിരലുകളിലേക്ക് മടങ്ങിപ്പോയി. പഴകിയതെങ്കിലും നിറം മങ്ങിയിട്ടില്ലാത്ത ഒരു സൈക്കിളിൽ മുകുന്ദന്റെ സുഹൃത്ത് രാജൂനരൻ വയലിന്റെ വശം ചേർന്നുള്ള ഇടവഴിയിലൂടെ സഞ്ചരിച്ച് തുടങ്ങി. ഒരിക്കലും അവസാനിക്കാത്ത ഒരു നീളൻ ഗുഹ പോലെ ആ വഴി കാണപ്പെട്ടു. വശങ്ങളിൽ നിന്നും വഴിയിലേക്ക് പടർന്ന് കിടക്കുന്ന കൈതോല മുള്ളുകൾ അവന്റെ രണ്ട് കൈകളിലും തറയ്ക്കുകയും ചെറുതായി ചോര പൊടിയുകയും ചെയ്തു. പുഞ്ചിരിച്ചുകൊണ്ട് അവന്റെ കാലുകൾ സൈക്കിളിന്റെ പെഡലിനെ തിരിച്ചു. കടും ചുവപ്പ് നിറത്തിലുള്ള അവന്റെ ഉടുപ്പിന്റെ പിന്നാലെ പൂച്ച ഓടി നടന്നു. തുരുമ്പിച്ച റിമ്മുകൾ ഒരു കലക്കവെള്ളവും രണ്ട് തടിപ്പാലവും കടന്ന് ഒരു തെങ്ങിൻ ത്തോപ്പിലെത്തി. അവിടെ ഒരു ഷാപ്പുണ്ടായിരുന്നു. സൈക്കിളിന്റെ ലക്ഷ്യവും അതായിരുന്നു. ആ തെങ്ങിൻ തോപ്പിന്റെ മൂലയിലെ വെളുത്ത പെയിന്റടിച്ച കള്ളുഷാപ്പിന്റെ ഇടത്തേ മുറിയിലെ ജനലിലൂടെ ബിജു ഇബ്രാഹിം ക്യാമറ സൂമിൻ ചെയ്തു. ഒരു കുപ്പി കള്ളിന്റെ ലഹരിയിൽ നിന്നും കമലും ദീപക്കും ഒരിക്കലും കൈവിറയ്ക്കാത്ത ഒരു ലോകത്തെ പറ്റി സംസാരിച്ചു. ലഹരിയുടെ ചരിത്രപ്രാധാന്യം കണക്കിലെടുത്ത് അടിമയും ഉടമയും ഇല്ലാത്ത ഒരു മണ്ഡലത്തിലേക്കാവും ലഹരിയുടെ സംസ്കാരം സോഷ്യലിസത്തിൽ പരിണമിക്കുക എന്ന് കമൽ പറഞ്ഞു.

ദീപക് ഒരു കുപ്പി കള്ളുകൂടി ഓർഡർ ചെയ്തു. ലഹരി ഇടയ്ക്കൊക്കെ വിപ്ലവപാതയെ മുരടിപ്പിക്കുന്നുണ്ടെന്ന ഒരു അഭിപ്രായം ഷാപ്പിലെ തൊഴിലാളി സഖാവ് രാമു പറഞ്ഞു. ദീപകിന് പൂർണമായും അതിനോട് യോജിപ്പുണ്ടായിരുന്നില്ല. എല്ലാവർക്കും കഞ്ചാവ് കൃഷിചെയ്യാവുന്ന ആവശ്യത്തിന് ഉത്പാദിപ്പിക്കുകയും അധികം വരുന്നത് പൊതുസമൂഹ ത്തിന് കൈമാറുകയും ചെയ്യാവുന്നതിലേക്കാവും മാറ്റങ്ങൾ സാധ്യമാവുക. ഈ അടുത്ത കാലത്തൊന്നും വരാനിടയില്ലാത്ത ഒരു കാര്യത്തെപ്പറ്റി സംസാരം നിർത്തി മൂന്നുപേരും ഒരു ബീഡി ചുരുട്ടി വലിക്കാനും തുടങ്ങി. ഇതിനിടയിൽ പൂച്ച ഒരു മീൻ തലയുമായി പുറത്തേക്ക് ചാടി. കഞ്ചാവിന്റെ മണം ഷാപ്പിന്റെ വലതുവശത്തെ ഓവുചാലിലൂടെ ഒഴുകി സമീപത്തെ തോട്ടിലേക്ക് പോയി. മീൻ പൊരിച്ചതിന്റെ മണം പൂച്ചയ്ക്ക് നന്നേ ഇഷ്ടപ്പെട്ടു. ഷാപ്പിന്റെ മുന്നിൽ സൈക്കിൾ നിർത്തി രാജു അവരുടെ അടുത്തേക്ക് ചെന്നു. ആർക്കും ഒന്നും നഷ്ടപ്പെടുത്താതെ ആർക്കും ഒന്നും നേടികൊടുക്കാത്ത ഒരു ബൃഹത് മോഷണപരിപാടിക്കവർ പദ്ധതിയിട്ടു. ആ മുറിയുടെ പലകച്ചുമരിൽ കരിക്കട്ടകൾ കൊണ്ട് രൂപരേഖകൾ കോറി യിട്ടു. അന്ന് പൂച്ച മടങ്ങിപോന്ന ശേഷം ആ ഷാപ്പിന് ആരോ തീയിടു കയും ഇനിയും മടങ്ങിപ്പോയിട്ടില്ലാത്ത നാലു ശവങ്ങളെ ആരോ തോട്ടി ലേക്ക് ഒഴുക്കിവിടുകയും ചെയ്തു. കഞ്ചാവിന്റെ കെട്ട് വിടുന്നത് വരെ വെള്ളത്തിന് മുകളിൽ കുത്തനെ കിടക്കുകയല്ലാതെ ആ നാലുശരീര ങ്ങൾക്കും വേറെ മാർഗം ഉണ്ടായിരുന്നില്ല. ബീവറേജസ്സുകൾ അടച്ചിടുന്ന ഒന്നാം തിയതി ആയതിനാലാണ് ഈ ദാരുണസംഭവത്തിന് ചരിത്രം സാക്ഷ്യം വഹിച്ചതെന്ന് പത്രങ്ങൾ റിപ്പോർട്ട് ചെയ്തു. പൂർത്തിയാവാതെ പോയ ഒരു മോഷണത്തിന്റെ പദ്ധതിരേഖ കപ്പലണ്ടി കൊറിച്ച് അതിലേ പോയ ഒരു കുട്ടിയുടെ സഞ്ചിയിൽ കയറി സ്കൂളിലേക്ക് പോയി.

അടുത്തിടെ അവിടെ അടയ്ക്കപ്പെട്ട എട്ടുപേർ മുസ്ലീം തീവ്രവാദികളും മൂന്നുപേർ മാവോയിസ്റ്റുകളുമാണെന്ന് വളരെ ഉറപ്പുള്ളത് പോലെ ഒരു ശബ്ദം വിളിച്ച് പറഞ്ഞു. പോരാട്ടത്തിൽ മരണമടഞ്ഞവരുടെ ശവശരീര ങ്ങൾ പെട്ടിയിലേക്ക് മാറ്റിക്കൊണ്ടിരിക്കുന്നു. വെടിയുണ്ട തറയാത്ത ഒരി ടവും ആ ശരീരങ്ങളിൽ ഉണ്ടായിരുന്നില്ല. തീവ്രവാദികൾ ആണെന്നുള്ള തിന്റെ തെളിവ് അതുമാത്രമാണ്. ആണിയടിക്കാൻ ഇനിയും ഇടം ബാക്കി യുണ്ടായിരുന്നതിനാൽ ശവം തന്നെ ശവപ്പെട്ടിയെപ്പോലെ കൊട്ടിയടയ്ക്ക പ്പെട്ടു. കത്തിക്കരിഞ്ഞ കുറേ മനുഷ്യമാംസത്തിന്റെ മണം വിജയാരവ ങ്ങൾക്ക് നടുവിൽ പൊങ്ങി നടന്നു. തകർന്ന് വീഴുന്ന വ്യാജസമാധാന ത്തിന്റെ ഗോപുരങ്ങൾക്ക് താഴെ കുറ്റവാളികളെ അന്വേഷിക്കുന്നവർ. വരിവരിയായി നിരനിരയായി അനുസരണയുള്ള കുട്ടികൾ ഭൂമിയിൽ ജനിക്കാൻ വേണ്ടി കാത്തുനിൽക്കുമ്പോഴും ഒഴിവില്ലാത്ത ഗർഭപാത്രങ്ങൾ കൊട്ടിയടച്ച വാതിലിനപ്പുറം വിലപിക്കുന്നു. കാണാനും കേൾക്കാനും

കഴിയാത്ത ചിത്രങ്ങൾ അടക്കം ചെയ്ത ശവപ്പെട്ടിക്ക് മുകളിലൂടെ പറന്ന് നടന്ന പരുന്തിന്റെ ചിറകിനടിയിൽ നിന്നും ചെമ്മണ്ണിന്റെ നിറമുള്ള ഒരു നനഞ്ഞ തൂവൽ താഴേക്ക് വീണു. ശവപ്പെട്ടിയുടെ വിടവുകളിൽ നിന്നും രണ്ട് പുഴുക്കൾ പുറത്തേക്ക് തലയിട്ടു. റേഷൻ കാർഡിലും വോട്ടേഴ്സ് ലിസ്റ്റിലും പേരില്ലാത്ത മനസ്സിനുള്ളിൽ ബോംബുകളുമായി ജനിച്ചു വീണ തീവ്രവാദികൾ ഇരുട്ടിൽ നടന്നു പോകുന്നുപോലും. പണ്ട് പൂച്ചയും എലിയും ഒരുമിച്ച് ആ മടിത്തട്ടിൽ കിടന്നുറങ്ങിയിട്ടുണ്ട്. അവർ കണ്ണിമ വെട്ടാതെ ആർക്കൊക്കെയോ കാവലിരുന്നിട്ടുണ്ട്. അമ്മ പ്രസവിച്ച മനുഷ്യക്കുട്ടികളായിട്ടും സ്വന്തമെന്ന പേരിൽ തിന്നു തീർക്കാൻ പട്ടിണിപോലും ഇല്ലാതിരുന്ന ചിതലെടുത്ത തുണിക്കഷ്ണം പോലെ തൂങ്ങിക്കിടക്കുന്ന കുറെ ചിത്രങ്ങൾ. വറവുചട്ടിയിൽ മൊരിയുന്ന എണ്ണയിൽ നിന്നും മനുഷ്യമാംസത്തിന്റെ രൂക്ഷഗന്ധം. സ്വത്വത്തിന്റെ നിലവിളികൾ നക്ഷത്രങ്ങളായി ആകാശത്ത് പ്രത്യക്ഷപ്പെടുന്നു. കാഴ്ചകൾ അതിസൂക്ഷ്മമായി ചെറിയ ഇടങ്ങളിലേക്ക് ചേക്കേറുന്നു. വിപ്ലവത്തിന്റെ കൽപ്പനകളെഴുതിയ പുസ്തകം ചിതലുകളുമായി ശീതീകരിക്കപ്പെടുന്നു. അരാഷ്ട്രീയമെന്ന് വിളിക്കാവുന്ന ഒരു രാഷ്ട്രീയം കുതിരപ്പുറത്ത് കയറി സഞ്ചാരം തുടങ്ങുന്നു. ഭയചകിതർ കൂട്ടമായി വിളിച്ച് പറയുന്നു തീവ്രവാദികൾ... ആ കൂട്ടത്തിൽ മരിക്കാൻ വിധിക്കപ്പെട്ട ഒരു തീവ്രവാദിയുടെ പേരായിരുന്നു പോലും മുകുന്ദൻ. അവന്റെ ശരീരം കഴുകൻ കൊത്തിവലിച്ച് കൊന്ന് തീർത്തു പോലും.

നാല്പത്തിയെട്ട്

ബന്ധങ്ങൾ സങ്കീർണ്ണമാണ്; ഉത്തരങ്ങൾ ഉപദ്രവകരവും

കുമിഞ്ഞ് കൂടിയ ഓർമ്മകളിൽ നിന്നും രക്ഷപ്പെടാൻ സ്വപ്ന ങ്ങളല്ലാതെ ഒന്നും ഉണ്ടായിരുന്നില്ല കൈയെത്തും ദൂരത്ത് നിഴലു കൾ പച്ചപ്പു വിരിച്ചു നിന്ന മനസ്സിൽ നിന്നും അവൾ ഓടി രക്ഷ പ്പെടാൻ ആഗ്രഹിച്ചു. ക്രൂരവിനോദങ്ങളുടെ നോട്ട് പുസ്തക ത്തിൽ നിന്നും അവൾ തല വലിച്ചെടുത്തപ്പോഴേക്കും, വിരുന്ന് വന്ന കാക്കകൾ ആരോടും മിണ്ടാതെ മടങ്ങിപ്പോയിരുന്നു. ഓർമ്മകൾക്ക് അടയിരുന്നവയിൽ ബലിച്ചോറുതിന്ന് മടങ്ങിയ ഒന്നു മാത്രം മുറ്റത്തെ കിണറ്റിൽ ചത്ത് മലച്ചു കിടന്നു.

ദിവ്യാചന്ദ്രൻ മുകുന്ദനയച്ച ഈ മെയിലുകളിൽ രണ്ടെണ്ണം കൂടി.

ഇമെയിൽ 2

എടാ ഇന്നലെ പറയേണ്ടതായിരുന്നു. വിട്ടുപോയി. അതേ ഞാനിന്നലെ അനിയനോട് ദേഷ്യപ്പെട്ടു... കസേര ചവിട്ടിയെറിഞ്ഞു. എന്റെ മുടി എനിക്കിഷ്ടമുള്ളപോലെ ഞാൻ കെട്ടി വയ്ക്കും. അത് പറയാൻ അവനാരാ. എന്റെ മുടി എന്റെ ഇഷ്ടമാണ്. ഞാൻ മുടി കുളിച്ചിട്ട് പിരിച്ചിട്ടിരിക്കുക യായിരുന്നു. നനവും ഉണ്ടായിരുന്നു. അവൻ കുറെ ചാട്ടം. എന്താ മുടി അഴിച്ചിട്ടാല്? അതിന് മറുപടി അവന്റെ കുറെ ഡയലോഗുകൾ. എന്റെ മുടി മുറിച്ച് കത്തിക്കുമെന്ന് പറഞ്ഞു. എന്നാൽ പിന്നെ എന്നെ കൊന്നേക്കാൻ ഞാൻ പറഞ്ഞു. എനിക്ക് ജീവനുണ്ടെങ്കിൽ മുടി ഞാൻ കെട്ടില്ല. അപ്പോ അവൻ കുറേ ചീറി. എന്റെ മുടി എന്റെ വ്യക്തിപരമായ കാര്യമാണ് നീയതിൽ ഇടപെടണ്ടാന്ന് ഞാൻ തീർത്ത് പറഞ്ഞു. പറയുമ്പോൾ ഉള്ളിലൊരു പേടിയുണ്ടായിരുന്നു. അപ്പോ അവൻ പറയുന്നു എം.എയ്ക്ക് പോകുന്നതിന്റെ അഹങ്കാരത്തിലാ ഇതൊക്കെ ചെയ്യുന്ന തെന്ന്. എനിക്ക് ദേഷ്യം വന്നു. ഞാൻ കസേര ചവുട്ടിയെറിഞ്ഞു. അവൻ പിന്നെ മിണ്ടീല. അവൻ ഇറങ്ങി പോയി. ഞാൻ കുറേ കരഞ്ഞു.

ഇമെയിൽ 3

നിന്നോടുള്ള പ്രണയം വല്ലാതെ വലയ്ക്കുന്നെന്നെ. നീ പോലുമറിയാതെ നിന്നിലേക്ക് ഒത്തിരി അടുത്തുകൊണ്ടിരിക്കുന്നു. ഒരിക്കൽ നീ പറഞ്ഞില്ലേ ബന്ധപ്പെടാതിരുന്നാൽ തനിയെ മറക്കും ഞാൻ ചെറിയ കുട്ടിയാണെന്ന്. ഇതൊക്കെ എന്റെ പ്രായത്തിന്റെ കുഴപ്പമാ എന്നൊക്കെ.

പക്ഷേ...

ഇതാണ് ശരിക്കും പ്രണയം. കാണാതിരിക്കുമ്പോൾ അതെത്ര തീവ്രമാകുന്നുവെന്ന് ഞാനറിയുന്നു. കാണണമെന്നുണ്ട് വേണ്ട. അതിമോഹമാണത്. വീട്ടിൽ നിന്നും പുറത്തിറങ്ങാൻ കഴിയില്ല. നീ വിചാരിച്ചാൽ ചാൻസുണ്ടാക്കി വിളിക്കാൻ കഴിയും. പക്ഷേ അത് വേണ്ട. ഈ ദിവസങ്ങളിലൊക്കെ നിനക്ക് ഉറങ്ങാൻ കഴിയുന്നുണ്ടല്ലോ ഒരിക്കലും നീ എന്റേതാണന്ന് ഞാൻ പറയില്ല. ആഗ്രഹിക്കുകയുമില്ല. പക്ഷേ ഞാൻ നിന്റേയാ. എന്റൊപ്പം മരണം വരെ ഉണ്ടായാൽ മതി. ഭൂമിയിൽ ഏതെങ്കിലും പെണ്ണ് ഒരു ഭാര്യയും കുട്ടിയുമുള്ള ആളിനെ പ്രണയിക്കുമോ. എനിക്ക് നല്ല വട്ടാ അല്ലിയോ? ഈ വട്ടിന് ഒരു സുഖമുണ്ട്. ഉള്ളിന്റെയുള്ളിൽ ഒരു നോവുണ്ട്. ആ നോവിന് എന്റെ പ്രണയത്തിന്റെ സത്യമുണ്ട്. ഇപ്പോൾ എനിക്ക് നിന്നെ സംശയമില്ല. നീ സ്നേഹിക്കുന്നെന്ന് നീ പറയാതെ തന്നെ എനിക്കറിയാം. ഞാൻ മനസ്സും ശരീരവും കൊണ്ട് നിങ്ങളെ ഇഷ്ടപ്പെടുന്നു. ഇഷ്ടമല്ലെന്ന് മാത്രം പറയരുത്. ഒന്നും വേണ്ട. ഒരു പ്രശ്നവും ഉണ്ടാക്കില്ല, വല്ലപ്പോഴും കുറച്ച് ദിവസം എനിക്ക് വേണ്ടി മാറ്റിവച്ചാൽ മതി.

ഈ ലോകത്തിൽ ഒരു കുഞ്ഞും അറിയില്ല നമ്മുടെ ബന്ധം. അത് നമ്മുടെ ഒരു സ്വകാര്യത മാത്രമാണ് മറ്റൊരാളെ മോശമായി ബാധിക്കാത്തിടത്തോളം കാലം. അത്രത്തോളം ഞാൻ ശ്രദ്ധിക്കുന്നുണ്ട്. ആരും ഇതിന്റെ പേരിൽ വേദനിക്കരുത് നെറ്റി ചുളിക്കുകയും അരുത്. അങ്ങനെ വന്നാൽ നമ്മൾ തോറ്റുപോവും. മോള് വേദനിച്ചാൽ ശോഭചേച്ചി കരഞ്ഞാൽ പിന്നെ നമുക്ക് പ്രണയമില്ല. നമുക്ക് നമ്മെ നഷ്ടപ്പെടും.

നാല്പത്തിയൊമ്പത്

അന്യർക്ക് പ്രവേശനമില്ല

> നീർവീഴ്ച്ചകൾ നിലയ്ക്കുമ്പോൾ പാറക്കെട്ടുകൾ പൊട്ടി ത്തെറിച്ചുകൊണ്ട് പ്രതികരിക്കാറുണ്ടത്രേ. ശാലീനമായ പ്രണയ ത്തിന്റെ തത്ത്വശാസ്ത്രം അടിമകളല്ലാത്തവരുടെ കൈയിൽ സുരക്ഷിതമാവില്ലെന്ന വിശ്വാസത്തിന്റെ പുറത്ത്, അവൾ ഒറ്റയ്ക്ക് ജീവിക്കാൻ തീരുമാനിച്ചു.

ആരും കരയുന്നത് മുകുന്ദന് ഇഷ്ടമല്ലായിരുന്നു. മരണം ആരെയും അറിയിക്കരുതെന്ന് അവൻ എഴുതിയിട്ടുണ്ടായിരുന്നു. ഇന്നലെ രാവിലെ മൂന്നു പത്തിന് ഒരു ട്രെയിനിന് തല വയ്ക്കുകയായിരുന്നു.

മൂന്നു പത്തിന്! റോഷ്നേര പെട്ടെന്ന് ഒരു കിളിക്കുഞ്ഞിന്റെ നിർത്താതെയുള്ള കരച്ചിൽ കേട്ടു.

മുകുന്ദന്റെ മകളെ കാണണ്ടേ? മുകുന്ദന്റെ സുഹൃത്ത് അൽപം മാത്രം ദൂരെ ഡോറ് തുറന്ന് കിടക്കുന്ന ഒരു കാറിലേക്ക് വിരൽ ചൂണ്ടി. മുകുന്ദന് ഏറ്റവും പ്രിയപ്പെട്ട നിറമായ ഈറൻവയലറ്റ് മിഡിയും ടോപ്പും ധരിച്ച് ഒരു കുട്ടിയിരുന്ന് ചിത്രം വരയ്ക്കുന്നുണ്ടായിരുന്നു. അവൾക്കറിയില്ല എന്താ സംഭവിക്കുന്നതെന്ന്. റോഷ്നേര പതിയെ നടന്ന് കാറിനരികിലെത്തി. ഡ്രൈവിംഗ് സീറ്റിൽ സ്റ്റിയറിംഗിൽ തലചായ്ച്ച് ജോസ് കിടക്കുന്നുണ്ടായിരുന്നു. റോഷ്നേര അവളെ വിളിച്ചു. അവൾ തല ഉയർത്തി നോക്കി. "അമ്മയെ കാണാനാണോ. അമ്മ അകത്തുണ്ട് അമ്മയ്ക്ക് തലവേദനയാ. വാ മോളു കാണിച്ചു തരാം." "വേണ്ടാ ഞാൻ മോളെ കാണാനാ വന്നത്." "എന്നെയോ ദേ ഞാൻ വരച്ച പടമാ. ഒത്തിരി പടം വീട്ടിൽ വരച്ച് വച്ചിട്ടുണ്ട് വന്നാൽ ചേച്ചിക്ക് കാണിച്ച് തരാം. ഇത് നല്ല ചിത്രമല്ലേ." റോഷ്നേര അവൾ വരച്ച ചിത്രത്തിലേക്ക് നോക്കി. ഒരു കിളിക്കുഞ്ഞിന്റെ ചിത്രം.

"സുഹൃത്തേ എന്റെ ബാഗ് ആ ജംഗ്ഷനിൽ ഇരിക്കുകയാ. അതൊന്ന് എടുക്കണമായിരുന്നു. കയറൂ നമുക്ക് പോയി എടുത്ത് വരാം." അവൾ ആ വണ്ടിയിലേക്ക് കയറി. എ.സിയുടെ തണുപ്പ് അവളെ വല്ലാതെ അലോസരപ്പെടുത്തി. റോഷ്നേര സൈക്കിളിന്റെ താക്കോലെടുത്ത് മോളുടെ കൈയിൽ കൊടുത്തു.

"ഇതെന്താ?"

"മോൾക്ക് വലുതാവുമ്പോൾ ചവിട്ടാൻ ഒരു സൈക്കിൾ."

"ഹായ്."

"ദേ ആ സൈക്കിളിനരികിൽ നിർത്തു."

ജോസ്, വണ്ടി ആ സൈക്കിളിനോട് ചേർത്ത് നിർത്തി. "ഞാൻ അവന് കൊടുക്കാൻ ഒരു സൈക്കിൾ വാങ്ങിച്ചിരുന്നു. അതാണ് ഇത്." അവളിറങ്ങി സൈക്കിളിന് പിറകിൽ നിന്നും ബാഗ് എടുത്തു. അവൾ വണ്ടിയിൽ കയറി. നമുക്ക് എന്റെ വീട് വരെ ഒന്ന് പോയി വരാം തനിക്ക് ഫ്രഷാവുകയും ചെയ്യാം. മുകുന്ദൻ അവന്റെ നാടിനെപറ്റി എന്നോട് നിരവധി കഥകൾ പറഞ്ഞിട്ടുണ്ട്. താച്ചിരവി. യൂനുസ്സു മുതലാളി, കീരിക്കുഞ്ഞുങ്ങൾ, മേശിരി, അപ്പുവണ്ണൻ... എനിക്ക് ഇവരെയൊക്കെ ഒന്ന് കാണണമെന്നുണ്ട്...

നാടെന്ന് പറയുമ്പോൾ അതാണ് അവന്റെ വീട്ടിൽ കൂടിനിന്നത്. കൂട്ടുകാർ ഞങ്ങൾ ഒക്കെ തന്നെയാണ്. "ഞാൻ വരുന്ന സമയത്ത് ഇവിടെ നിന്ന് ഒരാൾ പാടുന്നുണ്ടായിരുന്നു."

"നോക്കൂ. റോഷ്നേര ഇവിടെ അങ്ങനെ ആരും ഇല്ല. ഇവിടെ നിന്ന് ആരും പാടിയതും ഇല്ല. ഒക്കെ തനിക്ക് തോന്നിയതാവും. അവൻ ഒത്തിരി കഥകൾ പറഞ്ഞിട്ടുണ്ടാവും. അതൊന്നും ഈ നാടിനെ പറ്റിയല്ല. ഞങ്ങളോടും ഇതൊക്കെ പറഞ്ഞിട്ടുണ്ട്. അതൊക്കെ അവന്റെ ഒരു വട്ടും ഭാവനയും മാത്രമാണ്."

"അല്ല ഒരിക്കലും അല്ല അങ്ങനെ ഒരു നാടുണ്ട്."

മുകുന്ദൻ നാട്ടിൽ സ്ഥിരമായി നില്ക്കാൻ തുടങ്ങിയിട്ട് മൂന്നു വർഷമേ ആവുന്നുള്ളൂ. അതു വരെ പലതരം പ്രൊജക്ടുകളിൽ വർക്ക് ചെയ്യുക യായിരുന്നു. നാടകവും ഗോത്രജീവിതവും ഫോക്‌ലോറും ഒക്കെ തന്നെ യായിരുന്നു വിഷയങ്ങൾ. അതിനിടയിൽ ശോഭയെന്ന പെൺകുട്ടിയും അവനും ഒരുമിച്ചു ജീവിക്കാൻ തുടങ്ങി. നാട്ടിലെ ജീവിതം ശോഭയേ യെയും അവനെയും തമ്മിൽ അകറ്റി. ശോഭയ്ക്ക് സ്വാതന്ത്ര്യത്തിന്റെ വഴിയിൽ മുകുന്ദനും ചിലപ്പോഴൊക്കെ മകളും ഒരു തടസ്സമായിരുന്നു. ഒടുവിൽ അവർ പിരിഞ്ഞു. മകളെ പിരിഞ്ഞതിൽ അവന് അതിയായ വേദനയുണ്ടായിരുന്നു. പിന്നെ അവന്റെ സങ്കൽപ്പത്തിനനുസരിച്ച് ജീവി ക്കാൻ കഴിയാതെ പോയതും. മരണം തീരുമാനിക്കപ്പെട്ടതിനു ശേഷവും ശരീരവും മനസ്സും അത് സ്വീകരിക്കാൻ മടികാണിക്കുമ്പോൾ വ്യക്തി സ്വയം തിരഞ്ഞെടുക്കുന്ന സ്വാഭാവികമായ ഒരു ഉപാധിയാണ് ആത്മഹത്യ എന്ന് അവൻ പലപ്പോഴും പറയാറുണ്ട്. ഓരോ ആത്മഹത്യയും സ്വന്തം ദേശം തേടിയുള്ള യാത്രയാണ്. എങ്കിലും അവൻ ഒരിക്കലും ആത്മഹത്യ ചെയ്യുമെന്ന് ഞങ്ങൾ വിശ്വസിച്ചിരുന്നില്ല.

"നാളെ ഞാനും സന്തോഷും മുകുന്ദനും കൂടി തുടങ്ങിയ ഒരു വൈദ്യുത ശ്മശാനത്തിന്റെ ഉത്ഘാടനമാണ്. ഈ നാട്ടിൽ മരണം വളരെ കൂടുതലാണ്.

ആദ്യം കരിയുന്ന ശരീരം..." അവൻ ഒന്ന് നിർത്തി പറഞ്ഞു. "മുകുന്ദൻ അവന്റെ ആത്മഹത്യക്കുറിപ്പിൽ ഒരു കാര്യം ആവശ്യപ്പെട്ടിട്ടുണ്ടായിരുന്നു. മകൾ കാണെ തന്നെ കത്തിക്കരുതെന്നും. ആ വൈദ്യുത ശ്മശാനത്തിന്റെ ആദ്യ ഇര താനാവണമെന്നും." "വണ്ടി നിർത്തു." റോഷ്നേര ഉറക്കെ പറഞ്ഞു. കുട്ടി പേടിച്ച് റോഷ്നേരയുടെ മുഖത്തേക്ക് നോക്കി. റോഷ്നേര അവളെ ശരീരത്തോട് ചേർത്ത് പിടിച്ച് ഒരു ഉമ്മ കൊടുത്തു. "നന്നായി പഠിച്ച് മിടുക്കിയാവണം..." അപ്പോഴേക്കും വണ്ടി ഒരു സൈഡ് ചേർത്ത് ജോസ് നിർത്തിയിരുന്നു. അവൾ ഡോർ തുറന്ന് ബാഗുമെടുത്ത് ഇറങ്ങി. "ഞാൻ പോവുന്നു. നമുക്കിനി മറ്റൊരു ശരീരം അന്വേഷിക്കേണ്ടല്ലോ അല്ലേ." ജോസിന്റെ കണ്ണുകൾ നിറഞ്ഞു. "ഞാൻ..." അവൾ പതിയെ നടന്നു "നിൽക്കൂ ഒരു മിനിട്ട്." ഒരു ബുക്കെടുത്ത് അവൻ അവളുടെ കൈയിൽ കൊടുത്തു. ഈ ബുക്ക് നിങ്ങൾക്ക് വേണ്ടി അവൻ എഴുതി വച്ചിരുന്നതാണ്. അവന്റെ മുറിയിൽ പൊലീസെത്തുന്നതിന് മുമ്പ് ഞാൻ എടുത്ത് മാറ്റിയതാണ്. അവർക്ക് വേണ്ടി അവൻ വേറൊരു എഴുത്തെഴുതി വച്ചിരുന്നു. ഒരു എഴുത്തും ഇതിലുണ്ട്. എഴുത്ത് ആർക്കും വായിക്കാൻ പാകത്തിൽ തുറന്നതായിരുന്നെങ്കിലും ബുക്ക് പ്ലാസ്റ്റിക്ക് കവർ കൊണ്ട് ലാമിനേറ്റ് ചെയ്തിരുന്നു. ചുവന്ന മഷിയിൽ അതിൽ എഴുതിയിരുന്നു 'ശ്മശാനങ്ങളുടെ നോട്ടു പുസ്തകം' ബുക്കും എഴുത്തും വാങ്ങി റോഷ്നേര ബാഗിൽ വച്ചു.

"ഇനി എങ്ങോട്ട്?"

"താങ്ക്സ്..."

ഡോറുകൾ അടച്ചിരുന്നെങ്കിലും ചില്ലുകൾക്കകത്ത് ആ കുട്ടിയുടെ ചിരിച്ച മുഖം അവൾ കണ്ടു. അവളോട് കൈകൊണ്ട് യാത്ര പറഞ്ഞ് നടന്ന് നീങ്ങി. വഴിയിൽ ഒരു ചൂണ്ടുപലക അവൾ കണ്ടു. കൊറ്റംകുളങ്ങര. പുരുഷൻ സ്ത്രീവേഷം കെട്ടുന്നത് ഇഷ്ടപ്പെടുന്ന ദേവി. ഒരു ജീവിതം മുഴുവൻ പരബ്രഹ്മത്തെ പ്രണയിക്കുകയും ദേവൻ ജീവിക്കുന്നത് പോലെ വെയിലും മഴയും ഏറ്റ് മേൽക്കൂരയില്ലാതെ തുറന്ന അമ്പലത്തിൽ കഴിയുകയും ചെയ്യുന്ന ദേവി.

അവൾ ക്ഷേത്രകോമ്പൗണ്ടിന്റെ പുറത്തുള്ള കൽമണ്ഡപത്തിൽ ഇരുന്നു. അവൻ എഴുതിവച്ച എഴുത്ത് ബാഗിൽ നിന്നും പുറത്തെടുത്തു.

'റോഷ്നേര, എന്റെ ജീവിതത്തിൽ ഒത്തിരി സൗഹൃദങ്ങൾ എനിക്കുണ്ടായിട്ടുണ്ട്. വേദനിച്ചും വേദനിപ്പിച്ചുമാണ് ജീവിച്ചത്. നമ്മുടെ സന്തോഷത്തിന്റെ പിന്നിൽ എത്രയൊക്കെ മറച്ചു വച്ചാലും മറ്റൊരാളുടെ വേദനയുണ്ടാവും. പ്രണയത്തെയും സൗഹൃദത്തെയും വേർതിരിക്കാൻ എനിക്കാവുമായിരുന്നില്ല. അല്ലെങ്കിൽ രണ്ടും ഒന്നിൽ തന്നെ അടക്കം ചെയ്തിരുന്നു. ആരോടെങ്കിലും നീതിപുലർത്താൻ കഴിഞ്ഞിട്ടുണ്ടോയെന്ന് എനിക്കറിയില്ല. ആരായിരുന്നു നിങ്ങൾക്ക് ഞാനെന്നെനിക്കറിയില്ല. പക്ഷേ, പലപ്പോഴും

നമ്മളല്ല, മറ്റുള്ളവർക്ക് നമ്മളെന്ന് മാത്രം അറിയാം. എനിക്കെന്റെ മുഖം നഷ്ടപ്പെട്ടത് വളരെ വൈകിയാണ് ഞാനറിഞ്ഞത് മുഖം നഷ്ടപ്പെട്ടാൽ പിന്നെയൊരാൾക്ക് ജീവിക്കാനാവില്ലല്ലോ. മുഖമില്ലാത്ത ഗതികേടിൽ നിന്നും ഞാനെന്റെ ശരീരത്തെ രക്ഷിക്കുന്നു. അവസാനനാളുകളിൽ ഒരു പെൺകുട്ടിക്ക് എന്നോട് അഗാധമായ പ്രണയമുണ്ടായിരുന്നു. ഒരു നാടക ക്യാമ്പിൽ വച്ചാണ് ഞാൻ ദിവ്യാചന്ദ്രനെ പരിചയപ്പെട്ടത്. അവൾ നിരന്തരം എനിക്ക് ഇ-മെയിലുകൾ അയച്ചുകൊണ്ടിരുന്നു. നിനക്കറിയില്ലേ മെയിലിലും ഫെയ്സുബുക്കിലും മനുഷ്യർക്ക് മരണമില്ല. ജനനവും. ഇതിനോടൊപ്പമുള്ള നോട്ട് ബുക്ക് കീറിപ്പറിഞ്ഞതാണ്. നീയെങ്കിലും വായിച്ചു തീർക്കണം. രക്തക്കറകൾ കൊണ്ട് അക്ഷരങ്ങൾ മറഞ്ഞിട്ടു ണ്ടാവും.

അവൾ ആ മണ്ഡപത്തിൽ കിടന്നു. കാറ്റടിച്ച് ഒരു മഴ പെയ്തുതുടങ്ങി. കരിയിലകളൊക്കെയും പറന്നുയർന്ന് ആകാശത്തിലേക്ക് പോകുന്നതും മേഘങ്ങളുമായി കൈകോർത്ത് നൃത്തം ചവിട്ടുന്നതും ഒരു കാലവർഷ കെടുതിക്കൊടുവിൽ ഉണ്ടായ പുഞ്ചിരിപോലെ അവൾ നോക്കിനിന്നു.

തനിക്ക് പകർത്താനാവാത്ത കുരുത്തം കെട്ട ചിത്രങ്ങൾ അവളെ ഇറങ്ങാനിഷ്ടപ്പെടാത്ത ഒരു ഇടനാഴിയിലേക്ക് കൊണ്ട് പോയി. ക്യാമറ യിലെന്ന വണ്ണം കണ്ടുകൊണ്ടിരിക്കെ കാണാതാവുന്ന ചില മനുഷ്യരുണ്ട്. ഒന്നിമവെട്ടി നോക്കുമ്പോഴത്തേക്കും അവർ എവിടേക്കോ ചിതറി പോയിരിക്കും. ഇന്നലെ ചെറ്റപ്പുരകളായിരുന്നതൊക്കെ ഇന്ന് കോൺ ക്രീറ്റ്കെട്ടിടങ്ങളായത് പോലെ. ഇന്നലെകളിലെ തൊണ്ട് ചീഞ്ഞ മണമുള്ള മനുഷ്യർക്ക് പകരം നല്ല വെളുത്ത മനുഷ്യർ പ്രത്യക്ഷപ്പെട്ടു. ഒരു കോളനിയാകെ കൂട്ടം തെറ്റി ചിന്നിച്ചിതറി തകർന്ന് പോയി. ഒരു കുടിയൊഴിപ്പിക്കൽ പോലെ. അതിന്റെ അടങ്ങാത്ത നിലവിളികൾ കേട്ടാണ് സഖാവിന്റെ തലമുടി നരച്ചതെന്ന് ആരോ പറഞ്ഞു. വിമതശബ്ദവുമായി ഒരു കമ്യൂണിസ്റ്റുകാരൻ ഒറ്റയ്ക്ക് ഇറങ്ങിത്തിരിച്ചു. ഒരു പ്രദേശം അവന്റെ പിറകെ പോയി. അവനെ ഒരിക്കലും തോൽപ്പിക്കാൻ കഴിയില്ലെന്ന് മനസ്സിലാക്കിയ സഖാക്കൾ അൻപത്തിയഞ്ച് വെട്ടുവെട്ടി അവനെ വെറുതെ വിടാൻ തീരുമാനമെടുത്തു. പത്തിലേറെ വെട്ടുകൾ അടക്കം ചെയ്ത അഞ്ച് വാളുകൾ വാഹനത്തിൽ കയറി. മക്കളുടെ മുന്നിലിട്ട് അമ്പത്തിയൊന്ന് വെട്ടുവെട്ടാൻ, ഒരു വെട്ടിന് ഒരു കെട്ട് കണക്കാക്കി ചുവന്ന കൊടിയിൽ പൊതിഞ്ഞ നോട്ടുകൾ വാളുകൾക്ക് പിന്നാലെ വാഹനത്തിൽ കയറിപ്പോയി. 58 വെട്ടുകൾ കൊണ്ട് പിടഞ്ഞ മറ്റൊരു ശരീരത്തിന്റെ ഞരക്കം കേട്ടു. ക്ലാസ്സുമുറിയിൽ കുട്ടികളുടെ കരച്ചിൽ. പക്ഷേ, അന്ന് ശരീരം മുഴുവൻ ഉണ്ടായിരുന്നു. ഇന്നാകട്ടേ വെറും ചെറിയ മുഖത്ത് എങ്ങനെ 51 വെട്ടുകൾ? അഞ്ച് വാളുകൾ ഒറ്റയ്ക്കെടുത്ത തീരുമാനമായതിനാൽ ആർക്കും അതിൽ ഇടപെടാനും ആയില്ല.

വീട്ടിലെത്താത്ത സഖാവിനെ, അപ്പോഴേക്കും ഉറങ്ങിക്കഴിയുന്ന മക്കളുടെ മുന്നിലിട്ട് വെട്ടാനാവാതെ വാളുകൾ മൂന്നു തവണ വന്നു മടങ്ങി പോയി.

ഒരിക്കലും ഉപയോഗിക്കാത്ത, നമ്മൾ തിരിച്ചറിയാത്ത ഒരു ശക്തി നമുക്കെല്ലാം ഉണ്ട്. കാടുപോലെ വിജനമായ മനസ്സിൽ തീരുമാനമെടുക്കാൻ ആളില്ലാതെ അത് തൂങ്ങി കിടക്കുകയാണ്. എല്ലാ മൃഗങ്ങളും ഉള്ള ഒരു കാട്ടിൽ പ്രത്യയശാസ്ത്രങ്ങൾക്ക് തണലായി ഒരു കൂടുകൂട്ടി അവർ അടയിരുന്നു. അവൾക്ക് ഒടുവിൽ മനസ്സിലായി പൂച്ചയും എലിയും പറയുന്നത് ഒന്നുതന്നെയാണെന്ന്. ഉപയോഗിച്ചിട്ടില്ലാത്ത ഒരു ശക്തി നമ്മളിലെല്ലാം ഉണ്ട് ഒരു പ്രത്യയശാസ്ത്രം പോലെ. അന്യനെയും അപരനെയും തേടുന്ന വാളുപോലെ

മറവിക്കെതിരായി ഓർമ്മ കലഹിച്ച് തുടങ്ങിയ ഒരു രാത്രിയിൽ കണ്ണു കലങ്ങിപ്പോയ ഒരാശയത്തിന്റെ കാവൽ അമ്മ, മനസ്സു മരവിച്ചു പോയ ഒരു കുട്ടിയെ ഏൽപ്പിച്ചു. അവളുടെ അടുത്ത് മുഖം ഒഴിച്ച് എല്ലാം ഭദ്രമായ ഒരു മൃതശരീരം കിടപ്പുണ്ടായിരുന്നു. 51 വെട്ടുകൾ തലങ്ങും വിലങ്ങും മിന്നിത്തിളങ്ങുന്ന മുഖമുള്ള ഒരു മൃതശരീരം. 51 ചുവന്ന നിറമുള്ള വരകളോടെ ഒരു ഫാന്റസി വെൽവെറ്റുകൊണ്ട് കുഷ്യൻ ചെയ്തെടുത്ത് അലങ്കരിച്ച ഒരു മുഖം. നിരവധിക്കഷ്ണങ്ങളായിട്ടും വേറിട്ട് പോവാത്ത ഒരു മൂക്ക്. ചെറിയ കണ്ണാടി നിലത്തു വീണ് ഉടഞ്ഞതുപോലെ ചിതറിയിട്ടും അടർന്ന് പോവാതെ അൽപ്പം വീർത്ത് ഭദ്രമായ രണ്ട് കണ്ണുകൾ. കോടിയതെങ്കിലും പഴുത്തു പാകമായ രണ്ട് ചുവന്ന് ചുണ്ടുകൾ. ഇട കലർന്ന് നിൽക്കുന്ന ചുവപ്പ് മീശ രോമങ്ങൾ. ചുണ്ടിനിടയിലൂടെ എന്തോ പറയാൻ ആഞ്ഞ് (മുദ്രാവാക്യം പോലെ) മുഴുമിപ്പിക്കാനാവാത്ത വിധം മുറിഞ്ഞ് പോയ ഒരു നാവ്.

അഞ്ച് വാളുകൾ വിളിച്ചു പറഞ്ഞു. ആരെയും കുറ്റവാളിയാക്കരുത്. ആരെയും വിചാരണ ചെയ്യരുത്. അനുകമ്പയുമായി ആരും വീടിന്റെ പടികയറരുത്. സ്വയം തീരുമാനമെടുത്ത ഞങ്ങൾ അഞ്ച് വാളുകൾ. ഞങ്ങളാണ് ഇത് ചെയ്തത്. തത്സമയ സംപ്രേഷണവും പ്രതികരണവും ഒക്കെയായി വിവിധവേഷത്തിൽ അഭിനയിച്ചശേഷം മടങ്ങിവന്ന ഒരു നരച്ച സഖാവിന്റെ മടിയിൽ കിടന്ന് മുഖം നഷ്ടപ്പെട്ട മറ്റൊരു മകൻ പറഞ്ഞു. അച്ഛനെയും എനിക്ക് ഭയമാണ്.

അമ്പത്

അതിരുകൾ ഉണ്ടാവുന്നത് കൊണ്ടാണ് നുഴഞ്ഞുകയറ്റങ്ങൾ ഉണ്ടാവുന്നത്

ഉറുമ്പരിച്ച് തീരാറായ ഒരു ചീഞ്ഞ മനുഷ്യശരീരം കാണാൻ എനിക്ക് കൊതിയാണ്. കാരണം വരിവരിയായി നീങ്ങുന്ന ചോണ നുറുമ്പുകളിൽ ഒടുവിലത്തെ നിരയിലാണ് ഞാൻ. അതുകൊണ്ട് നമുക്കിനിയും കാണേണ്ടിവരും നമ്മൾ തളരുന്നത് വരെ.

ചിത്രശലഭങ്ങളുടെ ചിറകിൽ ജനിച്ച ഒരു ഇളം കാറ്റ് മരുഭൂമിയെ തഴുകി വരണ്ട ആകാശത്തിലേക്ക് പറന്നുയർന്നു. പൂച്ച എലിയെ മുകുന്ദന്റെ ബാക്കിയുള്ള ജീവിതം കാണിച്ചുകൊടുത്തു. ഇരുവശവും വാഹനങ്ങളുമായി ഒഴുകി തുടങ്ങുന്ന ഒരു റോഡിന്റെ ഒത്ത നടുവിൽ നിന്ന് അവൻ ഒരു ചെറിയ കുട്ടിയെ പോലെ നിലവിളിക്കുന്നു. ഒരു കൂട്ടം മനുഷ്യർ തലങ്ങും വിലങ്ങും പായുന്ന വാഹനങ്ങളുടെ വീലിൽ തട്ടി തേഞ്ഞ് മാഞ്ഞ് പോയേക്കാവുന്ന രണ്ടോ മൂന്നോ മിനിട്ടുകൾ. തവളകളെക്കാൾ വലിപ്പം കുറഞ്ഞ കുറെ മനുഷ്യർ കൂരിരുട്ടിൽ തുറക്കുകയും അടക്കുകയും ചെയ്യുന്നതറിയാതെ രണ്ട് കണ്ണുകൾ. തലക്ക് ചുറ്റും ഒരു മഴ ഒരു മൂളലുമായി സഞ്ചരിക്കുന്നു. കുപ്പിച്ചില്ലുകൾ പോലെ മുനയുള്ള വാക്കുകൾ ചുറ്റും എഴുന്നേറ്റ് നിൽക്കുന്നു. ഭൂമിയിൽ നിന്നും പുറത്ത് കടക്കാനാവാതെ ഇനിയും ഒരു വസന്തകാലത്തിന്റെ ചിത്രങ്ങൾ വരച്ചു തീർക്കാൻ കൊതിയ്ക്കുന്ന ഒരാത്മാവ്. മുഖമില്ലാത്ത ഒരു ശരീരം തെരുവിലൂടെ ഇറങ്ങി നടക്കാൻ തുടങ്ങി. മകനെ നഷ്ടപ്പെട്ട ഒരമ്മ മുടിയഴിച്ചിട്ട് നിലവിളിക്കുന്നു. ഒരു വലിയ മൈതാനത്തിനരികിലൂടെ ആരവങ്ങളുണ്ടാക്കി ഒരു കൂട്ടം ചെറുപ്പക്കാർ ഓടിയകലുന്നു. വീടുകളിൽനിന്നും വീടുകളിലേക്ക് നിങ്ങളിൽ നിന്നും എന്നിലേക്ക് ഒരു മുഖം മൂടി തേടി ആ ശവം നടന്നുകയറി. ഒരേ സമയം ഒരുപാടിടങ്ങളിൽ അത് പ്രത്യക്ഷപ്പെട്ടു. ശവശരീരം കൊണ്ട് മാത്രം ജീവിക്കാൻ ശീലിക്കുന്നതു പോലെ ചില പൊട്ടിത്തെറികൾ. ആയുധങ്ങൾ കുളിച്ചൊരുങ്ങി കുറിതൊട്ട് ഒരു ശവപ്പറമ്പിന്റെ ഒത്ത നടുവിൽ നൃത്തം ചവിട്ടി. കീറിമുറിക്കപ്പെട്ട ഒരു മുഖം ഫ്രെയിമിട്ട

ശൂന്യതയ്ക്കുള്ളിൽ ചോരക്കറകൊണ്ട് സ്വയം ഒരു കവിതയായി പരിഭാഷപ്പെടുത്തി. ചിറക് നഷ്ടപ്പെട്ട ഒരു കാക്ക ഒറ്റച്ചിറകിൽ പറക്കാൻ തുടങ്ങി. ഒക്കെതിനും എലിയും പൂച്ചയും മാത്രമായിരുന്നു സാക്ഷി. ആരവങ്ങൾക്കൊടുവിൽ മലപൂജാരികൾ മല്ലീശ്വരൻ മുടിയിലേക്ക് യാത്ര തിരിച്ചു. കാഴ്ച്ചക്കാരുടെ ഇടതടവില്ലാത്ത നിഴലുകൾ അവരെ പിന്തുടർന്നു. ദൂരെ മുകുന്ദൻ അവരെ അനുഗമിച്ചു. പുനർജ്ജനിച്ചെത്തിയ ഊർജം പോലെ അവന്റെ കാലുകൾ വേഗമാർന്നു. സന്ധ്യാനേരത്ത് മല്ലീശ്വരൻ മുടിയിൽ തെളിയുന്ന ചുറ്റിവരിഞ്ഞ് മുറുകിയ തിരിവെട്ടം അവന് നാടിന്റെ നിറവും വംശത്തിന്റെ ഈണവും കാട്ടികൊടുത്തു. ചരിത്രത്തെ കുട ഞ്ഞെറിഞ്ഞ് ഒരു ചെറിയ കുട്ടിയെ പോലെ അവരുടെ കൈയിൽ പിടിച്ചവൻ വീണ്ടും പിച്ച വച്ച് തുടങ്ങി. പാമ്പുകൾ ഇഴയുന്ന വേഗത്തിൽ കരിയില കൾ പറക്കുന്ന വേഗത്തിൽ അവനിൽ ചിന്തകളും ചിന്തകളിൽ അവനും കനം വച്ച പ്രതീക്ഷയുമായി വളരാൻ തുടങ്ങി. ഉറച്ച വിശ്വാസവുമായി മുളം തണ്ടിന്റെ വലിയ പാത്രം തോളിലേറ്റി അവൻ മലകയറി. ഒരു മലയും ഊരും ഉറങ്ങാതെ ഉണർന്നിരിക്കുന്ന ദിനരാത്രങ്ങൾക്കൊടുവിൽ തിളങ്ങുന്ന വെളിച്ചത്തിൽ മല്ലീശ്വരന്റെ അനുഗ്രഹം തെളിഞ്ഞു. പോലീസുകാർ മാവോയിസ്റ്റുകളെ തേടിയുള്ള യാത്ര തുടർന്നു കൊണ്ടിരുന്നു.

തിളങ്ങുന്ന കണ്ണുമായി ആ വനത്തിൽ അവന്റെ തോളിൽ ഒരു ചെറിയ പെൺകുട്ടിയുണ്ടായിരുന്നു. മകളെപോലെ അവൾ ചിരിച്ചു. അന്ന് ഒരു ശിവരാത്രിയായ്യുന്നു ഗോത്രശിവരാത്രി.

സമയം ഏറെ കഴിഞ്ഞു പോയത് റോഷ്നേര അറിഞ്ഞില്ല. ആ രാത്രിയിലും പിറ്റേന്ന് പകുതിയോളവും പെയ്തിട്ടും പെയ്തൊഴിയാതെ നിന്ന മഴനൃത്തത്തിനിടയിൽ എപ്പോഴോ മുകുന്ദന്റേതു പോലെ കാണപ്പെട്ട ഭൗതികശരീരം സുഹൃത്തുക്കളുടെ വൈദ്യുത ശ്മശാനത്തിൽ ഭസ്മീകരി ക്കപ്പെട്ടു. മഴ നിർത്താതെ പെയ്തുകൊണ്ടിരുന്നു. കനയ്ക്കുകയല്ലാതെ യാതൊരു ഒത്തുതീർപ്പിനും ആ മഴ തയ്യാറാവാത്തതു പോലെ. ഒരു ചുമയുടെ ശബ്ദം കേട്ട് അവൾ ചുറ്റും നോക്കി. ആ മണ്ഡപത്തിൽ അവളെ കൂടാതെ നിരവധി പേർ അഭയം തേടിയിരുന്നു. റോഷ്നേര കാല് താഴ്ത്തിയിട്ട് കിടക്കുകയായിരുന്നതിനാൽ മുട്ടിന് താഴെ പൂർണമായി നനഞ്ഞിരുന്നു. മുകുന്ദൻ എവിടേക്കാണ് പോയത്. എന്തൊക്കെയോ ബാക്കിയായിരിക്കുന്നത് പോലെ. തന്റെ ശരീരത്തിലേക്ക് ഇഴഞ്ഞെത്തിയ ഒരു വൃദ്ധശരീരത്തെ തള്ളിമാറ്റി അവൾ എഴുന്നേറ്റ് മഴ നനഞ്ഞ് നടന്നു.

വെയിൽ കൊണ്ട് വലഞ്ഞ പകലുകൾ രാത്രിയുടെ മടിത്തട്ടിലേക്ക് പോയി. കറുത്തനിറമുള്ള ആകാശം താഴെ സമുദ്രത്തിലേക്ക് തന്നെ നോക്കിയിരുന്നു. നക്ഷത്രങ്ങൾ ബലി മൃഗങ്ങളെ പോലെ കുരുങ്ങി കിടന്നു. കറുത്ത ശരീരവും താങ്ങി ഇരുട്ടിൽ തിളങ്ങുന്ന കണ്ണുകളുമായി ആ പൂച്ച

എലിയോടൊപ്പം സഞ്ചാരത്തിനിറങ്ങി. എലി പേടിച്ച് പോയതിനുശേഷമുള്ള ആദ്യ സഞ്ചാരം. അന്ത്യയാമങ്ങൾക്ക് രാത്രിയുടെ ആരവം പകർന്ന് ചില കാൽപ്പെരുമാറ്റങ്ങൾ ഉയർന്നു വന്നു. മരണത്തിന്റെ ദുഃഖച്ഛായയുമായി ഒരു പക്ഷിയുടെ പ്രതിബിംബം സമുദ്രത്തിന്റെ നടുവിൽ തെളിഞ്ഞു നിന്നു. ഇളകിമറിയുന്ന തിരകളിൽ നിന്നും ഒരു സംഗീതം വസന്തത്തിന്റെ ചെളിമണവുമായി ഒരു പ്രതിധ്വനി ഉണ്ടാക്കി പെട്ടെന്ന് മാഞ്ഞു പോയി. കർക്കിടകത്തിന്റെ കറുത്ത രാത്രികളിൽ കാക്കകൾക്ക് കൂട്ടുപോയ മിഴികൾ കണ്ണുനീർത്തുള്ളികളിൽ ചിതറിക്കിടന്നു. ഒരു മാലാഖയുടെ രക്തം പുരണ്ട തോളിലേറി ഇനി ഒരിക്കലും തിരിച്ചു വരാത്തവിധം എലിയും പൂച്ചയും യാത്രയായി. അതിനെ പിൻപറ്റി മരിച്ചുപോയ മനുഷ്യരുടെ കാൽപ്പാടുകൾ ചരിത്രത്തോടൊപ്പം നടന്നു. പിന്നിടുംതോറും ഒരു ചെറിയ കാട് പൂച്ചയുടെ മുന്നിൽ പ്രത്യക്ഷപെട്ടു. കാടിന്റെ മണമുള്ള ഇലകളിലൂടെ അവൻ മുകളിലേക്ക് പോയി. പാറക്കൂട്ടങ്ങളിൽ പൊട്ടിച്ചിതറുന്ന വെള്ളത്തിന്റെ നോവും പൊട്ടിമുളച്ചു വരുന്ന നെൽച്ചെടികളും സമാന്തരമായി ഭാഗിക്കപ്പെട്ട വയൽ നിരകളും കടന്ന് റോഷ്നേരയും യാത്രയായി. മരങ്ങൾക്കും പിറകിൽ സൂര്യൻ മലകൾക്കിടയിലേക്ക് ഒലിച്ചിറങ്ങി പോകുന്നത് കാണാമായിരുന്നു. ■

www.ingramcontent.com/pod-product-compliance
Lightning Source LLC
LaVergne TN
LVHW050849051026
849532LV00006BA/2172
* 9 7 8 8 1 8 4 2 3 3 8 4 1 *